पाच आऱ्यांचे चाक

'दिलीपराज प्रकाशन प्रा. लि.'च्या नवीन पुस्तकांची यादी व माहिती हवी असल्यास आपला पत्ता, दूरध्वनी क्रमांक किंवा Email आमच्या diliprajprakashan@yahoo.in या Email address वर पाठवावा किंवा आमच्याशी दूरध्वनी क्रमांक फॅक्ससहित : ०२०-२४४८३९९५/२४४९५३१४ /२४४७१७२३ यावर संपर्क साधावा.
आमच्या ब्लॉगला एकदा अवश्य भेट द्या.

Blog: *http://diliprajprakashan.blogspot.com*

पाच आऱ्यांचे चाक

(ऐतिहासिक कादंबरी)

देवीदास फुलारी

दिलीपराज प्रकाशन प्रा. लि.
२५१ क, शनिवार पेठ, पुणे - ४११ ०३०

पाच आऱ्यांचे चाक / Panch Aaryanche Chak

प्रकाशक
राजीव दत्तात्रय बर्वे,
मॅनेजिंग डायरेक्टर,
दिलीपराज प्रकाशन प्रा. लि.,
२५१ क, शनिवार पेठ,
पुणे - ४११ ०३०

प्रथमावृत्ती : १५ जून २०१२

प्रकाशन क्रमांक : १९५८

ISBN : 978 - 81 - 7294 - 944 - 0

टाईपसेटिंग :
पितृछाया मुद्रणालय,
९०९, रविवार पेठ,
पुणे - ४११ ००२

मुद्रितशोधन : मिलिंद बोरकर, पुणे

मुखपृष्ठ : कैवल्य राम मशीदकर

आपणातील वादसंवादामुळे

माझी पिढी

महाकाव्यांकडे आकर्षित झाली.

प्राचार्य अनंत आठवले

आणि

प्राचार्य नरहर कुरुंदकर

यांना...

व्यासांच्या महाभारतातील याज्ञसेनीने
जेव्हा माझ्या अंत:सृष्टीत प्रवेश केला;
तेव्हा तिचे अभिरूपही बदलून गेले
नि इतिहासग्रंथाच्या पानांवरून
तर्कसंहितेच्या पानांवर याज्ञसेनी अवतरली...
पाच आऱ्यांचे चाक होऊन...

- देवीदास फुलारी

चाकाच्या प्रस्थानापूर्वी

माणसांच्या वृत्ती-प्रवृत्तींचे वास्तव दर्शन महाभारतात आढळते, म्हणून तर या महाकाव्याने आधुनिक ललित वाङ्मयही व्यापून टाकले आहे. परिणामी, अधिकाधिक लेखकांना महाभारतावर लिहिण्याचा मोह होतो. हे अनादि काळापासून चालत आलेले आहे. प्रारंभी महर्षी व्यासांनी ८,८०० श्लोकांत 'जय' नावाचा ग्रंथ लिहिला. पुढे वैशंपायन यांनी हाच ग्रंथ जन्मेजयाला सांगितला, तेव्हा श्लोकांची संख्या २४,००० एवढी झाली. पुढे सौतीने ही कथा जेव्हा शौनकाला सांगितली, तेव्हा या ग्रंथाचा विस्तार एक लाख श्लोकांएवढा झाला. हा प्रवास इथेच थांबत नाही. देवबोध, विमलबोध, सर्वज्ञ नारायण, अर्जुनमिश्र, नीलकंठ अशा किती तरी आवृत्त्या निघाल्या. आधुनिक ललित लेखकांनी तर हे महाकाव्य भारतीय जनमानसात चांगलेच रुजवले. तरीही सृजनशील लेखकांसमोर जीवनाच्या सर्व पातळ्यांवर ह्या महाकाव्याचे आव्हान अजूनही उरलेच आहे. अनेकांनी अनेक वेळा अन्वय लावूनही हा ग्रंथ लेखकांना आकर्षित करतोच आहे.

महाभारतातील याज्ञसेनी ही व्यक्तिरेखा माझ्यामधल्या लेखकाला आवाहन करू लागली. जाणीव-नेणिवेच्या पातळीवर मनात याज्ञसेनी रुंजी घालू लागली. माझ्या अंत:करणात वास्तव्याला आलेल्या याज्ञसेनीचे मग रूपच बदलून गेले. एक स्त्री म्हणूनही तिचे व्यक्तिमत्त्व मन:पटलावर उभे राहिले. सत्तेसाठी तिला विवस्त्र करण्यात आले. कुटिल राजनीतीने तिला वनवासाचा रस्ता दाखवला. मग ती पण सूडाने पेटून उठली. हा सगळा वडवानलाचा प्रवास मी माझ्या पद्धतीने साक्षात करीत गेलो अन् 'पाच आऱ्यांचे चाक' या संहितेची निर्मिती झाली. याज्ञसेनीच्या व्यक्तिमत्त्वाचे नवे आयाम ह्या कादंबरीमध्ये उलगडून दाखवण्याचा मी प्रयत्न केला आहे. परंपरेने चालत आलेली याज्ञसेनीच्या चरित्रातील काही अद्भुतं बाजूला काढून, जे घडण्याची शक्यता आहे अन् जे

तर्कसंगत आहे, अशा घटनांना साकार केले आहे. अशा घटना-प्रसंगांचे पुरावे माझ्याकडे नाहीत, ते मी सहेतुक गोळाही केले नाहीत अन् मी महाभारताचा अभ्यासकही नाही. पण याज्ञसेनी नावाच्या ह्या पाच आऱ्यांच्या चाकाबरोबर केलेला हा प्रवास आहे. अर्थात, ललित कलाकृती म्हणूनच या कादंबरीकडे पाहावे लागेल. ग्रंथांच्या पानांतून अन् श्रवणातून मनात साकारलेल्या याज्ञसेनीचे तर्कसंगतीनुसार केलेले हे व्यक्ती-आरेखन होय. वाचक मला समजून घेतीलच. दिलीपराज प्रकाशनाचे श्री राजीव बर्वे जे स्वत:च एक चांगले कवी आहेत. त्यांनी ही संहिता स्वीकारली. त्यांच्याविषयी आणि दिलीपराज परिवारातील सर्वांविषयी माझ्या मनात कृतज्ञतेचा भाव आहे. वाङ्मयीन परिवारातील अनेक स्नेह्यांनी ही संहिता वाचून काही सूचना केल्या; बदल सुचवले त्यांचाही मी आभारी आहे.

- देवीदास फुलारी
९४२२१८९८९०

प्रेरणा/ प्रतिसाद

प्रा. सुरेश द्वादशीवार, डॉ. शंकर सारडा, डॉ. अरुणा ढेरे, डॉ. द. ता. भोसले, प्रा. ललिता गादगे, डॉ. वासुदेव मुलाटे, डॉ. प्रकाश मेदककर, काशीनाथराव फुलारी, डॉ. संतोष पाटील, डॉ. प्राची पाटील, कु. प्रिया आणि चि. प्रणव...

- १ -

मी याज्ञसेनी! मी पार्षती!! मी अनिंदिता!!!

आता महाप्रस्थान हाकेच्या अंतरावर.

वाटतं—करावं सिंहावलोकन स्वत:च्याच आयुष्याचं, साधावा स्वत:शीच संवाद...

सांगाव्यात चार गोष्टी... सुख-दु:खाच्या...

साक्षीभावानं लावावा स्वत:च्याच आयुष्याचा अन्वय...

सुख आणि दु:ख!

वाटतं, सुख वाटत जावं अन् दाटून आलेलं दु:खही थोडं मोकळं करावं...

म्हणतात ना— सुख सांगून संपत नाही अन् दु:ख सांगून उरत नाही! सुख सांगितल्यावर उत्तरोत्तर वृद्धिंगत होते, तर दु:ख सांगितल्यावर त्याला ओहोटी मिळते.

माझ्या जीवनात तर दु:खाचं निबिड अरण्य आहे... अन् ह्या दु:खाच्या अरण्यात कुठेतरीच क्वचित एखादा सुखाचा झरा झुळझुळत असतो...

असू दे. पण दु:खानं मला खूप शहाणं केलं, हे काय कमी आहे?

माझं चरित्र कसं विचित्र आहे, नाही? सर्वसामान्य माणसाचं बरं असतं. जन्मापासून त्याची कथा सुरू होते आणि मृत्यूशी ती संपते. माझी कथा मात्र जन्मापूर्वीच सुरू झालेली अन् महाप्रस्थान झाल्यावर तरी, ही कथा थांबणार आहे थोडीच?

या वळणावर मी आता विचार करतेय, की मी कोण आहे? मी माझे विश्लेषण करू पाहते? मी सर्वसामान्य माणूस का देवता? खूप विचार करते अन् विचारांती शेष राहते केवळ अर्थगर्भ मौन!!

स्वत:ला देवता समजावे, तर देवतेच्या पदरात एवढी पराकोटीची दु:खं कशी असतील? एखाद्या देवतेची एवढी मानसिक कुचंबणा असू शकते?

मी म्हणे अग्निकन्या! माझ्या जन्माचाही केवढा दिव्य प्रसंग! पण आयुष्यभर अग्नीने माझा पिच्छा सोडलाच

नाही. भाजणं आणि भाजणंच... ह्या प्रचंड भाजण्यानं तर पुढे काही रुजलंच नाही. एका परिवारालाच भस्म करणारी मी संहारिणी तर नव्हे?

भूतलावरील साक्षात लक्ष्मी असा माझा गौरव होतो. कसलं वैभव माझ्या ठिकाणी, आज या क्षणी आहे? मी कसली देवता? मी देवता असते, तर हे संहारपर्व कशाला घडले असते? मी कधी कधी मग स्वत:ला मानवी रूपात शोधते. पण सर्वसामान्य स्त्रीच्या जीवनातील अतिशय महत्त्वाचा क्षण म्हणजे, तिला प्राप्त झालेलं मातृत्व. इथेही मी अभागीच ठरते. माझी पाचही मुलं अश्वत्थाम्यानं अक्षरश: कापून काढली. माझं वात्सल्य उघडनागडं झालं. मी धाय मोकलून रडले. भ्रमिष्टासारखी सैरभैर झाले. सर्वसामान्य माणसासारखीही सुख-दु:खं माझ्या वाट्याला येऊ नयेत; काय हा दैवदुर्विलास?

मी मानवी का अमानवी?

कळत नाही; एवढा लांबचा प्रवास झाल्यावरही माझ्या जन्माचं प्रयोजन काय, याचं उत्तर मिळत नाही. कधी कधी वाटतं, कौरव वंशातील स्त्रियांना अस्वस्थतेचा शाप तर नसेल? कसलं पाप त्यांनी केलं होतं? त्यांच्या वाट्यालाच का एवढी सुखविन्मुखता? थोडासा विचार केल्यावर कळेल की, प्रत्येकीच्या दु:खाची जातकुळी वेगळी असेल, तपशील वेगळा असेल; पण दु:ख तर आहेच ना? कुरुवंशात सत्यवती आली. पण तिच्या नशिबी वैधव्य आलं, पुत्रवती होती, पण पुत्र असून नसल्यासारखे. दु:ख पदरात घेऊनच तिने या जगाचा निरोप घेतला. अंबेच्या दु:खाला तर पारावार नाही. सूडाने पेटलेली बाला म्हणजे अंबा... सूड घेण्यास तिला एक जन्मही अपुरा पडला. आयुष्यभर अविवाहित राहिलेल्या अंबेच्या जीवनाची ससेहोलपट काय सांगावी? भीष्माचार्यांवर सूड उगवून तरी ती शांत झाली का? अंबिका आणि अंबालिका या मातृत्वापासून वंचितच राहिल्या.

कोण होतं सुखी-समाधानी? गांधारी तरी होती का? माता गांधारी म्हणजे केवढं मोठं व्यक्तिमत्त्व! पण वैयक्तिक जीवनात दु:खाने तिचा पिच्छा सोडला नाही. पाताळयंत्री धृतराष्ट्राची महाराणी अशीच तिची कीर्ती मागे राहिली ना? माता म्हणून तरी तिच्यामागे काय लौकिक उरला आहे? दुराचारी युवराजांची माता एवढीच का तिची योग्यता? माझ्यात अन् तिच्यात एका अवस्थेसंदर्भात मात्र साम्य आहे. तिला शंभर पुत्र होते. गांधारीचे चौदा अन् दासीपुत्र शहाऐंशी — ते सगळे मारले गेले. शेवटी ती निपुत्रिकच ना? मीही आज निपुत्रिकच आहे ना? गांधारीची आंतरिक घुसमट सांगायला शब्द अपुरे पडतील. माता कुंती खरं

म्हणजे पुत्रवती; पण तिलाही वैधव्य भोगावे लागले. पण दु:खाची ही मालिका इथेच नाही थांबत. हा भोगवटा जातो थेट उत्तरेपर्यंत... ऐन तारुण्याच्या उंबरठ्यावर वैवाहिक जीवन संपले. ती विधवा झाली. आशेचा एक किरण होता. एक अंकुर तिच्या गर्भात साकार होत होता. त्यालाही मृत्यूने गाठलेच ना...? दु:खाच्या किती तऱ्हा सांगाव्यात... कुरुवंशातील स्त्रियांचा हा भोगवटा सांगून संपत नाही. माझ्याही दग्ध कहाणीचे पुस्तक आता आपणासमोर उघडे करावे म्हणते; म्हणजे हे दु:ख सांगून झाल्यावर दु:खाची आच थोडी कमी होईल.

चला तर ह्या दग्ध कहाणीच्या पहिल्यापानावरूनच सुरूवात करूयात. माझी जीवनकहाणी सांगणे तसे अवघडच... एका जन्माचाच संदर्भ असता तर आत्मकथा सांगणे सोपे झाले असते, पण सबंध जीवनच एवढे गुंतागुंतीचे बनले आहे की, पूर्वजन्माचा आधार घ्यावा लागतो. मी काही याच जन्मी यातना भोगल्या आहेत, असे काही नाही... माझ्या पूर्वजन्मातही वेदनेच्या बाजारात माझा लिलाव झालेलाच... आता दु:खच वितरित करायला बसल्यावर, पूर्वजन्मीचे दु:ख तरी आपल्या पदरात कशाला बांधून ठेवायचे? आता सगळेच सांगून टाकते...

पूर्वजन्मात एका तपोवनात अयाचित वृत्तीने राहणाऱ्या एका महात्म्या ऋषीची मी कन्या. खरं म्हणजे, माझ्याच सौंदर्याचे वर्णन मी करू नये; पण ते करावं लागणार आहे. कारण हे सौंदर्यच माझ्या वाट्याला येणाऱ्या वनवासाचे महत्त्वाचे कारण होय. मी फार सुंदर होते. होय, खूप-खूप सुंदर!! माझे उदर अतिशय कृश होते. भृकुटी कमानदार होती. डोळे तेजस्वी होते. पांढऱ्या शुभ्र डोळ्यांत लालसर केशवाहिन्या, माझं उपजत सौंदर्य सांगत होत्या. माझे केस केवळ कुरळेच नव्हते, तर भ्रमरासारखे काळे कुळकुळीत अन् अतिशय लांबलचक होते. माझ्या पायांत सिंहिणीची चाल होती... आणि खरं सांगू का?

मी केवळ बाह्यत:च सुंदर नव्हते, तर आंतरिक सौंदर्याने माझ्या व्यक्तिमत्त्वाचे फूल पूर्णत: उमलले होते. माझ्या मनाच्या कक्षा रुंदावलेला होत्या. सदसद्विवेक-बुद्धीचा कानोसा घेऊनच मी जीवनात मार्गक्रमण करीत होते.

तपोवनात अंतर्बाह्य सौंदर्याचा वस्तुपाठ होऊनच मी गिरिकंदरांत फिरू लागले. माझ्या पायाचा मुलायम स्पर्श झाला की, हिरवे तृणही फुलून येऊ लागले. माझ्या हाताच्या स्पर्शाने फुलंही गांधार गाऊ लागली. ओढ्याचे खळाळणारे नाठाळ पाणी माझ्या पायाशी क्षणभर थबकू लागले. एकंदर, माझ्या अस्तित्वानेच अवघे तपोवन सृजन-सोहळा साजरे करू लागले.

एवढं सगळं असूनही प्रारब्ध नावाचे एक अटळ सत्य मागे उरतेच. माझा विवाह काही जुळत नव्हता. मला अनुरूप जोडीदार मिळत नव्हता. याचे कारण म्हणे, मी पूर्वकर्माने भाग्यहीन निपजले होते. पूर्वजन्मात मी काय पाप केलं होतं, कुणास ठाऊक? पण मला पती काही मिळाला नाही. मग मीही पेटून उठले. कठोर तप:साधना करण्याचे मी ठरवले. सर्व गोष्टी अनुकूल असून मला योग्य वर मिळत नाही, याचे मला प्रचंड दु:ख झाले. पण मी दु:खाने कोसळले नाही, वैफल्यग्रस्त झाले नाही. आता दु:खाशीस संघर्ष करून विजय संपादन करावा, असे मी ठरवून टाकले. माझी तपश्चरणाला सुरूवात झाली. ही काही साधी तप:साधना नव्हती; तर हे होतं एक उग्र तपश्चरण— अनुरूप जोडीदार मिळण्यासाठी. एका स्त्रीवर एवढे उग्र तप करण्याची वेळ यावी... आयुष्याचा जोडीदार मिळण्यासाठी? ही महिलांची उन्नतावस्था होय, की अध:पात; कळत नाही. पण मी पतीसाठी तपश्चर्या सुरू केली. मला सर्वगुणसंपन्न पती पाहिजे होता. तो धर्माचरणी असावा, तो बलदंड असावा, तो पराक्रमी असावा, तो सौंदर्यसंपन्नही असावा व तो बाणेदारही असावा. माझी तप:साधना सुरू झाली. भगवान शंकराची मी आराधना करू लागले. मला खात्री होती, माझी साधना विफल होणार नाही. माझ्या मनाची पूर्ण तयारी झाली होती. उग्र तपाच्या योगाने माझी अंगकांती उत्तरोत्तर झळाळून जात होती. ह्या पराकोटीच्या तप:साधनेने भगवान शंकर प्रसन्न न झाले, तरच नवल! माझ्या तपश्चर्येने भगवान शंकर केवळ प्रसन्न झाले नाहीत, तर संतुष्टही झाले. भगवान प्रगट होत म्हणाले, ''हे कल्याणी, मी प्रसन्न आहे. काय पाहिजे तो वर मागून घे.'' माझ्या आनंदाला पारावार उरला नाही. मला अनुरूप पती न मिळाल्याची भयावह परिस्थिती निर्माण झाली होती ना? त्या परिस्थितीचे स्मरण करून मी छद्मीपणाने हसले. क्षणाचीही उसंत न घेता शंकराला अभिवादन करून मी म्हणाले,

''हे प्रभो, मला धर्माचरणी पती दे,
मला पहाडाची छाती लाभलेला पती दे,
मला दिग्विजयी पराक्रमी, सव्यसाची पती दे...
हे प्रभो, मला मदन सौंदर्यसंपन्न पती दे
आणि हे प्रभो, मला नितळ निरागस पती दे...''

भगवान शंकराजवळ एका दमात हा वर मी मागून गेले. भगवान शंकर 'तथास्तु' म्हणणारच याची मला खात्री होती. वरद शंकरांनी वर तर दिला, पण घडले वेगळेच! ते म्हणाले, ''हे भद्रे, तुझ्या मागण्याप्रमाणे तू मागितलेल्या

विशेषणां बरहुकूम भरत वंशोत्पन्न पाच पुरुष तुझे पती होतील.''

भगवान शंकरांनी दिलेला वर ऐकला अन् मी गडबडले. ह्या अनपेक्षित वराने मी गोंधळून गेले. मी तत्काळ म्हणाले,

''हे भगवान, हे प्रभो! मला आपल्या कृपाप्रसादाने मी मागितलेल्या गुणांनी संपन्न असा एकच पती मिळावा, अशी माझी इच्छा आहे. आपण हे काय केलंत भगवन्?''

''हे कल्याणी, तू पाच गुणविशेषणे लावून पती मागितलेस; त्यावरून पाच पती मिळावेत, अशी तुझी इच्छा आहे, असे मी समजलो. त्याप्रमाणे मी ते तुला दिले आहेत. हे दिलेले वर अपरिवर्तनीय असल्याने आता मी सांगितल्याप्रमाणे तुला जन्मांतरी पाच पती प्राप्त होतील.''

अशी माझी ही पूर्वजन्मीची कथा सांगितली जाते. मी विचार करते— खरेच पूर्वसुकृताला एवढं महत्त्व असते का? खरेच का हे पूर्वजन्मी घडले असेल? मी विचार करतच राहते... किती जन्मांच्या आणि किती कथा सांगाव्यात? आणि सांगून तरी काय? प्रत्येक जन्मात स्त्रीजीवनाची हीच होरपळ; मग कशाला सांगाव्यात ह्या व्यथांच्या प्राण असणाऱ्या कथा...? पण ह्या एका जन्माची कथा तर सांगावीच लागेल, कारण त्याशिवाय सूडनाट्याचे मूळस्रोत समजणारच नाही.

भारद्वाजपुत्र द्रोण अन् पृषतपुत्र द्रुपद या दोन मित्रांपासून सुरू झालेल्या ह्या सूडाचा प्रवास द्रोणपुत्र अश्वत्थामा अन् द्रुपदसुता मी 'याज्ञसेनी'—आमच्यापर्यंत आला. आमच्या अंगणात हा सूड सुखनैव नाचून गेला. वाटतं, हे सूडाचे चक्र आता मात्र थांबले पाहिजे.

का सुरू झाले हे सूडाचे चक्र? याचा शोध घ्यायचा असेल, तर जावं लागेल गंगेच्या तीरावर अन् भारद्वाज नावाच्या महातपस्वी ऋषिंच्या आश्रमात...

आश्रमाच्या मातीत खेळत होते दोन पुत्र. ऋषिपुत्र द्रोण अन् क्षत्रियपुत्र द्रुपद. ह्या दोघांच्या रूपानं निर्व्याज अन् निरागस मैत्री नांदत होती भारद्वाजांच्या आश्रमात. वेद-अध्ययनापासून ते गंगेत डुंबण्यापर्यंत हे मित्र एकत्र राहत. यांच्या बाळलीलांनी भारद्वाज आश्रमालाच बहर आला होता. भारद्वाजऋषींनी आपल्याजवळचे आग्नेयास्त्र अग्निवेश ह्या शिष्याला दिले होते. भारद्वाजांच्या सांगण्यावरून द्रुपद व द्रोण धनुर्वेदाचे शिक्षण घेण्यासाठी अग्निवेशाच्या आश्रमात दाखल झाले. भारद्वाज-ऋषींचा आश्रम, अग्निवेश-ऋषीचा आश्रम आणि गंगेच्या तीरावरील प्रांगण हे द्रोण- द्रुपद मैत्रीचे माध्यम ठरले. गंगेच्या तीरावर खेळता-खेळता द्रुपद

म्हणाला, "द्रोणा, अध्ययनात तुला किती गती आहे; नाही? तू एक महान ऋषी होशील, असे वाटते."

"तूही क्षत्रियपुत्र शोभतोस द्रुपद. तुझ्या खेळातून तू पराक्रमी होणार, हे कळतेच की."

"पण द्रोणा, तुझ्यात तर दोन्ही गुण विशेषत्वाने जाणवतात."

"ते कोणते रे?"

"ज्ञानाचा अन् रणाचा. ही दोन्ही मैदाने तू गाजवणार आहेस, असे दिसते."

"पण द्रुपदा, तू राजपुत्र. एक दिवस तू राजा होशील; सम्राट होशील. तुझ्यासारख्या राजासमोर माझ्यासारखा ब्राह्मण किती दीनवाणा रे!"

"द्रोणा, सम्राट द्रुपदाचा मित्र दीनवाणा कसा असेल? मी कितीही मोठा सम्राट होवो; तुझ्यासाठी मात्र तुझा सवंगडीच राहीन. पण तुझं काय सांगावं? तू तर महातपस्वी ऋषी होणार आहेस. ऋषी तर शीघ्रकोपी असतात, असे म्हणतात. राजा झाल्यावर तरी तू द्रुपदाला ओळखतोस का नाही; कुणी सांगावं..."

"द्रुपदा, थांब. पुढं बोलू नकोस; आपल्या मैत्रीची शपथ. मी तुला विसरणार नाही."

गंगेच्या तीरावर भारद्वाजांच्या आश्रमात व अग्निवेशाच्या आश्रमात असे संवाद नित्य रंगू लागले. हा संवाद ऐकून आश्रमातील मातीने एक दीर्घ नि:श्वास टाकला असेल अन् गंगेचे खळाळणारे पाणी खळखळून हसले असेल... छद्मीपणे क्षणभर... नियतीने मात्र आपला चेहरा ठेवला असेल निर्विकार, नेहमीप्रमाणेच...

आश्रमात रंगलेल्या संवादाचा अन् माझ्या जन्माचा फार निकटचा संबंध आहे, म्हणून तर मला हे सर्व सांगावं लागणार आहे. कधी कधी माझं अंतर्मन मला म्हणतं,

याज्ञसेनी अगं— कशाला रमतेस ह्या इतिहासाच्या घनदाट अरण्यात? पुन्हा हा यातनांचाच प्रवास ना?

पण मी हे सांगणारच आहे, दुःखाचे एक-एक पदर उलगडत जाणार आहे. इतिहास सांगणार आहे. आता महाप्रस्थान तर हाकेच्या अंतरावर आहे. दुःखाने मी उसवून गेले तरी चालेल, पण मी सांगणार आहे. काय झाले पुढे द्रुपदाचे अन् द्रोणाचे, तेच तर आता सांगायचे आहे...

वेद-अध्ययन संपले, विद्याभ्यास संपला. ब्रह्मचर्याश्रम संपल्यावर द्रुपद अन् द्रोण हे तरुण विद्यार्थी परस्परांचा निरोप घेऊन आपापल्या मार्गावर निघाले.

द्रोण निघाला. परशुरामांच्या शोधात. परशुराम आपले सर्वस्व ब्राह्मणांना दान देत आहेत, हे द्रोणाच्या कानांवर आले होते. खरे म्हणजे, द्रोणाला हवे होते द्रव्य. एका वनात महापराक्रमी परशुरामांना द्रोणाने गाठले, पण तोपर्यंत वेळ निघून गेली होती. परशुरामांनी आपले सर्व द्रव्य दान देऊन टाकले होते. परशुराम अकिंचन व अनिकेत होऊन वनात फिरत होते. पण परशुरामांकडे त्यांची अस्त्रविद्या मात्र होती. ही अस्त्रविद्या म्हणजे परशुरामांचे भूषणच होते. परशुराम अन् द्रोणाची भेट झाली. द्रोण म्हणाला,

"हे द्विजश्रेष्ठ, मी भारद्वाजपुत्र द्रोण. आश्रमातील अतिशय साध्या जीवनात मी वाढलो आहे. आपल्याकडे खूप द्रव्य असावे, असे मला वाटते. आपल्या दातृत्वाची कीर्ती ऐकून आपल्या चरणांजवळ आलो आहे. हे द्विजश्रेष्ठा, अमाप द्रव्य देऊन मला संतुष्ट करा. मला जीवनात काहीही कमी पडू नये. मला दरिद्री जीवनाचा फार उबग आलेला आहे. यथोचित द्रव्य देऊन आपण मला समाधानी करावे, अशी इच्छा आहे."

"भारद्वाजपुत्रा, तुला खूप उशीर झालेला आहे. माझे सर्व द्रव्य, ब्राह्मणांमध्ये दान करून मी आता लौकिकार्थाने निष्कांचन झालो आहे. योग्य वेळी आला असतास, तर निश्चित भौतिक सुखाचा धनी झाला असतास... द्रोणा, वेळ निघून गेली आहे रे... पण तुझ्या चेहऱ्यावरची याचना पाहून माझे हृदय उचंबळून आले आहे."

"मग द्विजश्रेष्ठ, आपण माझ्यासाठी काय करू शकता? महाराज, मी फारच दीन झालेलो आहे."

"अरे पराक्रमी भारद्वाजपुत्रा, तू स्वतःला दीन का म्हणवून घेतोस? भौतिक सुखाला लाथ मारून ज्ञानाच्या जोरावर जे आभाळाएवढे ज्ञानी पुरुष इथे झाले, ते दीन असतात का? वैभवसंपन्न जीवनाचा त्याग करून वैराग्यसंपन्न जीवन जगणारे ऋषी-मुनी यांना तू दीन म्हणणार आहेस का? कोणतीही समृद्धी नसताना साधना करून अस्त्रविद्या संपादन करणाऱ्या पराक्रमी धनुर्धरांना तू दीन म्हणणार आहेस का? काय व्याख्या आहेत तुझ्या श्रीमंतीच्या आणि दारिद्र्याच्या? अरे द्रोणा, भारद्वाजपुत्र म्हणवून घेण्यास तुला लाज वाटते? मी तुझा धिक्कार करतोय द्रोणा."

परशुरामांचे हे संभाषण ऐकून द्रोण विचारप्रवण झाला. अतिशय सद्‌गदित कंठाने द्रोण म्हणाला, "हे द्विजश्रेष्ठ परशुरामा! मला सुचत नाही की, मी काय करावे? कृपा करून मला दिशादर्शन करावे."

"अरे वत्सा द्रोणा! दानासारख्या पवित्र कार्यातून माझ्याजवळचे द्रव्य संपले असेल; पण माझ्याएवढा अस्त्रविद्यापारंगत पराक्रमी पुरुष तुला पृथ्वीतलावर सापडणार नाही. मी एकवीस वेळा पृथ्वी नि:क्षत्रिय केली, हे तू जाणतोस ना? हे अस्त्रशिक्षण तुला देण्यास मला काहीही प्रत्यवाय नाही. आणि द्रोणा! ही अस्त्रविद्या संपादन करण्याची तुझी पात्रताही आहे, याची मला जाणीव आहे. तुझी इच्छा असेल, तर दान म्हणून तुला ही अस्त्रविद्या द्यायला तयार आहे. बोल, आहे का तुझी इच्छा?"

"महाराज, मी भाग्यवान आहे की, तुमची व माझी भेट झाली. हे अतुलनीय पराक्रमी द्विजश्रेष्ठ परशुरामा, मला अनुग्रह द्यावा. मला अस्त्रविद्या द्या.... अस्त्रविद्यांचे प्रयोग, अस्त्रविद्यांचा संहार याची मला माहिती द्या अन् खऱ्या अर्थाने मला श्रीमंत करा. मी याचक म्हणून आपल्या दारात उभा आहे."

"भारद्वाजपुत्र द्रोणा, मी तुझ्यावर संतुष्ट आहे. मी तुला सगळ्या अस्त्रविद्या तर शिकवणारच आहे; पण सगळ्यात मौल्यवान असे ब्रह्मास्त्रही मी शिकवणार आहे. आजपासून तू परशुरामशिष्य द्रोण झालेला आहेस..."

"हे महाराज, मला अनुग्रहित करून आपण मला उपकृत केले आहे. मी अतिशय निष्ठेने आता साधना करणार आहे. ब्रह्मास्त्र संपादन करण्यासाठी कितीही कष्ट पडले, तरी मी ते प्रेमाने करणार आहे." असे म्हणून द्रोणाने परशुरामाच्या पायांवर डोके ठेवले अन् ह्या गुरु-शिष्यांचा एक नवा अध्याय सुरू झाला.

मी याज्ञसेनी कशासाठी हे सांगते सगळं, कळत नाही? असे बारीकसारीक प्रसंग मला सांगावे लागतील; त्याशिवाय का माझ्या जन्माची कूळकथा समजणार आहे?

झालं. परशुराम-द्रोणाची गुरु-शिष्याची जोडी छान जमली. द्रोणांनी प्रामाणिकपणे ही साधना सुरू केली. त्यांच्या साधनेवर परशुराम संतुष्ट झाले. त्यांची ही साधना बघून परशुरामांनी लवकरच महाशक्ती असलेले ब्रह्मास्त्र द्रोणांना शिकविले. ब्रह्मास्त्र प्राप्त झाले अन् द्रोणांच्या आनंदास पारावार राहिला नाही. ह्या अस्त्रामुळेच ते आचार्य झाले. तमाम योद्ध्यांमध्ये ते श्रेष्ठ ठरले. महापराक्रमी द्रोणाचार्य म्हणून त्यांची इतिहासात नोंद झाली.

पण खरं सांगू का? मला एक प्रश्न नेहमी सतावीत असतो की, या अर्थाने परशुरामांनी द्रोणांपुढे खऱ्या श्रीमंतीचे वर्णन केले, त्या अर्थाने ते श्रीमंत झाले का? नाइलाजाने सांगावे लागते की, द्रोणाचार्य सदैव दरिद्रीच राहिले. त्यांचे हे पराकोटीचे दारिद्र्यच माझ्या जन्मास कारणीभूत झाले. तेही मी यथावकाश

सांगणारच आहे.

इकडे पृषतपुत्र द्रुपद यांचाही ब्रह्मचर्याश्रम संपला. द्रुपद आणि द्रोण या दोन मित्रांनी परस्परांचा हृद्य निरोप घेतला. द्रोणाने परशुरामाकडे जाऊन अस्त्रविद्या शिकली, ब्रह्मास्त्र शिकले अन् तो महापराक्रमी झाला. द्रुपद मात्र वेद-वेदांगाच्या अध्ययनात रमला नाही. हा क्षत्रियपुत्र राजकीय डावपेच, राज्यरक्षणार्थ लढाया, राज्यकारभार इ. बाबींमध्ये रमू लागला.

पृषतराजाचे द्रुपदावर प्रचंड प्रेम होते. पृषत हे माझे आजोबाच. माझं एक नाव पार्षती आहे ना? ते नाव पृषतराजाच्या नावावरूनच पडलेले आहे. सोमक हा जसा आमचा पूर्वज, तसाच पृषतही. आपल्या पूर्वजांविषयी कृतज्ञता व्यक्त करावी, म्हणून माझं नाव जसं पार्षती पडलं, तसं धृष्टद्युम्नालाही पार्षत म्हणून संबोधू लागले.

मी विचार करते— किती नावांनी लोक मला संबोधतात! सारं दुःख मी विसरून जावं, वेदनेच्या टोचण्या विसरून जाव्यात, म्हणून तर लोक वेगवेगळ्या शीर्षकांनी माझा सन्मान करत नसतील? पांचाली हेही असेच एक माझे लोकप्रिय नाव. ते मात्र पडलं भूमीवरून. पुरूच्याच एका दुसऱ्या शाखेतील वंशज म्हणजे आमचे घराणे. सहदेव, सोमक व पृषत हे राजे याच शाखेतील होत. यांची भूमी म्हणजे पांचाल भूमी.

पांचाल!!

किती सुंदर नाव आहे, नाही? खरं म्हणजे, पांचाल राजाची भूमीही तशी सुपीकच. गंगा व यमुनेच्या सहवासात विसावलेली भूमी म्हणजे पांचाल. गंगा आणि यमुनेच्या पाण्याने समृद्ध झालेली नगरी म्हणजे पांचाल. हस्तिनापुराच्या दक्षिणेस असलेली पराक्रमी पुरुषांची गाथा म्हणजे पांचालनगरी. ह्या नगरीला फार मोठी परंपरा आहे. या भूमीत अनेक विद्वान यज्ञकर्ते, तत्त्वज्ञानाभिमानी होऊन गेले.

अशा या पांचालनगरीचा राजा पृषत याचे देहावसान झाले अन् द्रुपदाचा राज्याभिषेक झाला. राजा द्रुपदाची कीर्ती सर्वदूर पसरली.

राजा द्रुपद!

माझे पिताश्री, अनिंदितेचे वडील, पृषताचे पुत्र, पुरूचे वंशज, महापराक्रमी राजे द्रुपद. पराक्रमी असले म्हणून काय झाले; मानवी वृत्ती-प्रवृत्ती त्यांच्या रक्तात सळसळत होत्याच ना? मानपानाचे ध्वज त्यांच्याही अंतःकरणात फडकत होते. राजसिंहासनाची बाधा त्यांनाही झाली. मी सारखा विचार करते—सत्तेचा

अहंकार माणसाला एवढ्या लवकर कसा येतो? सत्ता-संपत्तीची नशा महाराज द्रुपदाच्या नसानसांत लवकरच भिनली होती.

राजा द्रुपदाचा जीवश्च-कंठश्च मित्र द्रोण यांच्या बाबतीत तरी वेगळे काय घडले? पराक्रमी द्रोणाच्याही मानपानाच्या कल्पना अतिशय टोकदार होत्या. द्रोणास वाटले, द्रुपद राजा झाला म्हणून काय झाले? माझ्याएवढा पराक्रमी धनुर्धर पृथ्वीतलावर नाही... ब्रह्मास्त्र प्राप्त झालेला वीर म्हणून माझा सर्वत्र गौरव होत आहे... माझ्या या अस्त्रविद्येला खरं म्हणजे द्रुपद अभिवादनच करेल... असा विचार करत द्रोण द्रुपदाला भेटावयास गेला.

द्रोण आणि द्रुपद!!

द्रोण पांडवांचे आचार्य, तर द्रुपद माझे पिताश्री. ह्या दोघांची मानसिकता माझ्या दुःखास कारणीभूत झाली.

महाराजा द्रुपदास भेटण्यासाठी अस्त्रविद्यापारंगत पराक्रमी द्रोण द्रुपदाच्या नगरीत आला.

त्या वेळी आमचे पिताश्री द्रुपद हे वैभवाच्या शिखरावर होते. द्रुपद आणि द्रोण दोघांचेही व्यक्तिमत्त्व अहंकाराने फुलून आले होते. द्रोणास अस्त्रविद्येची, तर द्रुपदास साम्राज्याची नशा होती. विवेक हरवलेल्या एका मित्रास दुसरा तसाच मित्र भेटावयास येतो तेव्हा जे घडते, तसेच घडले.

छत्रवतीनगरीत द्रोणांचे आगमन झाले अन् त्यांनी महाराज द्रुपदांना निरोप दिला, ''मी तुझा मित्र आलो आहे—योग्य त्या सन्मानासह माझ्या स्वागताला ये.''

हा निरोप ऐकून आमच्या पित्याचे पित्त खवळले. त्यांना वाटले, कोण हा द्रोण, बालपणीचा खेळगडी? अन् आज एका द्रुपद नावाच्या अनभिषिक्त राजसम्राटाला मित्र म्हणतो, म्हणजे काय? एक ब्राह्मण एका राजाशी बरोबरी करतो, म्हणजे काय? अतिशय संतापाच्या भरात त्यांनी द्रोणाला बोलावून घेतले. द्रुपद-द्रोणाची भेट झाली. रोषावेगाने द्रुपदराजा द्रोणास म्हणाला, ''अरे ब्राह्मणा, तू माझा मित्र कसा होऊ शकतोस? जो वेदज्ञ नसेल; तो वेदज्ञाचा मित्र होऊ शकत नाही; जो सारथी नसेल, तो सारथ्याचा मित्र होऊ शकत नाही आणि जो राजा नसेल, तो राजाचा मित्र होऊ शकत नाही; तेव्हा तू माझा कसा काय मित्र होणार आहेस? बालपणाची मैत्री म्हणजे केवळ गमती-जमती. ह्या गमती-जमतीच्या शिडीचा आधार घेऊन मला मित्र म्हणण्याची हिंमत करतोस काय? चल, चालता हो इथून!''

हे द्रुपदाचे संभाषण ऐकून द्रोण थक्क झाला. द्रोण आल्यापावली परत निघाला. द्रुपदाने केलेल्या अपमानाने त्याचे अंग भाजून निघाले अन् सूडाग्नीने पेट घेतला. नकळत द्रोणाच्या तोंडून उद्‌गार निघाले एखाद्या ज्वालेसारखे— "द्रुपदा, तुला गुलाम करून शरमिंदा केल्याशिवाय, तुला दास करून पायाजवळ उभा केल्याशिवाय, मी स्वस्थ बसणार नाही; अन्यथा माझे नाव बदलून ठेवीन द्रुपदा; सावधान!"

हा सगळा इतिहास मी त्रयस्थभावाने, तटस्थपणे सांगतेय.... कोणताही पूर्वग्रह इथे नाही. मी खरे तेच बोलणार— मग ते कुणीही असो; माझे पिताश्री राजे द्रुपद असोत, की पांडवांचे आचार्य द्रोण असोत. खोटा इतिहास कथन करणे म्हणजे स्वत:शीच प्रतारणा करणे होय. मी ते करणार नाही. द्रुपद आणि द्रोणांमधला सूडाग्नी म्हणजेच माझ्या जन्माची प्रेरणा होय. माझ्या महोदयाचे अधिष्ठान होय. म्हणून तर हा वास्तव इतिहास सांगावा लागतो. मानवी मन हे गुंतागुंतीचे मायाजाल असते. वृत्ती-प्रवृत्तींचे पावसाळे-उन्हाळे हे मानवी पिंडाचे ऋतुमान. मी सारखी द्रुपद आणि द्रोण यांच्यातील वैरभावाचे मानसशास्त्र शोधत राहते. यांच्याही वृत्ती-प्रवृत्ती सर्वसामान्य माणसासारख्याच होत्या. खरं म्हणजे, महाराज द्रुपदाने एक मित्र म्हणून किंवा एक अस्त्रविद्यापारंगत योद्धा म्हणून द्रोणाचार्यांचा यथोचित सत्कार करायला हवा होता. पण सम्राट ह्या उपाधीने पिताश्री द्रुपदांच्या ठिकाणी असलेला अहं अधिकच जोपासला गेला होता. एका ब्राह्मणपुत्राने एका सम्राटाला मित्र म्हटल्याने सम्राटाचे मोठेपण थोडेच कमी होते? पण पिताश्री द्रुपदांच्या अंत:करणात अहंकाराची भरती आली होती. त्यांनी केलेल्या अपमानाने द्रोणाचार्य अक्षरश: कोसळले होते. यातून ते सावरले, उठले; पण सूडाग्नीचा वडवानल होऊनच उठले. हा सूडाग्नी आता अनेकांची घरे पेटवणार होता.

द्रोणाचार्यांचे तरी काय— तेसुद्धा सर्वसामान्य माणसासारखेच वागले. त्यांच्यातला योद्धा त्यांच्यातील साधकापेक्षा वरचढ ठरला. आचार्य द्रोणांनी पिताश्री द्रुपदाला पाठवलेल्या संदेशाला विनयाचे अधिष्ठान नव्हते. तू आता सम्राट झालास म्हणून काय झाले; एके काळी तू माझा सवंगडी होतास, माझा बालमित्र. तुझं-माझं नातं मैत्रीचं, अशी भावना द्रोणाची होती. मला वाटतं—एक उपचार म्हणून, शिष्टाचाराचा भाग म्हणून का होईना, द्रोणाचार्याने महाराज द्रुपदाला सन्मान द्यायला पाहिजे होता. असे झाले असते, तर कदाचित पुढचा अनर्थ टळला असता. महाराज द्रुपद सम्राट असले तरी त्यांच्या अंत:करणात

दया, प्रेम नि सहानुभूतीची पालवी बहरून आली असती. पिताश्री द्रुपदांच्या अंत:करणातील वात्सल्याचा मी चांगलाच अनुभव घेतला आहे. माझ्या मस्तकावर क्षणभर विसावलेला त्यांचा वात्सल्याचा हात मला त्यांच्यातील मानवतेचा गहिवर सांगून जात असे. असे असले, तरी ह्या मैत्रीच्या प्रकरणात दोघांनीही थोडे सामोपचाराने घेतले असते; तर ह्या दोन महानुभवांत थोडेसे अंतर राहिले असते, पण सूडाचा वन्ही शांत झाला असता. असो. खरं म्हणजे ह्या 'जर-तर' ला काही अर्थ नसतो.

'द्रुपदा... सावधान' म्हणून आचार्य द्रोण संतापाने तिथून निघाले. तिथून त्यांच्या ध्यानी-मनी आणि स्वप्नीही सूडभावाव्यतिरिक्त काहीच येत नव्हते. त्यांच्या प्रखर सूडभावनेपुढे हळूहळू त्यांच्यातला विवेक पांगळा होऊ लागला. अंतर्बाह्य सूडाने पेटलेले द्रोणाचार्य मजल-दरमजल करीत परिक्रमण करीत होते. ह्या प्रवासात ते हस्तिनापुरास पोहचले. दरम्यान, गंगापुत्र भीष्माचार्यांना हा वृत्तांत कळला होता. द्रोणाचार्यांचे सामर्थ्यही भीष्माचार्यांना चांगलेच माहिती होते. द्रोणाचार्य हस्तिनापुरात आल्यावर त्यांचा तेथे सत्कार करण्यात आला. द्रोणास भीष्माचार्य म्हणाले, "आपण अस्त्रविद्यापारंगत आहात. आपणास आचार्य परशुरामांकडून ब्रह्मास्त्रही प्राप्त झाले आहे. आमची अशी इच्छा आहे की, आमच्या राजकुमारांना तुम्ही अस्त्रविद्या शिकवावी; त्यांचे तुम्ही आचार्य व्हावेत."

"कुरुवंशातील राजकुमारांना शिक्षण देण्यास मला आनंदच होईल महाराज. मी हे सर्व आनंदाने करीन." द्रोणाचार्यांचा होकार ऐकून भीष्माचार्यांना आनंद झाला. द्रोणाचार्य हस्तिनापुराचे आचार्य झाले. कौरव आणि पांडव हे कुमार त्यांचे विद्यार्थी झाले. अस्त्रविद्येचे शिक्षण निष्ठेने घेऊ लागले. या काळातही द्रोणाचार्यांच्या मनातला सूडाग्नी मात्र उत्तरोत्तर भडकतच होता. कोण महायोद्धा होणार, कोण महाधनुर्धारी होणार, याची ते चाचपणी करू लागले. पांडवकुमारांमध्ये त्यांना हे गुण दिसू लागले. विशेषत: पार्थाची धनुर्विद्या द्रोणाचार्यांच्या सूडाग्नीला अधिक प्रज्वलित करू लागली. सम्राट द्रुपदाच्या पराभवाशिवाय द्रोणाचार्यांना दुसरे काही सुचतच नव्हते.

एक दिवस सर्व विद्यार्थ्यांना बोलावून ते म्हणाले, "हे पराक्रमी राजकुमारांनो, तुम्ही फार मोठे धनुर्धर होणार आहात. अस्त्रविद्या पारंगत होणार आहात. माझ्याकडून ही विद्या संपादन झाल्यावर तुम्ही सर्व जण कृतार्थ होणार आहात, याची मला जाणीव आहे आणि माझ्याविषयी तुम्हा सर्वांच्या मनात नितांत आदर आहे, याविषयीही माझ्या मनात तिळमात्र शंका नाही. तुम्ही सर्व जण अस्त्रविद्या-पारंगत झाल्यावर, तुमचे शिक्षण संपल्यावर मी मात्र तुम्हाला एक गुरुदक्षिणा

मागणार आहे. मी जी काही गुरुदक्षिणा तेव्हा मागेन, ती तुम्हास द्यावी लागेल. बोला, द्याल ना गुरुदक्षिणा— मला हवी असेल ती?''

द्रोणाचार्यांचे बोलणे ऐकून सर्व राजकुमारांनी हात वर करून होकार दिला. ते स्वाभाविकही होते. पण पार्थाच्या होकाराने द्रोणाचार्य अधिक सुखावले. पार्थाकडून पराभूत झालेला राजा द्रुपदाचा म्लान चेहरा त्यांना नजरेसमोर दिसू लागला. ते दिवास्वप्नात रमू लागले. राजकुमार अस्त्रविद्येत जसजसे निपुण होऊ लागले तसतसा द्रोणाचार्यांचा महाराज द्रुपदाविषयीचा द्वेषभाव वृद्धिंगत होऊ लागला. द्रुपदाचा पराभव, हेच त्यांच्या जीवनाचे अंतिम ध्येय ठरले. पार्थाचा अचूक लक्ष्यवेध पाहून द्रोणाचार्यांना कमालीचा आनंद होऊ लागला. पार्थापेक्षा पृथ्वीतलावर कुणीही श्रेष्ठ धनुर्धारी राहू नये, याची ते सदैव काळजी घेत होते; कारण पार्थाच्या हातूनच त्यांना महाराज द्रुपदाचा दारुण पराभव करायचा होता.

एकदा मृगयेनिमित्त द्रोणाचार्य राजकुमारांसोबत पर्वतात गेले. ह्या घनदाट अरण्यात एक मजेशीर प्रसंग घडला. तिथे भुंकणाऱ्या कुत्र्याच्या तोंडात बाण मारून त्याचे भुंकणे बंद करण्याचा प्रकार घडला. कुत्र्याच्या भुंकण्याच्या आवाजाचा अचूक वेध घेऊन त्याच्या तोंडात बाण मारून त्याचे भुंकणे बंद करणारा श्रेष्ठ धनुर्धारी दुसरा कुणी नसून तो होता एकलव्य! निषादाधिपती हिरण्यधनूचा पुत्र—सर्वश्रेष्ठ धनुर्धारी एकलव्य. हा लक्ष्यवेध पार्थाने प्रत्यक्ष बघितला. ही सर्वश्रेष्ठ धनुर्विद्या पाहून तो अचंबित तर झालाच, पण तो चांगलाच धास्तावलाही. आपल्याएवढा श्रेष्ठ धनुर्धारी कुणीच नाही, हे जे त्याच्या मनात ठसले होते, त्यालाच धक्का बसला होता. ते दृश्य पाहून प्रत्यक्ष द्रोणाचार्यही धास्तावले. शोध घेतल्यावर त्यांना कळले की, तो द्रोणशिष्य एकलव्य होता. द्रोणांनी अनुग्रह देण्याचे नाकारल्यावरही त्यांचा पुतळा उभा करून स्वयंअध्ययन करणाऱ्या एकलव्याविषयी खरं म्हणजे द्रोणाचार्यांना अपार प्रेम वाटायला हवे होते. पण द्रोणाचार्यांना महाराज द्रुपदाचा पराभव पार्थाच्या हाती करायचा असल्याने पृथ्वीतलावर पार्थाला कुणीच प्रतिस्पर्धी असू नये, असे वाटत होते. एकलव्याला कोणताही अनुग्रह न देता त्याच्याकडून गुरुदक्षिणेची इच्छा करणारे द्रोणाचार्य खरे म्हणजे विवेकबुद्धी हरवून बसले होते. त्यांनी गुरुदक्षिणा म्हणून एकलव्याचा उजवा अंगठा मागितला. एकलव्याने तत्काळ उजवा अंगठा काढून दिला. त्याची धनुर्विद्या मातीमोल झाली. स्वकर्तृत्वाने एकलव्याने धनुर्विद्येत एवढे करलाघव मिळवले होते की, विश्वात त्याच्याएवढा श्रेष्ठ धनुर्धर कुणीच नव्हता. खरं म्हणजे, असा धनुर्धर महाराज द्रुपदाला जाऊन मिळतो की काय, ह्या भीतीमध्येच गुरुदक्षिणेचे रहस्य

दडले आहे. एकलव्याचा अंगठा प्राप्त झाल्यावर असे हे द्रोणाचार्य खूपच सुखावले होते. आता पार्थाला कुणीच प्रतिस्पर्धी नसल्याने द्रुपद-पराभव आचार्यांच्या दृष्टिपथात आला होता. एकलव्याने आगळी-वेगळी गुरुदक्षिणा— देऊन तो गुरूपेक्षाही मोठा झाला.

पुढे राजकुमारांचे शिक्षण संपले. राजकुमार सर्वार्थाने प्रवीण झाले होते. गुरूंच्या अध्यापनाने अस्त्रविद्यानिपुण राजकुमार कृतार्थ झाले. भीष्माचार्यांनीही आचार्य द्रोणांविषयी आदरभाव व्यक्त केला. अध्ययनानंतर राजकुमारांनी गुरुपूजा केली. मागे द्रोणाचार्यांनी गुरुदक्षिणेची करून दिलेली आठवण विद्यार्थ्यांच्या चांगलीच लक्षात राहिली होती. राजकुमारांनी जेव्हा द्रोणाचार्यांना गुरुदक्षिणेविषयी विचारले, तेव्हा द्रोणाचार्यांचा सूडाग्नी अक्षरश: उफाळून आला अन् ते राजकुमारांना— विशेषत: पार्थाला म्हणाले, "अस्त्रविद्यापारंगत धनुर्धारी राजकुमारांनो, पृषतपुत्र द्रुपद हा छत्रवतीनगरीत राज्य करीत आहे. त्याला पराभूत करून त्याचे राज्य हिसकावून घ्या. त्याच्या मुसक्या बांधा अन् गुरुदक्षिणा म्हणून द्रुपदाला माझ्या चरणी अर्पण करा."

कसली गुरुदक्षिणा मागत होते आचार्य द्रोण? कळत नाही, ह्याला गुरुदक्षिणा म्हणावे, की सूडभिक्षा म्हणावी? राजकुमार तर गुरुआज्ञेचीच वाट पाहत होते. गुरूंची आज्ञा मिळाली अन् राजकुमार छत्रवतीनगरीवर चालून गेले. पराक्रमी पांडवकुमार अन् महाराज द्रुपद यांच्यामध्ये घनघोर युद्ध झाले. अस्त्रविद्यापारंगत पांडवकुमारांसमोर महाराज द्रुपदाचे काही चालले नाही आणि पिताश्री महाराज द्रुपद पराभूत झाले. त्यांना त्यांच्या मंत्रिमंडळासह जेरबंद करण्यात आले. ही घटना मला विलक्षण अस्वस्थ करते. आपल्या पित्याचा अपमान कोणत्याही कन्येच्या जिव्हारीच लागतो. शेवटी मी तर द्रुपदकन्या याज्ञसेनी आहे.

तरीही कन्या-पित्याच्या नात्यापलीकडे जाऊनच मला इथे संवाद साधायचा आहे. एक सम्राट म्हणून महाराज द्रुपदांस चांगलाच लौकिक प्राप्त झाला होता. अशा राजाला पराभूत करून, जेरबंद करून द्रोणाचार्यांसमोर जेव्हा उभे केले; तेव्हा द्रुपदाची मानसिक अवस्था काय झाली असेल? याची कल्पनाच केलेली बरी. पराभूत पिताश्री द्रुपदांस पांडवकुमारांनी द्रोणाचार्यांसमोर उभे केले, पिताश्री द्रुपदांचा चेहरा म्लान झाला होता. पराभवाचे दु:ख त्यांच्या चेहऱ्यावरून वाहत होते. त्याहीपेक्षा पराभूत करून द्रोणाचार्यांसमोर त्यांना उभे केलं हे खूप जिव्हारी लागले होते. त्यांच्या अंत:करणातील पराकोटीचा ओशाळभाव त्यांच्या चेहऱ्यावर

स्पष्टपणे दिसत होता. पिताश्री महाराज द्रुपद द्रोणाचार्यांसमोर उभे राहिले. आचार्य द्रोणांच्या चेहऱ्यावर असूया, सूड, द्वेष, राग इ. मिश्रित भाव दिसत होते. त्यांचा चेहरा फुलून आला होता; पण त्या फुलण्यात फुलांची आल्हाददायक प्रभा नव्हती, तर निखाऱ्याचे तेज होते. सूडाने पेटलेले त्यांचे रंध्र-रंध्र पराभूत पिताश्री द्रुपदाला पाहून आसुरी आनंद उपभोगत होते. विद्यार्थ्यांनी दिलेल्या ह्या आगळ्यावेगळ्या गुरुदक्षिणेवर आचार्य द्रोण कमालीचे संतुष्ट झाले होते. द्रोणाचार्य क्षणभर हसले—विकट नि छद्मीपणे. वर्षानुवर्ष जोपासलेल्या सूडवृत्तीवृक्षाला आलेले फळ म्हणजे हे हसणे होते. आपल्या विद्यार्थ्यांचे कौतुक करीत द्रोणाचार्यांनी त्यांना शाबासकीपण दिली. आपल्या अध्यापनाचे खऱ्या अर्थाने सार्थक झाले, असे त्यांना वाटले. एक दीर्घ नि:श्वास टाकत आचार्य द्रोण पिताश्री द्रुपदांस म्हणाले,

"काय नृपनाथ द्रुपदा?"

"बोला आचार्य द्रोण!" तरीही राजे बाणेदारपणे बोलत होते.

"आता कसले आले तुम्ही नृप? आता तर तुम्ही दास झाला आहात. बरोबर आहे?"

"होय महाराज." द्रुपद निर्विकारपणे म्हणाले.

"माझ्या विद्यार्थ्यांनी तुला जेरबंद केलं आहे द्रुपदा... आता तरी तुझी मस्ती उतरली का नाही...?" आचार्यांचा आवाज चढलेला होता.

महाराज द्रुपद शांत होते.

"बोलत का नाहीस द्रुपदा? सत्तेची मस्ती माणसाला अहंकारी बनवते; तू तर अहंकाराचा मेरुमणी ठरलास. आता तुला कोणती शिक्षा द्यावी द्रुपदा...?"

"आपण द्याल ते शासन आम्ही स्वीकारू."

"मदांध सत्तेपुढे आपल्या मैत्रभावास तू कस्पटाप्रमाणे लेखलेस. नितळ मैत्रीमध्ये अहंभावाचे खाचखळगे नसतात. काताळातून वाहणारे अकलंकित पाणी म्हणजे निखळ मैत्री. मैत्री नावाच्या ह्या गंगेच्या पाण्यामध्ये अहंकाराची घाण टाकून त्याचं गटार बनवलंस तू द्रुपदा! सांग, आता तुला कोणती शिक्षा देऊ?"

"सांगितलं ना, शिक्षा देण्याचे स्वातंत्र्य आपणास आहे आचार्य..."

"अजूनही राजेपणाची मस्ती उतरलेली दिसत नाही?"

"आता मी राजा थोडाच आहे?"

"द्रुपदा, आता तर तू माझा दास आहेस; गुलाम आहेस..." द्रोणाचार्य

बोलत राहिले तसतसा त्यांचा संताप वाढत राहिला आणि अपमानाने खजील झालेले पिताश्री द्रुपद मूकपणे हा पराभवाचा सारीपाट पाहत राहिले. चुकांचे खापर द्रुपदांच्या मस्तकावर फोडत द्रोणाचार्य वारंवार अपमानित करू लागले.

द्रोणाचार्यांच्या ह्या बोलण्यावर मी विचार करू लागते अन् स्वत:शीच हसते. हसावे नाही तर काय? अहंकार काय केवळ पिताश्री द्रुपदांनाच होता? सत्तेची मस्ती काय फक्त पिताश्री द्रुपदांमध्येच होती? यांना अस्त्रविद्येची मस्ती नव्हती का? म्हणे, मैत्र हे काताळातून वाहणाऱ्या अकलंकित पाण्यासारखे राहावे! हे खरे आहे, पण हे मैत्र टिकवण्यासाठी द्रोणाचार्यांनी तरी काय प्रयत्न केले? होता का द्रोणाचार्यांच्या मनात नितळ भाव? ह्या प्रश्नांची उत्तरे खरे म्हणजे आचार्य द्रोणांकडे नव्हती. मग मी विचार करू लागते— आचार्य द्रोण असे का बोलले? ह्या बोलण्यामागेही अस्त्रविद्येचा दुरभिमान नव्हता का? आपल्या महापराक्रमी विद्यार्थ्यांनी संपादित केलेल्या विजयाने आचार्यांनाही अहंकार आलेला होताच ना? माझे मन विश्लेषण करू लागते... द्रोणाचार्यांच्या दुटप्पी वागण्याचे. ते तरी तेव्हा कुठे केवळ मैत्रभाव ठेवून द्रुपदाला भेटायला गेले होते? दारिद्र्यात खितपत पडलेल्या आचार्य द्रोणांना मित्र असलेल्या सम्राट द्रुपदांकडून काही तरी मदत पाहिजे होती. घडलेही असेच होते. द्रोणपुत्र अश्वत्थामा भूक म्हणून रडू लागला, तेव्हा द्रोणपत्नीने पाण्यामध्ये पीठ टाकून त्याला दूध म्हणून प्यायला दिले. ते पिऊन अश्वत्थामा संतुष्ट झाल्याचे आचार्य द्रोणांनी बघितले आणि त्यांचे पितृहृदय विदीर्ण झाले. मग राजा द्रुपदांकडून काही मदत मिळावी म्हणून अक्षरश: याचक होऊन ते गेले; पण आव मात्र मैत्रीचा आणला. मदत मागायला जायचे, भीक मागायला जायचे आणि तत्त्वज्ञान मात्र निखळ मैत्रीचे सांगायचे; हा दांभिकपणा फक्त आचार्य द्रोणानांच शोभून दिसतो.

आज महाराज द्रुपद अकिंचन होऊन द्रोणाचार्यांसमोर उभे आहेत आणि द्रोणाचार्य त्यांना त्यांच्या अहंकारी वागण्याचा जाब विचारत आहेत. आचार्य द्रोण संतापाने अविराम बोलत आहेत अन् पराभूत सम्राट द्रुपद निमूटपणे ते सर्व ऐकत आहेत. आचार्य द्रोण म्हणाले, ''बोल द्रुपदा, आता तुझी अन् माझी मैत्री तरी कशी होईल? तू राज्य गमावले आहेस. फकीर झालेला आहेस अन् मी तुला जिंकणाऱ्यांचा आचार्य आहे...''

''हे महाज्ञानी भारद्वाजपुत्र द्रोणाचार्य, आता आपण आपल्या इच्छेप्रमाणे निर्णय घ्या...''

अतिशय थकलेल्या पिताश्री द्रुपदाने खालच्या स्वरात सांगितले.

"असं होय..." असे म्हणत आचार्य द्रोण मोठ्याने हसले. कडवट नि आसुरी विजय त्यांच्या चेहऱ्यावर दिसत होता. विजयी मुद्रेने परत आचार्य द्रोणांनी विचारलं, "महाराज द्रुपद, तुमचा पराभव झाला तरी अजूनही तुमच्याशी मैत्री करावी, अशीच आमची इच्छा आहे. राहिला प्रश्न राजेपणाचा. तुमच्या म्हणण्याप्रमाणे जो राजा नसतो, तो राजाचा मित्र होण्यास योग्य नसतो. तेव्हा आता तुम्ही भागीरथीच्या दक्षिण तीरावरील देशाचे राजे आणि आम्ही भागीरथीच्या उत्तर तीरावरील देशाचे राजे; असे चालेल का?" उपहासाने आचार्य द्रोणाने विचारले.

"होय, आचार्य..."

"आता आपण दोघेही राजे आहोत; मग आता आपल्या दोघांची मैत्री होऊ शकेल ना?"

"होय, आचार्य."

"तेव्हा आपल्या मैत्रीविषयी अजून काही बोलायचे आहे का?" कुत्सितपणे आचार्य द्रोणांनी विचारले.

"हे पराक्रमी भारद्वाजपुत्र द्रोणाचार्य, आपल्या इच्छेप्रमाणेच सर्व काही होईल. आपल्या म्हणण्याप्रमाणे आपले व माझे निरंतर सख्य राहील. आपले कल्याण असो आचार्य द्रोण..." पिताश्री द्रुपदांनी नम्रतेने असे उद्‌गार काढल्यावर द्रोणाचार्यांचा सूडाग्नी कुठे थोडा शांत झाला. महाराज द्रुपदांनी आचार्य द्रोणांचा निरोप घेतला व ते निघाले.

सूडाने पेटलेले द्रोणाचार्य आता शांत झाले; पण पिताश्री महाराज द्रुपदांचे काय? 'आपले कल्याण असो,' असे महाराज द्रुपद द्रोणाचार्यांना म्हणाले; पण खरेच द्रोणाचार्यांचे कल्याण व्हावे, असे त्यांना मनस्वी वाटत होते का? आता उलट झाले होते. आचार्य द्रोणांच्या अंतःकरणातील सूडाग्नी आता महाराज द्रुपदांच्या हृदयात ज्वालामुखी होऊन खदखदत होता. इथेच तर माझ्या जन्माच्या प्रयोजनाचे बीज रुजते. एकीकडे सूडाच्या ज्वाला मंद होत होत्या, तर दुसरीकडे सूडाच्या ज्वाला आकाशाला सीमित करीत होत्या. माझे दुःख हे होते की, हा सूडाग्नीच माझ्या जन्माचे अधिष्ठान होऊन बसला. अपमानाने भ्रमिष्ट झालेले पिताश्री महाराज द्रुपद आवेशाने बाहेर निघाले, मनाशी खूणगाठ बांधूनच— द्रोणाचार्यांना धडा शिकवण्यासाठी... आता खऱ्या अर्थाने सूडाग्नीच्या महानाट्याचा प्रारंभ झाला होता.

आचार्य द्रोणांनी केलेल्या अपमानाने राजा द्रुपदांच्या हृदयाला चरे पडत होते. एक निमिषही त्यांच्या अंतःकरणातून ती अपमानाची भावना जात नव्हती. दुःखाचा

आवेग ओसरत नव्हता. ह्या जीवघेण्या दुःखाने महाराज द्रुपद उत्तरोत्तर कृश होत चालले होते. त्यांना चैन पडत नव्हते. मनाचा कोपरा न् कोपरा द्रोणद्वेषाने भरला होता. आचार्य द्रोण जसे गर्विष्ठ होते तसे महाराज द्रुपदही होते. या दोन व्यक्तिमत्त्वांचा मी जेव्हा विचार करू लागते, तेव्हा लक्षात येते—यांच्याही वृत्ती-प्रवृत्ती सर्वसामान्य माणसासारख्याच आहेत. रागद्वेषादी भावना तर सर्वसामान्य माणसापेक्षाही अधिक तीव्र आहेत. पिताश्री द्रुपदांच्या अंत:करणात निर्माण झालेल्या सूडाग्नीने आता वेगळे रूप धारण केले. राजे द्रुपदांना वाटू लागले की, आपणास आता असा एखादा पराक्रमी सुपुत्र व्हावा की, त्याने द्रोणाचार्याला पराभूत केले पाहिजे. आपल्या पुत्रांपैकी एकही असा पराक्रमी पुत्र नाही, की त्याने द्रोणाचार्यांचा पराभव करावा; याचे त्यांना कमालीचे वैषम्य वाटे. आपल्या पुत्रांचा धिक्कार करत पिताश्री द्रुपद निरंतर दुःख करीत बसत. या दुःखाने ते सारखे आजारी पडू लागले. अंत:करणातील सूडाची भावना धगधगतच होती. पृथ्वीतलावर आज तरी द्रोणाइतका पराक्रमी पुरुष नाही, याची पिताश्री द्रुपदांना जाणीव होती. द्रोणाचार्यांचाही पराभव करेल, असा पुत्र आपणास झाल्याशिवाय आपल्याला आता मन:स्वास्थ्य लाभणार नाही, हेही त्यांना कळून चुकले.

अशा विचारातूनच आता पिताश्री द्रुपदांच्या मनात अघोरी विद्येने चांगलेच घर केले होते. असा पुत्र प्राप्त व्हावा, म्हणून सिद्धी प्राप्त झालेल्या ऋषी-मुनींचा शोध घेण्याचे पिताश्री द्रुपदांनी ठरवले. मग त्यांची शोधमोहीम सुरू झाली. अशा ऋषी-मुनींच्या शोधात ते दारोदार फिरू लागले. पण त्यांना तसा ऋषी सापडत नव्हता. मुळातच जिद्दी असलेल्या पिताश्रींनी धीर सोडला नाही. ते वणवण फिरत राहिले. कर्मसिद्धीं प्राप्त झालेल्या ऋषींच्या शोधात फिरत राहिले. अशा एखाद्या ऋषीपासून पुत्रप्राप्ती झाली, तरच द्रोणाचा वध करणारा पुत्र निर्माण होईल, याविषयी महाराज द्रुपदांना खात्री होती. कुरुवंशात असे अनेक प्रसंग घडले होते. प्रत्यक्ष पांडवकुमारांचा जन्मही याच मार्गाने झालेला होता. ते प्रवास करू लागले. नद्या, पर्वत, नगरे, आश्रम अन् सागर पालथे घालत पिताश्री भ्रमिष्टासारखे फिरू लागले. मध्येच क्वचित ते थकून जात, पण त्यांना द्रोणाचार्याने केलेला अपमान आठवला की, पुन्हा जोमाने कामाला लागत. अपमानाची भावना त्यांना स्वस्थ बसू देत नव्हती.

यमुनेपासून जवळच भागीरथीचाही तीर आहे. तिथे कल्माषी नावाचे एक नगर वसलेले होते. कल्माषी ही ऋषीं-मुनीची वस्ती होती. शास्त्राभ्यास, तप:साधना इथे नित्याचेच होते. पिताश्रींना कुठून तरी कळले की, काही सिद्धिप्राप्त ऋषी-मुनी कल्माषीनगरात राहतात. ते मजल-दरमजल करीत तिकडे निघाले. भागीरथीच्या

तीरावर त्यांनी मुक्काम केला. पहाटे उठून भागीरथीच्या उबदार नि नितळ पाण्यात त्यांनी स्नान केले. सूर्याला अर्घ्य देऊन परमेश्वराकडे प्रार्थना केली. म्हणाले, "देवा, आज तरी मला कर्मसिद्धिप्राप्त ऋषी भेटावा." श्रद्धापूर्वक प्रार्थनेनंतर अतिशय उत्साहात त्यांनी कल्माषीनगरात प्रवेश केला. प्रसन्न मनाने ते कल्माषीनगरात फिरू लागले.

समावर्तन झालेल्या ब्रह्मचार्यादी व्रत पाळणाऱ्या ब्रह्मवृंदांची ती वस्ती होती. एक मुनिवर्य पिताश्री द्रुपदांना रस्त्यात भेटले. पिताश्रींनी त्यांना अभिवादन केल्यावर त्यांनी विचारले, "आपण कोण आहात सज्जन? आपण परिचय द्याल?"

"मुनिवर्य, मी सम्राट द्रुपद."

"कल्माषीनगरामध्ये आपणास कुणाला भेटायचे आहे?"

"आपणास अवधी आहे का मुनिवर्य? मला थोडी माहिती हवी आहे."

"आहे ना... बोला... सम्राट..."

"विषय थोडा गंभीर आहे..."

"नि:संकोच बोला... महाराज..."

"ह्या कल्माषीनगराविषयी मला थोडक्यात माहिती द्याल?"

"कल्माषीनगर हे ब्रह्मवृंदांच्या आश्रमाचे वस्तिस्थान आहे. ह्या आश्रमात फक्त पुरुष राहत असतात."

"मुनिवर्य, कल्माषीनगरात कठोर तप:साधना करणारे ऋषी कोण आहेत?"

"सम्राट द्रुपद, भागीरथीच्या तीरावरील ह्या कल्माषीनगरात शांतीचा संदेश देत कठोर आणि प्रखर तपश्चर्या करणारे असे दोन ब्रह्मनिष्ठ ब्रह्मर्षी राहतात."

"मुनिवर्य, मला ह्या दोन महात्म्यांची नावे सांगून माझ्यावर कृपा करा."

"ऋषी याज आणि ऋषी उपयाज, हे ते दोन महामुनी आहेत..."

"गुरुवर्य त्यांच्याविषयी अजून काय माहिती आहे आपल्याकडे?"

"सम्राट द्रुपद, हे दोन ऋषी श्रेष्ठ बंधू आहेत. दोघेही सूर्यभक्त असल्याने त्यांची साधनाही कठोर आणि प्रभावी आहे. ब्रह्मवेत्ते असणारे हे बंधू सतत संहितेच्या अध्ययनात गढून गेलेले असतात." हे सर्व ऐकून पिताश्री द्रुपदांना हायसे वाटले. त्या मुनिवर्यांकडून उपयाज आणि याज ऋषींचा पत्ता त्यांनी घेतला. त्यांचे आभार मानले अन् मुनिवर्याला अभिवादन करून पिताश्री उपयाजऋषींच्या आश्रमात पोहोचले.

उपयाजऋषींच्या भव्य आश्रमात पाय ठेवताच धूपदीपाच्या सुगंधाने वातावरण मंगलमय झाले, याची जाणीव झाली. वेद-ऋचांचे पठण चालू होते. एकूण वातावरणच चैतन्यदायी होते. ह्या वातावरणामुळे पिताश्री खूपच प्रभावित झाले. उपयाजऋषी

नुकतेच ध्यानधारणा करून बाहेर येऊन बसले होते. चेहऱ्यावर ब्रह्मतेज असलेले उपयाजऋषी प्रसन्नचित्त बसले होते. पिताश्री द्रुपदांनी ऋषींना नम्रपणे अभिवादन केले. पादसेवन केले. यथासांग पूजा केली. पूजेनंतर उपयाजऋषींना अभीष्ट वस्तू देऊन त्यांना संतुष्ट केले. तेव्हा उपयाजऋषींनी विचारले,

"आपली काय ओळख आहे सज्जन गृहस्था?"

"ऋषिवर्य... मी पांचालनरेश द्रुपद आहे. आपली भेट घेण्यासाठी मुद्दाम आलोय... माझे हृद्‌गत सांगण्यासाठी आलोय."

"ह्या आश्रमात तुझे स्वागत आहे नृपश्रेष्ठा..."

"ऋषिवर्य! आपली कीर्ती ऐकून आपल्या दाराशी आलोय. मी आपली आयुष्यभर सेवा करीन. मी राजा आहे.... आपले सर्व मनोरथ मी पूर्ण करीन; पण आपण माझी एक इच्छा पूर्ण करावी.... एक विनंती ऐकावी..."

"सांग, राजा द्रुपदा, तुझ्या दानशूरतेविषयी मी ऐकले आहे. सांग, तुझी काय इच्छा आहे, ते सांग. माझ्या शक्तीप्रमाणे ती पूर्ण करण्याचा मी प्रयत्न करीन..."

"ऋषिवर्य! समावर्तन झालेला, ब्रह्मचर्यव्रत पाळणारा, स्थितप्रज्ञता लाभलेला आपल्याएवढा मोठा ऋषी आज पृथ्वीतलावर नाही. आपण वेदशास्त्रसंपन्न महामुनी आहात. आपल्या विद्वत्तेची गाथा सांगत भागीरथीचे पाणी सागराला जाऊन मिळाले आहे. आपली ही ख्याती ऐकूनच मी याचक बनून आपल्या पायाशी आलो आहे. आता माझ्यावर कृपा करा."

"हे नृपश्रेष्ठा, तुझे काय मागणे आहे, हे सांग तरी...?" उपयाजऋषींनी विचारले.

"भारतवर्षात श्रेष्ठ असलेल्या मुनिवर्या, माझं फार मोठं दुःख आज आपणास सांगणार आहे. आचार्य द्रोणाने माझा फार मोठा अपमान केलेला आहे. त्या अपमानाच्या मरणयातना आता मी भोगत आहे. रोजच मरणाचा मी अनुभव घेत आहे. प्राप्त पुत्रांपैकी एकही पुत्र द्रोणाचार्याचा पराभव करू शकेल, एवढा पराक्रमी नाही. कुटिल द्रोणाच्या मरणास कारणीभूत होईल, असा एक पुत्र मला हवा आहे. मुनिवर्य, इतिहासाचे अवलोकन केल्यावर लक्षात येईल की नियोगपद्धतीने अशी प्रजा उत्पन्न झाली आहे. खुद्द धृतराष्ट्र, पंडू अन् विदुराचा जन्मही ह्याच पद्धतीने झाला आहे. आपल्याकडून मला असा पुत्र हवा की, जो द्रोणाचार्यास ठार मारेल. असा पराक्रमी पुत्र देण्याचे अभिवचन आपण द्यावे महाराज... यासाठी गरज असल्यास आपण तपःश्चरण करावे. मुनिवर्य ह्या अनुष्ठानाबद्दल मी आपणास दहा कोट गायी

देईन, संपत्ती देईन अथवा आपली जी काही इच्छा आहे, ती मी पूर्ण करीन.''

''इच्छेचा प्रश्न नाही नृपश्रेष्ठा.... पण...''

''पण नको मुनिवर्य! मला खात्री आहे की, द्रोणाचार्यांचा मृत्यू माझ्या पुत्राच्या हातून होईल, असा पुत्र मला आपण द्याल.'' पिताश्री द्रुपद एका दमात बोलून गेले अन् बोलून झाल्यावर त्यांना हलके वाटू लागले. आशाळभूत दृष्टीने ते उपयाज-ऋषींकडे पाहू लागले. एक प्रदीर्घ श्वास सोडत उपयाज म्हणाले, ''किती अवघड मागणे मागितले नृपश्रेष्ठा! नियोगपद्धतीने असा पुत्र तुला प्राप्त करून देता येईल; ते काही अवघड नाही. पण अंतिमत: हा हेतू किती वाईट आहे! नृपश्रेष्ठा, असे नीच कामे करणारा मी ऋषी नाही. ज्या कर्माच्या मुळाशी केवळ सूड आणि सूडच आहे, असे अनुष्ठान मी कदापि करणार नाही. नियोगपद्धतीने अपत्यप्राप्ती अनादि काळापासून चालत आलेली असली तरी ब्रह्मचिंतनात लीन असलेल्या माझ्यासारख्या ब्रह्मवृंदाला हे कदापि मान्य होणार नाही. मला क्षमा कर नृपश्रेष्ठ द्रुपदा, माझ्याकडून हे घडणे शक्य नाही. माझी सद्सद्‌विवेकबुद्धी ह्या साधनेसाठी मला मान्यता देत नाही.''

''मुनिवर्य, असे करू नका. असा पुत्र प्राप्त झाल्याशिवाय माझ्या चित्तवृत्ती शांत होणार नाहीत. कसेही करा, पण आपण माझ्यासाठी अनुष्ठान करा...'' उपयाजऋषींच्या पायांवर डोके ठेवत अतिशय कळवळून पिताश्री द्रुपद विनंती करत होते. पण उपयाजऋषींना हे काही मान्य होत नव्हते. पिताश्री आशावादी होते. एक ना एक दिवस ऋषी तयार होतील, असे त्यांना वाटत होते. महाराज द्रुपदांचे प्रयत्न पुन्हा सुरू झाले.

खरं म्हणजे, पिताश्री द्रुपदांनी उपयाजऋषींनी नकार देताच त्यांचा आश्रम सोडायला हवा होता; पण त्यांनी आश्रम सोडला नाही अन् आपल्या इच्छापूर्तीसाठी उपयाजऋषींची सेवा करत कल्माषीनगरातच ते राहू लागले. ते अखंड सेवा करू लागले. निष्ठेने नि परम आदरभावनेने करू लागले. त्यांची ही सेवा पाहून उपयाजऋषींना पिताश्रींची कणव येऊ लागली.... दया येऊ लागली. त्यांचे मन काही क्षणांसाठी द्रवत असले, तरी ते तत्त्ववेत्ते असल्याने आपल्या विचारापासून ढळत नव्हते. उपयाजऋषी हे सकारात्मक दृष्टीचे होते. विश्वकल्याणाची भावना त्यांच्या अंत:करणात एखाद्या नंदादीपासारखी सदैव तेवत होती. पिताश्री द्रुपदाच्या म्हणण्याप्रमाणे असे अघोरी कर्म करायला त्यांचे मन तयार होत नव्हते. सदैव ब्रह्मचिंतनात राहून संहितेच्या अध्ययनातून विश्वशांतीचा ध्यास ऋषिवर्यांना लागलेला होता. पण पिताश्रींची अशी अवस्था पाहून तेही अस्वस्थ होऊ लागले. ते सदैव पिताश्रींचाच विचार करू

लागले. एक दिवस उपयाजऋषींनी पिताश्रींना विचारलं, ''नृपश्रेष्ठ द्रुपदा, एक विचारू का?''

''विचारा गुरुवर्य...''

''एके काळी तू आणि आचार्य द्रोण— खूप जवळचे मित्र होता ना?''

''होय महाराज...''

''मग असे एवढे मोठे कोणते कारण घडले की, यामुळे तुम्ही एकमेकांचे हाडवैरी झालात...?''

''ऋषिवर्य, खरं सांगायचे म्हणजे चूक आमच्या दोघांचीही आहे. मुळात आम्हा दोघांचाही 'अहं' ह्याला कारणीभूत आहे...''

''सामंजस्याने हे प्रकरण सोडवता येईल का नृपश्रेष्ठा?''

''गुरुवर्य, आता वेळ निघून गेली आहे; ते शक्य नाही.''

''का बरे?''

''माझी चूक लहान होती. माझ्या अंत:करणातल्या मैत्रभावावर माझ्यातल्या साम्राज्यभावाने मात केली. पण त्यासाठी द्रोणाने किती नीच कर्म केले, हे आपण जाणताच...'' पिताश्री बोलत होते. बोलत राहिले अन् उपयाजऋषींची खात्री झाली की, ही मैत्री पूर्ववत् होणार नाही. उपयाज विचारात पडले. काय करावे? पिताश्रींची कितीही दया आली, तरी त्यांना हवे असलेले धर्मबाह्य अनुष्ठान करण्यासाठी ऋषिवर्यांचे मन काही तयार होत नव्हते. आयुष्यभर जपलेल्या मूलतत्त्वांना तडा जाऊ नये, असे एकिकडे ऋषिवर्यांना वाटत होते; तर दुसरीकडे अंत:करणात द्रुपदाच्या चिंतेने घर केले. उपयाजऋषी पिताश्रींचाच सतत विचार करू लागले...

महाराज द्रुपद आपला आग्रह सोडण्यास तयार नव्हते आणि उपयाजऋषी आपला निर्णय बदलायला तयार नव्हते. उपयाजऋषी खरे ब्रह्मज्ञानी असल्याने ते कोणत्याही मोहास वश होत नव्हते. पण ते अतिशय भावनाप्रधान होते. त्यांना पिताश्री द्रुपदांचे दु:ख पाहवत नव्हते. एक दिवस त्यांनी पिताश्रींना विश्वासाने जवळ बोलावून विचारले, ''हे नृपश्रेष्ठा, तुझ्या अंत:करणातील द्रोणाचार्यांविषयीची सूडभावना काढून टाकता येणार नाही का? हे राजन, ही सूडभावना ज्वलनप्रवण असते. ती कुठे कुठे आग लावेल, हे काहीच सांगता येत नाही.''

''ऋषिवर्य, मला हे सगळे कळते. पण असा पुत्र झाल्याशिवाय माझ्या अंतर्मनाचा दाह कमी होणार नाही...''

''हे बघ राजन, समज—असा पुत्र जर तुला झालाच, तर तो कदाचित आचार्य द्रोणांचा पराभव करेलही... पण हे प्रकरण तिथेच थांबणार आहे का?

तेव्हा परत एकदा विचार कर...''

''ऋषिवर्य, विचारांतीच हा निर्णय घेतला आहे.''

''नृपश्रेष्ठा, तुझी ही अवस्था पाहून माझे काळीज विदीर्ण होत आहे. सूड-भावनेचा शेवटही विदारक असतो, हे नेहमीसाठी लक्षात असू दे.''

किती खरे बोलत होते उपयाजऋषी! खरेच हा सूडाचा प्रवास पुढे थांबलाच नाही. आचार्य द्रोणांच्या मृत्यूनंतरही हा सूडाग्नी थांबला नाही. हे सूडाचे चक्र थेट उत्तरेच्या गर्भावर चालून गेले. खरं म्हणजे, पिताश्रींनी उपयाजऋषींचे म्हणणे ऐकून तिथेच थांबायला हवे होते; मग पुढचा अनर्थ तरी टळला असता. पण त्या वेळी पिताश्रींची विवेकशक्तीच हरवली होती. उपयाजऋषींनी एवढे सांगूनही पिताश्री उपयाजऋषींना म्हणाले, ''हे ऋषिवर्य, द्रोणाने केलेला अपमान मला एवढा जिव्हारी लागलेला आहे की, तो या जन्मी तरी निघून जाणार नाही. द्रोणाचा पराभव झाल्याशिवाय माझा आत्मा शांत होणार नाही. दया करा ऋषिवर्य.... माझे एवढे काम करून माझ्यावर कृपा करा...''

उपयाजऋषी पिताश्री द्रुपद्रांकडे पाहतच राहिले. त्यांच्या मनात पिताश्रींविषयी अपार कणव निर्माण झाली. एक दीर्घ नि:श्वास टाकत ऋषी उपयाज म्हणाले, ''हे बघ राजा द्रुपदा, तुझी ही अवस्था पाहून माझे हृदयही उचंबळून येत आहे. तुझ्यासाठी काहीतरी करावे वाटते; पण मी आदर्श ऋषींच्या आचारसंहितेशी बांधील असल्याने, मला तू सांगतोस त्या मार्गाने जाता येत नाही. पण तुला मी एक मार्ग सांगतो, म्हणजे तुझा प्रश्न सुटेल...''

''कोणता मार्ग गुरुवर्य? तत्काळ सांगा— मी त्या मार्गाने जाईन.'' पिताश्री अधीरतेने विचारत होते. महाराज द्रुपदांच्या अशा अवस्थेकडे पाहत ऋषी उपयाज म्हणाले, ''हे बघ... भागीरथीच्या तीरावरील ह्याच कल्माषीनगरीमध्ये याज नावाचा मोठा ब्रह्मवेत्ता ऋषी आहे. तो माझा थोरला भाऊ. त्याच्या ठिकाणी विद्वत्ता प्रचंड आहे, पण अजून मोह-माया सुटलेली नाही. तुझ्या संपत्तीच्या मोहात तो नक्कीच पडेल, असे मला वाटते. तो तपस्वी असला, तरी शुद्धाशुद्धतेचा काडीचाही विचार करत नाही. एकदा तर त्याने अपवित्र भूमीवर पडलेले फळही खाल्ले होते, यावरूनच तुला त्याचे व्यक्तिमत्त्व कळले असेल. तू आणि तुझी महाराणी याज ऋषीच्या आश्रमात जा. त्याला तुझ्या वैभवाचे आमिष दाखव. तो नक्कीच ह्या वैभवाच्या मोहात पडेल, असे मला वाटते. मग तो कठोर तप:साधना करेल. त्याच्यापासून तुझ्या महाराणीला इच्छित असा पुत्र निर्माण होईल व तो द्रोणाचार्यांना यमसदनाला पाठवील. जा महाराजा आणि इच्छित कार्य करून घे.''

"आज्ञा गुरुदेव!" असे म्हणत राजा द्रुपदांनी उपयाजऋषींना साष्टांग दंडवत घालून ते तातडीने लवाजम्यासह याजऋषींच्या आश्रमात पोहोचले. महाराज पिताश्री द्रुपद आता याजऋषींना भेटण्यासाठी अधीर झाले होते.

याजऋषींचा आश्रम. आश्रम कसला, राजमहलच होता तो! याजऋषींनी पिताश्रींचे यथोचित आदरातिथ्य केले. स्वागतानंतर याजऋषींनी पिताश्रींना येण्याचे प्रयोजन यथावकाश विचारले. नियोगपद्धतीने पुत्रप्राप्तीची इच्छा महाराज द्रुपदांनी व्यक्त केली. असा पुत्र की, जो आचार्य द्रोणास पराभूत करेल. याच्या बदल्यात दहा कोट गाई किंवा मुनिवर्यांची इच्छा असेल ते मिळेल, हे सांगण्यास पिताश्री द्रुपद विसरले नाहीत. पिताश्रींच्या आवाहनाचा याजऋषींना चांगलाच मोह पडला. मोह कसला? याजऋषींच्या तोंडाला पाणी सुटले. मुळातच मोह-मायेत गुंतलेल्या याज ऋषींनी पिताश्रींना तसे आश्वासन दिले. याजऋषी म्हणाले, "महाराज द्रुपदा! तुझ्या इच्छेप्रमाणे महापराक्रमी, महातेजस्वी, महाबलाढ्य असा सुपुत्र होण्यासाठी यज्ञकर्माची सिद्धता आता करू या. आता विराट यज्ञकर्म होईल. यज्ञकर्मात हवनाचा प्रसंग आला की, मी तुझ्या महाराणीस हविर्भाग देईन, म्हणजे महाराणीस यथावकाश पुत्रप्राप्ती होईल."

याजऋषींचा हा निर्णय ऐकून पिताश्रींना कमालीचा आनंद झाला. पिताश्रींनी याजऋषींच्या आश्रमात आपले बिऱ्हाड थाटले. यज्ञकर्माची जय्यत तयारी सुरू झाली. यज्ञामध्ये काहीच कमी पडणार नाही, याची दक्षता स्वत: पिताश्री महाराज द्रुपद घेत होते. याजऋषींच्या आश्रमात हा एका अर्थाने महोत्सवच सुरू झाला. यज्ञयाग सुरू झाले. हवनाच्या प्रसंगी याज ऋषींनी महाराणीस बोलावले आणि हविर्भाग दिला. पुढे याजऋषींच्या आश्रमात महाराणीला यथावकाश एक महातेजस्वी पुत्र झाला. हाच सुपुत्र म्हणजे धृष्टद्युम्नदादा होय. दादाच्यानंतर लगेचच माझा जन्म झाला. मी अग्निकन्या.... खरे म्हणजे माझ्या जन्माचे काहीच कारण नव्हते. पिताश्रींना आचार्य द्रोणांचा सूड घ्यायचा होता, म्हणून सुपुत्र पाहिजे होता. तेव्हा राजपुत्राचा जन्म तर झाला होताच, पण लगेचच याजऋषींनी सांगितले की, राजपुत्राच्या जन्मानंतर लगेचच राजकन्या जन्मणार आहे. ही सुकन्या तेजस्विनी अर्थात सर्व स्त्रियांमध्ये श्रेष्ठ ठरणार आहे. अन् याजऋषींच्या सांगण्याप्रमाणे धृष्टद्युम्नदादानंतर माझा उदय झाला.

असे म्हणतात की, माझा जेव्हा जन्म झाला, तेव्हा याजऋषींनी सुरू केलेले यज्ञकुंड अक्षरश: धगधगत होते. ह्या धगधगत्या यज्ञकुंडाचा कदाचित माझ्यावर परिणाम झाला असेल. धगधगती ज्वाला व्यक्तिमत्त्वात घेऊन मी मोठी

होऊ लागले. ह्या ज्वालेने मात्र मला आयुष्यभर सोबत केली, म्हणून तर माझे नाव 'अग्निकन्या' असे पडले असावे. माझ्या सौंदर्याची प्रदीर्घ कवणं झाली. त्यातला काव्यात्मक भावही तेवढाच तरल. अवघे विश्व जाणते की धृष्टद्युम्नदादाच्या जन्माचे प्रयोजन काय? पण माझा जन्म कशासाठी? माझ्या जन्माचे काहीच प्रयोजन नव्हते. प्रयोजन नव्हते म्हणून तर माझ्या आयुष्याची परवड झाली नसेल? आयुष्यभर जाळणारी ही, जीवघेणी वेदना माझ्याच प्राक्तनात का? पिताश्री आणि आचार्य द्रोण यांच्यातला सूडाग्नी कमी होता की काय? म्हणून तर नियतीने मला इथे पाठवले नसेल? काहीच कळत नाही. कोण देणार आहे, माझ्या या प्रश्नांची उत्तरे?

पहिल्यांदा धृष्टद्युम्नदादाचा जन्म झाला. तो पराक्रमी निघणार, हे तर निश्चित होते. त्याचा उदय पांचालांचे भय-निवारण करण्यासाठी झाला होता. त्याच्या जन्माने पांचालवासीयांना केवढा आनंद झाला होता! पण माझ्या जन्माने सारेच विस्मयचकित झाले होते. प्रयोजन नसताना मी जन्मास आले होते. खरे म्हणजे, मी नकोशीच होते. याजऋषींच्या आश्रमात मी मोठी होऊ लागले. जन्मतःच माझ्या देहाला नीलकमलांचा सुगंध होता, असे म्हणतात. किती तरी योजने दूरपर्यंत हा गंध जात असे. आमच्या जन्माच्या वेळी, याजऋषींनी सुरू केलेल्या यज्ञादी कार्यासाठी अनेक ऋषी-मुनी, पंडित, राजे-महाराजे जमा झालेले होते. माझ्या जन्मानंतर म्हणे आकाशवाणी झाली... 'ही सर्व स्त्रियांत श्रेष्ठ ठरेल, ही कौरव क्षत्रियांचा नाश करणारी ठरेल. ही देवांचे कार्य साधेल... हिच्यापासून कौरवांस मोठेच संकट निर्माण होईल...' ह्या आकाशवाणीचा परिणाम असा झाला की, पुढे अनेक दुष्ट प्रवृत्तीचे लोक मला वचकून राहत. मी वर्णाने सावळी म्हणून मला 'कृष्णा' हेसुद्धा नाव देण्यात आले. मला उपजत प्राप्त झालेला नीलकमलांचा सुगंध दिवसेंदिवस वृद्धिंगत होत होता. माझ्या सौंदर्याचा आविष्कार दशदिशांत घुमत होता. माझ्या जन्माने फारसे प्रभावित न झालेले माझे पिताश्री धृष्टद्युम्नच्या जन्माने मात्र फारच आनंदित झाले होते. याजऋषींच्या आश्रमात धृष्टद्युम्नदादा युद्धशास्त्राचा अभ्यास करीत पराक्रमाचे धडे घेत होता अन् मी तत्त्वज्ञानाचा अभ्यास करू लागले. अभ्यास कसला; त्या आश्रमात ऋषी-मुनींच्या सहवासात मला तत्त्वज्ञानाचे धडे नकळत मिळू लागले.

भागीरथीच्या तीरावरील कल्माषीनगर म्हणजे एक नंदनवनच. ह्या कल्माषी-नगरात कसलीच उणीव नव्हती. निसर्गसौंदर्याने नटलेले हे नगर मला खूपच आवडत असे. भागीरथीचे स्वच्छ, नितळ आणि खळखळणारे पाणी माझ्यावर काही

संस्कार करू लागले. याजऋषींच्या आश्रमात नित्य पूजादी विधींबरोबरच धर्म, तत्त्वज्ञान, अध्यात्म, खगोलविज्ञान, गणित, मानसशास्त्र इ. विषयांवर मान्यवरांची चर्चा व्हायची. ही चर्चा माझ्यासाठी प्रेरणास्त्रोत ठरली. हळूहळू मीपण ह्या चर्चेत सहभागी होऊ लागले. प्राचीनतम तत्त्वज्ञान अर्थात वेदवाङ्मय होय. अशा वेद - वाङ्मयाचा मी अभ्यास करू लागले. ह्या तत्त्वज्ञानाचा केवढा मोठा विस्तार झालेला होता. किती तरी दर्शनकारांनी वेदावर आधारित आपापली सूत्रे विस्ताराने मांडली आहेत. कपिलाची सांख्यसूत्रे, गौतमाची न्यायसूत्रे, जैमिनीची मीमांसासूत्रे, बृहस्पतीची बार्हस्पत्यसूत्रे अशी किती तरी उदाहरणे सांगता येतील. खरं सांगू? थोडी दर्पोक्ती होईल; पण सांगते. ह्या तत्त्वज्ञानाचा मी एवढ्या बारकाईने अभ्यास केलाय की, मी ठरवले असते, तर मला माझे एक नवे दर्शन मांडता आले असते. पण तसे स्वतंत्र दर्शन मी मांडले नाही. याजऋषींचा आश्रम म्हणजे अनौपचारिक शिक्षणाचा नित्य प्रवाहित राहणारा झरा होता.

मी आणि धृष्टद्युम्नदादा याजऋषींच्या आश्रमात शिक्षण घेत-घेत मोठे होत होतो. पिताश्री द्रुपदांचे दादावर विशेष प्रेम होते. माझे काय? मी अनाहूत पाहुणी; तरीही आई-वडिलांचे निर्व्याज प्रेम सगळ्यांनाच मिळते, तसे आम्हालाही मिळाले. याजऋषींच्या आश्रमाने मला खूप शहाणे केले होते. ऋषी-मुनी, तत्त्वज्ञ, पंडित यांच्या चर्चेतून येणारे नित्यनूतन नवनीत मला विनासायास मिळू लागले. अशा तत्त्वज्ञानाच्या अमृतप्राय पाण्यावरच माझा पिंड जोपासला गेला. जगण्याचे गूढ तत्त्वज्ञान कळू लागले. चिंतनातून मला एक सृजनात्मक दृष्टी मिळाली. वाटले, आता आपले जीवन सुसह्य होईल. ज्याला जीवनाचा अर्थ कळाला आहे; त्याच्या मार्गात खाचखळगे, काटेकुटे येणारच नाहीत, अशी माझी धारणा होती. नको तेवढ्या आत्मविश्वासाने मी एकदा म्हणालेदेखील, 'एवढ्या कमी वयात मी एवढा प्रचंड अभ्यास केला आहे की, आता माझ्या जीवनात दुःखाला नक्कीच स्थान नाही... मी आता सुखनगरीची सम्राज्ञी होणार...!' पण कसचे काय! नियती नावाची एक खरी सम्राज्ञी असते, हेच खरे... कोण बनवते ही घटना? कोण बनवते ही संहिता? कळत नाही. ह्या घटनेतील कायदे मात्र साचेबंद... आणि कायद्यांची अंमलबजावणीही तेवढीच काटेकोर. सुखनगरीची सम्राज्ञी होऊ पाहणाऱ्या माझ्यासारख्या विदुषीची नियतीने काय अवस्था करून टाकली, हे अवघ्या ब्रह्मांडाला माहीत आहे. याजऋषींच्या आश्रमात मला कुणी माझ्या खडतर प्रवासाचे भविष्य सांगितले असते, तर मी त्याला मूर्खात काढले असते.

याजऋषींच्या आश्रमात बालपण कसे गेले; कळलेच नाही. यौवनाचा

थांबा एवढ्या तत्काळ येईल, याची कल्पना नव्हती. यौवनात पदार्पण केले अन् सारा आसमंत नव्या रूपात माझ्यासमोर साक्षात झाला. वसंत ऋतू प्रतिवर्षी येतच होता, पण यौवनातला वसंत मला नव्याने भेटू लागला. अशा मंतरलेल्या आणि भारलेल्या दिवसांतच मी एक दिवस याजऋषी अन् पिताश्री द्रुपद यांच्यामधला संवाद ऐकला. पिताश्री याज ऋषींशी बोलत होते. ''ऋषिवर्य, आता आम्हाला आज्ञा द्यावी. धृष्टद्युम्न युवराज झाला आहे. त्यासाठी पराक्रम सिद्ध करण्याची वेळ आली आहे.''

''हे राजन, जशी तुझी इच्छा... मी माझ्या सामर्थ्याप्रमाणे धृष्टद्युम्न आणि याज्ञसेनीला अनुग्रहित केले आहे...''

''होय गुरुदेव... आपले अनंत उपकार आमचेवर आहेत. आपले ऋण व्यक्त करायला माझ्याकडे शब्द नाहीत... मी जन्मोजन्मी आपला कृतज्ञ राहीन. आपण अनुग्रहित केलेली ही मुलं मला जगण्याची ऊर्मी प्राप्त करून देत आहेत. आता नव्या उमेदीने मी जीवन जगत आहे. धृष्टद्युम्नसारख्या माझा पराक्रमी सुपुत्र आता दिग्विजयी ठरणार आहे...''

''आणि याज्ञसेनी?'' भुवया उंचावत याजऋषींनी विचारलं

''होय. याज्ञसेनीच्या चातुर्याचे करावे तेवढे कौतुक कमीच आहे ऋषिवर्य!''

''होय राजे... किती तरी युगांनंतर अशी एखादी अग्निकन्या जन्म घेत असते आणि दोन्ही कुळांचे नाव अजरामर करीत असते. याज्ञसेनीच्या चेहऱ्यावर बुद्धीचे विलक्षण तेज आहे. ती इतिहास निर्माण करणार आहे. पांचालनरेशाचे नाव ती अजरामर करणार आहे.''

''गुरुवर्य, आपली वाणी खरी होणार, ह्याविषयी माझ्या मनात तिळमात्र संदेह नाही...'' पिताश्रीच्या चेहरा आनंदाचे उजळला होता.

''द्रुपदमहाराज, आणखी एक गोष्ट लक्षात घेतली पाहिजे—''

''कुठली गुरुवर्य...?''

''याज्ञसेनीचे आता पूर्ण फुलात रूपांतर झाले आहे. ती विवाहायोग्य झाली आहे. तिच्या विवाहात मात्र योग्य ती दक्षता घेतली पाहिजे राजन.''

''कसली दक्षता घ्यावी, असे वाटते गुरुवर्य?''

''याज्ञसेनी काही सामान्य मुलगी नव्हे. तिच्या ठिकाणी अतुलनीय धैर्य आहे. कोणत्याही आणीबाणीच्या प्रसंगी तिचे धैर्य ढळत नाही. विख्यात ऋषी-मुनी सोडले, तर तिच्याइतकी धर्मशास्त्राची माहिती अख्ख्या भारतवर्षात कुणालाच नाही, हे मी खात्रीने सांगू शकतो. राजन, एवढेच नव्हे, तर ती पंडिता आहे. ब्रह्मवादिनी आहे.

समस्त पांचाल राज्याला पडलेले ते एक वास्तव स्वप्न आहे. विवाह ठरवताना तिला अनुरूप जोडीदार मिळाला पाहिजे, ही सावधगिरी घेतली पाहिजे. आणि विचारपूर्वक निर्णय घेतले पाहिजेत...'' याजऋषी बोलत होते आणि पिताश्री विस्मयचकित होऊन ऐकत होते. माझ्या ठिकाणी असलेल्या सामर्थ्याची पिताश्रींना जाणीव नव्हती की काय? याजऋषींच्या बोलण्याचे पिताश्रींना आश्चर्य का वाटत होते? क्षणभर थांबून पिताश्रींनी याजऋषींनाच प्रश्न विचारला, ''गुरुवर्य, ह्या संदर्भात मी काय करावे, असे आपणास वाटते?''

''तिच्यासाठी शोधून वर सापडणार नाही. महाराजा द्रुपदा, तू सम्राट आहेस. याज्ञसेनीच्या विवाहासाठी तुला शोभेल असा 'पण' लाव. असा 'पण' की, जो दिग्विजयी वीरच जिंकू शकेल. याज्ञसेनीला अनुरूप जोडीदार मिळण्यास हाच एक मार्ग आहे.''

''होय गुरुवर्य, अवश्य...! पांचाल देशात प्रवेश केला की, पहिल्यांदा मी हेच कार्य हाती घेईन. याज्ञसेनीला अनुरूप जोडीदार मिळवून देणं, हे माझं आद्य कर्तव्य राहील.''

पिताश्री आणि याजऋषी यांच्यातला हा संवाद मी ऐकला अन् एका वेगळ्याच विश्वात मी रमू लागले. माझे मलाच कळत नव्हते की, एवढे सामर्थ्य मला कसे काय प्राप्त झाले! खरेच मी सर्वार्थाने श्रेष्ठ होते का? याजऋषी आणि पिताश्रींच्या संवादानंतर मी एकांतात खूप दिवस विचार करत होते.

एक दिवस कल्माषीनगर सोडण्याची वेळ आली. याजऋषींनी यथाशक्ती आमचा सन्मान करून आम्हाला निरोप दिला. आम्हा सर्वांनाच कल्माषीनगर सोडणे नको वाटत होते. इथल्या मनोहारी निसर्गाला आपण आता मुकणार आहोत, हे कळत होते. येथील नित्य कानांवर पडणारे मंत्रपठण, दर्शनावर होणारे येथील संवाद, येथील वेदवाङ्मयाची चर्चा—ह्या सर्वांपासून आपण आता दूर जाणार आहोत, हे शल्य होते. येथील भागीरथीच्या पाण्याचा खळखळाट नित्य कानांवर राहील... निदान तसा भास होत राहील. दररोज उगवणारी इथली प्रसन्न पहाट आता वारंवार आठवणार आहे. मी व्याकूळ व्हावे, एवढा लळा कल्माषीनगराच्या मातीने मला लावला होता. मी खूपच भावविवश झाले होते. हा भावनावेग मी प्रयत्नपूर्वक आवरता घेतला. याजऋषींच्या चरणांवर आम्ही सर्वांनी मस्तक ठेवले. पिताश्रींनी याजऋषींचा सन्मान केला. खूप मोठी संपत्ती दिली. निरोपाच्या क्षणी सर्वांचेच डोळे पाणावले. पिताश्रींनी याज-ऋषींविषयी मनस्वी कृतज्ञता व्यक्त केली. शेवटी आम्ही सर्वांनीच याजऋषी, भागीरथी नदी आणि कल्माषीनगरीचा निरोप घेतला. आम्ही

निघालो पांचाल देशाकडे. कसा असेल पांचाल देश? कसे असेल तेथील लोकजीवन?... मी विचार करत होते. मध्येच माझ्या मनात विवाहाच्या विचारांचे चक्र फिरू लागले. रथांच्या चाकांच्या वेगासोबत विचारांचा वेगही उत्तरोत्तर वाढत होता.

आता वेध लागले ते पांचालनगरीचे. हस्तिनापुराच्या दक्षिणेस गंगा आणि यमुनेच्या विस्तीर्ण खोऱ्यात पांचाल देश विसावला होता. खरं म्हणजे, गंगेच्या उत्तरेस पांचाल देशाचा अधिकाधिक भाग व्यापलेला होता. तत्त्वज्ञानाभिमानी, विद्वान, रसिकराज, यज्ञकर्ते अन् जिद्दी राजांची ही भूमी होती. वेगवेगळ्या माध्यमांतून मला अवलोकित झालेल्या पांचाल राज्याचे चित्र माझ्या डोळ्यांसमोर उभे राहिले. असा हा वैभवशाली देश मला आवाहन करू लागला. भागीरथी आणि यमुनेचे पाणी पिऊन कल्माषीनगराची भूमी जशी समृद्ध झालेली होती, तशीच पांचालची भूमीसुद्धा गंगा-यमुनेचे पाणी पिऊन समृद्ध झालेली होती. एकंदर काय, तर यमुना ही नदी कल्माषी अन् पांचाल यांना जोडणारी महत्त्वाची नदी ठरली होती. यमुनेनं पांचाल ते कल्माषी यांचं नातं घट्ट केले होते. महाराज पृषताने ज्या पांचाल देशाला पुन्हा वैभवाच्या शिखरावर नेले होते, त्या पांचाल देशाचे मला आता दर्शन होणार होते. मजल-दरमजल करीत आम्ही पांचाल देशाच्या सीमेवर पोहचलो मात्र... अन् मी भारावून गेले. प्रथम तिथल्या मातीला मी अभिवादन केले. मातीचे काही कण मस्तकावर टाकले. मन मोहरून गेले. आम्ही निघालो काम्पिल्यनगरीकडे. पांचाल देशात पिताश्री महाराज द्रुपदांची काम्पिल्यनगरी म्हणजे पांचाल देशाचे नंदनवनच होते. आम्ही काम्पिल्यनगरीमध्ये प्रवेश केला. तेथील उत्तुंग प्रासाद, गगनचुंबी राजवाडे, रस्त्याच्या दुतर्फा मोठमोठे वृक्ष पाहून मला आनंद झाला. ह्या नगरामधला निसर्गही किती निष्ठेने जोपासला होता! अशा देदीप्यमान काम्पिल्यनगरीची आपण राजकन्या आहोत, यावर माझा विश्वासच बसेना. हे सारे वैभव पाहून मी विस्मयचकित झाले. ते वैभव डोळ्यांत साठवून घेत राहिले.

आता मी आहार-निद्रेचा त्याग करून व्रतवैकल्ये करणारी कुठल्या तरी आश्रमाची अपर्णा थोडीच होते? मी आहे एक राजकन्या! पिताश्रींनी माझ्यासाठी किती सुंदर महाल बांधला होता. किती तरी दासी माझ्या सेवेसाठी सज्ज होत्या. वैभव माझ्या पायाशी लोळण घेत होते... पण खरं सांगू? मी मात्र ह्या वैभवागारात फारशी रमत नव्हते. या सर्व वैभवाचा मी मर्यादित अर्थानेच उपभोग घेत होते. ऋषी-मुनींच्या आश्रमात माझे बालपण गेले असल्याने माझ्या व्यक्तिमत्त्वामध्ये संन्यस्त भाव अविभाज्य होऊन राहिला होता. राजमहालात वास्तव्य जरी असले, तरी

कंदमुळे खाऊन शास्त्राभ्यास करणाऱ्या ऋषिकन्येसारखाच माझा तिथे वावर होता. माझी ही भावावस्था माझ्या मात्यापित्यांना चांगलीच कळत होती. माझ्यामध्ये उत्तरोत्तर शारीरिक, भावनिक बदल होत होता. किशोरावस्था संपून मी युवावस्थेत प्रवेश केला होता. माझी बालसुलभ चंचलता संपलेली होती. आता माझे व्यक्तिमत्त्व शांत वाहणाऱ्या नदीसारखे सौम्य व संयत झाले होते. मी तासन्‌तास वातायनात डोकावून बसू लागले. कसला विचार करत होते मी? कशाचा शोध घेत होते मी? ...कळत नव्हते. ह्या प्रश्नांची उत्तरेही देता येत नव्हती. विचार मात्र मी सारखा करीत होते. वातायनातून दिसणारा निसर्ग माझ्याशी अबोध पातळीवर काही तरी संवाद करीत असावा. मी पाहत होते सगळेच ऋतू... ऋतूंचे अगणित विभ्रम माझ्याशी संवाद साधू लागले. मी पाहत होते वाऱ्यांची विविध रूपं... पहाट वारा, संथ वारा, सांज वारा, चक्री वारा किती तरी रूपं मी पाहत होते. पावसाळे, उन्हाळे अनेकदा भेटले असले, तरी आता ते मला नव्याने भेटत होते!

-०-०-०-

- २ -

ऋतुचक्र सुरू होते. ऋतू येऊ लागले, ऋतू जाऊ लागले. झाडावरचे फळ परिपक्व झाल्यावर जमिनीवर पडू लागले. झाडावरची एखादी शेंग पिकू लागली, झाडावरच वाळू लागली. अन् जमिनीवर पडू लागली... तडकू लागली. त्यातील बिया इतस्तत: विखरू लागल्या. एखादे बीज पडले असेच एकाकी— पोरक्या मुलासारखे. हळूहळू मातीचा थर त्या बीजावर बसला. पुन्हा दुसरा बसला. बीज मात्र निपचित. बघता-बघता त्या बीजावर मातीचे आच्छादनच तयार झाले. तरीही बीज शांत पहुडलेले. बीजाची ही स्थलसमाधी मला अस्वस्थ करीत असे. वसंत गेला. ग्रीष्म आला. बीजावरची माती तापू लागली. ती आग ओकू लागली. तरीही बीज स्थितप्रज्ञच होते. बीजाचे हे सोसणे मला काहीतरी शिकवू लागले. बीजाचे तपश्चरण मला प्रभावित करू लागले. मी विचार करत होते. अशा तपश्चरणातून बीजाला काय फळ मिळणार आहे? मिळेल ना! तपसाधना थोडीच वाया जाणार आहे. आता ग्रीष्म ऋतू संपत आलेला आहे. हळूहळू काळे ढग आता आकाशात जमू लागतील. अशा काळ्याकभिन्न ढगांमध्ये सौदामिनी चमकू लागतील. मग ह्या तपस्वी बीजाला खूप आनंद होईल. गम्मत तर पुढेच आहे. आकाशातून पडलेला पहिला टपोरा थेंब जेव्हा बीजापाशी पोहोचेल तेव्हा सुरू होईल खऱ्या अर्थाने सृजनाची प्रक्रिया. पहिल्या टपोऱ्या थेंबाचा ओला स्पर्श ह्या बीजाला झाला की, बीजाची स्थलसमाधी भंग पावेल. बीज आतून-बाहेरून फुलून येईल. ह्या ओल्या स्पर्शाचा बीजाला खूप राग येईल का? राग कसला; तो तर अनुराग असेल! ह्या अनुरागात निरागस बालकासारखे ते फुगून जाईल अन् रुसण्या-फुगण्यातून एक टवटवीत कोवळा कोंब बाहेर येईल. वर साचलेल्या मातीच्या थराला छेदून हा कोंब बाहेर येईल अन् टाळ्या वाजवणारी दोन पानं दिसू लागतील. निसर्गातील अशा किती तरी बारीक-सारीक गोष्टींवर मी विचार करत राहते. निसर्गाने माणसाला किती गोष्टी शिकवल्यात; नाही का?

निसर्ग मला नेहमीच बोलका वाटत आलेला आहे. निसर्गाशी माझे एवढे तादात्म्य कसे साधते, हेच कळत नाही. प्रतिभावंताला निसर्गाचे प्रचंड आकर्षण असते, असं म्हणतात. पण मी तर हाडामांसाची युवराज्ञी. मी कसली आले प्रतिभावंत? काहीही असो; पण निसर्गाकडे मी पाहत राहते, त्याच्याशी बोलत राहते अन् निसर्गही आपल्या लावण्याचे एक-एक पदर उलगडून आपले सौंदर्य दाखवीत असतो. ऋतू आणि आभाळाचं काही तरी नातं असावं, असं वाटतं. अलीकडे माझ्या सखी माझ्यावर एकाकी होत असल्याचा आरोप करतात. पण त्यांना काय माहीत— निसर्गाच्या हजारो हातांमध्ये हात घालून मी निसर्गाशी खेळत असते. तसे त्यांना वर-वर मी एकाकी वाटणं स्वाभाविकही आहे. इथे मी आल्यापासून खूप मैत्रिणी मिळाल्या. प्रियंवदा, धीरा, सुमना... किती तरी... पण माझी खरी गट्टी जमली ती मात्र प्रियंवदेशीच. परवा तर प्रियंवदेनं मला खूपच त्रास दिला. मी अशीच बसले होते— निवांत. नेहमीप्रमाणे वातायनातून निसर्गाकडे पाहत होते. प्रियंवदा भलतीच खट्याळ. म्हणाली, "राजकुमारी, काय चाललंय?"

"काही नाही गं प्रिये... पाहते निसर्गाची विलोभनीय रूपं..."

"असं होय? निसर्गाकडे कोण अन् कधी पाहत असते, ह्याचे तत्त्वज्ञान आपणास अवगत आहे का राजकुमारी?"

"नाही गं बाई... सांग तरी."

"मी नाही बाई सांगत..."

"अगं, सांग—" मी फारच आग्रह केल्यावर मोठ्या ब्रह्मवादिनीचा आव आणून प्रियंवदा सांगू लागली, "राजकुमारी, मुग्ध कळीचे फुलात रूपांतर झाले की, सगळा सुगंध सृष्टीमध्ये भरून जातो. युवामनाला पहिला स्पर्श प्रतिभेचाच होत असतो, असे म्हणतात. अशी अवस्था इतरांना एकाकी वाटत असते; पण तसे ते नसते. युवामन तद्रूप झालेले असते निसर्गाशी. त्याचे हे निसर्गायण मोठे मनोहारी असते. काय सांगावं राजकुमारी? युवामन मोठे सौंदर्यवेडे असते. निसर्गाच्या साक्षात्कारी विभ्रमांमधून त्यात लपलेल्या लावण्याचा शोध घेण्याचे काम युवामन करीत असते अन् कातरवेळेला ह्या शोधयात्रेत निष्कारण हुरहूरही लागलेली असते. कळलं का, राजकुमारी?" असे म्हणत प्रियंवदेनं मला चांगलाच चिमटा घेतला अन् खळखळून हसू लागली. तिचे हात हातात घेऊन मी म्हणाले, "अगं प्रिये, बोल ना अजून... तू किती छान बोलतेस!"

"नुसतंच छान नाही राजकुमारी, हे सगळे सत्य आहे. अनादि कालापासून ऋतूप्रमाणे चांदणं तर पडतेच, पण युवावस्थेमध्ये ह्या चांदण्यानं अंग-अंग

रोमांचित होते राजकुमारी... तासन्तास भान हरपून वातायनात डोकावून कुणी बसू लागलं की समजावं—त्यांच्या जीवनाचे यौवनफूल सर्वांगाने फुलून आले आहे. समजते का राजकुमारी, मी काय बोलते ते?''

''पुरे कर बाई! भारीच खट्याळ आहेस तू...'' प्रियंवदा पुन्हा खळखळून हसू लागली. तिचे हसणे म्हणजे, मला पारिजातकाच्या फुलांचा वर्षावच वाटला.

तिच्यासोबत झालेला हा संवाद आठवला की, पुन:पुन्हा विचार करत राहते. खरेच, तरुणाईच्या चाहुलीचा स्पर्श एवढा अवीट असतो? असेलच. हा अनुभव आता नित्याचाच झाला आहे. माझी ही भावावस्था कदाचित माता-पित्यांना कळली असेल... नक्कीच कळली असणार. त्याशिवाय का राजमहालात माझ्या विवाहाची चर्चा झाली असती? माझा विवाहही आता अद्वितीय होणार आहे म्हणे. विवाहात काही तरी दुर्लंघ्य 'पण' लावला जाणार आहे म्हणे. माझ्या सखी नित्यनेमाने रात्री ही चर्चा सांगत असतात. मी मात्र विचाराधीन होते अन् भवितव्याचा अंदाज घेऊ लागते. मला मैत्रिणी जे काही सांगत होत्या, ते खरेच होते. राजमहालामध्ये प्रदीर्घ चर्चा झाल्यानंतर पिताश्रींनी माझ्या विवाहाचा दिन निश्चित केला. एकंदरच सर्व बाजूंनी विचार केला, तर माझा विवाह 'न भूतो न भविष्यति' असाच होणार होता. सगळी काम्पिल्यनगरी माझ्या विवाहाच्या चर्चेत रंगून गेली. म्हणजे, माझे वय कमी असूनही माझाही सल्ला विचारात घेतला जात होता. माझा विचार घेऊनच मग निर्णयाची घोषणा होणार होती. माझ्या सखी-मैत्रिणींना तर आभाळ ठेंगणे झाले होते. प्रियंवदा, धीरा तर सारख्या धावतच होत्या. धीरा धावत-धावत माझ्या महालात आली म्हणाली,

''राजकुमारी, आपण लवकरच आम्हाला सोडून जाणार... काम्पिल्यनगरीचा निरोप घेणार...''

''मी लवकर जावं, असं तुला वाटतं का गं?''

''तसं नव्हे राजकुमारी... आपण असे बोलू नये...'' धीरा लगेच व्याकूळ झाली अन् नकळत तिचे डोळे पाणावले... किती प्रेम होते तिचे माझ्यावर... मला तिची दया आली. मी तिला जवळ घेत म्हणाले, ''धीरे, तुझ्या डोळ्यांत पाणी? असं काय गं? तुझी उगी गम्मत केली...''

''अशी गम्मत पुन्हा करू नका बरे राजकुमारी.''

''नाही करणार... बरे, आता मला सांग, काय काय तयारी चालली आहे माझ्या विवाहाप्रीत्यर्थ...? सांग तरी बाई...''

''अहो राजकुमारी, बोलून—चालून आम्ही तुमच्या दासी. आपण आम्हाला

सखीसारखे वागवताय, हेच आमचे भाग्य. आपणासारख्या राजकुमारीच्या विवाहाची आमच्यासारख्या दासीने काय तयारी करावी?''

''तसे नाही गं धीरा— माझ्या विवाहाची चर्चा कानावर तर येत असेल ना?''

''येते ना... अहो, राजमहालच काय, अवघ्या पांचाल देशात आपल्या विवाहाची चर्चा सुरू आहे. राजे-महाराजे, रथी-महारथींना आपल्या विवाहासाठी निमंत्रित करण्यात आलेले आहे.''

''खरं का? कोण कोण जमणार आहे गं विवाहासाठी?'' असे विचारताच धीरा चांगलीच आसनस्थ झाली अन् व्याख्यान दिल्यासारखे अखंड बोलू लागली, ''अहो राजकुमारी याज्ञसेनी, आपल्या होणाऱ्या विवाहाचा थाट काय सांगावा!''

''काय काय थाट होणार आहे, सांग तरी धीरा...?''

''किती महनीय व्यक्ती येणार आहेत म्हणून सांगू? रणांगण गाजवणारे रथी-महारथी, अस्त्रविद्यापारंगत राजे-महाराजे, महापराक्रमी युवराज, उदार मनाचे याज्ञिक, ब्रह्मतेज साक्षात करणारे स्वाध्यायशील साधक, व्रतस्थ ब्राह्मण, महाबलाढ्य मल्ल, जगप्रसिद्ध नर्तक, विविध देशांचे नट...''

''पुरे कर बाई आता ही यादी धीरा... विवाहसोहळा भव्यच होणार, असे दिसते...''

''भव्य म्हणजे काय— साऱ्या काम्पिल्यनगरीत जिकडे-तिकडे जल्लोष दिसतोय... आतापासूनच... उल्हासाला उधाण आले आहे. पांचाल देश हा एक स्वर्गच झालेला आहे. अहो राजकुमारी, आपल्या साजशृंगाराला अजून प्रारंभ झालेला नसला, तरी आपल्या विवाहाप्रीत्यर्थ काम्पिल्यनगरी एखाद्या कुलवधूसारखी नटू लागली आहे. रंगीबेरंगी प्रासादतुल्य वास्तू पुन्हा नव्याने रंगू लागलेल्या आहेत. जुन्या राजवाड्यांनी कात टाकली आहे. जेवढे वर्णन करावे, तेवढे कमीच पडेल राजकुमारी...'' धीरा भरभरून बोलत होती. तिचा उत्साह पाहून मी तर विस्मयचकित झाले. मध्येच तिला थांबवत मी म्हणाले, ''पुरे कर आता हे धीरा. आता मला हे सांग, ह्या शुभ विवाहाचा मुहूर्त तरी कुठला ठरला आहे ते?''

डोळे विस्फारत धीरा म्हणाली, ''अहाहा!! अहो राजकुमारी, काय विचारताय हे; जसे काही आपल्याला माहीतच नाही? याच्यावर विश्वास तरी कोण ठेवणार?''

''नाही धीरा, खरेच माहिती नाही. सांग पाहू...''

''ऐका तर मग राजकुमारी— पौष महिन्यातील, शुक्ल पक्षातील, रोहिणी नक्षत्रावर एकादशीच्या दिवशी आपले शुभमंगल होणार आहे...'' अशी दवंडी

हसत-हसत देत धीरा निघून गेली...

पौष मास जसजसा जवळ येत होता, तसतसे वातावरण अधिकच उत्साहित होत होते. आमचा समग्र राजमहाल पुन्हा नवीन होत होता. धृष्टद्युम्नदादाला तर क्षणाचीही उसंत नव्हती. राजमहालात माणसांची वर्दळ वाढली होती. सर्व सम्राट, राजे-महाराजे, ऋषी-मुनी, ब्रह्मवृंद, कलावंत आणि आप्तांना निमंत्रणे धाडण्यात आली होती. पिताश्रींनी पूर्ववैर विसरून कुरुवंशातील सर्व राजकुमारांना निमंत्रित केले होते. असे केले, तरी पिताश्रींच्या अंत:करणातून द्रोणांविषयीचा वैरभाव यत्किंचितही कमी झालेला नव्हता. आचार्य द्रोणांविषयीचा सूडाग्नी अजूनही प्रज्वलित होता. ह्या सूडाचा स्फोट कधी होईल, हे मात्र सांगता येत नव्हते.

काम्पिल्यनगरीबाहेर उत्तर दिशेला एक प्रचंड मंडप टाकण्यात आला. ह्या मंडपाभोवती तट व खंदक तयार करण्यात आले होते. मंडपाचे छत भरजरी वस्त्रांनी झाकलेले होते. मंडपात आतापासूनच सर्वत्र चंदनाचा सडा टाकण्यात येत होता. मंडप परिसरात गगनचुंबी प्रासाद उभे करण्यात आले होते. सर्वच प्रासाद सुवर्ण व रत्नखचित फरसबंदीने शृंगारलेले होते. जिन्यावर मऊ-मुलायम पायघड्या अंथरण्यात येत होत्या. हा मंडप पाहण्यासाठी देशोदेशींचे महाराजे मुद्दाम येत होते. निष्णात कारागिरांकडून हा मंडप पूर्ण होत आलेला होता. मंडपामध्ये ठायी-ठायी डोळे दिपवून टाकणारे असंख्य मौल्यवान मणी चमकत होते. झालरी, गोंडे, तोरणमालांमुळे कमानीचे मंडप अधिकच सुशोभित दिसत होते. अगरूच्या धुपाने मंडप दररोज सुगंधित होत होता. मंडपामध्ये जागोजाग मंगलकलश प्रस्थापित केले होते. विवाहाच्या पूर्वतयारीचे वर्णन करावे, तेवढे कमीच आहे.

माझ्या विवाहासाठी 'पण' लावण्यात आलेला होता. हा 'पण' जो जिंकेल, त्यालाच मी वरणार होते. तोच वीर माझे पाणिग्रहण करणार होता. हा दुर्लंघ्य 'पण' म्हणजे लक्ष्यवेध. मंडपाच्या मध्यभागी नितळ जलाने भरलेले एक कुंड तयार करण्यात आले होते. ह्या कुंडाच्या अगदी वरच्या दिशेला एक यंत्रयोजना आखण्यात आलेली होती. नेमका कुंडाच्या मध्यभागी वरच्या दिशेला एक यंत्रचलित मत्स्य गोलाकार फिरत ठेवलेला होता. जो कोणी वीर कुंडातील पाण्यात पाहून वर चक्राकार फिरणाऱ्या मत्स्याच्या डोळ्यात अचूक बाण मारील, त्याच्या गळ्यात मी वरमाला घालणार होते. मी विचार करत होते अन् स्वत:शीच हसत होते. हा लक्ष्यवेध खरेच कुणाला साधणार आहे का? की, मला आयुष्यभर

कुमारीच राहावे लागेल? केवढा अवघड 'पण' ठेवला होता! कुणी तरी शंकाही व्यक्त केली होती की! हा लक्ष्यवेध साधण्यासाठी परशुरामासारखा पराक्रमी योद्धाच असणे आवश्यक होते. परवा तर प्रियंवदा म्हणत होती की, हा जगावेगळा पण जिंकण्यासाठी एखादाच श्रीकृष्ण, एखादाच कर्ण किंवा एखादाच पार्थ असू शकतो. पण ह्यापैकी पार्थ तर आता पृथ्वीतलावर नाही, असे म्हणतात. अलीकडेच पिताश्री म्हणत होते की, पाच पराक्रमी पांडव अन् त्यांची मातोश्री कुंती हे वारणावतास ज्वालाग्राही जतुगृहाच्या वणव्यामध्ये होरपळून मेले म्हणून! कोण श्रीकृष्ण? कोण कर्ण? आणि कोण पार्थ?

यापैकी कुणासही मी पाहिलेले नव्हते, पण या सर्वांविषयी ऐकून होते. कर्ण हा एकमेवाद्वितीय अस्त्रविद्यापारंगत योद्धा होता. पार्थासारखा धनुर्धारी तर पृथ्वीतलावर नव्हता म्हणे. आणि श्रीकृष्णाविषयी काय बोलावे? असे म्हणतात की, सर्वार्थाने परिपूर्ण असलेला श्रीकृष्ण म्हणजे सृष्टीला पडलेले एक गोमटे स्वप्नच होते.

माझ्या विवाहाचा ऐतिहासिक क्षण जवळ येऊ लागला अन् अवघे पांचाल राष्ट्र एखाद्या नववधूसारखे नटू लागले. सौरभ आर्यावर्तात पराक्रमी, प्रतापी आणि बलशाली असलेल्या दानशूर सम्राट द्रुपदमहाराजांची मी कन्या. पिताश्रींचे नाव उज्ज्वल करण्याएवढे सामर्थ्य माझ्याकडे निश्चितच होते. धर्म, तत्त्वज्ञान, तर्कशास्त्र, दर्शन, नीतिशास्त्र, विधी इत्यादी शास्त्रांत मी निपुण झाले होते. उपजत बुद्धी आणि निरंतर साधनेच्या बळावर प्राप्त झालेल्या पांडित्याने माझ्याही व्यक्तिमत्त्वाला आगळीच झळाळी प्राप्त झालेली होती. सौंदर्याच्या बाबतीत तर अवघ्या पांचाल देशाला माझा गर्व होता. माझ्या व्यक्तिमत्त्वाला उपजत प्राप्त झालेला सुगंध हे आणखीन एक माझ्या सौंदर्याचे महत्त्वाचे वैशिष्ट्य होते.

माझ्या विवाहाचा ऐतिहासिक दिवस उजाडला. आज विवाह सोहळा. आज मी नेहमीपेक्षा लवकर उठले. आज माझा सोळावा दिवस होता. पहाटेच मी सुस्नात झाले. प्रियंवदा, धीरा आणि इतर सख्या माझ्या सोबतच होत्या. सर्व अतिथींची यजमान जातीने विचारपूस करीत होते. विवाहासाठी उपस्थित झालेला प्रचंड सम्राटसमूह माझ्याकडे अभिजात सौंदर्य असल्याची चर्चा करीत होता. रंगीबेरंगी भरजरी वस्त्रालंकार परिधान करून काम्पिल्यनगरीच्या सुवासिनी अतिथींचे आदरातिथ्य करत होत्या, तर काही कलावंतिणी सामूहिक मंगलगान करण्यासाठी सज्ज होत्या. देशोदेशींचे राजे-महाराजे भरजरी वस्त्रे आणि विविध अलंकार घालून

मंडपात माझी प्रतीक्षा करीत होते. राजकुमारांनी नावीन्यपूर्ण वेशभूषा केलेली होती. जो-तो आपल्या भाग्योदयाच्या क्षणाची प्रतीक्षा करीत होता. पण सर्व युवराजांच्या चेहऱ्यावर मात्र अपरंपार चिंता दिसत होती. आपण विजयी होणार की नाही याविषयी प्रत्येक जण साशंक होता. सचिंत होता. विवाहाची तयारी पूर्ण झाली अन् मंडपातून धीरा धावत आली. म्हणाली,

"काय हो राजकुमारी... एवढ्या निवांत?... विवाह आपलाच आहे याची जाणीव आहे ना?"

"काय झाले धीरा? अगं, मी तयारच आहे."

"तयार आहात.... पण नववधू कशी सलज्ज असावी, अस्वस्थ असावी, उत्साही असावी अन् सैरभैरही असावी. तिच्या चेहऱ्यावर औत्सुक्य दिसावे..."

"यापैकी एकही भाव माझ्या चेहऱ्यावर नाही का धीरा?"

"नाही ना राजकुमारी... अजिबात नाही... पण निराश होऊ नका. हो, एक प्रखर भाव मात्र आपल्या चेहऱ्यावर झळकत आहे युवराज्ञी..."

"कोणता भाव धीरे?"

"राजकुमारी, आपल्या चेहऱ्यावर बुद्धीचे अलौकिक तेज झळकत आहे. आजपर्यंत असे तेज कुठल्याही नववधूच्या चेहऱ्यावर झळकले नसेल!"

"असं होय धीरा?" असे म्हणत मी तिचे हात हाती घेत म्हणाले, "हे बघ धीरा, माझ्या चेहऱ्यावर बुद्धीचे तेज आहे की नाही, हे माहिती नाही; पण आणीबाणीच्या प्रसंगी स्त्रियांनी भावनाप्रधान होऊ नये, एवढं मला कळतं. माणूस भावनाप्रधान झाला की, त्याची निर्णयशक्ती दुबळी होते. स्त्रियांना तर भावविवशतेचा शापच आहे. पण धीरे, खरे सांगू का? मला असे काही होत नाही. भावनाप्रधानता, भावविवशता, व्याकुळता ह्या गोष्टी मला महत्त्वाच्या प्रसंगी स्पर्शही करीत नाहीत."

"विवाह म्हणजे आणीबाणी असते का राजकुमारी?"

"होय धीरा! निदान माझ्यासाठी तरी आहे..." असे म्हणत मी एक प्रदीर्घ नि:श्वास टाकला अन् धीरेकडे पाहू लागले. ती कावरीबावरी झालेली होती. तिला जवळ घेत म्हटलं, "ते जाऊ दे. आता मला सांग, विवाहासाठी उत्सुक असे कोण कोण राजकुमार डेरेदाखल झालेले आहेत; सांग पाहू?"

"अहो राजकुमारी, काय सांगावं तुम्हाला? सगळा मंडप युवराजांनी गजबजून गेला आहे." धीरेने असे म्हणताच मला हसायला आले.

"काय झाले राजकुमारी हसायला?"

"काही नाही गं– गर्दी खूप आहे; पण माझा विवाह तर एकाशीच होणार आहे ना, म्हणून हसायला येत होते."

"ते तर आम्हालाही कळतं हो. बघू या तुम्ही कुणाची निवड करताय ते?"

"बघू या आता काय काय होते ते... कुणास ठाऊक... काय दडलं आहे भविष्यात?... का मला अविवाहित राहावे लागते?"

"असं अभद्र बोलू नये राजकुमारी... अशा मंगल प्रसंगी..."

"जाऊ दे. नाही बोलत... पण मला एक सांगशील?"

"काय?"

"कोणकोणते युवराज विवाहासाठी आलेले आहेत?"

"खूप आहेत. मंडपाच्या एका बाजूला आहेत बृहन्त, मणिमान, दंडधार, सहदेव, मेघसंधी, विराट, वार्धक्षेमी, सुशर्मा, सुचित्र, सत्यवृत्ती, सूर्यध्वज, वृक, चित्रायुध, जरासंध, अंशुमान, शिशुपाल, चंद्रसेन, बाल्हिक, विदंड, दंड, बृहद्रथ, शल्य, जयद्रथ, रुक्मांगद, भगीरथ, रुक्मरथ, पिंडारक, भूरी, अनिरुद्ध, भूरिश्रवस, शंकू, शल, कंक, सुषेण, विदुरथ, संकर्षण, विपृथू, वासुदेव, पृथू, प्रद्युम्न, कृतवर्मा, अक्रूर, उद्धव, सात्यकी..."

"पुरे बाई... पुरे!... मंडपाच्या दुसऱ्या बाजूला कोण कोण राजे-महाराजे, रथी-महारथी आणि युवराज...?"

"सांगते ना... मंडपाच्या दुसऱ्या बाजूलाही, राजकुमार, राजे महाराजे आहेत..."

"काही महत्त्वाची नावे फक्त सांग ना...धीरे?"

"दुसऱ्या बाजूला आहेत, दुर्योधन, नंदक, दुर्विषह, चित्रसेन, दुर्मुख, कुंडक, विकर्ण, उग्रायुध, दुःशासन, वायुवेग, युयुत्सू..."

"असू दे... असू दे... धीरा. पण मला एक सांगशील?"

"एक का हजार विचारा ना युवराज्ञी..."

"आता फक्त निवडक आणि महत्त्वाची नावे सांग, उगी यादी लांबवू नकोस..."

"निवडकमध्ये आहे कर्ण... आणि..."

"कर्ण? तो तर सूतपुत्र आहे. तो सम्राटाच्या बरोबरीने कसा काय बसणार?"

"तो अंग देशाचा राजा आहे म्हणतात राजकुमारी..."

"बरं, पुढे..."

"मंडपाच्या तिसऱ्या बाजूला अश्वत्थामा, भोज व गांधार देशाकडील अधिपती बसलेले आहेत..."

"श्रीकृष्णाचे आगमन झालंय ना धीरा?"

"झालंय ना... बलरामजी, श्रीकृष्ण हे यादव वीरही आसनस्थ झालेले आहेत..."

"किती चतुर आहेस तू धीरा... सगळ्यांना तू ओळखलंस... त्यांची नावेही तुला माहिती आहेत... सगळ्या राजांचा तू नावानिशी उल्लेख केलास..."

"अजूनही आहेत राजकुमारी... शाल्व, द्रोणायनी, सुनीथ... किती नावे सांगावीत! कलिंग, वंग, पौंड्र, विदेह, पांड्य, यवन..."

"पुरे कर धीरा... तुझ्याकडील नावांची यादी वाढतच चाललीय..."

"बरं, थांबते आता. मला तिकडे निघावे लागेल... आणि धृष्टद्युम्नदादा पण आपणास नेण्यासाठी येत असतील... पण राजकुमारी, आपणास एक विचारायचे होते" माझ्याजवळ येत धीरा म्हणाली.

"विचार ना..."

"राजकुमारी, आपणास मी एवढी नावे सांगितली; यांपैकी आपणास आवडलेले एखादे नाव सांगा ना?"

"अगं जा... खट्याळ कुठली..." धीरा खिदळत महालाबाहेर पडली. धीरेच्या प्रश्नाला उत्तर दिले नाही, पण तोच प्रश्न मला केव्हाचा अस्वस्थ करतोय... कोण बरे असेल आपल्या प्रारब्धात? कृष्ण का कर्ण? की अजून कोणी? कितीही विचार केला, तरी ह्या प्रश्नांची उत्तरे सापडत नाहीत. जवळपास सर्वच राजपुत्रांची माहिती मी गोळा केलीय. ह्यांपैकी कोण 'पण' जिंकणार? हा 'पण' पार्थ जिंकू शकला असता...पण तो तर वारणावतात जळून खाक झाला म्हणे. आता पार्थ, परशुराम, भीष्माचार्य, द्रोणाचार्य यांच्या तोडीचा योद्धाच हा 'पण' जिंकू शकेल. कोण 'पण' जिंकू शकेल, या विचारतंद्रीतच मी होते; एवढ्यात महालात कुणी तरी वार्ता घेऊन आले की राजपुत्र धृष्टद्युम्न येत आहेत. मी सावध होऊन बसले.

माझ्या महालात प्रवेश करीतच धृष्टद्युम्नदादाने विचारले,

"युवराज्ञी याज्ञसेनी, झाली ना तयारी पूर्ण?"

"होय दादा."

"तर मग चल, विवाहमंडपात सगळे तुझीच प्रतीक्षा करीत आहेत. मी आणि

पिताश्री तुझ्या विवाहासाठी दक्ष आहोत. कुठेही, काहीही कमी पडणार नाही. मागे कधी झाला नसेल नि पुढे कधी होणार नाही, असा हा परिपूर्ण विवाहसोहळा असेल...ह्या यथातथ्य सोहळ्यात एक मात्र दु:ख आहे...''

''कसले दु:ख दादा?''

''दु:ख याचे आहे की, पार्षती... तू आता आम्हा सर्वांना सोडून जाणार...'' पुढे दादाला बोलता आले नाही. त्याच्या डोळ्यांत आसवे उभी राहिली, पण दादा लगेच सावरला. त्याने आपले डोळे पुसले अन् माझ्या खांद्यावर आश्वासक हात ठेवत म्हणाला, ''चल पांचाली''

अतिशय प्रेमाने माझा हात हाती घेऊन धृष्टद्युम्नदादाने मला विवाहमंडपात आणले. विवाहमंडपात पांचाल देशाचे पुरोहित, मंत्रवेत्ते, ब्राह्मण यज्ञकुंडाभोवती आसनस्थ झाले होते. ते सर्व शास्त्रोक्त पद्धतीने अग्नीभोवती परिस्तरण करून घृताने अग्नीत हवन करीत होते. मी आणि धृष्टद्युम्नदादा एवढ्यात विवाहमंडपात पोहोचलो अन् टाळ्यांचा कडकडाट झाला. शेकडो तुताऱ्यांचे निनाद सभामंडपात घुमू लागले. दुंदुभीचा प्रचंड ध्वनी सर्वत्र भरून राहिला. दुंदुभी आणि तुताऱ्यांच्या कल्लोळात वेणू, वीणा आणि पणव यांचाही नाद मिसळला. अवघे मंडप ह्या नादब्रह्माचा आस्वाद घेऊ लागले. क्षणभर मी चौफेर दृष्टी टाकली. सगळा सभामंडप डोळ्यांत साठवून घेत मी आसनस्थ झाले. पुरोहितांचे अग्नीत हवन करणे चालूच होते. अवघे वातावरणच चैतन्यमय झाले होते. जणू काही स्वर्गातून रुद्र, आदित्य, वसू, आश्विनीकुमार, मरुत, यम, धनराज, कुबेर, दैत्य, गरुड, उरग, देवर्षी, गुह्यक, चारण, विश्वावसू, नारद, पर्वत, अप्सरा, गंधर्व आदी गण विवाहासाठी काम्पिल्यनगरीत उतरले आहेत. वातावरण तर असेच दिसत होते. कुणी सांगावं– अदृश्य शक्तीमध्ये हे सर्व विवाहात उपस्थित असतीलही. मी पाहत होते– शेजारी धीरा आणि प्रियंवदा होत्या. संधी मिळेल तेव्हा त्या मला युवराजांची माहिती देत होत्या. कर्ण, श्रीकृष्ण, दुर्योधन, दु:शासन... अजून किती तरी राजपुत्र, राजे- महाराजे, रथी-महारथी समोर दिसत होते. काही परिचित, तर काही अपरिचित चेहरे... राजकुमारांबरोबर काही तेज:पुंज आणि तेजस्वी ब्राह्मणकुमारही विवाहासाठी उपस्थित होते. सगळेच अद्भुत नि स्वर्गीय वाटत होते. सगळा मंडपच स्वप्नांच्या तोरणमाळा खांद्यावर घेऊन पांचालाच्या वैभवाचे नि:श्वास टाकत होता. दादाचे लक्ष विवाहवेदीकडे लागले होते. एवढ्यात अग्नीभोवतीच्या ब्राह्मणांकडून, पुरोहितांकडून अन् मंत्रवेत्त्यांकडून स्वस्तिवाचन थांबले.

स्वस्तिवाचन थांबल्याक्षणी दादाने आपला उजवा हात उंच करून खूण केली. दादांचा इशारा मिळताच दुंदुभीचा आकाशध्वनी शांत झाला. तुताऱ्यांचे निनादही थांबले. वेणू, वीणा, पणव यांच्या नादालाही पूर्णविराम मिळाला. नादब्रह्माचा आस्वाद घेणारे अतिथीगण समाधिअवस्थेतून भानावर आले. साऱ्या मंडपात नीरव शांतता पसरली. ह्या शांततेचा लाभ उठवत धृष्टद्युम्नदादा मेघासारखा आवाज करीत मोठ्याने म्हणाला, "पांचाल देशाच्या पावन काम्पिल्यनगरीत एकत्र आलेल्या शूरवीर, भूपती आणि युवराजांनो!..." दादाचा हा धीरगंभीर आवाज ऐकून सर्व विवाहमंडप एखाद्या चित्रासारखा स्तब्ध झाला. पुन्हा सर्वदूर शांतता पसरली. दादाने माझा हात हाती घेतला. आम्ही सभामंडपाच्या मध्यभागी आलो. सभामंडपात आम्ही सर्वदूर दृष्टी टाकली. सर्व युवराज माझ्याकडे पाहत होते, हे माझ्या लक्षात आले. परत दादाचा दुंदुभीसारखा आवाज बाहेर पडला. म्हणाला, "ह्या विवाहवेदीवर मी द्रुपदपुत्र धृष्टद्युम्न पांचाल देशाच्या वतीने सर्वांचे हार्दिक स्वागत करीत आहे. विशेष अभ्यागत म्हणून आपली पायधूळ काम्पिल्यनगरीत पडली, हे आमचे सद्‌भाग्यच म्हणावे लागेल. आपणा सर्व अतिथींचे परत एकदा मी मनापासून स्वागत करतो. इथे काही ज्येष्ठ अतिथी पार्षतीला आशिष देण्यासाठी उपस्थित आहेत, तर काही युवराज याज्ञसेनीशी विवाह करण्याच्या हेतूने आलेले आहेत. पांचाल देशाचा युवराज म्हणून मी आपणा सर्वांना विनम्र अभिवादन करतो. आता याज्ञसेनीच्या विवाहाचा 'पण' सर्वांनी लक्ष देऊन ऐकावा. हे विवाहोत्सुक राजकुमारांनो, इथे एक महाकाय धनुष्य ठेवले आहे. त्यासाठी योग्य व तेवढेच प्रचंड बाणही ठेवलेले आहेत. इथे वरच्या बाजूला एक यंत्र बसवलेले आहे. ह्या बहुचर्चित धनुष्याच्या व बाणाच्या साह्याने, वर फिरणाऱ्या यंत्रातील मत्स्याचा डोळा म्हणजे लक्ष्य होय. जो पाच बाणांत ह्या मत्स्याचा डोळा टिपेल आणि जो कुलाने, रूपाने व बळाने श्रेष्ठ असेल; त्यालाच माझी ही भगिनी याज्ञसेनी वरमाला अर्पण करणार आहे. अर्थात, अंतिम अधिकार याज्ञसेनीकडेच राहील. माझे हे बोलणे सत्य असून पांचाल देशाचा प्रतिनिधी म्हणून मी हा 'पण' लावलेला आहे." दादाची उद्‌घोषणा सर्व जण शांतपणे ऐकत होते.

दादाने घोषित केलेला 'पण' ऐकून सर्व सभा स्तब्ध झाली. त्यानंतर दादा मला एक-एक राजकुमाराचा परिचय करून देऊ लागला. परिचयानंतर मी आसनस्थ झाले. एकनूएक राजकुमाराचे माझ्या तीक्ष्ण दृष्टीने अवलोकन केले. महाराज धृतराष्ट्राचे पुत्र तर विवाहासाठी उतावीळ झाले होते. धृतराष्ट्राला माता गांधारीपासून आणि इतर दासींपासून झालेले असे एकूण शंभर पुत्र होते. ह्या

शंभरामध्ये विकर्ण मात्र वेगळा दिसत होता. दादाने जेव्हा मला दुर्योधनाची ओळख करून दिली, तेव्हा तर मला शिरशिरीच आली. मदांध दुर्योधनाच्या व्यक्तिमत्त्वात कमालीचा कडवेपणा भरलेला होता. त्याच्या नजरेत सदैव शिकारीची भावना होती. त्याच्याकडे पाहिल्यानंतर किळस आणि भीती याची संमिश्र वीज, माझ्या देहातून चमकून गेली. सत्तेसाठी कोणत्याही स्तराला जाणारा हा किळसवाणा कुपुत्र भीतीदायकही वाटत होता. एक वाईट विचार माझ्या मनात आला— हा 'पण' दुर्योधन तर जिंकणार नाही ना? पण माझे अंतर्मन सांगू लागले की, दुर्योधन कितीही पराक्रमी असला तरी त्याला हा 'पण' नक्कीच जिंकता येणार नाही आणि शेवटी धृष्टद्युम्नदादाने अंतिम अधिकार तर मला दिलेलेच होते.

दादाने जेव्हा कर्णाचा परिचय करून दिला, तेव्हा मात्र माझी झालेली द्विधा अवस्था सोबत असलेल्या धीरेच्या लक्षात आली असावी. तिने मला हळूच विचारले, "काय झाले युवराज्ञी?"

"काही नाही गं धीरा–"

"असं कसं राजकुमारी? कर्णाविषयी विचार करताय ना?"

"खरंच."

"राजकुमारी... असं म्हणतात की, कर्णात आणि पांडवांमध्ये बरेचसे साम्य आहे. कर्ण हा भीमार्जुनाचा भाऊच शोभतो!"

"पण कर्ण तर सूतपुत्र आहे. खरं म्हणजे, आज पांडव असायला हवे होते. पार्थाच्या पराक्रमाच्या किती तरी कथा मी ऐकून होते. पार्थ हा 'पण' नक्कीच जिंकला असता."

"पार्थ तर आता पृथ्वीतलावरच नाही; मग त्याचा विचार कशासाठी करायचा युवराज्ञी? मला वाटतं, हा 'पण' कर्णच जिंकेल."

"तुझे कदाचित खरेही असेल धीरा... पण कर्ण कितीही पराक्रमी असला तरी शेवटी तो सूतपुत्र ना? शेवटी कुळाचाही विचार करावा लागतोच. शेवटी नशीबच असते म्हणा एकेकाचे. सूतकुळात जन्म घेतला, हा त्याचा तरी काय दोष म्हणा! जाऊ दे. कर्णाचा विचार मला अधिकच अस्वस्थ करतोय."

माझं बोलणं ऐकून धीरा शांत बसली. माझं मन मात्र उगीच सैरभैर झालं. मला क्षणभर वाटले, मनाच्या एका कोपऱ्यात कर्ण स्थानापन्न तर झाला नाही? पण हा विचार मी माझ्या मनातून प्रयत्नपूर्वक काढला. पुढे दादाने माझा श्रीकृष्णाशी परिचय करून दिला. श्रीकृष्ण या सोहळ्यास उपस्थित आहे, म्हणजे लक्ष्यवेध करण्यास तोही उत्सुक आहे का? श्रीकृष्ण... एक सर्वांगपूर्ण आदर्श

व्यक्तिमत्त्व. आज तरी श्रीकृष्णाएवढा पराक्रमी, सुंदर, बुद्धिमान अन् तेजस्वी राजकुमार सबंध विश्वात दिसत नाही. खरेच, श्रीकृष्ण लक्ष्यवेधात सहभागी होणार आहे का? तशी त्याची इच्छा असेल का? पण लक्ष्यवेध त्याच्यासाठी किती साधी गोष्ट आहे. विवाहाचा 'पण' तर श्रीकृष्ण सहज जिंकू शकतो, याविषयी माझ्या मनात तिळमात्र शंका नाही. मी श्रीकृष्णाकडे पाहत होते. त्याच्या मस्तकावरचे मोरपीस किती उठून दिसत होते. खरं म्हणजे, मोरपीसाला श्रीकृष्णाच्या शिरावर स्थान मिळाल्याने तेच अधिक सुंदर झाले होते. श्रीकृष्णाच्या चेहऱ्यावरचे निरागस स्मित त्याच्या नितळ व्यक्तिमत्त्वाची साक्ष देत होते. मी मात्र अनिमिष नेत्राने त्याच्याकडे पाहत होते. श्रीकृष्णाच्या शेजारी बलरामदादा बसले होते. त्यांच्याशी संवाद साधण्यासाठी श्रीकृष्णाने आपले ओठ विलग केले अन् मोगरीच्या कळ्यांसारखी त्याची दंतपंक्ती त्याच्या चेहऱ्याला अधिकच खुलवीत होती. त्याचे सगळेच देहविभ्रम रसिकमनाला भावणारे होते. बलरामदादा आणि श्रीकृष्णाचा काही तरी संवाद चाललेला होता. माझे सगळे लक्ष तिकडेच होते. बोलता-बोलता श्रीकृष्णाने ज्या ठिकाणी ब्राह्मणपुत्र होते, तिकडे अंगुलीनिर्देश केला अन् बलरामदादांनी त्या ब्राह्मणपुत्रांकडे पाहून मान डोलावली. माझेही ब्राह्मणकुमारांकडे सहज लक्ष गेले. श्रीकृष्णाने जिकडे अंगुली-निर्देश केला होता, तिथे एक तेजस्वी ब्राह्मणकुमार दिसत होता. सर्वांमध्ये तो वेगळा दिसत होता. त्या ब्राह्मणकुमाराने माझेही लक्ष वेधून घेतले. सौंदर्य, धैर्य आणि पराक्रमाचे एक अद्भुत रसायन म्हणजे तो ब्राह्मणकुमार होता. कोण बरे असेल, हा मदनाचा पुतळा? श्रीकृष्ण आणि बलरामदादा हे दोघेही त्या ब्राह्मणकुमाराकडेच पाहत होते अन् आपसात काही तरी बोलत होते. गम्मत म्हणजे, तो तेजस्वी ब्राह्मणकुमार श्रीकृष्णाकडे पाहून मंद स्मित करीत होता. ब्राह्मणकुमाराच्या आजूबाजूला जे चार ब्राह्मणकुमार बसले होते, त्यांचाही काही तरी मूकसंवाद चालू होता, हे मात्र माझ्या लक्षात आले. कोण असतील हे ब्राह्मणकुमार? मी विचार करू लागले— हे पाच पांडव तर नसतील? अन् मध्ये दिसणारा तो पराक्रमी ब्राह्मणकुमार पार्थ तर नसेल?... कुणास ठाऊक? पण त्या पाच अग्निबाणांकडे मी पाहतच राहिले. आता मात्र माझी खात्रीच झाली. हा धनुर्धर पार्थच असला पाहिजे. मग वारणावताच्या लाक्षागृहात जळून मेले, ते कोण? सगळेच हळूहळू कळणार होते. श्रीकृष्णानेच काही तरी चमत्कार केला असेल का? ह्या ब्राह्मणकुमारांचे वेषांतरही किती बेमालूम झाले होते! हे पांडव असले तरी ते कुणाच्याही लक्षात येत नव्हते. अर्थात, ह्या सर्व घडामोडींच्या पाठीमागे श्रीकृष्ण असणार, हे निश्चितच.

माझी आता खात्री झाली. तो पार्थच होता. श्रीकृष्ण आता लक्ष्यवेध करणार नाही हेही निश्चितच होते. कारण पार्थावर त्याचे निरतिशय प्रेम आहे. पार्थ विवाहोत्सुक आहे, हे श्रीकृष्णाने जाणले असणार. धृष्टद्युम्नदादाच्या आवाजाने माझी विचारतंद्री भंगली. मी भानावर आले.

दादा बोलत होता, "हे युवराज्ञी याज्ञसेनी, पृथ्वीतलावरील अनेक देशांचे लहान-मोठे राजे-महाराजे ह्या मंडपात आसनस्थ झालेले आहेत. तुझे पाणिग्रहण करण्यास ते उत्सुक आहेत. यातील कुणी तरी लक्ष्यवेध केल्यावरही वरमाला टाकावी का नाही, याचा अंतिम अधिकार तुला देण्यात आला आहे."

दादा एवढे बोलून थांबल्यावर मंडपात कुजबुज सुरू झाली. काही युवराजांना कधी एकदा धनुष्य हाती घेऊ असे झाले, तर काही राजकुमार आताच भीतीने गर्भगळीत झाले होते. मदनज्वर चढलेले काही राजे तर उतावीळ झाले होते. कधी एकदा आपला क्रमांक लागतो नि कधी एकदा आपण बाण ओढतो, असे त्यांना झाले होते. एकदाचा पण जिंकण्याचा कार्यक्रम सुरू झाला. पहिल्यांदा जरासंधाचे नाव पुकारण्यात आले. आवेशपूर्ण हावभाव करीत जरासंध उठला. दिमाखाने चालत तो महाकाय धनुष्यजवळ गेला. मग सर्व शक्ती पणाला लावून त्याने धनुष्य उचलण्याचा प्रयत्न केला मात्र... सगळा विवाहमंडप श्वास रोखून जरासंधाकडे पाहत होता. धडपड करीत जरासंधाने कसे तरी धनुष्य उचलले अन् क्षणार्धात धनुष्य त्याच्या हातून खाली पडले. अपमानित होऊन घामाघूम झालेला जरासंध परत आसनावर येऊन स्थानापन्न झाला. मला बरे वाटले. मी श्रीकृष्णाकडे पाहत होते. त्याच्या चेहऱ्यावरही स्मित झळकत होते. विवाहमंडपात मी चौफेर दृष्टी टाकली. पार्थ मात्र शांत बसलेला दिसला. त्याच्या चेहऱ्यावर आत्मविश्वास दिसत होता. एकानंतर एक राजे, युवराज 'पण' जिंकण्यासाठी येऊ लागले. जरासंधानंतर शिशुपाल, शल्य, चित्रसेन, कुंडक, शाल्व, द्रोणायनी, सुनीथ, वक्र... किती तरी पराक्रमी योद्धे 'पण' जिंकण्यास आले; पण एकासही 'पण' जिंकता आला नाही. एकाही योद्ध्याला धनुष्यास दोरी चढवता येत नव्हती. पुढे दुर्योधनाचा क्रमांक आला. चेहऱ्यावर राकट भाव असलेला दुर्योधनही मोठ्या ऐटीत पण जिंकण्यासाठी निघाला. मला क्षणभर भीती वाटली— हा क्रूरकर्मा 'पण' जिंकणार तर नाही? शंकेची पाल मनात चुकचुकली. तोपर्यंत दुर्योधन धनुष्याजवळ पोहोचला होता. त्याने धनुष्याला हात लावला. सर्वशक्तिनिशी त्याने धनुष्य उचलण्याचा प्रयत्न केला. धनुष्य थोडे उचलले न उचलले तोच दुर्योधनाचा मुकुट खाली पडला. गळ्यातील हार तुटून खाली पडला अन् धनुष्यही

खाली कोसळले. दुर्योधन कसा तरी उठून उभा राहिला. अपमानित नजरेने त्याने माझ्याकडे बघितले. माझ्या चेहऱ्यावरचे हास्य लपून राहिले नाही. ते हास्य पाहून दुर्योधन अधिकच चिडला. अपमानाने त्याचे सर्वांग थरथरू लागले. तो तप्त दिसू लागला. तिकडे श्रीकृष्णानेही सुटकेचा नि:श्वास टाकला. माझ्या चेहऱ्यावरील तुच्छतामिश्रित हास्य पाहून दुर्योधन चडफडतच मागे फिरला.

एकानंतर एक राजे येऊ लागले. मी पाहत होते— प्रत्यक्ष धनुष्याला हात लावण्यापूर्वीच काही युवराजांच्या भाळावर स्वेदबिंदू गोळा होत होते. किती तरी राजे... कुणी शौर्याने श्रेष्ठ, तर कुणी रूपाने श्रेष्ठ. कुणी कुलाने श्रेष्ठ, तर कुणी शीलाने. कुणी वैभवाने श्रेष्ठ, कुणी कशाने... पण एकही योद्धा यशस्वी होत नव्हता. कुणाला धाप लागत होती, तर कुणाला भोवळ येत होती. कुणी बेशुद्ध पडत होते, तर कुणाचे मुकुट कोसळत होते. कुणाच्या हातातील कडीतोडे गळून जात होते, तर कुणाच्या डोळ्यांत रक्त उतरत होते. कुणाचे सर्वांग थरथरत होते तर कुणाची वाचा बंद पडत होती. श्रीकृष्ण मात्र गमतीने हा सोहळा पाहत होता. मोठमोठ्या रथी-महारथींचे हे हाल पाहून काही भ्याड राजे तर धनुष्याला हात न लावताच परतू लागले. एकंदर हा लक्ष्यवेध सर्वसामान्याला जमेल, असे वाटत नव्हते. एवढ्यात अंग देशाचा राजा कर्ण याचे नाव घेण्यात आले. कर्णाचे नाव घेतल्याबरोबर माझ्या हृदयाचे ठोके जलदगतीने पडू लागले. खरं म्हणजे कर्ण, सूतपुत्र; पण दुर्योधनाने त्याला अंग देशाचा राजा केल्याने तोही आता राजांच्या रांगेतच बसला होता. मला कळेना, आता काय करावे? कर्ण हा महापराक्रमी आहे, हे मी ऐकून होते. तो सहज लक्ष्यवेध करील, याविषयी मला खात्री होती... अन् कर्णाने पण जिंकला, तर मग कसे? माझी दृष्टी ब्राह्मणकुमारांकडे गेली. मी क्षणभर पार्थाकडे अन् कर्णाकडे बघितले. माझे मन साशंक झाले. हा विप्र नक्कीच पार्थ असेल ना—? असा विचार करत मी कृष्णाकडे पाहू लागले. कृष्णार्जुनाचा काही तरी मूकसंवाद चाललेला होता. त्यामुळे तो ब्राह्मणकुमार पार्थ असल्याची मला पुन्हा एकदा खात्री पटली होती. अंगराज कर्ण जागेवरून उठला. लक्ष्यवेध करण्यासाठी आत्मविश्वासाने तो एक-एक पाऊल टाकू लागला. त्याच्या चालण्यात वीरपुरुषाची गती होती. एखाद्या पराक्रमी योद्ध्याला शोभेल, अशा सिंहाच्या चालीने तो चालू लागला. चेहऱ्यावर विजयाची खात्री होती. कर्णाच्या रूपाने एक तेज:पुंज व्यक्तिमत्त्व लक्ष्यवेध करण्यासाठी धनुष्याजवळ आले. खरं सांगू? कर्णाने मला खूप विचार करायला लावले. आता माझी सत्त्वपरीक्षा होती. पार्थ का कर्ण? ...कर्ण का पार्थ? मी क्षणभर गोंधळून गेले. माझी मती कुंठित

झाली. काय निर्णय घ्यावा, हेच कळत नव्हते. पार्थही पराक्रमी, तर कर्णही पराक्रमी. कर्णाला कवचकुंडलांचे दान, तर पार्थाला राजकुळाचे वरदान. राजकुमार का सूतपुत्र? आता वेळ कमी होता. माझ्या जीवनातील हा आणीबाणीचा प्रसंग होता. माझे लक्ष श्रीकृष्णाकडे गेले. तो तर स्थितप्रज्ञ दिसत होता. पण माझी खात्री झाली— श्रीकृष्णाचा पाठिंबा पार्थालाच असणार. कर्ण धनुष्याजवळ येऊन पोहोचला होता. त्याच्या चेहऱ्यावर सूर्याचे तेज होते. चेहऱ्यावर गंभीर भाव असला, तरी त्याच्या मुळाशी कुठे तरी बालकाचा निरागसपणाही जाणवत होता. त्याचे बाहू पीळदार होते. कर्ण धनुष्याजवळ गेला. एक नम्र नमस्कार करून धनुष्यास स्पर्श केला अन् क्षणार्धात ते महाकाय धनुष्य लीलया उचलले. तेवढ्यात युवराज दुर्योधन मोठ्याने म्हणाला, "अंगराज कर्णाचा.." इतर धृतराष्ट्रपुत्र म्हणाले, "विजय असो!"

कर्णाने बघता-बघता धनुष्याला दोरी लावली, बाण जोडला, प्रत्यंचेचा टणत्कार झाला. मंडपातील सर्व राजेगण अनिमिष नेत्रांनी कर्णाकडे पाहत होते. माझ्या अंत:करणात गोंधळाचे वादळ उसळले. मी श्रीकृष्णाकडे दृष्टी टाकली. मनोमन त्याला अभिवादन केले. मनातला सगळा गोंधळ त्याच्या चरणी अर्पण केला अन् त्याच क्षणी माझे मन संशयातीत झाले. मी कर्णाकडे पाहत होते. कर्ण आता प्रत्यंचा ओढणार अन् लक्ष्यवेध करणार, एवढ्यात मी उठले आणि मोठ्या आवाजात म्हणाले "थांबा..." मी असे म्हटल्याबरोबर सगळे सभागृह चित्रासारखे स्तब्ध झाले. हातात धनुष्य धरून त्याच अवस्थेत कर्णही थांबला. मी म्हणाले, "परमपूज्य पंडित, पुरोहित, विप्रगण, पराक्रमी राजे-महाराजे, रथी-महारथी आणि माझ्या विवाहाप्रीत्यर्थ इथे उपस्थित असलेल्या सन्माननीय व्यक्तींना मी एक नम्र निवेदन करणार आहे; विवाहासाठी लावलेला हा 'पण' राजकुळातील मान्यवरासाठी आहे; कर्ण हा सूतपुत्र असल्याने तो लक्ष्यवेध करू शकणार नाही!" माझा धीरगंभीर अन् आत्मविश्वासपूर्ण आवाज दशदिशांत गेला. सगळेच कानांच्या ओंजळी करून माझे बोलणे ऐकत होते. प्रारंभी काही जण विश्वासच ठेवत नव्हते की, याज्ञसेनी एवढे बोलू शकते. माझे हे जाहीर विधान ऐकले अन् पार्थ प्रसन्नपणे हसला. श्रीकृष्ण पार्थाकडे पाहत भुवया उंचावीत होता.

थोड्याच वेळात कुणी तरी पंडित उभा राहत म्हणाला, "युवराज्ञी याज्ञसेनी म्हणते ते बरोबर आहे. हे शास्त्रसंमत आहे. सूतपुत्र ह्या स्पर्धेत भाग घेऊ शकत नाही. कर्णाने लक्ष्यवेध करू नये." क्षणार्धात विवाह मंडपात माझा जयजयकार होऊ लागला. हा जयजयकार थांबल्यावर दुर्योधन उभा राहिला अन् त्वेषाने म्हणाला, "राजे, महाराजे, पंडित अन् सभाजनहो! कर्ण हा महाराजाच आहे. त्याला अंग

देशाचा राजा मीच केलाय. कोणत्याही क्षत्रिय राजापेक्षा कर्ण कुठेच कमी नाही. तो लक्ष्यवेध करू शकत नाही, असे म्हणणे अन्यायकारक आहे. त्याला लक्ष्यवेधाची परवानगी मिळालीच पाहिजे.''

दुर्योधनाची ही गर्वांध भाषा मला मुळीच आवडली नाही. माझाही राग अनावर झाला. नववधू सुलभ भावावस्थेमधून मी कधी बाहेर आले, हे माझे मलाच कळले नाही. अतिशय निश्चयी आणि करारी शब्दांत मी म्हणाले, ''सज्जनहो, एखाद्या सूतपुत्राला राजसिंहासन मिळाले, म्हणजे तो क्षत्रिय राजा होत नाही. तो सूतपुत्रच राहतो. कर्ण हा सूतपुत्रच आहे. मी सूतपुत्राशी विवाह करणार नाही. केवळ राजसिंहासन मिळाले, म्हणजे पिढीजात संस्कार मिळणार नाहीत. वंशपरंपरेने मान्य केलेला आणि महाराज-महाराणीचा वंशजच त्यांचा उत्तराधिकारी होऊ शकतो. सनातन वंशपरंपरेला काही अर्थ आहे की नाही? उच्च कुलाचे काही रीतीरिवाज आहेत का नाहीत? उच्च कुळातील राजकन्येचा नीच कुळातील पुरुषाशी विवाह हा न्यायसंगत आहे का? हा विवाह शास्त्रसंमत होऊ शकतो का? सांगा मला— मला ह्या प्रश्नांची उत्तरे हवी आहेत.'' मी बोलून तर गेले पण विचार करू लागले माझे काही चुकले तर नाही ना?

सगळी सभा विस्मयचकित झाली. कर्णाचा चेहरा अपमानाने काळवंडून गेला. कर्णाने धनुष्य खाली ठेवले. त्याच्या चेहऱ्यावरून त्याच्या मनात अपमानाचा आगडोंब उसळून आला होता, हे कळत होते. कर्णाने आकाशातील सूर्याकडे तुच्छतेने पाहिले अन् मग माझ्याकडेही... एवढ्यात माझ्या आवाहनाला चांगलाच प्रतिसाद मिळाला. सभेतील अनेक लोकांच्या मुखांतून उद्‌गार निघू लागले, युवराज्ञीचे बरोबर आहे. राजकन्या शास्त्रपारंगत आहे. ती बुद्धिमान आहे. ती सूतपुत्राला वरणार नाही. राजकन्येची धन्य हो! माझा जयजकार चालूच होता. एवढ्यात सर्वांना शांत राहण्याचे आवाहन करीत दुर्योधन पुन्हा म्हणाला, ''हे उपस्थित सज्जनहो! ही राजकन्या मूर्ख आहे. ह्या सभेत तिने माझा व माझा सखा कर्ण ह्याचा अपमान केलाय. हे राजा द्रुपदा, तुझी ही कन्या आता अविवाहितच राहील; कारण अंगराज कर्णाप्रमाणे धनुर्विद्यापारंगत वीर ह्या पृथ्वीतलावर आजच्या प्रसंगी तरी कोणीच नाही हे मी खात्रीने सांगू शकतो.'' विवाहमंडपातील सर्व जण स्तब्ध होऊन ऐकत होते. अपमानित झालेल्या कर्णाकडे मी बघितले. त्याच्या चेहऱ्यावर स्वेदबिंदू जमा झाले होते. त्याच्या चेहऱ्याकडे पाहून माझ्याही अंत:करणात क्षणभर कालवाकालव झाली, हे मात्र खरे. पण ती मी माझ्या चेहऱ्यावर दिसू दिली नाही. अपमानाने जखमी झालेला कर्ण दुर्योधनाला म्हणाला, ''अरे मित्रा,

जाऊ दे. उगी विनवणी करू नको. ही सभा तुझ्या पाठीशी उभी राहणार नाही, याची मला जाणीव आहे. पण मित्रा, खरे सांगू? हा अपमान मी आजन्म विसरणार नाही. ह्या राजकन्येने मला वारंवार सूतपुत्र म्हणून अपमानित केले आहे. पण तू माझा सखा जवळचा मित्र म्हणून सांगतोय— ह्या अपमानाचा प्रतिशोध मी केव्हा तरी निश्चितच घेईन. अशी वेळ नक्कीच आपले वर्चस्व सिद्ध करेल.''

एवढ्यात धृष्टद्युम्नदादा उठला. त्याने सर्वांना शांत राहण्याचे आवाहन केले. काही ज्येष्ठ राजांनी दुर्योधन-कर्णाचीही समजूत घातली. वातावरण थोडेसे शांत झाले. ह्या शांततेचा लाभ घेत धृष्टद्युम्नदादा म्हणाला, ''पांचाल देशाच्यावतीने मी नम्र निवेदन करीत आहे. कृपया सर्वांनी आसनस्थ होऊन शांत बसावे. विद्वत्‌जनांनी विचार करून दिलेला निर्णय म्हणजे, अंगराज कर्ण हा लक्ष्यवेध करण्यास अपात्र आहे. आता मी उर्वरित युवराजांना आवाहन करीत आहे— कृपया त्यांनी लक्ष्यवेधासाठी पुढे यावे.'' दादाच्या या आवाहनाबरहुकूम एक-एक युवराजाचे नाव पुकारले जाऊ लागले. पण कुणालाही यश येत नव्हते. थोड्या वेळाने तर एकही युवराज किंवा राजा लक्ष्यवेध करण्यास उठत नव्हता. काही क्षण असेच गेले. श्रीकृष्णाने माझ्याकडे बघितले, आकाशाकडे बघितले अन् शेवटी त्याने पार्थाकडे दृष्टी टाकली. श्रीकृष्णार्जुनाची दृष्टिभेट झाली अन् ब्राह्मणकुमाराच्या वेशभूषेतील पार्थ आसनावरून उठला अन् सभागृहास उद्देशून विनयाने म्हणाला, ''हे सज्जनहो, मी एक विप्रपुत्र आहे. याज्ञसेनीशी विवाह करण्याच्या हेतूने इथे आलो आहे. आतापर्यंत एकही वीर लक्ष्यवेध करण्यात यशस्वी झाला नाही. तेव्हा ह्या सभागृहाची मान्यता असेल, तर हा लक्ष्यवेध मी करण्यास तयार आहे. सांगा, मला सभागृहाची मान्यता आहे का?''

पार्थाचे सभागृहासमोरचे हे आवाहन ऐकून तमाम ब्रह्मवृंदास पराकोटीचा आनंद झाला. ब्रह्मवृंदाकडून टाळ्यांचा कडकडाट झाला. सभागृहाकडून पार्थाला परवानगी मिळाली आणि त्याचा जयजयकार होऊ लागला. एका विप्रपुत्राने एवढे धाडस करावे, हे दुर्योधनाला सहन झाले नाही. तो म्हणाला, ''हे ब्राह्मणकुमारा, तू क्षणभर थांब.'' असे म्हणत तो विद्वत्‌जनासमोर आला आणि अहंकाराने त्यांना विचारू लागला, ''अंगराज कर्ण हा राजा असून लक्ष्यवेधास पात्र नाही, तर एका निर्धन ब्राह्मणकुमाराला लक्ष्यवेधाची परवानगी कशी मिळेल?'' दुर्योधनाच्या ह्या प्रश्नाला कदाचित काही विद्वानांनी उत्तरेही दिली असती; पण एवढ्यात मीच आसनावरून उठले. मी उभी राहिल्याने सभागृहातील कुजबुज थांबली. शांत झालेल्या सभागृहात माझा आवाज दूरपर्यंत पोहोचू लागला. मी म्हणाले, ''हे धृतराष्ट्रपुत्र दुर्योधना, विविध देशांच्या प्राचीन इतिहासाचे अवलोकन केल्यावरच

कळेल, अशा प्रश्नाचे उत्तर तू विचारले आहेस. पौराणिक ग्रंथांचा तुझा मुळीच अभ्यास नाही, असे दिसते.'' माझे बोलणे अर्धवट ठेवून दुर्योधन मध्येच म्हणाला, ''हे मूर्ख कन्ये, तू फार तत्त्वज्ञान सांगण्याची आवश्यकता नाही. तुझ्या ह्या मूर्खपणामुळे तू आता आजन्म अविवाहितच राहणार आहेस. बंद कर तुझे बोलणे.'' ...त्याचे बोलणे ऐकून मलाही संताप आला. मी म्हणाले,''दुर्योधना, तुला भान आहे का? तू कोणत्या सभागृहात उभा राहून मला शांत करण्याची भाषा करतोस? माझ्या पित्याचा हा देश आहे. शूरांचा आणि वीरांचा हा पांचाल देश आहे. माझे पिताश्री महाराज द्रुपद हे पुरूचे वंशज आहेत. याच वंशात सोमक आणि सहदेव असे पराक्रमी राजे होऊन गेले आहेत. ह्या वंशपरंपरेतील महाराजे यज्ञकर्ते होते, विद्वान होते, पराक्रमी होते नि तत्त्वाभिमानी होते. अशा वंशाचा वारसा सांगणाऱ्या धृष्टद्युम्न नावाच्या माझ्या बंधूने हा 'पण' लावला आहे. तेव्हा बोलण्यापूर्वी विचार करून बोल...''

मी बोलताना सारी सभा अवाक् होऊन ऐकत होती. श्रीकृष्ण तर अनिमिष नेत्रांनी माझ्याकडे पाहत होता. लक्ष्यवेध करण्यासाठी सज्ज झालेल्या पार्थाच्या चेहऱ्यावरही तेज तळपू लागले. मी पुढे म्हणाले, ''दुर्योधना, कर्ण हा कधीच राजा होऊ शकत नाही. एक विप्रपुत्र लक्ष्यवेधासाठी पुढे येत आहे, तर त्याला रोखणारा तू कोण? आणि इतिहास-पुराणांचीच जर साक्ष द्यायची असेल तर नीट लक्ष देऊन ऐक. प्राचीन काळी कित्येक राजांनी ब्राह्मणपुत्राला आपली कन्या देऊन कन्यादान केले आहे. अनादि काळापासून ब्राह्मण ऋषी-मुनींना अग्रपूजेचा मान मिळाला आहे. इथे जमलेल्या सर्व विद्वत्जनांना माहीतच आहे की, कन्येचा विवाह उच्च कुळात होऊ शकतो. शास्त्रही हेच सांगते. कन्येचा विवाह नीच कुळात होऊ नये, पण उच्च कुळात व्हायला शास्त्राची परवानगी आहे.'' सर्व सभा स्तंभित होऊन माझं बोलणं ऐकत होती. विद्वानांच्या चेहऱ्यावर माझ्याविषयीचे कृतज्ञभाव दिसत होते. खरं सांगू, कसले कूळ अन् कसला वर्ण? मी तर पार्थाच्या पराक्रमावर अन् पौरुष्यावर लुब्ध झाले होते. एक पंडित उभा राहिला. म्हणाला, ''बरोबर आहे... याज्ञसेनीचे बरोबर आहे. धन्य हो पांचाली, धन्य हो!''

अनादी काळापासून विवाहाचा इतिहास जरी लक्षात घेतला, तर असे एखादेही उदाहरण आपणास सापडणार नाही की, ज्या विवाहात एक नववधू आपली सलज्जता सोडून अशी परखड व बाणेदार बोलते. भविष्यकाळातही अशी कुठलीच नववधू होणार नाही, असे मला वाटते. पण माझा विवाहच जगावेगळा अन् माझे एकंदर जीवनच जगावेगळे! एका नववधूने एवढे बोलू नये, हे मलाही कळत होते.

पण दुर्योधनाच्या हस्तक्षेपाने माझा राग अनावर झालेला होता. विद्वानांनी माझ्या विचारांना प्रतिसाद दिल्यावर दुर्योधन बाकी शांत होऊन आसनस्थ झाला. पार्थाच्या चेहऱ्यावर कमालीचा आनंद दिसत होता. श्रीकृष्णाने त्याच्याकडे बघितले. दोघांचा काही तरी मूकसंवाद झाला अन् पार्थ लक्ष्यवेध करण्यासाठी सज्ज झाला. पार्थ हा क्षत्रिय आहे, हे सभागृहाला कसे कळले नाही, याचे मला अजूनही आश्चर्य वाटते. पार्थ उठला. त्याचे दंड हत्तीच्या सोंडेसारखे दिसत होते. त्याचे खांदे पुष्ट होते. बाहू विशाल दिसत होते. एखाद्या सिंहासारखा चालत तो लक्ष्यवेध करण्यासाठी येऊ लागला. पार्थ धनुष्याजवळ आला. क्षणभर निश्चल उभा राहून त्याने धनुष्याकडे नीट पाहून घेतले. धनुष्यास एक प्रदक्षिणा घातली. दोन्ही हात जोडून परमेश्वराचे स्मरण केले आणि त्याची दृष्टी श्रीकृष्णाकडे गेली. काही क्षण असेच गेले. नंतर पार्थाने क्षणभर माझ्याकडे बघितले अन् प्रचंड आत्मविश्वासाने त्याने धनुष्यास हात लावला. क्षणार्धात त्याने धनुष्यास दोरी लावली. पाच बाण हाती घेतले. प्रत्यंचा ताणली अन् एका निमिषामध्ये त्याने लक्ष्यभेद केला अन् टाळ्यांचा प्रचंड कडकडाट झाला. धन्यतेचे उद्‌गार सभागृहातून ऐकू येऊ लागले. विप्रांच्या आनंदाला तर पारावार नव्हता. तुताऱ्यांचा आवाज आसमंतात घुमू लागला. भाटांनी स्तुतिसुमने आळवायला सुरुवात केली. विविध प्रकारची तालवाद्ये वाजू लागली. मृदंग, नगारे, ढोल, दुंदुभी यांच्या वादनातून मंडपात नादब्रह्मच उभे राहिले. सुवासिनी लक्ष्यवेध होण्याची वाटच पाहत होत्या. आता त्यांचे मंगलगान सुरू झाले. त्यांचे सामूहिक मंगलगान आनंददायी होते, वातावरण प्रसन्न करणारे होते.

पार्थाच्या लक्ष्यभेदानंतर मी मात्र खूपच भावविवश झाले. माझ्यातले चातुर्य, बुद्धी, व्यासंग, स्थितप्रज्ञता कुठे गेली... माझे मलाच कळत नव्हते अन् माझ्यात अवतरली एक नाजूक, सलज्ज आणि भावतरल नववधू! माझ्या चेहऱ्यावरचे भाव पाहून पार्थ हसला... क्षणभर. नितळ... गंगेच्या पाण्यासारखे. मी रंध्रारंध्रांतून मोहरून आले. मी नकळत वरमाला घेऊन पार्थाकडे निघाले. खरं म्हणजे, काही पावलांचे ते अंतर होते. पण मी अत्यानंदाने एवढी भावविवश झाले की, तेवढे अंतर चालतानाही माझ्या भाळावर स्वेदकण गोळा झाले होते. प्रियंवदा आणि धीरा यांनी मला सावरले. दोघींचा आधार घेऊन मी पार्थाकडे निघाले. पराकोटीचा आनंदही माणसाला अपंग बनवतो की काय? मी वरमाला घेऊन पार्थासमोर गेल्यावर पार्थ माझ्यापुढे अधोवदन झाला अन् अत्यानंदाने मी त्याच्या गळ्यात वरमाला टाकली. पार्थाने माझे पाणिग्रहण केले.

एक विप्रपुत्र 'पण' जिंकतो, हे क्षत्रियकुमारांना सहनच होत नव्हते. दुर्योधन

तर अंतर्बाह्य पेटून उठला होता. हा क्षत्रियांचा उपमर्द आहे, हीच भावना सगळीकडे दिसून येत होती. परशुरामाने एकवीस वेळा पृथ्वी नि:क्षत्रिय केली होती, तेव्हापासून ब्राह्मण नि क्षत्रिय यांच्यात वितुष्ट निर्माण झाले होते. ह्या परिस्थितीचा लाभ उठवत दुर्योधनाने वातावरण पेटवून दिले. क्षत्रियांची अहंभावना प्रबळ झाली. काही क्षणांतच वातावरण बदलून गेले. पार्थाविरुद्ध लढण्यास सर्व क्षत्रिय सज्ज झाले. मी पार्थाच्या डाव्या बाजूस उभी होते. परिस्थितीचे गांभीर्य माझ्या लक्षात आले. माझ्या चेहऱ्यावरची चिंता पार्थाला कळली असावी. माझ्या खांद्यावर आश्वासक हात ठेवत पार्थ म्हणाला, "याज्ञसेनी, चिंता करू नकोस. हा विप्रकुमार या सर्वांचा समाचार घेईल."

"अंह ऽऽ! विप्रकुमार नव्हे... पार्थ!... धनुर्धारी!!... सव्यसाची पार्थ...!!!"

कुणी ऐकणार नाही, एवढ्या हळू आवाजात मी बोलत होते. पार्थ क्षणभर चमकला. तो फक्त हसला. एवढ्यात दुर्योधनाचा आवाज विवाहमंडपात घुमू लागला. म्हणाला, "अरे विप्रकुमारा, चल, युद्धास तयार हो. इथे सर्व राजे, राजपुत्र युद्धास तयार झाले आहेत. एक तर युद्धास तयार हो, अन्यथा याज्ञसेनीवरचा अधिकार सोडून दे." दुर्योधनाचे बोलणे ऐकून मला भीती वाटू लागली. भीतीने मी पार्थाकडे पाहत होते. त्याच्या चेहऱ्यावर भीतीचा लवलेशही दिसत नव्हता. त्याच्या चेहऱ्यावर विलसत होते अतुलनीय धैर्य! मला बरे वाटले. मला श्रीकृष्णाचाही आधार वाटू लागला. मी श्रीकृष्णाकडे बघितले. श्रीकृष्णाच्या चेहऱ्यावरही आनंद ओसंडून वाहत होता. त्याचे पार्थावर खरे प्रेम होते. केवळ पार्थासाठी श्रीकृष्णाने लक्ष्यवेध केला नाही, ह्याची मला जाणीव होती. श्रीकृष्णाच्या विचाराने मी स्वत:लाच विसरत होते. माझी चांगलीच तंद्री लागली होती. पण विवाह मंडपात सुरू झालेल्या गोंधळाने मी भानावर आले. सर्व क्षत्रिय राजे युद्धासाठी सज्ज झाले होते. पार्थाच्या बाजूने उर्वरित चार पांडव अन् प्रत्यक्ष श्रीकृष्ण असल्याने आता चिंता करण्याचे काहीच कारण नव्हते. तरीही भीती समूळ नष्ट होत नव्हती. पार्थाच्या विरोधात दुर्योधन सरसावला. एवढ्यात दुर्योधनाला बाजूला सारीत कर्ण पुढे आला. डिवचलेल्या नागाप्रमाणे कर्ण सूडाचे फूत्कार सोडत होता अन् युद्ध सुरू झाले. इतर क्षत्रिय राजांसोबत कर्ण भीमार्जुनावर तुटून पडला. बघता-बघता तुंबळ युद्ध सुरू झाले. श्रीकृष्ण व बलरामदादा प्रत्यक्ष युद्धात सहभागी झाले नव्हते. भीमाचा पराक्रम पाहून तर मी अवाक् झाले. मला फक्त पार्थच पराक्रमी आहे असे वाटत होते, पण भीमही काही कमी नव्हता. भीम वृक्षच्या वृक्ष मुळापासून उपटत होता आणि क्षत्रिय राजांना सळो की पळो करून सोडत होता. पार्थाचे आणि कर्णाचे तुंबळ युद्ध सुरू झाले, तर दुसरीकडे शल्य आणि भीमाची घनघोर लढाई

सुरू झाली. दुर्योधनादी इतर राजे उर्वरित विप्रांचा विरोध करण्यात गुंतले होते. शंखध्वनी तर दशदिशांत घुमत होता. पार्थाचा पहिलाच प्रहार एवढा प्रभावी होता की, त्याने कर्णही गर्भगळीत झाला होता.

तो दुर्योधनाकडे वळून म्हणाला, ''ऐकतोस काय दुर्योधना?''

''काय झाले अंगराज?''

''हा विप्रपुत्र आहे, यावर माझा विश्वासच बसत नाही.''

''मग हे वेषधारी ब्राह्मणपुत्र आहेत तरी कोण?''

''कळत नाही!'' असे म्हणत कर्ण पार्थाचा प्रतिकार करण्यात परत गुंतला. पार्थाचे बाण तर अक्षरशः बरसत होते. त्याच्या पहिल्या प्रभावी प्रहाराइतकेच त्याचे पुढील शस्त्रपारंगत प्रहार सुरू झाले. कर्णानेही सर्व शक्ती पणाला लावली होती. पण पार्थाच्या बाणवर्षावापुढे त्याचे काही चालत नव्हते. शेवटी पार्थाच्या शस्त्र-कौशल्यावर प्रभावित होऊन कर्ण त्याच्यापुढे हात जोडून म्हणाला, ''हे विप्रपुत्रा, तू आहेस तरी कोण? कृपा करून तुझा परिचय देशील तर बरे होईल. तुझे युद्धकौशल्य पाहून मी भारावून गेलो आहे. खरे सांग, तू विश्वप्रसिद्ध धनुर्धर परशुराम तर नाहीस? का परशुरामाचा एखादा अनुग्रहित शिष्य तर नाहीस? का बाणांचा वर्षाव करणारा इंद्र आहेस? तू विष्णूचा एखादा अवतार नाहीस ना? तू आहेस तरी कोण?

''हे तुझे वरचे रूप सोडून दे आणि तुझे खरे रूप सांग. ह्या पृथ्वीतलावर मला पराभूत करणारे फार थोडे पराक्रमी वीर आहेत. परशुराम, इंद्र किंवा पांडूपुत्र पार्थ. या तिघांपैकी तू कोण आहेस? पण पार्थ तर आता राहिला नाही. तू कोण आहेस? तुझ्या शस्त्रविद्येला मी अभिवादन करतो...''

मी कर्णाकडे पाहत होते. तो खरोखरच नम्रतेने विचारत होता. पिताश्री द्रुपद, ज्येष्ठ भ्राता धृष्टद्युम्न, युगपुरुष श्रीकृष्ण सर्व जण पार्थाकडे कौतुकाने पाहत होते. कर्णाला पार्थ म्हणाला ''हे परशुरामशिष्य कर्णा, मी विष्णूचा अवतार नाही, इंद्र नाही, परशुराम नाही, पार्थ नाही अन् परशुरामाचा अनुग्रहितही नाही. मी धनुर्वेद जाणत नाही; पण मी युद्धकलेत निपुण असलेला एक ब्राह्मणकुमार आहे. माझ्या गुरूच्या कृपेने मी ब्राह्म आणि पौरंदर ही अस्त्र संपादित केली आहेत. ही अस्त्रेच मला हे युद्ध जिंकून देतील.'' पार्थाचे हे बोलणे ऐकून कर्णाने प्रसंगावधान राखले. कर्ण युद्धापासून परावृत्त झाला. कुतूहल आणि असूया असा संमिश्र भाव कर्णाच्या डोळ्यांत दिसत होता. कर्ण आणि पार्थाचे युद्ध संपले असले, तरी शल्य आणि भीम यांच्या लढतीमध्ये चांगलीच रंगत आलेली होती. शेवटी भीमाने प्रचंड

गर्जना करीत दोन्ही हातांनी शल्याला वर उचलले अन् वेगाने जमिनीवर आपटले. भीमाच्या गर्जनेने क्षत्रिय सैरावैरा पळू लागले. मी भीमार्जुनाकडे पाहत होते. त्यांच्या विषयी माझ्या मनात अपार आदर निर्माण झाला. दोघांच्याही अंगावर जखमा झालेल्या होत्या. मृगाची चर्मे अंगावर होती, पण ती विस्कटून गेलेली होती. भीमाने तर अत्युच्च पराक्रम केला होता. पार्थाने हर्षोल्हासाने माझ्याकडे बघितले. माझी दृष्टी हळुवारपणे त्याच्या पायांकडे वळली. पण पार्थाला अजूनही कुणी ओळखले नव्हते, याचेच मला आश्चर्य वाटत होते.

श्रीकृष्ण, बलरामदादा आणि मी, आम्ही तिघे सोडले— तर कुणीही पार्थाला ओळखले नव्हते. प्रथम युधिष्ठिर पिताश्री द्रुपदाकडे निघाला. भव्य देहयष्टी असलेला युधिष्ठिरही आता सुंदर दिसत होता. त्याच्या पायांत सिंहाची गती होती. सरळ नाक आणि गौर वर्णाचा युधिष्ठिर अतिविनयशील दिसत होता. त्याचे नेत्र कमलासारखे विशाल दिसत होते. युधिष्ठिराने पिताश्रींना वंदन केले. भीम, पार्थ, नकुल आणि सहदेव या सर्वांचे अभिवादन स्वीकारत पिताश्रींनी त्यांना आशीर्वाद दिले. ह्या अभिवादनानंतर सर्वांचा निरोप घेत हे पाच अग्निबाण सभामंडप सोडू लागले. मीही पार्थाच्या अनुगामी चालत होते. पांचाल देशाचे महाराज-महाराणी आणि राजपुत्र यांच्या चेहऱ्यावरचे प्रश्नचिन्ह मात्र मला स्पष्ट दिसत होते. हे विप्रपुत्र नेमके आहेत तरी कोण? यांचा इतिहास काय आहे? यांचा पत्ता काय आहे? ... असे असंख्य प्रश्न त्यांच्या चेहऱ्यावर दिसत होते. खरे म्हणजे, हे प्रश्न काम्पिल्यनगरीच्या जनतेच्या चेहऱ्यावरही दिसत होते. अशा प्रश्नांच्या गोंधळातच पांडव निघाले होते अन् पार्थासोबत आयुष्याचीच गाठ पडल्यामुळे मी पण त्याच्यासोबत निघाले होते.

काम्पिल्यनगरीतच एका कुंभाराच्या घरी पांडवांचा मुक्काम होता. कुंभाराच्या घरी हे कशासाठी थांबले असतील? थांबेनात का; पण आता तरी येथील मुक्काम हलवून राजवाड्याकडे निघायला हवे. कारण पार्थ हा महाराज द्रुपदाचा जावई आहे ना? पण त्यांचेही बरोबर आहे म्हणा. हे विप्रवेशात आहेत आणि अज्ञातवासातही आहेत. बघू या आता काय होते. आपल्याला तर कळले ना, हे पांडव आहेत म्हणून! मी पांडवांच्या मागे-मागे जाऊ लागले. आम्ही कुंभाराच्या घराच्या दिशेने निघालो. आमची पदयात्रा सुरू झाली. युधिष्ठिर, नकुल, सहदेव आणि पार्थ. पार्थाच्या मागे मी आणि माझ्यामागे भीम असे आम्ही चालत होतो. मूकपणे चालत होतो. पण ह्या मौनातही केवढा मोठा संवाद चाललेला होता! माझे अंतर्मन तर केवळ पार्थाचाच विचार करत होते. त्याला तरी यापेक्षा काय वेगळे

वाटत असणार? चालताना पार्थ मागे वळून पाहत होता. हे सिंहावलोकन मलाही आवडत होते. त्याच्या चेहऱ्यावर पराक्रमाचा पोवाडा दिसत होता. आपल्याएवढा पराक्रमी धनुर्धर अवघ्या विश्वात नाही, याची त्याला खात्री असावी. प्रत्यक्ष कर्णानेही त्याच्यापुढे हात टेकले होते. त्याची प्रशंसा केली होती. हा आनंद तर त्याच्या चेहऱ्यावर होताच; शिवाय आपल्या बाहूंच्या सामर्थ्यावर ही रूपगर्विता याज्ञसेनी मिळविली आहे, याचाही आनंद अधिक होता. ह्या क्षणी तरी पार्थाइतका श्रीमंत वीर मला इतरत्र कोणी दिसत नव्हता.

-०-०-०-

- ३ -

काय विचार करत असेल पार्थ? आता मला तो एकांतात विचारेल— तू विद्युल्लतेसारखी चपळ आहेस म्हणून तुझे याज्ञसेनी हे नाव पडले का? कळत नाही त्याच्या मनात काय खळबळ चालली असेल. अजून खूप काही विचारेल असे वाटते. कारण नसताना मधे-मधे पार्थ मागे वळून पाहत होता. कधी माझ्या डोळ्यांकडे, कधी केसांकडे... अगदी पायांच्या नखांपर्यंत तो अधून-मधून पाहत होता. त्याला आता नक्कीच वाटत असेल की, ही याज्ञसेनी माझी झाली... आज मी विश्वातला पराक्रमी वीर ठरलोय... याज्ञसेनीच्या रूपाने सर्व सुखे आता माझ्या घरात आलेली आहेत... मी जेव्हा केव्हा रणांगणावर जाईन, तेव्हा याज्ञसेनीचे हे नीलकमलांसारखे डोळे माझी प्रतीक्षा करतील! याज्ञसेनीच्या भुवया किती रेखीव आहेत, नाही? तिचे केस पण काळे नि कुरळे आहेत. याज्ञसेनीच्या देहयष्टीचे करावे तेवढे वर्णन कमीच आहे. पण तिच्या देहाला उपजत प्राप्त झालेला सुगंध म्हणजे तर अद्‌भुतच होय. मी केवढा भाग्यशाली की, मला याज्ञसेनी मिळाली... असाच विचार तो करत असेल, याची मला खात्री आहे. ह्या नगरप्रवासात मी विचार करत होते की, पार्थाशिवाय इतर ही चार भावंडं... माझ्याविषयी त्यांच्या मनात कसला विचार चाललेला असेल? मला क्षणभर वाटून गेले— माझ्या ह्या अद्वितीय सौंदर्याचा ह्या भावंडांनाही मोह होत असेल का? का पार्थाचा हेवा वाटत असेल?

आम्ही निघालो होतो कुंभाराच्या कर्मशाळेकडे. आताही पार्थ आणि भीमाच्या मधोमध मी चालले होते. हा प्रवास सर्वार्थाने खडतर दिसत होता. पण दुसऱ्या बाजूने हा प्रवास थांबूच नये, असेही वाटत होते. भीम चालत होता. चालताना त्याचे लक्ष मात्र माझ्याकडे होते. माझ्या देहबोलीचेच जणू तो निरीक्षण करीत होता. फार निरागस दिसतोय भीम! पहाडाची छाती असलेल्या ह्या

वीर पुरुषाचे मन मात्र अतिशय कोमल होते, नितळ होते— एखाद्या निष्पाप बालकासारखे. त्याच्या डोळ्यांत मला दिसत होती अपार माया... ज्येष्ठ युधिष्ठिर सर्वांच्या समोर चाललेला होता. नाकासमोर चालणारा सरळमार्गी ज्येष्ठ कुमार म्हणजे युधिष्ठिर. त्याच्याकडे पाहताना मला उगीचच हसू येऊ लागले. तत्त्वज्ञानाचे अवजड ओझे नेहमीच ह्याच्या शिरावर असते की काय? आम्ही चालत होतो.... न थकता...

एकदाचे कुंभाराचे घर आले. मी बघितलं— कुंभाराच्या कर्मशाळेच्या प्रवेशद्वाराजवळ एक साध्वी कुणाची तरी प्रतीक्षा करीत होती. प्रतीक्षेने चिंताक्रांत झालेला तिचा चेहरा म्लान झालेला होता. आम्हा सर्वांना पाहून त्या साध्वीचा चेहरा एकदम उजळून निघाला. माझ्याकडे पाहून ती विस्मयचकित झाली. अनिमिष नेत्रांनी ती माझ्याकडे पाहत होती. आता माझी खात्री झाली की, ही माता कुंतीच होय! होय, कुंतीच. कारण माझ्याकडे पाहता-पाहताच तिचे डोळे भरून आले. आपले काजळकाठ स्वच्छ करीत ती घाईघाईने पुढे आली. म्हणाली, ‘‘थांब कन्ये, तू लक्ष्मी होऊन आलीस. तुला ओवाळते; मगच सर्व जण आत या.’’

‘‘आणि आम्हाला माते?’’ मध्येच सहदेवाने निरागस प्रश्न विचारला.

‘‘हो राजकुमार... तुम्हाला पण ओवाळते...’’

कुंतीमाता लगेचच आत जाऊन निरांजने घेऊन आली. मला कुंकमतिलक लावून ओवाळले. नंतर तिने पाचही पांडवांना ओवाळले. आम्ही सर्वांनी कुंतीमातेला अभिवादन करून आत प्रवेश केला. माता कुंतीने मला जवळ घेतले. माझ्या डोक्यावरून मायेने हात फिरवला. माझ्या निढळावर आपले ओठ टेकवत अवघ्राण केलं अन् आम्ही सर्व जण दर्भासनावर स्थानापन्न झालो. राजकुमारांना उद्देशून कुंतीमाता म्हणाली, ‘‘मला खात्री होतीच की, हा ‘पण’ तुम्ही जिंकणारच.’’

‘‘खात्री होती ना माते? मग तुझा चेहरा एवढा चिंताक्रांत का?’’ पार्थाने मातेच्या चेहऱ्याकडे पाहत विचारले.

‘‘मला खात्री होतीच... पण तुम्हाला परतायला जसजसा उशीर होऊ लागला तसतसे मन चिंताक्रांत होऊ लागले. शेवटी आईचेच हृदय आहे ना?’’

‘‘माते, ह्या विवाहात पार्थ आणि भीमाने जो पराक्रम केला, त्याला तोड नाही...’’ युधिष्ठिराने विवाहाचा विषय काढला.

झाले. विवाहविषयाला तोंड फुटले अन् सर्व जणच लक्ष्यवेधाचे वर्णन करू लागले. युधिष्ठिर, नकुल आणि सहदेव भीमार्जुनाची स्तुती करत होते.

मध्येच पार्थ म्हणाला, "काय सांगू माते, मी लक्ष्यवेध केल्यावर सर्व रथी महारथी आम्हावर तुटून पडले; पण आम्ही त्यांना सळो की पळो करून सोडले. पहिल्यांदा दुर्योधन माझ्यावर चाल करून येत होता, पण कर्णाने फार मानभावीपणाने दुर्योधनाला दूर केले. तुला ह्या विप्रपुत्राशी सामना करणे जमणार नाही, असे म्हणत त्याने दुर्योधनाला दूर केले अन् धनुष्य घेऊन माझ्यावर चालून आला... पण काय सांगू माते! पहिल्याच प्रहारात कर्णाला घायाळ केले. दुसरा प्रहार बसताच कर्ण काकुळतीला आला, त्याने माघार घेतली. कर्णाने मात्र माघार घेत-घेत माझ्या पराक्रमाची मुक्त कंठाने प्रशंसा केली अन्..."

पार्थ बोलत होता अन् नकळत माता कुंतीच्या डोळ्यांत अश्रू जमा झाले. एकदम काय झाले; कळले नाही. माझ्या उत्तरीयानं मी मातेचे डोळे पुसले. आपण कुंतीमातेच्या असे खूप जवळ जाण्याची घाई केली का, असेही मला क्षणभर वाटले... पण त्यांच्या डोळ्यांतील आसवे पाहून मला राहवलेच नाही. माझ्या ह्या कृतीने... त्यांना फारच भरून आलं. युधिष्ठिराने लगेच विचारले,

"काय झालं माते? तुझ्या डोळ्यांत अश्रू?"

"काही नाही युधिष्ठिरा अरे, अश्रू वेडे असतात. कधी यावं अन् कधी येऊ नये, हे त्यांना कळत नाही." मग माता कुंती लगेच सावरली नि पुन्हा विवाहाचे वर्णन सुरू झाले. बराच वेळ आम्ही या विषयावर बोलत होतो.

कुंतीमाता काही क्षण निर्विकार चेहऱ्याने बसून राहिली. एक नि:श्वास टाकत ती उभी राहिली अन् म्हणाली, "याज्ञसेनी— चल, ये माझ्याबरोबर. मला तुझ्याशी काही बोलायचे आहे." असे म्हणत माता कुंती माझा हात धरून आत निघाली. पांडव मात्र परस्परांकडे प्रश्नार्थक नजरेने पाहत होते. आतल्या दालनात मी आणि माता कुंती दोघीच होतो. माता कुंती आता काही तरी माझ्याशी महत्त्वाचे बोलणार आहे, हे लक्षात आलेच होते. माता कुंती माझे दोन्ही हात हाती घेत म्हणाली, "बाळ याज्ञसेनी—" ती क्षणभर थांबली. एक दीर्घ नि:श्वास टाकला... मी तर त्यांचे म्हणणे ऐकण्यासाठी अधीर झाले होते. काही तरी गंभीर विषयावर कुंतीमाता बोलणार आहे, हे कळण्यासाठी आता कोणत्या भविष्यवेत्त्याची गरज नव्हती. मी म्हणाले,

"बोल माते, काय सांगायचं आहे तुला?" मी असं म्हणताच ती भानावर आली.

"याज्ञसेनी, मला तुझ्याशी खूप महत्त्वाच्या विषयावर बोलायचे आहे. खूप वर्षांचे बोलायचे राहिले आहे गं! तू आलीस अन् वाटलं, सुख-दु:ख

सांगायला खूप जवळचं माणूस भेटलं आहे.''

''माते, माझ्याशी मोकळेपणी बोल. मी तुझी कन्याच आहे; बोल—'' मी असे म्हटल्यावर माझे धरलेले हात परत घट्ट धरत कुंती माता माझ्याशी बोलू लागली. बोलता-बोलता आमच्या हाताची मिठी सैल होत गेली. एवढी कसली गुंतागुंत चाललीय कुंतीमातेच्या मनात; कळत नव्हते. त्यांची मन:स्थिती द्विधा आहे, हे त्यांच्या स्पर्शातून कळत होते. कसला झंझावात हिच्या अंत:करणात होता; कळत नव्हते. कुंतीमाता पुन्हा हातवारे करत माझ्याशी बोलू लागली. म्हणाली, ''याज्ञसेनी, मी अभागी कुंती अन् हे पाच पांडव— हे तर तुझ्या लक्षात आलेलेच आहे.'' कुंतीमातेचा स्वर कापरा झालेला होता.

''होय, मी स्वयंवरातच पार्थाला ओळखले.''

''शाब्बास कन्ये! तू आहेसच गुणी. तशी तू खूप चतुर, बुद्धिमान आणि सौंदर्यसंपन्न आहेस. सगळ्या कुरुवंशाचा इतिहासच तुझ्या कानावर आला असेल, पण माझ्याविषयी तुला किती माहिती आहे, हे माहीत नाही. तेव्हा माझ्याविषयी तुला थोडक्यात सांगते—''

''अगदी मन उकलून सांग माते, नि:संकोच सांग—''

''याज्ञसेनी, यदुकुळातल्या शूर नावाच्या राजाची मी ज्येष्ठ कन्या. माझं नाव पृथा. कुंतिभोज हा शूर राजाचा आतेभाऊ. त्याला मूलबाळ नव्हते. शूराने कधी तरी पहिले अपत्य देण्याचे कुंतिभोजास वचन दिले होते. त्याप्रमाणे मी कुंतिभोजाची दत्तक कन्या झाले. मी पृथाची 'कुंती' झाले. मी मुळातच सुंदर होते. मी तारुण्यात प्रवेश केला अन् ह्या सौंदर्याला एक प्रकारचे उधाण आले. मी अंगापिंडाने मजबूत. माझी उंचीही चांगली आणि देहही यौवनाने मुसमुसलेला होता. दुर्वास नावाच्या अत्यंत शीघ्रकोपी ऋषीची सेवा करण्यासाठी कुंतिभोजाने माझी नेमणूक केली. मी त्यांची मनोभावे सेवा करीत होते. मी दुर्वासांच्याच सहवासात अधिकाधिक राहत होते. एवढा शीघ्रकोपी ऋषी, पण माझ्याशी मात्र प्रेमाने वागत असे. वेगवेगळे प्रश्न विचारून मी त्यांना भंडावून सोडत असे, तरीही अतिशय प्रेमाने माझ्या प्रश्नांची ते उत्तरे देत असत. संततीच्या संबंधाने काही समस्या त्यांना मी विचारल्या. ह्या विचारण्यात एक प्रकारचे कुतूहल होते; ह्या विचारण्यात माझा निरागस भाव होता. 'पुत्रप्राप्तीचा तुला आनंद घ्यायचा का?' असे त्यांनी मला विचारले. मी लगेच 'हो' म्हणाले आणि गुरुकुलाच्या परंपरेप्रमाणे त्यांच्याच आज्ञेप्रमाणे मी माता झाले. कुंतिभोजापासून निरोप घेताना प्रत्यक्ष दुर्वासाने ही गोष्ट राजा कुंतिभोजाला सांगितली. प्राचीन काळातील असे

काही प्रसंग कुंतिभोजाला सांगितले. हे शास्त्र ऐकून कुंतिभोजही संतुष्ट झाला. दुर्वासऋषी निघून गेले. पण कुंतिभोजाने ही बाब समाजाला सांगण्याचे धाडस केले नाही. माझ्यावर बंधने घातली. मी एकांतात राहू लागले. काही निवडक व विश्वासू दासी माझ्या दिमतीला होत्या. योग्य काळ जाताच मला पुत्ररत्न झाले. याज्ञसेनी... काय सांगू... तुला त्या बाळाचे तेज! माझा पान्हा दाटून आला. बाळाला मी जवळ घेतले. त्याच्या मस्तकाचे अवघ्राण केले. मी आई झाले होते, पण... राजाच्या आदेशाप्रमाणे हे बाळ सूताच्या घरी वाढणार होते. ह्या बाळाची आई आता 'राधा' होणार होती. माझ्यापासून बाळाला दूर नेण्यात आले. मी आई होऊनही वांझोटीच राहिले!''

बोलता-बोलता माता कुंतीला धाप लागत होती. मी तिला सावरत होतेच. ती क्षणभर थांबली. मी लगेच विचारलं, ''मग त्या बाळाचं पुढं काय झालं?'' एक लांब श्वास टाकत कुंतीमाता म्हणाली, ''अगं याज्ञसेनी! सूतपुत्राला मी वरणार नाही म्हणून ज्याला तू झिडकारलेस, तोच माझा पहिला पुत्र... अभागी पुत्र... तोच कर्ण...!'' कुंतीमातेने एका दमात हे सर्व सांगून टाकले. त्यांना दरदरून घाम आलेला होता. माझ्या उत्तरीयाने मी त्यांचा चेहरा पुसून घेतला. त्यांना खूप हायसे वाटले. लगेच त्या पुढे बोलू लागल्या,

''याज्ञसेनी, माझ्या जीवनाची नौका ही अशीच सदैव वादळात सापडलेली. आता पुढचे ऐक. कुंतिभोजाने माझा विवाह पंडूशी लावून दिला. मुळातच पुरुषार्थ नसलेला पंडुराजा मनाने मात्र उदार होता. माझ्याशी विवाह झाला, पण त्याला माझ्याशी रत होता आले नाही. ही गोष्ट आम्हा दोघांनांच माहिती होती. माझ्या बाबतीत तर तोंड दाबून बुक्क्यांचा मार, अशी अवस्था होती. कुठे बोलायची सोय नाही. यावरही कडी म्हणजे, मलाच मूल होत नाही, म्हणून पंडूचा दुसरा विवाह माद्रीशी करण्यात आला.''

''अगं बाई! आणि तरी तुम्ही सत्य झाकून ठेवलंत?'' मध्येच मी विचारलं.

''हो. मी कुणाशी काही बोलले नाही. नंतर माद्रीलाही माझ्यासारखा अनुभव आला. आता मात्र पंडुराजा उत्तरोत्तर वैफल्यग्रस्त होऊ लागला. मग त्याने हिमालयात जाण्याची तयारी दर्शवली. बऱ्याच प्रयत्नानंतर मग आम्हालाही त्यांच्यासोबत जाण्याची परवानगी मिळाली. आम्ही सगळे हिमालयात गेलो. संन्यस्त वृत्तीने राहू लागलो. पंडुराजाला मात्र आमची दया येऊ लागली. कुरुवंशाला कुणी तरी वारसही पाहिजे होता. नियोगपद्धतीने संतान निर्माण करणे, ही परंपरा कुरुवंशात चालत आलेली होतीच. आम्ही हिमालयात जिथे वस्तीला होतो,

त्याच्या थोडे पुढे गेलो की, देवपुरुष नावाच्या चांद्रवंशीय लोकांची वस्ती होती. हे देवपुरुष घनदाट अरण्ये सोडून बाहेर येत नसत. खरोखर नावाप्रमाणेच ते देवपुरुष होते. ह्या देवपुरुषांना पंडुराजाचा चांगला परिचय होता. एवढे विद्वान नि सामर्थ्यशाली पुरुष मी तरी माझ्या आयुष्यात पाहिलेले नव्हते. पंडुराजाच्या सम्मतीनेच मला चंद्रवंशीय लोकांत वेगवेगळ्या देवपुरुषांपासून नियोगपद्धतीने तीन अद्वितीय पुत्र झाले. युधिष्ठिर, भीम आणि पार्थ. त्यानंतर पुन्हा दोन देवपुरुषांपासून माद्रीला नकुल अन् सहदेव झाले. ही पाचही मुलं हिमालयातच मोठी झाली. देवपुरुषांपासूनच यांच्यावर संस्कार झाले. ह्या मुलांचा सर्वांगीण विकास हिमालयातच झाला. मी आणि माद्रीनं ह्या मुलांना फुलांप्रमाणे वाढवलं, त्यांना जपलं; पण खडतर प्रवासात न डगमगता मार्गक्रमण करावं, हेही आम्ही त्यांना शिकवलं. पुढं मुळातच अपंग असलेल्या महाराज पंडूंचे हिमालयातच निधन झाले. मी सती जाणार होते; पण माद्रीच्या आग्रहाखातर ह्या पाचही मुलांचा सांभाळ मी करावा, असं ठरले. माद्री सती गेली अन् ही पाचही मुलं घेऊन मी हस्तिनापुरात आले. तेव्हापासून हा असाच अधांतरी प्रवास करत ह्या मुलांना घेऊन मी फिरते आहे. कौरव तर या पाचही मुलांच्या जिवावरच उठले आहेत. एक विदुराचा अपवाद सोडला, तर हस्तिनापुरात आम्हाला कुणीच समजून घेत नाही.''

...माता कुंती बोलत राहिली. मी अवाक् होऊन ऐकत राहिले. मधे-मधे मातेला धीर देऊ लागले. हे सगळं सांगून झाल्यावर माता कुंती मात्र अतिशय हळू आवाजात व केविलवाणा चेहरा करून म्हणाल्या, ''याज्ञसेनी–''

''बोल माते—''

''एक ऐकशील?''

''एक काय... लाख ऐकेन!''

''आता तुझ्यापुढे पदर पसरून हे मुली, मी एक भीक मागणार आहे!'' बोलता-बोलता माता कुंतीच्या आवाजात कंप आलेला होता अन् डोळे भरून आले होते. मी तिच्या पावलांना आश्वासक स्पर्श करीत म्हटले.

''असं का बोलतेस माते?... मी तुझ्यासाठी काय करावं म्हणतेस, सांग?''

''सांगते... एवढी घाई करू नकोस... सगळी शक्ती एकवटून मला बोलावं लागणार आहे... पण मी बोलणार आहे.'' तुटक आवाजात, पण आत्मनिर्भरतेने माता कुंती बोलत होती.

''सांग माते, हे घे माझे वचन... आता नि:संकोच सांग. हे पांचालीचे वचन आहे.''

"अगं कन्ये, तुझ्यावर माझा विश्वास आहे, म्हणून तर माझ्या मुलांनाही ज्या गोष्टी आजपर्यंत सांगितलेल्या नाहीत, त्या मी तुझ्यापुढे मोकळ्या केल्या आहेत."

"मला त्याची जाणीव आहे. आता मला काय आज्ञा आहे, ते सांग माते."

"याज्ञसेनी... आज तरी साऱ्या सृष्टीतलावर तुझ्याइतकी सुंदर तरुणी नाही. तुझ्या देहाच्या उपजत प्रतिरक्षागंधाने अवघी पुरुषजात वेडी होईल. तुझ्या सौंदर्याला सीमा नाही. असे हे सौंदर्याचे अद्वितीय, सर्वांगाने फुललेलं फूल तुझ्या रूपानं माझ्या अंगणात फुलले आहे..."

"माते, पुरे ना आता... काय आज्ञा आहे, ते सांग. मी तुला वचन दिले आहे. आता काय ते निश्चित माग—" कुंतीमातेच्या मनात काय आहे, हे कधी एकदा ऐकते, असे मला झाले होते.

"याज्ञसेनी, पार्थाने पण जिंकला. खरे तर त्याचाच तुझ्यावर अधिकार आहे... पण..."

"पण काय? बोल माते..."

"पण केवळ तू पार्थालाच मिळाल्यामुळं इतर माझी मुलं अस्वस्थ होत आहेत; झाली आहेत. मी त्यांची आई आहे... मला हे चांगलेच कळते. किंबहुना, केवळ तुझ्यामुळे त्यांच्यामध्ये वैरभाव निर्माण होणार आहे, हे मी खात्रीने सांगते. ह्या पाच भावांना एकत्र ठेवणे, केवळ तुझ्याच हाती आहे.... याज्ञसेनी, ह्या पाचही विश्वविजेत्या सम्राटांची तू महाराणी हो... हीच भीक मी तुला मागणार आहे...!" कुंतीमाता एक दमात बोलून शांत बसली अन् माझ्याकडे पाहू लागली. तिचा चेहऱ्यावर थकून गेल्याचे भाव होते. हाताची ओंजळ करून कुंतीमाता माझ्याकडे आशेने पाहत होती. तिच्या चेहऱ्यावर प्रचंड उत्कंठाही होती. कुंती-मातेची ओंजळ हातात धरून मी बराच वेळ बसून राहिले. कुंतीमाताही बोलत नव्हती, मी पण बोलत नव्हते. मौनाचे फार मोठे अवकाश विस्तारले होते. खूप वेळ कुंतीमातेचे हात थरथरत होते अन् माझ्या हातांचा आधार त्यांना मिळाला होता. इथे एक-एक क्षण एक-एक युगासारखा वाटत होता अन् कुंतीमाता अधीर नेत्रांनी माझ्या डोळ्यांत पाहत होती. खूप वेळ आम्ही कुणीच कुणाशी बोललो नाही. मी डोळे मिटून घेतले. खूप वेळ... यथावकाश मी स्थिर झाले... मग... एक दीर्घ प्रश्वास सोडून मी कुंतीमातेचे हात घट्ट पकडले अन् म्हणाले,

"माते, मी वचन दिले आहे.... तुझ्या मनाप्रमाणे होईल."

मी वचन तर देऊन बसले होते. कुंतीमातेच्या आग्रहाचा स्वीकार केला होता. त्यांना मी शब्द दिला होता. खरं म्हणजे, मी कुंतीमातेचाच विचार करून वचन दिले होते. पण त्या अनुषंगाने मी दुसऱ्या बाजूचा विचार केलेला नव्हता. पार्थाने माझे पाणिग्रहण केले, त्या क्षणापासून माझ्या स्वप्नातला राजकुमार अर्थातच पार्थ ठरला होता; इतर पांडवांचा मी कधी विचारच केला नव्हता! हं, एक बाकी खरे की, कर्णाविषयी माझ्या मनात सहानुभूतीची एक तार सतत झंकारत होती. केवळ सूतपुत्र म्हणून ह्या पराक्रमी पुरुषावर किती अन्याय होतोय, याची मला खंत होती. आता तर कुंतीमातेने पहिला पांडव म्हणजे कर्णच आहे, असे सांगितले; तेव्हा क्षणभर कसे तरीच झाले. पण आता जे झाले, ते झाले. माझ्या सर्वस्वावर आता फक्त पार्थाचाच हक्क होता. आता माता कुंतीला ह्या पाचही पांडवांची पत्नी होण्याचे मी अभिवचन दिले आहे. जेव्हा मी पाचही पांडवांची पत्नी होईन, असं माता कुंतीला वचन दिले; तेव्हा माझ्या मनात ना हर्ष होता, ना खेद. आनंद एवढाच होता की, कोलमडून पडत जाणाऱ्या कुंतीमातेला मी आधार दिलाय. मी 'हो' म्हटल्यावर कुंतीमातेला जो आनंद झाला, तो विवेचनातीत आहे.

आता हे सर्व संपल्यावर मी निवांत विचार करत आहे— माझ्या पाच पतींविषयी. ह्या पाच पराक्रमी पुरुषांची पत्नी होता आले, हे माझे भाग्य की दुर्भाग्य? कळत नाही. असे असले, तरी माझ्या मनात पार्थाविषयी भीती निर्माण झाली. पण पार्थाने जिंकला असल्यामुळे इतर चार जणांचा हक्क पार्थ कदापि मान्य करणार नाही, असे वाटले. बघू या काय होते ते... मी विचारातच गुंतले होते. ते माता कुंतीच्या लक्षात आले असावे. माझा हात हाती घेऊन ती बाहेर आली. तिच्या हाताच्या स्पर्शातून जाणवत होते, माझ्यारूपाने तिला मिळालेला आधार...

मी आणि माता कुंती बाहेर आलो, तर आश्चर्यच... श्रीकृष्ण आणि बलरामदादा पाच पांडवांसोबत गप्पा मारत बसलेले होते. पार्थाच्या खांद्यावर हात ठेवून श्रीकृष्ण काही तरी बोलत होता. त्यांच्या गप्पा रंगात आलेल्या होत्या. एवढ्यात आम्ही आलो. माझ्याकडे पाहून श्रीकृष्णाच्या चेहऱ्यावर प्रसन्न हास्य उमलून आले. श्रीकृष्ण व बलरामदादाला पाहून कुंतीमातेचा चेहराही उजळून आला अन् माता कुंती म्हणाली,

"अरे! तुम्ही कधी आलात?"

"एवढ्यातच आलोय— पार्थ आणि याज्ञसेनीचे अभीष्टचिंतन करायला आलो." कृष्णाने असे म्हटल्यावर मी त्यांना लगेच विचारलं, "पण आम्ही इथे आहोत, हे तुला कसं कळलं?"

कुंतीमाता मध्येच म्हणाली... "अगं याज्ञसेनी, त्याला श्रीकृष्ण म्हणतात. त्याची दृष्टी पोहोचत नाही, अशी जागा तरी आहे का?"

"म्हणजे काय माते— मला नाही कळलं?" असं म्हटल्यावर युधिष्ठिर हसत म्हणाला, "तुला नाही कळायचं ते याज्ञसेनी."

"अरे आपण गप्पांतच गुंतलो ना याज्ञसेनी! श्रीकृष्ण आणि बलराम घरी आल्याने आपले हे सदन पावन झाले आहे. अगं, ह्या रामकृष्णाचा काही पाहुणचार करावा लागेल ना? बघ पाहू घरामध्ये काही भिक्षा शिल्लक आहे का ते?" असं माता कुंतीने मला सांगताच श्रीकृष्ण लगेच म्हणाला, "नको— नको. आम्हाला लगेच निघायचं आहे. आम्ही इकडे आलोत, हे कुणालाही माहीत नाही. हे पाच राजकुमार म्हणजे पांडव नाहीत, तर हे ब्राह्मणपुत्र आहेत— अशीच सर्वांची समजूत आहे. आम्ही इथे अधिक वेळ थांबलो, तर त्याची ग्रामभर चर्चा होण्याची शक्यता आहे. आम्ही फक्त पार्थ-याज्ञसेनीचे अभिनंदन करण्यासाठी आलो आहोत. तेव्हा पाहुणचार वगैरे काही नको. आम्ही तत्काळ निघालोत. पुन्हा निवांत भेट होईलच." असे म्हणत श्रीकृष्ण उठला. बलरामदादा उठणार, एवढ्यात कुंती माता घाईघाईने म्हणाली, "बसा बसा. अरे, एका महत्त्वाच्या विषयावर मला तुमच्याशी बोलायचे आहे. माझे म्हणणे एकदा ऐकून घ्या. श्रीकृष्णा, फार योग्य वेळी तू आला आहेस. हेच तर तुझ्या व्यक्तिमत्त्वाचे फार मोठे वैशिष्ट्य आहे. सगळीकडे अंधारून आलेले असते, पुढची वाट दिसत नाही, मी हतबल होते; अशा वेळी श्रीकृष्ण नावाच्या प्रकाशाचा उदय होतो. मग मला वाट दिसू लागते अन् माझ्या व्यक्तिमत्त्वाचे आसमंत उजळून निघते! ऐन आणीबाणीच्या प्रसंगी दिशा दाखवण्यासाठी श्रीकृष्ण येणार नाही, तर कोण येईल?"

"पण आज अशी कोणती आणीबाणी आहे, हे तरी सांगशील माते?" श्रीकृष्ण आसनस्थ होत म्हणाला.

"हे बघ श्रीकृष्णा, प्रत्यक्ष परमेश्वर होऊनच तू आज इथे प्रगटला आहेस. फार महत्त्वाचा विचार आज मी तुझ्या साक्षीने मांडणार आहे. ह्या संदर्भात तुझेही अनुमोदन मला हवे आहे. खरं सांगू श्रीकृष्णा? आजपर्यंत मी खूप भोगलंय रे... अजूनही पुढची वाट बिकटच आहे, असे दिसते. पुढील जीवनात काय वाढून ठेवले आहे कळत नाही... ही संकटं माझ्या पाठीमागे का लागली आहेत; कळत नाही. जणू काही मी आणि माझी पाचही मुलं जगूच नये असे नियतीला वाटत आहे, काय करावे कळत नाही... आणि आज तर माझ्या

जीवनात आणीबाणीचा प्रसंग उभा ठाकला आहे. श्रीकृष्णा...'' आणि कुंतीमातेचा कंठ दाटून आला. तिला बोलवेना. तिच्या डोळ्यांत अश्रूंनी गर्दी केली. मी कुंतीमातेला सावरत-सावरत म्हणाले, ''माते, प्रत्यक्ष श्रीकृष्ण आपल्या पाठीशी असल्याने चिंता करण्याचे काही कारण नाही...'' श्रीकृष्णाने कुंतीमातेचे सांत्वन करत विचारले, ''सांग कुंतीमाते, तुझे काय दु:ख आहे?''

''दु:खाला घाबरत नाही श्रीकृष्णा...'' स्वत:ला सावरत कुंतीमाता पुढे बोलू लागली, ''अरे, संकटं तर जीवनात आलीच पाहिजेत; त्याशिवाय का तुझं स्मरण होणार? पण काही संकटं अशी असतात की, यातून बाहेर पडता येत नाही. जीव मेटाकुटीला येतो अन् जीवन म्हणजे रणसंग्राम वाटू लागतं. कधी कधी तर जीवनाचाच कंटाळा येऊ लागतो.''

''असू दे माते. आज तुझ्या जीवनात काय समर प्रसंग आहे— सांगशील?'' श्रीकृष्णाने विचारले.

''सांगते ना— त्यासाठीच तर तुला थांबायची विनंती करते!'' असे म्हणत कुंतीमाता सावरून बसली. तिने एकदा माझ्याकडे नंतर पार्थाकडे अन् मग उर्वरित पांडवांकडे पाहिले अन् म्हणाली, ''श्रीकृष्णा, पार्थाने नुकताच पण जिंकलेला आहे. तो पण जिंकणारच, ह्याविषयी माझ्या मनात शंका नव्हती. आपल्या सामर्थ्याच्या जोरावर पार्थाने स्वबळाने याज्ञसेनीला इथे आणले आहे. याज्ञसेनी म्हणजे सौंदर्याचा अर्क. ह्या पृथ्वीतलावर आज तरी याज्ञसेनीएवढी सुंदर युवती नाही आणि आपल्याकडे सुंदर स्त्रियांसाठी युद्धेसुद्धा झाली आहेत, हा इतिहास आहे. याज्ञसेनीच्या सौंदर्याचे करावे तेवढे वर्णन कमी आहे. म्हणून वाटते, ह्या सौंदर्यासाठी घरातच युद्ध सुरू होऊ नये...'' एका दमात माता कुंती बोलून गेली. श्रीकृष्णाने हसून माझ्याकडे बघितले अन् म्हणाला, ''माते, तुझे अगदी बरोबर आहे. तिचा उपजत प्रतिरक्षागंध म्हणजे तिला मिळालेले वरदानच आहे. ह्या सुंगधामुळे पराक्रमी पुरुष विचलित न झाला, तरच नवल!''

''त्यासाठीच... म्हणजे श्रीकृष्णा!... ह्या गोष्टीचा मी गांभीर्याने विचार केला आहे अन् ठरवले आहे की, याज्ञसेनीचे लग्न केवळ पार्थाशीच नव्हे, तर इतर चौघांसोबतही होईल...''

''कायऽऽऽ!'' पार्थ अक्षरश: ओरडलाच, ''हे कसे शक्य आहे? पांचालीला मी जिंकले आहे आणि ती पाचांची पत्नी कशी होईल?'' पार्थाला इतका राग आलेला मी पहिल्यांदाच पाहत होते. रागाने त्याच्या श्यामवर्ण चेहऱ्यावर भीतीच्याही छटा उमटलेल्या होत्या. अशा क्रुद्ध अवस्थेतही पार्थ खूप सुंदर दिसत होता.

माझी भीती खरी ठरली होती. पार्थ ऐकेल, असे वाटत नव्हते. पार्थाच्या खांद्यावर हात ठेवत श्रीकृष्ण म्हणाला, ''पार्था... कुंतीमातेचे जरा ऐकून तर घेशील...? शांत हो...''

श्रीकृष्णाचे म्हणणे पार्थाला पटलेले नव्हते, तरी तो शांत झाला. माता कुंती पुढे बोलू लागली,

''बघितलंस श्रीकृष्णा— पार्थाची अवस्था? म्हणून तर मला वाटते? अशा वेळी तू असायला हवंस!''

''माते, तू निश्चिंत राहा. केवळ पार्थच नव्हे, तर हे सर्व राजकुमार आणि याज्ञसेनी तुझ्या शब्दांबाहेर नाहीत. तुझी काय इच्छा आहे, ती सांग.''

''माझी इच्छा अजून काय राहणार आहे? याज्ञसेनीचा विवाह ह्या पाचही जणांशी व्हावा; जेणेकरून हे पाचही भाऊ एकत्र राहतील. त्यांच्या एकीने त्यांचेच कल्याण होणार आहे. ह्या भावाभावांत केवळ याज्ञसेनीच्या कारणावरून फूट पडत असेल, तर माझं हे कूळ उद्‌ध्वस्त व्हायला वेळ लागणार नाही. श्रीकृष्णा, तूच पार्थाला हे समजावून सांग.''

माता कुंतीची ही कल्पना भीमाला मात्र खूप आवडली होती, हे त्याच्या चेहऱ्यावरून दिसत होते. युधिष्ठिर मात्र ह्या गोष्टीवर विचार करत होता. ह्याला धर्माची मान्यता आहे की नाही— ह्याचा विचार युधिष्ठिर करत असेल बहुधा. धर्माची मान्यता नसेल, तर मग कशासाठी हा विवाह करायचा? असाच काही तरी गंभीर विचार युधिष्ठिर करीत असावा. नाही तरी धर्माच्या कोरड्या तत्त्वज्ञानाशिवाय युधिष्ठिराला दुसरे काय सुचत होते? पार्थाच्या चेहऱ्यावरचा राग अजूनही गेलेला नव्हता. नकुल-सहदेवाला तर ह्या गोष्टीचा एवढा आनंद झाला होता की, आता हे दोघे उठून लहान मुलासारखे नाचतात की काय, असे वाटत होते. श्रीकृष्णाने सगळ्यांचीच भावस्थिती ओळखली. पार्थाला दिलासा देत श्रीकृष्ण म्हणाला, ''पार्था, येणारा काळ तुमच्यासाठी फार बिकट आहे. तुम्हाला फार मोठा संघर्ष करावा लागणार आहे. ह्या संघर्षात तुम्ही पाच भाऊ एकत्र राहिलात, तर तुमचा विजय होईल; अन्यथा अधोगतीच आहे. ह्या पार्श्वभूमीवर माता कुंतीने जो निर्णय घेतला आहे, तो सर्वांनी मान्य करावा, असाच आहे. माझीही अशीच इच्छा आहे की, तुम्ही पाचही भावांनी याज्ञसेनीशी विवाह करावा; जेणेकरून तुम्हा पाचांमध्ये कधीच संघर्ष होणार नाही.''

श्रीकृष्णाचे बोलणे ऐकून पार्थाने विरोध करण्याचे सोडून दिले, पण त्याच्या अंतर्मनाला हे काही पटलेले नव्हते. श्रीकृष्णाने पार्थाच्या पाठीवर हात

ठेवत विचारले, ‘‘काय पार्था, मान्य आहे ना?’’ पार्थ काही बोलत नव्हता. पण त्याचे मौनच मला सर्व काही सांगून गेले. कुंतीमाता मात्र आशेने श्रीकृष्णाकडे पाहत होती. सर्व पांडवांकडे दृष्टी टाकत बलरामदादाने श्रीकृष्णाकडे एक शंका व्यक्त केली. तो म्हणाला, ‘‘श्रीकृष्णा, तू व माता कुंती जे बोलता आहात, ते एका अर्थाने खरे आहे; पण ह्या विचाराला धर्माचे अधिष्ठान आहे का? हे नाते शास्त्राला मान्य आहे का?’’

बलरामदादाची ही बाजू लगेच धर्माने उचलून धरली. त्याच्याही मनात हाच विचार येत होता. तो म्हणाला, ‘‘बलरामदादाचे म्हणणे बरोबर आहे. शास्त्राज्ञेच्या विरोधात काहीही करू नये, असे वाटते...’’

युधिष्ठिर आणि बलरामदादाचे बोलणे ऐकून माता कुंती मध्येच म्हणाली, ‘‘हे बघ बलराम, पांडव हे हिमालयातून आलेले शेवटचे चांद्रवंशीय क्षत्रिय आहेत. प्राचीन काळी ह्या वंशामध्ये बहुपतित्वाची पद्धती होती. शास्त्रांना मान्य नाही, हे जरी खरे असले; तरी प्राचीन परंपरेतून असा विवाह निषिद्ध नाही. तेव्हा पूर्वकालीन राजे ज्या मार्गाने गेले, तोच हा मार्ग आहे. हा व्यवहार कुलक्रमागतच आहे. पुराणातही अशी असंख्य उदाहरणे आहेत. गौतम कुलोत्पन जटिला नावाच्या एका विदुषीचा विवाह सात ऋषींबरोबर झालेला होता. तसेच प्रचेतस ह्या एका नावाचे दहा बंधू होते. मुनिकन्या वार्क्षीने ह्या दहा जणांशी विवाह केला होता आणि विशेष म्हणजे, पाच पांडव वेगवेगळ्या पाच बलपुरुषांपासून जन्माला आलेले आहेत. आर्यांमध्ये बहुपतित्त्वाची पद्धत फार प्राचीन काळी रूढ होती. तेव्हा हे वाईट काही नाही...’’

कुंतीमातेचे हे बोलणे युधिष्ठिर, बलरामदादाला पटले होते; पण पार्थ अजूनही आतून धुमसतच होता, हे चाणाक्ष श्रीकृष्णाच्या लक्षात यायला वेळ लागला नाही. त्याने पार्थाला समजावून सांगितले. भविष्याबद्दल चिंता व्यक्त केली. कुंतीमातेचा निर्णय किती योग्य आहे, हे समजावून सांगितले; तेव्हा कुठे पार्थामध्ये थोडासा फरक पडला. त्याची ही द्विधा अवस्था पाहून श्रीकृष्णाने त्याला वचन मागितले अन् पार्थाने कसलाही विचार न करता श्रीकृष्णावरच्या प्रेमापोटी अभिवचन दिले. त्याच्या अभिवचनाने माता कुंतीच्या चेहऱ्यावर प्रसन्नता पसरली. बहुपतित्वाचा हा खल बराच वेळ चालत होता.

एवढ्यात धृष्टद्युम्नदादा व पिताश्री द्रुपद तिथे आले. ते आल्याबरोबर मला पहिल्यांदा धक्काच बसला. यांना कसे कळले असेल? पण धृष्टद्युम्नदादाने आमच्या मार्गावर काही गुप्तहेर पाठवले होते. त्यांच्याकडून पत्ता घेऊन ते दोघे

तिथे आले. बाहेर उभे राहून त्यांनी आमचे सर्व बोलणं ऐकलं होतं. त्यांना आता सगळच कळून चुकलं होतं. ही कुंती आहे. हे पाच पांडव आहेत. हे बलराम कृष्ण आहेत... हे सर्व कळल्यावर त्यांना निश्चितच आनंद झाला होता. पण ह्या बहुपतित्वाच्या विचारांनी त्यांनाही ग्रासले होते. त्यांनी बाहेर उभे राहून सर्व काही ऐकलेलेच होते.

बलरामदादा, श्रीकृष्ण, पांडव या सर्वांचा नमस्कार झाल्यावर धृष्टद्युम्नदादा आणि पिताश्री द्रुपदानेही ह्या चर्चेत भाग घेतला.

''पार्थाने याज्ञसेनीला वरले आहे, तेव्हा ती पार्थाचीच आहे. मला बहुपतित्वाची पद्धती मान्य नाही.'' असे पिताश्रींनी बजावल्यावर पुन्हा नवा प्रश्न उभा राहिला. शेवटी श्रीकृष्णालाच मध्यस्थी करावी लागली. श्रीकृष्णाने पार्थासोबत बलरामदादा, युधिष्ठिर, द्युष्टद्युम्नदादा नि पिताश्री यांनाही समजावून सांगितले. बाकी सर्वजण तत्काळ तयार झाले. अनिच्छेने का होईना, शेवटी पार्थही तयार झाला आणि माझा विवाह पाचही जणांबरोबर करण्याचे निश्चित झाले. बलरामदादा अन् श्रीकृष्ण निघून गेल्यावर धृष्टद्युम्नदादाने आम्हा सर्वांना राज महालावर येण्याचे निमंत्रण देऊन तो आणि पिताश्री परतले.

आता घरात मी, कुंतीमाता आणि माझे पाच भावी पती— एवढेच होतो. कुंतीमाता म्हणाली, ''हे बघ याज्ञसेनी, घरात जी काही शेष भिक्षा आहे, ती घेऊन ये. आपण भोजन घेऊ, म्हणजे आराम करता येईल. रात्र आता चढत चाललेली आहे.'' कुंतीमातेच्या आज्ञेप्रमाणे मी घरातून भिक्षा आणली; ती कुंतीमातेसमोर ठेवली. लगेच ती म्हणाली, ''हे बघ याज्ञसेनी, गृहिणी म्हणून घरातला सगळाच कारभार आता तू पाहायचा आहेस. ही भिक्षा सर्वांना वाढ.'' सर्वांना पात्रे टाकून मी भिक्षा वाढण्यासाठी उठले. एवढ्यात कुंतीमाता म्हणाली, ''हे बघ याज्ञसेनी, ह्या घराच्या काही रीती आहेत. हळूहळू सगळ्या गोष्टी तुला कळू लागतील. हे बघ, ही भिक्षा सर्वांना समान वाटायची नाही.''

''मग काय करायचं माते?''

''ह्यातला एक छोटासा भाग ब्राह्मणांना द्यायचा, दुसरा एक छोटासा भाग जे कुणी भुकेले असतील त्यांना देऊन त्यांचा आत्मा शांत करायचा, यानंतर जी भिक्षा उरणार आहे, त्याचे दोन भाग करायचे. एका भागात युधिष्ठिर, पार्थ, नकुल व सहदेव यांचे उपविभाग करायचे. त्यातील थोडा हिस्सा तुझ्यासाठी व माझ्यासाठी राहील.''

''आणि दुसऱ्या भागाचे काय करायचे माते?''

"तो पूर्ण भाग भीमाला द्यायचा याज्ञसेनी." "आई गं.... पूर्ण भाग?" असे म्हणत मी विस्मयाने माझ्या हाताची बोटं ओठावर ठेवली अन् मी खळखळून हसले. म्हणाले, "भीमाला एवढे खायला लागते?" सर्वजण हसू लागले. भीम ही जरासा लाजला नि हसू लागला. कुंतीमाताही हसत-हसत म्हणाली, "याज्ञसेनी, अगं, तुला आताच नाही कळायचं— आईचं हृदय काय असते ते... तू आई झाल्यावरच तुला ते कळेल."

"असे विभाग करू होय? बरं बाई, करते." असे म्हणत मी ब्राह्मण अन् भुकेल्याचा वाटा बाजूला काढला अन् सर्वांची पात्रं वाढू लागले. कुंतीमाता माझ्याशी बोलतच होत्या, "हे बघ याज्ञसेनी, एखाद्या गजेंद्रासारखा शोभणारा हा माझा भीम मोठा वीरपुरुष असून बलवान आहे. त्याची शक्ती विलक्षण आहे."

"हो माते, याचा प्रत्यय मला आलेलाच आहे. पार्थाने 'पण' जिंकल्यावर सर्व क्षत्रिय राजे जेव्हा पार्थाच्या विरोधात उभे ठाकले तेव्हा मी पार्थासोबत भीमाचाही पराक्रम बघितलेला आहे."

"म्हणून तर मी म्हणते, भिक्षेचा अर्धा वाटा त्यालाच लागतो."

"यापुढे हे मी न विसरता करेन, बरं का माते!" असे म्हणत मी भीमाकडे बघितलं. भीमाच्या चेहऱ्यावर अजूनही निरागस हास्य होते.

सर्व जण भोजनासाठी बसले. पार्थाचे मात्र भोजनात अजिबात लक्ष नव्हते, हे काय मला कळत नव्हते? पण मी तसे दाखवले नाही. सर्व राजकुमारांचे भोजन झाल्यावर मी व माता कुंती भोजनास बसलो. ते भिक्षेचे पहिले भोजन मला रुचकर व स्वादिष्ट वाटले. कुंभाराच्या कर्मशाळेतील खडबडीत जमिनीवर आम्ही दर्भाचे अंथरुण टाकले. दर्भासनावर मृगचर्मे अंथरली. दक्षिणेकडे डोके करून ह्या पाचही पांडुपुत्रांनी अंग टाकले. त्यांच्या उशाशी कुंतीमाता झोपली, तर अंथरुणावर सगळयांच्या पायांशी मी झोपले. झोपले म्हणजे, लवंडले. मला कसली झोप येतेय? बघता-बघता युधिष्ठिर, भीम, नकुल व सहदेव निद्रेच्या अधीन झाले... जागा होता पार्थ! त्याला काही झोप येत नव्हती. त्याच्या जोडीने मी व माता कुंतीही जागे होतोच. उत्तररात्र झाली तरी पार्थ सारखा कुशी बदलत होता, तळमळत होता; पण झोप त्याच्यापासून खूप दूर होती. श्रीकृष्णाच्या भिडेपोटी पार्थ 'हो' म्हणाला; पण माझा विवाह पाचांशी ही कल्पनाच त्याला मान्य नव्हती. पार्थ झोपल्याचे नाटक करीत होता, पण आज झोप त्याच्यापासून किती तरी लांब होती. कुंतीमातेच्या अनुभवी डोळ्यांना हे कळले. ती उठली. पार्थाच्या डोक्यावर अतिशय हळुवारपणे हात फिरवू लागली. तिथे वात्सल्याचा महापूर आला होता. कुंतीमातेचे

डोळे भरून आले अन् माता म्हणाली, "पार्था, झोप बाळा आता—" पार्थ काही बोलला नाही, पण कुंतीमातेच्या हातात काय जादू होती; कळले नाही. काही क्षणांतच पार्थ झोपेच्या अधीन झाला. आता फक्त मी आणि कुंतीमाता जागे होतो. हळूहळू मीही झोपेच्या अधीन कधी झाले, कळले नाही. कुंतीमातेला कधी झोप लागली, हे कळायला मार्गच नव्हता....

मी भल्या पहाटेच उठले. हा पहाटप्रहर मला अधिक प्रसन्न वाटतो. याज ऋषींच्या आश्रमात असल्यापासूनची माझी ही जुनीच सवय आहे. थोडासा अंधार अन् थोडासा उजेड असलेला हा प्रहर माझ्यासाठी नेहमीच चैतन्यदायी ठरला आहे. अशा प्रहरात मी पाहिले, तर पाचही आर्यपुत्र गाढ झोपेत होते आणि कुंतीमातेचे डोळे मात्र सताड उघडे होते. कुणास ठाऊक, रात्री कुंतीमाता झोपली होती का नाही? तिच्या चेहऱ्यावरचे म्लान भाव पाहून मी सावरले. माता कुंती जवळ गेले, तिच्या कपाळावर हात ठेवला. तिचे सर्वांग तप्त होते. मी मातेला म्हणाले, "माते, रात्री झोप झाली नाही का?"

"झाली गं याज्ञसेनी... आता उतारवय लागलं. आयुष्याच्या उत्तरार्धात झोप कमी होते— म्हणतात ना?"

"माते, तुझे डोळे सांगतात की, रात्रभर तू जागीच होतीस..."

"तसे नाही गं काही..." असे म्हणत कुंतीमाता उठली. मुखमार्जनासाठी ती बाहेर गेली. कुंतीमातेचे हे पाचही पराक्रमी पुत्र अजूनही गाढ झोपेतच होते. मी प्रथम पाहिला पार्थाचा चेहरा. त्याला पहाटे-पहाटे झोप लागली, हे मला माहीत होते. पार्थाचा चेहरा झोपेतही टवटवीत नि बोलका वाटत होता. कालचा त्याचा चेहरा आठवून माझ्या अंत:करणात कालवाकालव झाली. त्याचे माझ्यावरचे आत्यंतिक प्रेम माझ्यावरचा हक्क सोडायला तयार नव्हते. माझ्याबाबतीत तर त्याला कुणीच भागीदार नको होता. गाढ झोपेतही पार्थाचा चेहरा खूप सुंदर दिसत होता. शौर्य नि सौंदर्य यांचे सहज रसायन त्याच्या मुखकमलावर दिसत होते. त्याच्या मस्तकावरून हात फिरवण्याचा मोह मला होत होता. पण मी तसे केले नाही. बाजूला युधिष्ठिर घोरत पडलेला होता. हा झोपेतही धर्म आणि तत्त्वज्ञानाचाच विचार करतो की काय? मला उगीचच हसू आले. युधिष्ठिराला खरे म्हणजे अगदी मनापासून मी हवी आहे; वरकरणी तसे तो दाखवीत नाही, ही गोष्ट निराळी किंवा तो विचारही करीत असेल... पाचांसोबत विवाह ह्याला धर्ममान्यता आहे का? शास्त्रसंमतीने हे विवाह होणार आहेत का? युधिष्ठिराचे अंतरंग कळत नाहीत, हेच खरे. एकीकडे शास्त्रशुद्ध तत्त्वज्ञान अन् दुसरीकडे

मी— असा जेव्हा प्रश्न येईल, तेव्हा युधिष्ठिर माझा स्वीकार करणार नाही, याची मला खात्री वाटत होती.

युधिष्ठिरावरून माझे लक्ष भीमाकडे गेले. तोही साखरझोपेतच होता. भीम मुळातच बेफिकीर होता. माता कुंतीने जेव्हा पाचांशी विवाह करण्याचा प्रस्ताव ठेवला, तेव्हा तो भीमाला खूपच आवडला होता. मी भीमाचीही पत्नी होणार हे कळताच त्याच्या अंत:करणातील आनंद चेहऱ्यावर ओसंडून वाहत होता. किती निर्लेप आणि किती निरागस आहे हा भीम! खरेच भीमा, तुला मी एवढी आवडते? माझे मन उगीचच भीमाशी अबोध पातळीवर संवाद साधू लागले. भीमाने केवढा मोठा पराक्रम केला होता काम्पिल्यनगरीत. पार्थ हा जरी दिग्विजयी वीर असला तरी त्या दिवशी पार्थासोबत भीम नसता, तर सर्व क्षत्रियांशी संघर्ष करणे पार्थाला अवघड गेले असते. भीमाचा पराक्रम मी पहिल्यांदाच पाहत होते. आज ते सगळे आठवत होते. भीमावरून माझी दृष्टी नकुल, सहदेवाकडे गेली. तेही झोपेच्या अधीन होते. याज्ञसेनीशी आपलाही विवाह होणार, ह्याच आनंदात ते झोपले होते. ह्या दोघांच्या सौंदर्याबद्दल काय बोलावे? हे तर मदनाचे पुतळेच वाटतात! दोघांच्याही चेहऱ्यावर निरागस भाव होता. अजून मी ह्या सर्वांकडे किती वेळ पाहत बसले असते, कुणास ठाऊक? पण एवढ्यात अंगणातून कुंतीमातेचा आवाज आला, ‘‘याज्ञसेनीऽऽ अगं याज्ञसेनीऽऽ’’

‘‘आले मातेऽऽ’’ असे म्हणत मी अंगणात आले. मला पाहताच माता कुंती म्हणाली, ‘‘हे बघ याज्ञसेनी, तू लवकर तयार हो. आज आपल्याला द्रुपद - राजाने आमंत्रित केलंय. आपणास राजवाड्यावर जायचं आहे. महाराज द्रुपद आणि त्याचे सर्व राजपुत्र आता विवाहाच्या तयारीला लागले आहेत. तिथे राजमहालात तुझा ह्या पाचही पंडुपुत्रांशी विवाह होईल. प्रत्येक दिवशी एक— असा हा पाच दिवसांचा सोहळा असेल. या सोहळ्यासाठी सर्व रथी-महारथींना निमंत्रित करण्यात आले आहे. महाराज द्रुपदानेही आता जाहीर करून टाकले आहे की, पण जिंकणारा पार्थ होता; तो ब्राह्मणपुत्र नव्हता. दुसरे म्हणजे, महाराजाने हेही जाहीर केले आहे की, तुझा विवाह पाच दिवस पाच पंडुपुत्रांबरोबर होणार आहे.’’

‘‘माते, हे सर्व हस्तिनापुरातही कळले की काय?’’

‘‘कळले नसले, तरी आता नक्कीच कळेल. पण त्याची चिंता आता करायची नाही. तू आता शीघ्र तयार हो. महाराजांकडून आता लवकरच बोलावणं येईल. मी आता ह्या सर्व आर्यपुत्रांना उठवते.’’ असे म्हणत माता कुंती तिकडे गेली

अन् मी माझ्या कामास लागले.

आर्यपुत्र उठले होते. उठल्यापासून मी पाहत होते— पार्थ अजूनही शांतचित्त दिसत नव्हता. मी पाचांची राणी होणे, त्याला अजिबात रुचले नव्हते. हे सर्व मलाही कळत होते, पण मीही काही करू शकत नव्हते. माता कुंती आणि श्रीकृष्णापुढे पार्थाचाही नाइलाज झाला. पार्थाची ही अनिच्छा, ही घुसमट कोणते टोक गाठते, याविषयी मी सचिंत होते. आर्यपुत्र नित्याप्रमाणे तयार होऊन एकवीरानगरीत भिक्षेसाठी जाऊन आले. दुपारच्या भोजनानंतर आम्ही सर्वजण गप्पा मारत होतो. ह्या गप्पांमध्ये पार्थ सहभागी होता, पण त्याचे चित्त थाऱ्यावर नव्हते. या वेळी महाराज धृतराष्ट्र आता आपणाशी कसे वागतात? याचीच आम्ही चर्चा करीत होतो.

एवढ्यात काम्पिल्यनगरीवरून आम्हाला नेण्यासाठी काही रथ आले. धृष्टद्युम्नदादा काम्पिल्यनगरीतच आमच्या विवाहव्यवस्थेत गुंतल्याने पिताश्रींनी आम्हाला नेण्यासाठी राजकुमार शिखंडी, सुमित्र, प्रियदर्शन, वीरकेतू, सुरथ आणि शत्रुंजय यांना पाठवले होते. आम्ही त्यांची प्रतीक्षा करीतच होतो. माझ्या सर्व बंधुवर्यांनी अतिशय सन्मानाने सर्वांना रथांमध्ये बसवले अन् एकवीरानगरीचा निरोप घेऊन आम्ही काम्पिल्यनगरीकडे निघालो.

आमचे तिथे भव्य स्वागत झाले. पिताश्री द्रुपद आणि धृष्टद्युम्नदादा जातीने लक्ष घालत होते. शुभ घटिका पाहून माझे विवाह सोहळे निश्चित करण्यात आले. संततीला पोषक असणाऱ्या चंद्राचे अस्तित्व पाहून विवाहाची तिथी निश्चित करण्यात आली होती. सगळीकडे निमंत्रणे पाठवण्यात आली होती. कौरवांनाही पाचारण करण्यात आले होते. यापूर्वीच महाराज धृतराष्ट्राला पांडवांची माहिती कळली होती. पाचही पंडुपुत्र जिवंत आहेत आणि पांचालीच्या विवाहाचा 'पण' पार्थाने जिंकला आहे, ही माहिती खुद्द विदुरकाकानेच महाराज धृतराष्ट्राना सांगितली होती. त्यामुळे सध्या हस्तिनापूर अस्वस्थ होते. अशातच आमच्या विवाहाचे रीतसर निमंत्रण गेल्याने सर्व कौरवांना— विशेषत: दुर्योधनाला चैन पडत नव्हते. काम्पिल्यनगरीत आत पाच दिवस विवाहाचे सोहळे पार पडणार होते. प्रत्येक दिवशी एक विवाह ठरल्याने पिताश्री द्रुपद खूपच व्यस्त होते. धृष्टद्युम्नदादाही सगळीकडे स्वत: लक्ष घालत होता. देशोदेशींचे राजे-महाराजे विवाह सोहळ्यास उपस्थित राहणार होते. श्रीकृष्ण आणि बलरामदादा विशेष निमंत्रित होते. कुंतीमाता आणि आर्यपुत्र आनंदात होते; अपवाद फक्त पार्थाचा होता. तो मात्र अस्वस्थ होता. मलाही पार्थाचीच चिंता लागली होती.

श्रीकृष्ण असताना कशाला चिंता करायची— अशी मनाची समजूत घालून मी कामाला लागले.

एकदाचा विवाहाचा पहिला दिवस उजाडला. कुंतीपुत्र युधिष्ठिराने मंगल स्नान करून भरजरी वस्त्रे परिधान केली. माझेही मंगलस्नान झाले. चंदनाच्या उटीचा सुगंध सर्वदूर पसरलेला होता. विवाह सोहळ्यासाठी सर्व सम्राट, मंत्रीगण, पुरोहित मोठ्या संख्येने उपस्थित होते. धौम्य पुरोहितांनी मला आणि युधिष्ठिराला पाचारण केले. आम्ही उभयता विवाहासाठी स्थानापन्न झालो. विधी यथातथ्य सुरू झाले. पुरोहितांनी अग्निनारायणाला आवाहन केले आणि आर्यपुत्र युधिष्ठिराने माझे पाणिग्रहण केले. सार्वभौम पांचाल देशात माझ्या विवाहाची चर्चा सुरू झाली. प्रत्येक आर्यपुत्रासाठी वेगवेगळे राजसदन सजवण्यात आले होते आणि कुंतीमातेसाठी वेगळे सदन सजवण्यात आले होते. पाणिग्रहणानंतर रात्री मी युधिष्ठिराच्या राजसदनात प्रवेश केला. मंगल सनईवादन आणि सुगंधी धुपाने सदनात चैतन्य निर्माण झाले होते. त्या पहिल्या मुक्कामातच मला कळून चुकले की, आर्यपुत्र युधिष्ठिराची माझ्याशी विवाह करण्याची प्रचंड इच्छा होती. वरवर शास्त्राचे, धर्माचे बेगडी तत्त्वज्ञान घेऊन युधिष्ठिर वावरत होता. मला हे सर्व आवडत नव्हते. यापेक्षा भीम केव्हाही चांगला. भीमाला मुखवटे घालता येत नाहीत. युधिष्ठिर मात्र... जाऊ दे! युधिष्ठिराविषयी जेवढे सांगावे, तेवढे कमीच आहे. त्याच्या स्वभावालाही काही मर्यादा आहेत, एवढे मात्र खरे.

दुसरे दिवशी माझा विवाह आर्यपुत्र भीमसेनाशी झाला. विवाह सोहळ्यात उत्साहाचे वातावरण होते. आर्यपुत्र भीमाला पराकोटीचा आनंद झाला होता. रात्रौ भीमाच्या राजसदनात मी प्रवेश केला. तिथे महोत्सवाचे वातावरण होते. सुवासिनींनी आम्हाला ओवाळले. आमचे प्रचंड स्वागत झाले. भीमाला तर आकाश ठेंगणे झाले होते. भीम म्हणाला, ‘‘याज्ञसेनी, एक सांगू का?’’

‘‘एक का, हजार सांग...’’ माझा भाव खट्याळ होता.

‘‘स्वत:च्या प्राणापेक्षाही तू मला प्रिय आहेस. आज तुझे पाणिग्रहण केले अन् वाटले, विश्वात माझ्याइतका श्रीमंत राजकुमार कुणी नसेल... आता अखिल विश्वात तुझ्याइतके जवळचे माझे कुणीच नाही...’’ बोलता-बोलता भीमाचे डोळे भरून आले होते. भीमाच्या नितळ व्यक्तिमत्त्वाने मीही भारावून गेले होते. माझा खट्याळ भाव गेला अन् मी गंभीर झाले. मी भीमाचे हात हाती घेतले. भीमाचा खूप मोठा आधार मला जाणवू लागला.

तिसऱ्या दिवशी माझा पार्थाशी विवाह झाला. विवाहप्रसंगी पार्थाच्या

चेहऱ्यावर काही उत्साह दिसत नव्हता. विवाहात तो कठपुतळीचा बाहुला वाटत होता. सारे काही यंत्रवत् चालले होते. त्याचे असे हे रूप पाहून माझ्या काळजात चर्ररऽऽऽ झाले. माझा सर्व जीव पार्थात गुंतलेला अन् पार्थ तर हा असा वागतोय... काय करावे, हेच मला कळत नव्हते. कुंतीमातेचे मात्र आम्हा दोघांकडेही लक्ष होते. विवाहाचा आज तिसरा दिवस कुंतीमातेसाठी फारसा उत्साहवर्धक नव्हता. पार्थाची चिंता करून असेल कदाचित; कुंतीमातेचा चेहरा कोमेजलेला दिसत होता. माझी द्विधा मन:स्थिती होती. काय करावे, कळत नव्हते. विवाहविधी संपताक्षणी पार्थ तावातावाने त्याच्या राजसदनात निघून गेला. तेव्हा मात्र विवाह सोहळ्यास उपस्थित असलेल्या मान्यवरांपैकी अनेकांच्या भुवया उंचावल्या होत्या. सगळ्यांच्याच चेहऱ्यावर चिंता पसरली होती. अपवाद फक्त श्रीकृष्णाचा. त्याचा चेहरा मात्र निर्विकार होता. खऱ्या अर्थाने स्थितप्रज्ञ आहे श्रीकृष्ण किंवा त्याला खात्री असेल की, पार्थाला सरळ करायला किती वेळ लागतो! माझा कोणताही अपराध नसताना पार्थ माझ्याशी असे तुटक का वागतो, याचेच मला आश्चर्य वाटत होते. विवाहाच्या आज तिसऱ्या दिवशी माझ्या मनात चिंतेने चांगलेच घर केलेले होते. ज्याच्या पराक्रमावर जीव ओवाळून टाकावा असा पार्थ, ज्याच्या पौरुष्यावर लुब्ध व्हावे असा पार्थ, ज्याच्या सौंदर्याचा हेवा प्रत्यक्ष मदनालाच वाटावा असा पार्थ... माझ्याकडे तुच्छतापूर्वक दृष्टी टाकतो, तेव्हा भूकंप व्हावा नि धरणीने मला तिच्या पोटात सामावून घ्यावे, असे वाटू लागले.

रात्रप्रहरी मी पार्थाच्या राजसदनात प्रवेश केला. तिथले वातावरण मला काही प्रसन्न वाटले नाही. मी पार्थाकडे दृष्टी टाकली. त्याचाही चेहरा पडलेलाच होता. माझा प्रवेश पार्थाला फारसा रुचलेला दिसत नव्हता. मी मंचकावर पार्थाच्या शेजारी आसनस्थ झाले. पार्थ शांत होता— प्रशांत महासागरासारखा. काही क्षण मीही मौन धारण केले. पण हळूहळू मौन असह्य होऊ लागले. पण मीही निश्चय केला होता— विवाहप्रसंगावर आपण काहीच भाष्य करायचे नाही. पार्थही काही बोलत नव्हता. हा मौनप्रदेश आम्हा दोघांनाही अस्वस्थ करीत होता, हे दोघांच्याही लक्षात येत होते. थोड्या वेळानंतर पार्थानेच ही कोंडी फोडली— "बोला महाराणी याज्ञसेनी, आपण इथे येण्याचे काय प्रयोजन आहे?" मी चमकून त्याच्याकडे बघितले. पण पार्थाचा चेहरा खूपच करारी दिसत होता. मी म्हणाले, "आर्यपुत्र पार्थच बोलतोय ना हे सारे?..."

"होय. केवळ आर्यपुत्र नाही, अजून तरी पार्थाएवढा पराक्रमी वीर

जन्मास यायचा आहे. मी विश्वविजेता आहे. अश्वमेधाचे नेतृत्व केवळ मीच करू शकतो.'' पार्थाच्या बोलण्यात दर्प होता.

''पार्थ, हाच विश्ववीर आहे याची मला जाणीव आहे. पण एवढ्या विश्वप्रसिद्ध वीर राजकुमाराला माझ्या येण्याचे प्रयोजन कळत नसेल, तर मग काय बोलावे?'' माझे बोलणे ऐकून पार्थ मंचकावरून उठला. काही बोलला नाही. पाठीमागे हाताची घडी घालून महालात येरझारा घालू लागला. त्याच्या चालण्याचा वेग उत्तरोत्तर वाढू लागला. एवढ्यात गवाक्षातून वाऱ्याचा एक जोरदार झोत महालात आला. हवेने उग्र रूप धारण केले होते. महालातले पडदे फडफडू लागले. लामणदिव्याची ज्योत थरथरू लागली अन् एक अनामिक हुरहूर माझ्या अंत:करणात प्रवेश करती झाली. बराच वेळ तो येरझारा मारतच होता अन् मी अधोवदन होते. भवितव्याचा कानोसा घेत होते. चालता-चालता एकदा पार्थाने माझ्याकडे निरखून बघितले. क्षणभर थांबला अन् करारी स्वरात म्हणाला, ''याज्ञसेनी, तुझ्या विवाहाचा पण कुणी जिंकला?''

''अर्थात तूच... आर्यपुत्र...'' मी नम्रपणे म्हणाले.

''मग हे काय चालले आहे?'' पार्थ अक्षरश: खेकसला— जशी काही मीच गुन्हेगार होते!

''जे काही झाले आहे पार्था, ते तुझ्या साक्षीनेच झाले आहे; तुझ्या संमतीनेच झाले आहे. जेव्हा कुंतीमातेने हा प्रस्ताव तुझ्यासमोर ठेवला, तेव्हाच तू विरोध करायला हवा होतास...'' माझाही आवाज आता थोडासा चढला होता. याची पार्थाला जाणीव झाली. तो शांतपणे म्हणाला, ''हो, मी विरोध केला होता; पण...''

''पण काय?'' माझा आवाज आणखीनच चढला होता. पार्थ माझ्याकडे चमकून पाहत म्हणाला, ''पण श्रीकृष्णाने खूपच आग्रह धरला होता. त्याच्या आग्रहाखातर मला होकार द्यावा लागला. श्रीकृष्णाचा शब्द मला मोडवत नव्हता. भावनेच्या भरात मी श्रीकृष्णाला अभिवचन दिले आणि आता मला...''

''पश्चात्ताप होतोय, हेच ना..? बोल ना, आता का शांत झालास? का मौन धारण केलेस?''

''होय, होतोय पश्चात्ताप... एकदा शब्द दिला तर पाळला पाहिजे. शब्द पाळण्यासाठी पार्थ प्रसिद्ध आहे. नाही तर...''

''नाही तर काय...''

''हे असले विवाह मी होऊ दिले नसते. याज्ञसेनीचा विवाह फक्त धनुर्धर

पार्थाशीच झाला असता...''

"एवढा तुला मनस्ताप होत होता, तर श्रीकृष्णाला तरी कशाला शब्द दिला? प्रथम आपण आपल्या मन:स्थितीचा विचार करायला हवा; बाकीच्या गोष्टी नंतर... मी पण तोच विचार केला. माझी पण इतरांशी विवाहबद्ध होण्याची इच्छा नव्हती. पण कुंतीमातेने माझ्याकडे अक्षरश: याचना केली. तिला दु:ख दिल्यावर माझी मन:स्थिती चांगली राहिली नसती. म्हणून मी तयार झाले.'' माझे बोलणे ऐकून एक दीर्घ श्वास घेत पार्थ क्षणभर थांबला अन् नि:श्वास सोडत म्हणाला, "सारे कळते याज्ञसेनी... सारे कळते... पण वळत मात्र नाही... काय करू याज्ञसेनी, काय करू? कळत नाही... याज्ञसेनी, मला काहीच कसे उमजत नाही? याज्ञसेनी... याज्ञसेनी. ...मी असा भ्रमिष्टासारखा का वागतोय? कळत नाही... याज्ञसेनी... याज्ञसेनी...'' असे बोलत-बोलत पार्थ एकदम खालीच बसला. मला कसे तरीच झाले. मी धावले. त्याच्याजवळ गेले. त्याला आधार दिला. प्रत्यंचेला ताण देऊन शरसंधान करणाऱ्या विक्रमी हातांनाही कधी कधी आधाराची गरज भासते का? विश्वविक्रमी पार्थ मला त्या दिवशी लहान मुलाइतका निरागस वाटला. पार्थाला मी मंचकावर बसवले. त्याचे काय व कसे सांत्वन करावे, हेच कळत नव्हते. पार्थाच्या मस्तक-पाठीवर हात फिरवत पार्थाला एक महत्त्वाचा प्रश्न विचारला "आर्यपुत्र, का चिडतोस असा माझ्यावर? ह्यात माझा तरी काय दोष आहे, सांगशील? काय गुन्हा केलाय मी?'' विवाहाच्या पहिल्याच दिवशी... माझा कंठ रुद्ध झाला. डोळे भरून आले. पार्थाला माझी दया आली असावी. माझ्या खांद्यावर आश्वासक हात ठेवत पार्थ म्हणाला, "याज्ञसेनी, शांत हो. आपण सारखं बोलतच आहोत. दोघांनाही वेळेचं भान राहिले नाही. बघ— उत्तररात्र सुरू झाली आहे.'' अन् पार्थाने दीप मालवून टाकले.

चौथ्या दिवशी माझा नकुलाशी विवाह झाला अन् पाचव्या दिवशी सहदेवाने माझे पाणिग्रहण केले. पाचही विवाह झाल्यावर पिताश्री महाराज द्रुपदांनी वरपक्षाकडील अभ्यागतांचा दागदागिने, वस्त्रालंकार, रत्ने, हिरे, माणके देऊन यथातथ्य सत्कार केला. पाचही शूर पांडव महाराज द्रुपदाचे जावई झाल्याने आता पिताश्रींना स्वर्ग दोन बोटे उरला होता. पिताश्रींनी पांडवांना विपुल द्रव्य दिले. चार-चार अश्व जुंपलेले शंभर रथ दिले. सुवर्ण अंबारी असलेले शंभर हत्ती दिले. शंभर दासी दिल्या. पोषाख आणि अलंकार तर अगणित होते. विवाहाला महोत्सवाचे स्वरूप आले होते. विवाहाच्या शेवटच्या दिवशी मी पुन्हा रेशमी वस्त्रे परिधान केली. मंगलसूत्र आणि लग्नकंकण घालून मी माता कुंतीकडे

आले. तिला अभिवादन केलं. तिने मला जवळ घेतले. तिचे मौनाशिष स्पर्शातून जाणवत होते. काही क्षणांनंतर कुंतीमाता म्हणाली, "बाळे! चंद्राला जशी रोहिणी, इंद्राला जशी इंद्राणी, अग्नीला जशी स्वाहा, नारायणास जशी लक्ष्मी, वसिष्ठास जशी अरुंधती— तशीच तूही तुझ्या पाचही पतींना प्राणप्रिय हो!... याज्ञसेनी... अभ्यागत, ऋषीमुनी आणि गुरुजनांचा आदर करीत जा... गुणवती याज्ञसेनी, तू पुत्रवती हो... कल्याणी, तू शतायुषी हो!..." माताकुंतीच्या प्रदीर्घ आशीर्वादाने मनाला जरा उभारी आली.

कुंतीमातेनंतर सर्व ज्येष्ठांना अभिवादन करीत मी बलरामदादा आणि श्रीकृष्णाजवळ आले. बलरामदादाने तोंड भरून आशीर्वाद दिले. शेजारी माझे पाचही पती होते. श्रीकृष्णाला अभिवादन करताना तो म्हणाला, "असू दे याज्ञसेनी... तू आता महाराणी आहेस. महापराक्रमी पांडवांची महाराणी!" असे म्हणत श्रीकृष्णाने माझ्या मस्तकावर हात ठेवला. मी म्हणाले, "श्रीकृष्णा, एक विचारू का?" हे ऐकून श्रीकृष्णाच्या चेहऱ्यावर प्रश्नचिन्ह उभे राहिले.

"विचार ना..."

"तू आणि बलरामदादाने आम्हाला केलेला आहेर फार मोलाचा आहे. पण भविष्यात मला तुझ्याकडून खूप गोष्टी मागून घ्याव्या लागतील. देशील ना?" माझा स्वर कातर झाला होता. श्रीकृष्णाची गंभीर दृष्टी एकदा माझ्यावर अन् एकदा पार्थावर पडली. काही क्षण शांतता. मग श्रीकृष्ण म्हणाला, "याज्ञसेनी, यापुढे आपण एकमेकांच्या सुख-दु:खाची सोबत करणार आहोत; चिंता करू नकोस. यापुढे आपल्या गाठीभेटी होतीलच. आणीबाणीच्या वेळी तर निश्चित होतील. अशा वेळी तू आवर्जून हाक दे; मी येत जाईन याज्ञसेनी... मी तुझे देणे लागतो याज्ञसेनी..." श्रीकृष्णाचे बोलणे मला आधार देऊन गेले. अंत:करण भयमुक्त झाले. मी पुढे सर्व ज्येष्ठांना अभिवादन करीत आशीर्वाद घेत पुढे निघाले. पण डोक्यात मात्र श्रीकृष्णाच्या बोलण्याचाच विचार चाललेला होता.

पाच दिवसांचा विवाहसोहळा संपल्यावरही पुढे बरेच दिवस काम्पिल्यनगरीत अतिथींची वर्दळ होती. पुढे बरेच दिवस इथे विवाहसोहळ्याची चर्चा होती. मी आता ही नगरी सोडून जाणार, म्हणून वातावरण हळूहळू उदास होऊ लागले. पिताश्री, माताश्री, धृष्टद्युम्नदादासोबत सर्व बंधुवर्य उदास दिसत होते, यात काही नवल नाही... पण दास-दासी अन् नगरवासीही ही उदासी अनुभवत होते. सर्वांना एकच चिंता होती की, याज्ञसेनी दुरावणार; पण मला मात्र माझ्याच भवितव्याची चिंता लागली होती. माझ्या व्यक्तिमत्त्वाच्या ह्या पाच आऱ्यांच्या चाकाच्या घरंगळण्याची

दिशा कोणती राहणार होती? वेगवेगळ्या वृत्तींचे हे आरे याज्ञसेनी नावाच्या चाकाला कुठे नेतील. कळत नाही.

माझ्या वैवाहिक जीवनास प्रारंभ झाला होता. पार्थाचे वागणे मोठे विचित्र झाले होते. कधी कधी तो खूपच चांगला वागायचा अन् कधी कधी संतापत होता. चिडायचा अन् स्वत:लाच दूषणे द्यायचा. त्याची ही आत्मपीडा पाहून मी थक्क होऊ लागले. खचून जाऊ लागले. काय करावे; सुचत नव्हते. पण श्रीकृष्णाची आठवण झाली की, तो आहेच ना आधाराला, असे वाटायचे. कुंतीमाता पार्थाला सांभाळण्याचा कसोशीने प्रयत्न करत होतीच.

एक दिवस कुंतीमातेने आम्हा सर्वांना बोलावले. मी युधिष्ठिर, भीम, पार्थ, नकुल नि सहदेव कुंतीमातेच्या आज्ञेप्रमाणे तिच्या सदनात येऊन बसलो. नंतर कुंतीमातेने पिताश्री द्रुपद आणि धृष्टद्युम्नदादालाही बोलावून घेतले. आम्ही सर्व बसल्यावर कुंतीमाता म्हणाली, ''हे पाहा, आता आपण काही तरी निर्णय घेतला पाहिजे. आपण महाराज धृतराष्ट्राकडे आपले राज्य मागितले पाहिजे आणि सावधपणे राज्यकारभार केला पाहिजे. यासाठीच मी इथं सर्वांना बोलावलं आहे. पुढची आपली वाटचाल काय असावी, काय दिशा असावी, असं तुम्हाला वाटतं?''

''महाराज धृतराष्ट्र हा फार दांभिक राजा आहे. त्याच्या पासून नेहमीच सावध राहावं लागेल.'' असे पिताश्री म्हणताच धृष्टद्युम्नदादा म्हणाला,''धृतराष्ट्र दांभिक तर दुर्योधन, दु:शासन, शकुनी हे दुष्ट प्रवृत्तीचे आहेत, हे लक्षात ठेवूनच काही तरी निर्णय घ्यावा लागेल.'' धृष्टद्युम्नदादाच्या विधानावर सर्वजण विचार करू लागले. चर्चा बराच वेळ चालली होती. मी फक्त मौन धारण करून शांतपणे त्यांचे बोलणे ऐकत होते. एवढ्यात एक दासी धावत आली तिने पिताश्रींना अभिवादन करून ''हस्तिनापुरावरून विदुरकाका लवाजम्यासह आले आहेत,'' हा निरोप सांगितला. सर्वांना आश्चर्य वाटले. कुंतीमाता लगेच म्हणाली, ''तुम्ही सर्व जण जा. विदुरांचे स्वागत करा, त्यांचा मान-सन्मान करा; मग आपण विदुराच्या येण्याचे प्रयोजन सायंकाळी विचारू. विदुरभाऊजी हा अतिशय सद्वर्तनी व सत्प्रवृत्तीचा पुरुष आहे. आपण त्यांचाही सल्ला घेऊ. बरे झाले, विदुर आले आहेत!'' असे म्हणत कुंतीमातेने एक दीर्घ श्वास घेतला.

काम्पिल्यनगरीत विदुराचे यथोचित सत्कार, स्वागत झाले. महाराज पिताश्री द्रुपदांनीही सर्व पांडवपुत्र, कुंती आणि माझाही भव्य सत्कार केला. हा सत्कार पांचाल

देशाचा असून मी एक प्रतिनिधी म्हणून मी हा आपला सर्वांचा सत्कार करत आहे, असे महाराजांनी सांगितले. संध्याकाळी भोजनोत्तर मग सर्वांची बैठक बसली. विदुरकाकांनी आपल्या येण्याचे प्रयोजन सांगितले. म्हणाले, "मी देवी कुंती, पाच पांडव आणि याज्ञसेनी यांना नेण्यासाठी आलो आहे. मला महाराज धृतराष्ट्रांनी पाठवले आहे. ह्या सर्व पांडुपुत्रांना अर्धे राज्य देण्याचे महाराजांनी मान्य केले आहे. तेव्हा आपण आता लवकरच हस्तिनापुराकडे प्रस्थान करू या." विदुराचे बोलणे ऐकून लगेच कुंतीमाता म्हणाली, "पण विदुरभाऊजी, हे सहजासहजी कसे शक्य झाले? पांडुपुत्रांना अर्धे राज्य खरेच मिळणार आहे का?"

"होय." विदुरकाकांनी बोलण्यास सुरुवात केली.

"पांडुपुत्रांना अर्धे राज्य खरेच मिळणार आहे. सुरुवातीला ह्यासाठी सर्वांचाच विरोध होता. महाराज धृतराष्ट्रांचे धोरणही नेहमीच बोटचेपेपणाचेच राहिले आहे. पण मी आणि पितामह भीष्मांनी त्यांचे सर्व डावपेच उधळून लावले. पितामह भीष्मांनी पांडवपुत्रांना अर्धे राज्य देण्याची आग्रही भूमिका घेतली. त्यामुळे महाराज धृतराष्ट्रांचे मतपरिवर्तन झाले आहे. त्यासाठीच त्याने मला सोन्यारुप्यांची नाणी, विविध प्रसिद्ध रत्ने आणि आहेर देऊन पाठवले आहे. पांडवपुत्रांना हस्तिनापुरात अतिशय सन्मानाने घेऊन या, असे मला सांगण्यात आले आहे." विदुरकाकांनी हस्तिनापुरात घडलेला सर्व वृत्तांत सांगितला. हे सर्व ऐकून कुंतीमाता म्हणाली, "विदुरभाऊजी, आमचा आपल्यावर प्रचंड विश्वास आहे. आपण आता लवकरच हस्तिनापुराकडे प्रस्थान करू या."

ह्यानंतर आमचा काही दिवस काम्पिल्यनगरीत मुक्काम होता. ह्या काळात पिताश्री द्रुपदांकडून विदुराचा यथायोग्य पाहुणचार करण्यात आला आणि एक दिवस आम्ही सर्वांनी काम्पिल्यनगरीचा निरोप घेतला. मी जड अंत:करणाने ह्या नगरीचा निरोप घेतला. आम्ही सर्व जण विदुराकाकांसोबत हस्तिनापुराकडे निघालो. निघताना पिताश्री महाराज द्रुपदांनी आम्हाला विपुल संपत्ती दिली.

आम्ही हस्तिनापुरात आलो. आमचे भव्य स्वागत करण्यात आले. स्वागतासाठी द्रोणाचार्य, कृपाचार्य, चित्रसेन, विकर्ण व अन्य कौरवांना महाराज धृतराष्ट्रांनी पाठवले होते. आम्ही येणार, म्हणून साऱ्या नगरवासीयांना प्रचंड आनंद झालेला होता. माता कुंती व याज्ञसेनीसह पांडुपुत्र आलेले आहेत, हे कळल्यामुळे हस्तिनापूर नगरातील नागरिक रस्त्यावर अक्षरश: नाचत होते.

आम्ही हस्तिनापुरात पोहचलो. मी पाच पांडवांसोबत महाराज धृतराष्ट्र, पितामह भीष्माचार्य, द्रोणाचार्य आदी ज्येष्ठांना वंदन केले. धृतराष्ट्रांनी आम्हाला

अर्धे राज्य देण्याचे जाहीर केले. आम्हाला अर्धे राज्य मिळाले; पण गृहकलह वाढू नये म्हणून आम्ही जवळच खांडवप्रस्थास जाऊन राहण्याचे ठरले. ही श्रीकृष्णाची कल्पना सर्वमान्य ठरली. श्रीकृष्ण, माता कुंती आणि विदुरकाकांच्या मार्गदर्शनाप्रमाणे खांडवप्रस्थास नगरी तयार होऊ लागली. नगररचना झाली. आखणी झाली. लगेच भव्य प्रासाद उभे राहू लागले अन् बघता-बघता एक आदर्श नगर दिमाखाने उभे राहिले. इंद्रप्रस्थ असे ह्या नगरीचे नाव ठेवण्यात आले. महाराजा युधिष्ठिरांचे भव्य प्रासाद उभे राहिले. नगर वसलं, माणसं आली. अभ्यासू ब्रह्मवृंद, विविध व्यवसाय करणारे व्यापारी, कुशल कारागीर, तंत्रज्ञ, शिल्पज्ञ सारे सारे आले. इंद्रप्रस्थनगरीचे रहिवासी झाले. इंद्रप्रस्थनगरीत अनेक मोक्याच्या ठिकाणी उद्याने तयार करण्यात आली. फुलं आणि फळांची उद्याने तयार झाली. एका अर्थाने ही उद्यानांची नगरी तयार झाली. जांभूळ, ताड, फणस, हिरवा चाफा, अशोक, कदंब, आंबा इ, किती तरी झाडे वाढू लागली. शेवंती, मोगरा, पारिजात, गुलाब, कण्हेर इ. फुलांच्या बागा तयार झाल्या. इंद्रप्रस्थनगरीचे वैभव पाहून मी मोहरून गेले. ह्या नव्या नगरीत क्रीडांगणे झाली, कलागृहे झाली, विहिरी झाल्या, तलाव झाले. ह्या उद्यानाच्या नगरीत कोकिळ आला, गाऊ लागला. रंगीबेरंगी पक्षी आले. इंद्रप्रस्थनगरीचे आकाश अशा पक्ष्यांनी व्यापून टाकलं. उद्यानांचं नगर म्हणून इंद्रप्रस्थ सर्वदूर चर्चेमध्ये आले.

-०-०-०-

- ४ -

इंद्रप्रस्थनगरीमध्ये महाराणी म्हणून मी वावरू लागले. कुंतीमातेच्या चेहऱ्यावरही आता हर्षोल्हास दिसू लागला. पाच पांडवांसोबत माझ्यासाठी व माता कुंतीसाठी भव्य प्रासाद बांधण्यात आले. पाच पांडवांचे पाच आणि आमचे दोन— अशा या भव्य सात प्रासादांमुळे इंद्रप्रस्थनगरी अधिकच सुशोभित दिसत होती— सप्तरंगी इंद्रधनुष्यासारखी. दिवस-रात्रीचा प्रवास शांतपणे चाललेला होता. दैनंदिन जीवनात फारशी खळखळ नव्हती. माझेही प्रत्येक आर्यपुत्राशी वैवाहिक जीवन सुरू झाले होते. पार्थासोबतचा काळ म्हणजे सुवर्णकाळ. पण मध्येच पार्थाचे संतुलन जाई. इतर आर्यपुत्रांशी माझा प्रेमव्यवहार पार्थाला कधीच मानवला नाही. या संदर्भात अधिकचे ताणतणाव निर्माण झाले की, इंद्रप्रस्थाच्या राजवाड्यांचे स्वास्थ्यच संपुष्टात येई. या सर्व प्रकरणात माझी मात्र ससेहोलपट होऊ लागली. केवळ याच प्रकरणातून आर्यपुत्रांचे खटके उडू लागले. माझा विशेषत: युधिष्ठिराशी होत असलेला प्रेमव्यवहार पार्थाला अजिबात चालत नसे. या सर्व प्रकरणात मी अतिशय उद्विग्न होत असे. याच प्रकरणात माझा आणि पार्थाचा एक दिवस टोकाचा वाद झाला, तेव्हा मात्र मी अगतिक झाले. ह्या प्रकरणाचा काही तरी सोक्षमोक्ष लावावा, म्हणून मी धावतच माता कुंतीच्या प्रासादात पोहोचले. तिथे पोहोचेपर्यंत मी घामाघूम झाले होते. माझी ही परिस्थिती कुंतीमातेने तत्काळ ओळखली. कुंतीमातेने मला जवळ घेतले. मायेने माझ्या डोक्यावरून हात फिरवला. आपल्या उत्तरीयाने कुंतीमातेने माझा चेहरा पुसून काढला. दासीमार्फत थंड पाणी मागवले. लहान बाळास एखाद्या आईने पाणी पाजावे, तसे कुंतीमातेने मला पाणी पाजले. मग तर मला फारच भडभडून आले. माझ्या डोळ्यांतील आसवांचा पूर पाहून माता कुंतीही अस्वस्थ होत होती. माझ्या अश्रूंनी तिचे उत्तरीय भिजून गेले होते. माता कुंती मात्र काहीच न बोलता मला केवळ शांत करण्याचा प्रयत्न करीत होती. माझ्यातला दु:खाचा आवेग ओसरेपर्यंत कुंतीमाता अवाक्षरही बोलत नव्हती. मला तिने

पूर्ण शोक करू दिला. दुःखाच्या ह्या अभिव्यक्तीनंतर माझ्यात कमालीचा थकवा आला. कुंतीमातेच्या मांडीवर डोके ठेवून मी माझा देह मंचकावर झोकून दिला. काही वेळ कुणीच काही बोलत नव्हते. थोड्या वेळाने मीच कोंडी फोडली. म्हणाले, "कुंतीमाते—"

"बोल बाळ..."

"आता किती दिवस हे सहन करायचं?"

"अं... हं..."

"आज तर पार्थाचा तोलच गेला आहे."

"हं..."

"त्याच्या अशा वागण्यानं माझं चित्तच थाऱ्यावर राहत नाही... मला कसं तरीचं होतंय कुंतीमाते..."

"मला का कळत नाही बाळ...?" मातेचा आवाज अवरुद्ध अन् डोळे भरून आलेले...

"माते, तुझ्या डोळ्यांत पाणी?"

"हं बाळ... मला समजून घे, कधी कधी वाटतं, ह्या सगळ्या दुःखाला मीच कारणीभूत आहे."

"नाही माते, ह्या दुःखाला कारणीभूत आहे, हे माझं उपजत शापित सौंदर्य..."

"याज्ञसेनी, थोडा धीर धर बाळ. मी पार्थाशी बोलणार आहे. फार गुणी पुत्र आहे माझा तो. हळूहळू तो परिस्थितीशी जुळवून घेईल."

"मला ही शक्यता फार फार कमी वाटते माते—"

"तुझं खरं आहे बाळ, पण... मी आशावादी आहे. पार्थात सातत्याने होणारा बदल मला जाणवतोय... अगं, मला काही समजत नाही, असे का वाटते तुला, मी त्याची माताच आहे ना? ह्या प्रासादांमध्ये सुख-शांती लाभावी, असं मला सदैव वाटत आले आहे."

"पण माते, सुख-शांतीचं नि ह्या प्रासादाचं अलीकडे काही नातं आहे, असं मला वाटत नाही."

"धीर धर याज्ञसेनी. त्यासाठी मी प्रयत्नशील आहे."

"काय प्रयत्न चालले आहेत माते तुझे?... मला कळलं, तर बरं होईल."

"अगं मी नारदऋषींकडे निरोप पाठवला होता. येत्या चार-पाच दिवसांत ऋषी नारद येतीलच. त्यांच्यापुढे ही समस्या मांडू... बघू या, काही तरी मार्ग निघेलच की..."

कुंतीमातेच्या प्रासादात मी खूप वेळ थांबले. मातेने मला धीर दिला. घटका-दोन घटका ही कुंतीमाता माझी जन्मदात्रीच होऊन माझ्यावर प्रेमाचा वर्षाव करीत होती...

चार-पाच दिवस असेच गेले अन् कुंतीमातेने म्हटल्याप्रमाणे नारद ऋषी इंद्रप्रस्थनगरीमध्ये अवतीर्ण झाले. कुंतीमातेच्या राजप्रासादात त्यांची यथासांग पूजा झाली. एक-दोन दिवस त्यांच्या सत्कार-स्वागतातच गेले आणि मग एका सायंकाळी नारदऋषी स्थानापन्न झाले... त्यांच्यासमोरच्या आसनावर कुंतीमाता स्थानापन्न झाली... शेजारी मी बसले. दुसऱ्या बाजूला युधिष्ठिर, भीम, पार्थ, नकुल व सहदेव स्थानापन्न झाले. मग ऋषी नारदांनी कुंतीमातेला त्यांच्या निमंत्रणाचे प्रयोजन विचारले तेव्हा कुंतीमाता म्हणाली, "हे ऋषिवर्य, ही आमची राजस्नुषा याज्ञसेनी खूप दुःखात आहे. तिचे दुःख निवारण्यासाठी काही मार्ग सांगावा, म्हणून आपणास निमंत्रित करण्यात आले आहे." कुंतीमातेने असे सांगताच पाचही आर्यपुत्र माझ्याकडे, पाहू लागले. पार्थ सोडला तर बाकीच्यांना मला काय दुःख आहे, हेच कळत नव्हते. पार्थ मात्र लगेच सावरून बसला. ऋषी नारदांनी एकदा माझ्याकडे नंतर पाचही आर्यपुत्रांकडे पाहून घेतलं, क्षणभर थांबले अन् म्हणाले, "याज्ञसेनी, सांग बाळ— तुझे काय दुःख आहे?" ऋषिवर्यांनी असे म्हणताच पार्थाचा चेहरा गोरामोरा झाला. इतर चारही पांडवांच्या चेहऱ्यांवर प्रश्नार्थक भाव होता. मी धीर धरून म्हणाले, "मुनिवर्य, 'पण' पार्थाने जिंकला; पण कुंतीमाता आणि श्रीकृष्णाच्या आदेशाने मी ह्या पाचांशी विवाहबद्ध झाले अन्..."

"अन् काय? बोल बाळ—" मुनिवर्यांचा आवाज आश्वासक होता. पण मला खूपच भरुन आले होते... माझ्या डोळ्यात उसळी मारू पाहणारे पाणी मला बोलू देत नव्हते. कुंतीमातेनं मला सावरलं... काही काळ असाच गेल्यावर मी थोडीशी भानावर आले. डोळ्यातलं पाणी पुसलं. नंतर मी पार्थाकडे पाहिले. कधी नाही तो पार्थाच्या डोळ्यांत माझ्याविषयीचा कणवभाव दिसत होता. त्याला माझी अक्षरशः कीव येत होती, असे मला वाटले अन् त्याच्या चेहऱ्यावर पश्चात्तापाची भावनाही आरपार पसरलेली दिसत होती. काही काळ कुणीच काही बोलत नव्हतं. मुनिवर्यांच्या चेहऱ्यावर मात्र सर्व काही समजले, असा भाव होता. त्यांनी कुंतीमाता, मी आणि पाचही पांडवांकडे पाहून घेतलं अन् म्हणाले, "हं, कळली मला याज्ञसेनीची अडचण!"

"आपणच यातून काही तरी मार्ग काढावा मुनिवर्य—" अतिशय काकुळतीने माता कुंती म्हणाली... सर्वांवर एक नजर टाकत मुनिवर्य नारद बोलू लागले,

“पराक्रमी पंडुपुत्रांनो, एक महत्त्वाची गोष्ट तुम्हाला मी सांगतो. प्राचीन काळी निकुंभ नावाचा एक पराक्रमी दैत्य होऊन गेला. त्याला दोन पराक्रमी पुत्र होते. सुंद आणि उपसुंद अशी त्यांची नावे होती. त्यांचे परस्परांवर निरतिशय प्रेम होते. विंध्यपवर्तावर त्यांनी घोर तपश्चर्या केल्यावर ब्रह्मदेव त्यांच्यावर संतुष्ट झाला. ब्रह्मदेवाची त्यांच्यावर कृपादृष्टी झाली. पुढे हे बंधू शक्तीच्या अभिमानाने उन्मत झाले. त्यांनी इंद्रलोक जिंकला. सर्वांना वेठीस धरले. साऱ्या देवांनाच त्रास द्यायला सुरुवात केली.

“शेवटी ब्रह्मदेवाने विश्वकर्म्यास एक सुंदर स्त्री बनवण्यास सांगितले. विश्वाच्या ठायी जिथे जिथे सौंदर्य आहे तिथले तिळ-तिळ सौंदर्य एकत्र करून विश्वकर्म्यानं तिलोत्तमा नावाची एक रूपगर्विणी तयार केली. तिला सुंद व उपसुंद यांच्याकडे पाठवण्यात आले. तिलोत्तमेच्या अद्वितीय सौंदर्याकडे पाहून सुंद व उपसुंद आनंदाच्या आणि विकाराच्या अतिरेकाने वेडावून गेले. या रमणीवरून दोघांचे भांडण जुंपले. ‘माझी-माझी’ म्हणत म्हणत ते एकमेकांवर गदाप्रहार करू लागले. लढता-लढता दोघेही रक्तबंबाळ झाले आणि शेवटी दोघेही आपसात लढूनच मरून गेले. म्हणून म्हणतो भरत श्रेष्ठांनो, सावध व्हा. माताकुंतीने कशासाठी हा निर्णय घेतला आहे, हे आता तुमच्या लक्षात आले असेल. याज्ञसेनी ही पृथ्वीतलावरील एकमेव सुंदर स्त्री आहे. मला वाटतं, आता मी अधिक बोलण्याची आवश्यकता नाही...”

मुनिवर्यांचे बोलणे खूपच प्रभावी होते. याचा योग्य तो परिणाम पार्थाच्या चेहऱ्यावर दिसत होता. मला आनंद झाला. मला वाटलं, खरंच स्त्रीच्या सौंदर्यात एवढी शक्ती असते? थोडेसे वाईटही वाटले. खरेच अनादिकाळापासून स्त्रियांचा उपयोग कशाकशासाठी घेतला जातोय, पण मी हे प्रकटपणे बोलून दाखवले नाही. यानंतर पार्थाने मुनिवर्यांच्या पायांवर डोके ठेवले. नंतर मी, युधिष्ठिर, भीम, नकुल, सहदेव आणि शेवटी माता कुंतीने मुनिवर्यांचे आशीर्वाद घेतले. अभिवादन करता-करता माता कुंतीने विचारले, “गुरुवर्य, आपण परिणाम सांगितलेत; पण ह्यातून सुटण्याचा मार्ग नाही सांगितला.” उठत-उठत ऋषी नारद म्हणाले, “भरतश्रेष्ठांनो, अजून काही दिवसांनी वर्षारंभ सुरू होईल. तेव्हापासून प्रत्येक जणाने एक-एक वर्ष याज्ञसेनीसोबत वैवाहिक जीवन जगावे.” हा मुनिवर्यांनी सांगितलेला मार्ग सर्वांनाच मान्य झाला. माता कुंतीने सुटकेचा एक नि:श्वास टाकला. मुनिवर्य नारदांनी पुढे काही दिवस इंद्रप्रस्थनगरीत पाहुणचार घेतला व एक दिवस त्यांनी सर्वांना आशीर्वाद देऊन इंद्रप्रस्थनगरीचा निरोप घेतला.

नववर्षारंभ व्हायला अजून दोन मास अवधी होता. वर्षारंभ सुरू झाला की ज्येष्ठ म्हणून पहिल्या वर्षावर युधिष्ठिराचा अधिकार होता. दुसऱ्या वर्षी भीम, तिसऱ्या वर्षी पार्थ, चौथ्या वर्षात नकुल अन् पाचव्या वर्षी सहदेव असा कालखंड ठरला. नवीन वर्ष सुरू व्हायला अजून दोन महिने होते. हे दोन महिने मी पार्थासोबत राहीन, ही माझी मागणी सर्वांनी मान्य केली. माझा आणि पार्थाचा हा दोन महिन्यांचा संसार सुरू झाला.

मी सतत पार्थाच्या सहवासात राहू लागले. त्याच्यामध्ये आता बदल दिसून येत होता, पण हा बदल चमत्कारिकच होता. आता तो पूर्वीसारखा चिडत नव्हता; पण तासन् तास शून्यात नजर लावून शांतपणे बसून राहत होता. माझ्या सहवासातून तो फुलून येत नव्हता. गंभीर चेहरा करून राहणे, हाच जणू त्याचा धर्म झालेला होता. ह्या सर्व अवस्थेचे सूक्ष्म निरीक्षण कुंतीमाताही करत होतीच. पण ही शांतता वादळापूर्वीची तर नाही ना, याची मला भीती होती. हं, पार्थामध्ये एक महत्त्वाचा बदल झाला होता. तो म्हणजे, मुनिवर्य नारद येऊन गेल्यापासून माझ्याविषयी त्याच्या अंत:करणात कणव निर्माण झाली होती. काही दिवसांनंतर एका रात्री पार्थाला विचारलं, ‘‘पार्थ.. वर्षारंभ सुरू झाला की, तुझी व माझी किमान दोन वर्ष तरी भेट होणार नाही.’’

‘‘बरोबर आहे तुझे.. मला ते मान्य आहे.’’

‘‘मान्य आहे रे पार्था... पण ह्या दोन वर्षांत चांगला राहशील का? की उगी त्रागा करून घेशील लहान मुलासारखा?’’ माझ्या प्रश्नाचे उत्तर पार्थाने दिले नाही. ‘‘बोलत का नाहीस? अजूनही तुझ्या मनात राग आहेच का?’’

‘‘तुझ्यावर राग कसा असेल याज्ञसेनी?’’

‘‘मग कुणावर युधिष्ठिरावर?’’

‘‘नाही.’’

‘‘मग भीमाचा राग येतो तुला?’’

‘‘नाही.. नाही...’’

‘‘मग नकुल-सहदेवावर राग आहे का?’’

‘‘अजिबात नाही.’’

‘‘माता कुंतीवर?’’

‘‘नाही.. नाही...नाही...’’ पार्थाचा आवाज चढलेला होता. तो पुढे म्हणाला, ‘‘माझा राग कुणावरच नाही याज्ञसेनी... अलीकडे माझा मलाच राग येऊ लागला आहे.. वाटतं, कधी कधी याज्ञसेनी...’’

"काय वाटतं पार्थ?" — माझा उत्कट प्रश्न.

"वाटतं, सारं सोडून द्यावं. ह्या राज्यावर पाणी सोडावं आणि जावं कुठे तरी."

"कुठे तरी म्हणजे नेमकं कुठं?"

"कुठे तरी म्हणजे जिथे मनाला शांती मिळेल, अशा ठिकाणी. आता मन:शांतीचा शोध घ्यावा असं वाटतंय. फार गुदमरल्यासारखं होतंय याज्ञसेनी. तुला काय सांगू..." पुढं पार्थाला बोलवेना... त्याच्या भावविवशतेचं आभाळ भरून आलं होतं. मी त्याला शांतवीत होते. बोलून-बोलून अन् विचार करून तो थकून गेला होता. मी त्याला एखाद्या निरागस मुलासारखं थोपटू लागले. बघता-बघता तो झोपेच्या अधीन झालाही.

पार्थाच्या सहवासात बघता-बघता दोन महिने कधी संपत आले, कळले नाही. आता अवघ्या चार दिवसांत नववर्षारंभ सुरू होणार होता. आता एक वर्ष युधिष्ठिरच आपला सखा नि सोबती. मुनिवर्य नारदांनी दिलेला नियम मोडता येत नव्हता. इच्छा असूनही पार्थाला भेटता येत नव्हते, बोलता येत नव्हते. शेवटच्या रात्री मी पार्थाशी बोलत होते,

"आर्यपुत्र पार्थ!"

"बोल—"

"उद्यापासून नवीन वर्ष सुरू होतेय."

"त्याची मला जाणीव आहे."

"माझी एक नम्र विनंती आहे पार्था—"

"बोल."

"केवळ तुझे व्यक्तीमत्त्व डोळ्यांमध्ये साठवून मी विवाहासाठी तयार झाले."

"बरोबर आहे."

"जेव्हा तू 'पण' जिंकलास— अगदी तेव्हापासून माझ्या अंत:करणात कुठल्याही पुरुषाने प्रवेश केला नाही."

"मी आभारी आहे याज्ञसेनी तुझा."

"किती कोरडं बोलतोस पार्था—"

"कसं बोलू, ते तरी सांग."

"जाऊ दे. नीट ऐकून घे. केवळ कुंतीमातेच्या इच्छेखातर मला इतर चारहीजणांशी विवाह करावा लागला. पण मनानं वरलं ते केवळ तुला... आता

अनिच्छेने मला दोन वर्षं तिकडे राहावं लागेल.''

''बरोबर आहे. काही तरी एक विनंती आहे, असे म्हणत होतीस ना?''

''हो— हो, बरोबर आहे.''

''सांग ना तुला काय म्हणायचं आहे ते—''

''ही दोन वर्षं आनंदानं राहा. मनात काही किल्मिषं ठेवू नकोस. मी सदैव तुझीच आहे पार्था..''

मला पुढे बोलवेना. माझं मस्तक मी पार्थाच्या पराक्रमी छातीवर ठेवलं अन् मनसोक्त रडून घेतले. पार्थही भावनाप्रधान झाला. मला शांतवीत तो म्हणाला, ''याज्ञसेनी, काळजी करू नकोस. आता मला सावरायलाच हवे... खरं सांगू याज्ञसेनी... तुझ्यावर माझं निरतिशय प्रेम आहे. तुझ्या सौंदर्यानेच मला अक्षरशः अपंग करून टाकले आहे. पण आता सावरायला पाहिजे. खूप कामं पडलेली आहेत. कौरव वैरी होऊन आमचा जीव घेण्यास टपून बसले आहेत.''

''आमचा नाही, आपुला म्हण.''

''हं, बरोबर आहे याज्ञसेनी— हो आपुलाच!''

''तर मग आपण पुन्हा भेटणारच आहोत. दोन वर्षांत आनंदी राहा. पार्था, तू स्वतः एवढा पराक्रमी आहेस, भीम तुझ्यासोबत आहे. असे पराक्रमी भाऊ असताना आता आपलं हे राज्य वाढवण्याचा प्रयत्न कर.'' शेवटच्या रात्री आम्ही खूप वेळ बोलत होतो. पार्थामध्ये इष्ट तो बदल जाणवत होता. उत्तररात्री तो झोपेच्या अधीन झाला. झोपेतही त्याच्या निरागस चेहऱ्यावर तेज झळकत होते. तो चेहरा मनात साठवत मीही निद्राधीन झाले.

मी मात्र पहाटेच उठले. पार्थ झोपेतून उठण्याच्या अगोदर मला उठणं आवश्यक होते. आज वर्षारंभ होता. आता वर्षभर युधिष्ठिरासोबत संसार करायचा. मी रामप्रहरीच उठले. पार्थ गाढ झोपेत होता. त्याच्या चरणांवर मस्तक ठेवलं. त्याच्या पराक्रमाला केलेलं हे अभिवादन होते. परमेश्वरालाही मनोमन प्रार्थना केली. पार्थाला स्वास्थ्य लाभावं म्हणून अन् मी पार्थाच्या सदनातून वेगाने बाहेर पडले— माझ्या हुंदक्यांच्या आवाजाने पार्थाला जाग येऊ नये म्हणून... मला जाणीव आहे. जाग आल्यावर पार्थाला खूप एकाकी वाटेल. आता हे याज्ञसेनी नावाचं पाच आऱ्यांचं चाक सारखं घरंगळत राहणार. चाकाची इच्छा असो वा नसो; घरंगळणं हा ह्या चाकाचा धर्मच झाला आहे...

आज नववर्षारंभ होता. युधिष्ठिरासोबतचे माझे पहिले वर्ष सुरू झाले. पहाटेच

शुचिर्भूत होऊन मी प्रथमत: कुंतीमातेच्या प्रासादात गेले. त्यांना अभिवादन करून त्यांचा आशीर्वाद घेतला. कुंतीमातेशी थोडा संवाद साधला. तिथेही मी पार्थाच्या मन:स्वास्थ्याविषयी चिंता व्यक्त केली. तेव्हा कुंतीमाता म्हणाली, ''याज्ञसेनी, तुझ्याप्रमाणे मलाही काळजी आहे. माझे सर्व लक्ष आता पार्थावर केंद्रित करणार आहे. तू जा. निश्चिंत राहा, सुखी राहा.''

मी माता कुंतीच्या प्रासादातून निघाले. युधिष्ठिराच्या प्रासादात माझे चांगलेच स्वागत झाले. युधिष्ठिराच्या चेहऱ्यावर प्रसन्न भाव होता. दिवस येत होते, जात होते. कधी तरीच पार्थाची दृष्टभेट व्हायची. पण मी सारखा कानोसा घेत होते. दासीमार्फत पार्थाच्या प्रकृतीची व प्रवृत्तीची ही चौकशी करीत होते. जसजसे दिवस जाऊ लागले तसतसे पार्थाविषयी वेगवेगळे ऐकायला येऊ लागले. त्याची प्रकृती वरचेवर बिघडत चाललेली होती. तसं कुंतीमातेचं लक्ष तिथे होतंच म्हणा; पण कधी कधी वाटायचं की, जावं धावत अन् पार्थाची भेट घ्यावी; त्याला सावरावं. पण इलाज नव्हता. वरचेवर तो एकाकी बनत चाललेला होता. मला त्याची सारखी चिंता होती. एक दिवस मी पार्थाचा विषय युधिष्ठिराजवळ काढला म्हणाले, ''आर्यपुत्र, मी ऐकले, ते खरे आहे का?''

''काय याज्ञसेनी?''

''पार्थ वारंवार आजारी पडतो आहे म्हणे? त्याच्यात एकाकीपणाची भावना वाढीस लागली आहे.''

''हं, बरोबर आहे तुझे. पण माता कुंतीचे सर्व लक्ष पार्थावर आहेच. त्यामुळे चिंतेचे काही कारण नाही.'' युधिष्ठिराला पार्थाविषयी फारशी चिंता वाटत नव्हती, असे दिसू लागले. माझं चित्त मात्र पार्थामध्येच सदैव गुंतलेलं होतं. देह युधिष्ठिराच्या प्रासादात, तर मन पार्थाच्या प्रासादात. काही विश्वासू सेवक व दासीमार्फत मी पार्थाला सांभाळत होते. सेवक व दासी मला त्याच्याविषयी नित्य सांगत होते. त्याच्या दिनचर्येची मीही सतत माहिती घेत होते. माझ्या विरहाने पार्थाला चांगलेच ग्रासले होते. केवळ कुंतीमाता व श्रीकृष्णाचा विचार करून त्यानं आपली इच्छा मारली होती, हे मला कळत होते. आता-आताशा तर त्याचा तोलच जात होता म्हणे. तो भ्रमिष्टासारखा वागत आहे, असे कळले. कधी कधी तर मलाच अनन्वित दूषणे देऊ लागला म्हणे. हे सगळं कारस्थान याज्ञसेनीचं आहे, असंही एक दिवस तो म्हणाला म्हणे. ते ऐकल्यावर मला पार्थाचा राग आला नाही; उलट त्याच्याविषयीचे प्रेम अधिकच उचंबळून आले. माझ्याशिवाय पार्थाला जगणेच नको वाटू लागले. त्याच्या अंत:करणात माझे काय

स्थान आहे, हे मला चांगलेच माहिती असल्याने मला त्याचा राग कधीच येत नव्हता. अतिप्रेमापोटी तो माझ्यावर रागावतो, हे मला चांगलेच कळत होते. आता ह्यातून काही तरी मार्ग काढावा, ह्याच विचारात मी होते. यासंदर्भात कुंतीमातेशीही मी वारंवार चर्चा करीतच होते.

एक दिवस तर पार्थाने इंद्रप्रस्थनगरीला भूकंपासारखा मोठा धक्काच दिला. त्याने इंद्रप्रस्थनगरी सोडून निघून जाण्याचे जाहीर केले— निघून जाण्याची प्रतिज्ञाच केली. अगदी भीष्मानंतरची ही महत्त्वाची प्रतिज्ञा होती, असे मला वाटू लागले. कारण, काही महत्त्वाचे घडले नव्हते. पण ह्या निर्णयाला त्याची मानसिक स्थितीच कारणीभूत ठरली होती. मी सगळी माहिती काढली. त्याचे झाले असे की, एका सायंकाळी एक विप्र अक्षरश: ओरडत राजवाड्यावर आला. त्याच्या ओरडण्याने सर्व प्रासाद स्तंभित झाले. काही चोरांनी त्याच्या गाई चोरून नेलेल्या होत्या. प्रजेचं रक्षण करणं, हे राजाचं कर्तव्य असतं; तेव्हा तो युधिष्ठिराच्या नावाने आक्रोश करत होता, "अरे, ह्या राजवाड्यात माझे गाऱ्हाणे कुणी ऐकणार की नाही? दुष्ट-दुराचारी लोक माझ्या गाई चोरून नेत आहेत... माझे रक्षण कोण करणार? अरे राजा युधिष्ठिरा, माझं बोलणं तुझ्या कानावर येत का नाही?"

हे सगळं माझ्या आणि युधिष्ठिराच्या कानावर येत होतं; पण त्या ब्राह्मणाची तक्रार युधिष्ठिर काही गांभीर्याने घेत नव्हता आणि माझ्याशी प्रियाराधन करण्यातच धन्यता मानत होता. मी युधिष्ठिराला समज दिली, "हे बघ आर्यपुत्र!... अरे कुणीतरी ब्राह्मण अतिशय अडचणीत दिसतो. तो राजवाड्यात मोठ्याने ओरडतोय. धनुष्य घे. अन् तू लगेच जा. त्याच्या गाई सोडवून देण्यात तू मदत कर." पण युधिष्ठिर मला सोडून काही जात नव्हता अन् ब्राह्मणाचे ओरडणे अविरत सुरू होते. ते पार्थाने ऐकले अन् तो त्याच्या प्रासादातून तत्काळ बाहेर आला. त्याने ब्राह्मणाला जवळ बोलावले. विचारले, "काय झालं विंप्रदेव?"

"माझ्या गाई चोरांनी पळवून नेल्या; पण राजा युधिष्ठिर काही माझ्या ओरडण्याला दाद देत नाही; काय करावे?" त्याचे गाऱ्हाणे ऐकून पार्थाने काही सेवक युधिष्ठिराच्या प्रासादाकडे पाठवले, पण युधिष्ठिर काही बाहेर पडेना. मीही युधिष्ठिरावर थोडेसे रागावले, तेव्हा तो म्हणाला, "छोट्या-मोठ्या गोष्टींसाठी राजाने जायचे नसते. कुणी तरी हे प्रकरण निपटून टाकीलच..." युधिष्ठिर मला सोडून बाहेर येत नाही याचा प्रचंड राग पार्थाला आला. युधिष्ठिर येत नाही, हे कळताच तो विप्र खवळला. म्हणाला, "राजा... करांच्या रूपाने उत्पन्नाचा

सहावा भाग तू घेतोस अन् आमचं रक्षण मात्र करत नाहीस. जो राजा प्रजेचं रक्षण करत नाही, तो अधर्मी व पापाचारी असतो. अशा राजाला नरकप्राप्ती होते...'' ब्राह्मण खूपच संतप्त होता. तेव्हा पार्थाने त्याला शांत केले. त्याच्या गाई सोडवून आणण्याचे अभिवचन दिले अन् पार्थ संतापाने लाल झाला. त्याला युधिष्ठिराचा प्रचंड राग आला होता. हा राग कशाचा होता? एका ब्राह्मणाच्या गाई सोडवून आणण्यास युधिष्ठिर नकार देतोय, याचा राग आला? का, याज्ञसेनीशी युधिष्ठिर प्रियाराधन करतोय, ह्याचा राग आला? मला वाटतं, पार्थाला दुसऱ्या गोष्टीचाच अधिक राग आला असावा.

ह्या रागाच्या भरात तो युधिष्ठिराच्या प्रासादात आला. युधिष्ठिर माझ्याशी संवाद साधण्यात मग्न होता. युधिष्ठिराने अनुरागाने आपला हात माझ्या पाठीवर ठेवलेला होता. आम्ही अशा अवस्थेत असतानाच पार्थ ताड्ताड् आत आला. त्याने आत येण्याची अनुमती ही मागितली नाही. पार्थ आत आला अन् मी दचकले. तो आम्हापाशी आला अन् युधिष्ठिरावर कडाडला. म्हणाला, ''अरे युधिष्ठिरा... तुला लाज नाही वाटत...? स्वत:ला राजा म्हणवून घेतोस अन् तो विप्र तिकडे साकडे घालीत आहे, त्याची समस्या सोडवण्याचे सोडून इथे याज्ञसेनीशी प्रियाराधन करीत बसलास— तेही अशा याज्ञसेनीशी, जिला मी माझ्या बाहुसामर्थ्यावर जिंकून आणले आहे, याची तरी जाणीव आहे का?''

''अरे पार्था, अशा छोट्या कामासाठी राजाच कशाला पाहिजे? तू त्या विप्राची अडचण दूर कर ना! आणि याज्ञसेनीच्या बाबतीत बोलायचेच झाले, तर ती आपणा पाचांत विभागलेली आहे. परवाच तर ऋषी नारदांनी सगळी व्यवस्था लावलेली आहे. सध्या वर्षभर याज्ञसेनी माझ्याकडेच राहील.''

पण पार्थ ऐकण्याच्या मन:स्थितीत नव्हता. तो खूप क्रोधित होता. मीही आता हस्तक्षेप न करता शांत राहण्याचे ठरवले. पार्थाचे रागावणे चालूच होते. तो म्हणाला, ''तुझ्याच्याने ब्राह्मणाच्या गाईंची सुटका करणे होत नसेल, तर सोडून दे राजपद. स्वत:ला कशाला सम्राट म्हणवून घेतोस? जाऊ दे. तुझ्यात बदल होईल, असे वाटत नाही... आता एक कर— राजा युधिष्ठिराचे धनुष्य म्हणून जे धनुष्य घेऊन तू मिरवतोस, ते धनुष्य मला दे. मी त्या ब्राह्मणाच्या गाई सोडून आणतो.'' असे म्हणत पार्थाने कसलाही विचार न करता राजा युधिष्ठिराची सर्व आयुधे घेतली व तो ताड्ताड् चालत प्रासादाच्या बाहेर पडत होता.

एवढ्यात युधिष्ठिराने म्हटले, ''अरे पार्था, हे केवढे पातक केलेस! माझा आणि याज्ञसेनीचा एकांत भंग करून तू पातक केलं आहेस...'' युधिष्ठिराला पुढे

बोलू न देता पार्थ मध्येच म्हणाला, ‘‘कसले पातक? अन् कसला एकांतवास? अरे ‘पण’ तर मी जिंकलाच; शिवाय हजारो क्षत्रियांशी झुंज देऊन तिला मी जिंकून आणले आहे. तिच्यासोबत तुझा एकांतवास चाललेला आहे, हेच तुझे पातक आहे. धिक्कार असो तुझ्या या कृतीचा...’’ असे म्हणत पार्थ रागारागाने प्रासादाच्या बाहेर पडला. मी आणि युधिष्ठिर त्याच्याकडे पाहतच राहिलो.

पार्थ त्या ब्राह्मणासोबत गेला. त्याने ब्राह्मणाच्या गाई सोडवून आणल्या. ज्याच्या अद्वितीय पराक्रमाने पृथ्वीही शहारते, त्याला चोरांपासून विप्राच्या गाई मुक्त करायला कितीसा वेळ लागणार? विप्राने पार्थाला धन्यवाद दिले. पार्थ परत आला, पण त्याचा राग काही कमी झालेला नव्हता. तो तडक कुंतीमातेच्या प्रासादावर गेला. मातेला अभिवादन केले आणि ‘मी इंद्रप्रस्थनगरी सोडून जात आहे,’ असे जाहीर केले. ते ऐकून माता कुंती तर कोसळलीच. पार्थानेच मातेला आधार दिला. मी आणि युधिष्ठिर धावतच कुंतीमातेच्या प्रासादाकडे गेलो. आमच्यानंतर भीम, नकुल आणि सहदेवही तिथे आले. कुंतीमातेला दरदरून घाम आला होता. तिचा चेहरा थंड पाण्याने धुऊन घेतला. आम्ही सर्व जण आल्यावर मातेला थोडेसे बरे वाटू लागले. युधिष्ठिराने विचारले,

‘‘काय झाले माते?’’

‘‘पार्थ इंद्रप्रस्थनगरी सोडून निघून जाणार आहे.’’ कुंतीमातेने असे सांगताच युधिष्ठिराने पार्थाकडे बघितले. त्याच्या चेहऱ्यावरून त्याचा निर्णय बदललेला दिसत नव्हता... भीमाने लगेच विचारले, ‘‘कुठे जाणार आहे पार्थ?’’

‘‘वाट जिकडे नेईल, तिकडे जाईन.’’ पार्थ घुश्श्यातच म्हणाला.

‘‘अरे, पण कशासाठी?’’ सरळमार्गी भीमाने विचारले.

‘‘मी तीर्थयात्रेला जात आहे...’’ पार्थाचा आवाज चढल्याने सर्व जण शांत बसले. भीम, नकुल व सहदेवाच्या चेहऱ्यावर प्रश्नचिन्ह उभे राहिले. क्षणभर कुणीच काही बोलले नाही. कुंतीमातेने पाचही पांडवांकडे बघितले, नंतर माझ्याकडे पाहून एक दीर्घ नि:श्वास टाकत म्हणाल्या, ‘‘खूप काळजी घेतली; पण जे व्हायचे तेच झाले!’’ तिचा आवाज खूप क्षीण झालेला होता. ‘‘जा बाबा, जा पार्था! पण आज नको, उद्या जा. सर्व जण ह्याच्या तीर्थयात्रेची तयारी करा. परत कधी येशील बाळा?’’ तो निर्णयापासून हटणार नाही, हे जणू मातेला कळले होते. ‘‘जेव्हा यावं वाटेल तेव्हा येईन. कदाचित येणार पण नाही!’’ पार्थ त्याच्या प्रासादाकडे निघाला.

माझे तर चित्तच हरवले. ज्याला जीव लावलेला होता व ज्याच्यासाठी इथे

आले होते. आता तोच निघून जात आहे. माझी मती गुंग झाली. काय करावे, कळत नव्हते. भीम, नकुल, सहदेव अणि युधिष्ठिर एक-एक करून निघून गेले. मी कुंतीमातेच्या कुशीत शिरले अन् मला खूप रडायला आलं. कुंतीमातेचीही अवस्था माझ्यासारखीच झाली होती. कोणी कुणाचं सांत्वन करायचं; कळत नव्हतं. थोड्या वेळानं कुंतीमाता शांत होत म्हणाली, "हे बघ याज्ञसेनी! पार्थ आता काही थांबणार नाही, असे दिसते. उद्या सकाळी तू पार्थाच्या प्रासादात जा. निरोपादाखल चार शब्द बोल, लवकर येण्याची विनंती कर. आता केवळ तुझ्या बोलण्याचाच त्याच्यावर परिणाम होईल, असे वाटते."

मी कुंतीमातेचा निरोप घेऊन निघाले. रात्री मी युधिष्ठिराच्या प्रासादात होते, पण आमचा काहीच संवाद झाला नाही. सकाळी मी पार्थास भेटायला जाणार आहे, एवढेच मी युधिष्ठिराला सांगितले. मी नित्याप्रमाणे पहाटेच उठले. पण आज कशातच मन लागत नव्हते. पावलं जड झालेली होती. सगळं अंग आंबून गेलं होतं. देहातून एक ठणक उठत होती. स्नान-पूजा-अर्चा झाल्याबरोबर मी पार्थाच्या प्रासादात गेले. शून्यामध्ये नजर लावून पार्थ एकाकी बसलेला होता. मी आत गेले. शून्यातली दृष्टी पार्थानं माझ्याकडे वळवली. तो बोलला काहीच नाही, पण त्याचे डोळे खूप बोलके झाले होते. मी त्याच्या शेजारी जाऊन बसले. तो माझ्याकडे पाहत होता अन् मी त्याच्याकडे. काही काळ आम्ही दोघेही परस्परांशी बोललो नाही. पार्थाला कसे समजावून सांगावे, हेच मला कळत नव्हते. माझी अवस्था जखमी असहाय पक्षिणीसारखी झालेली होती. पार्थाचा हात हाती घेत मी म्हणाले, "आर्यपुत्र—"

"बोल!" हा कोरडा पार्थाचा स्वर काळीज चिरत गेला.

"एक विचारू?"

"विचार नं—"

"ह्या सबंध प्रकरणात माझा काय दोष आहे? मी इथे तुझ्यासाठी तर... आले... पार्था..." मला पुढे बोलवेना. डोळ्यांत आसवांनी दाटी केली. अंतःकरणातले शब्द आता अश्रूवाटे मूकपणे बाहेर पडू लागले अन् अशा भारावलेल्या अवस्थेत रडत मी पार्थाच्या गळ्यात पडले. त्याने मला सावरण्याचा प्रयत्न केला खरा, पण आतून उसळी घेणारं दुःख विसावा घ्यायला तयारच नव्हते. पार्थाने पुन्हा प्रयत्न केला नाही. मला रडून घेऊ दिलं. अश्रू थोडेसे ओसरल्यावर डोळे कोरडे करीत मी पार्थाकडे पाहिले अन् काय आश्चर्य! त्याचेही डोळे भरून आलेले होते. उत्तरीयाने त्याचे डोळे पुसत मी परत माझा प्रश्न विचारला, "सांग पार्था, ह्यात माझा

काय दोष आहे?''

''तुझा काहीही दोष नाही याज्ञसेनी... दोष असेल, तर तो माझाच आहे... कोणत्या मुहूर्तावर हा 'पण' जिंकला, असे वाटतेय.''

''असं बोलू नकोस पार्था...''

''मग काय करू? आता मला हे सगळं असह्य झालं आहे. इतर चौघांकडे तू प्रत्येकी एक-एक वर्ष राहणार, हे मला सहनच होत नाही. हे तुझ्यावरचं असलेलं माझं अतिप्रेम असेल कदाचित...''

''कदाचित असेल? नाही, आहेच ते. मला त्याची खात्री आहे. पार्था, तुझ्या चरणी आता एक विनंती आहे.''

''माझा तीर्थयात्रेचा संकल्प तर निर्विवाद! याव्यतिरिक्त काही इच्छा असेल, तर सांग.''

''आता तीर्थयात्रेविषयी मी माझ्याही मनाची तयारी केली आहे. तू तीर्थयात्रेच्या निर्णयापासून आता मागे येणार नाहीस, हे खरेच. पण याव्यतिरिक्त एक प्रार्थना आहे—''

''निःसंकोच बोल याज्ञसेनी.''

''महिना-दोन महिन्यांच्या अंतराने मला क्षेमकुशल कळले पाहिजे.''

''अवश्य कळवीन.''

''अजून एक विनंती आहे—''

''सांग.''

''सगळेच राग-लोभ विसरून तू तुझ्या याज्ञसेनीला भेटायला लवकरच परत येशील?'' पुन्हा माझा स्वर रडवेला झाला. पार्थही अस्वस्थ दिसत होता.

''फार अवघड प्रश्न विचारलास याज्ञसेनी. बघू, प्रयत्न करेन. कळत नाही की तुझ्यात असे काय आहे की ज्याच्यामुळं मी अक्षरशः वेडापिसा झालो. हे प्रेमाचं आत्यंतिक टोक इतरांची कसल्याच प्रकारची भागीदारी सहन करायला तयार नाही. जाऊ दे याज्ञसेनी, मी जरा जास्तीचेच बोलतो आहे... तुझा काही दोष नसताना माझ्याकडून तुला फार मनस्ताप होत आहे. क्षमा कर मला.'' पार्थ अक्षरशः दोन्ही हात जोडून माझी क्षमा मागता-मागता त्याचे डोळे पुन्हा भरून आले... हळव्या मनाचा पार्थ उत्तरोत्तर हळवा होत चाललेला आहे, हे माझ्या लक्षात आले. मी स्वतः सावरले. मी त्याला लगेच म्हणाले, ''जाऊ दे. आता आपणा दोघांच्याही डोळ्यांत पाणी येता कामा नये. चल, आता मी निघते. तुझ्या तीर्थयात्रेची तयारी करते अन् लक्षात ठेवायचं पार्थ— तुझ्या दैनंदिनीचा सर्व

वृत्तांत मला कळला पाहिजे.''

''अवश्य कळवीत जाईन. याज्ञसेनी, मी काही एकटा जाणार नाही. काही सेवक माझ्यासोबत असतीलच.'' असे म्हणत पार्थाने माझे दोन्ही हात धरून विचारले, ''सांग याज्ञसेनी, या तीर्थयात्रेहून तुझ्यासाठी काय पाठवू? मातीचे कांचन करण्याचे सामर्थ्य या बाहूत आहे.''

''काही नको— तू लवकर ये.''

''बघू...''

''अजून एक विनंती आहे.''

''सांग ना.''

''येताना माझ्यासारखी किंवा माझ्यापेक्षाही एखादी सुंदर स्त्री दिसली, तर पत्नी म्हणून तिचा स्वीकार कर अन् घेऊन ये...''

''ते कशासाठी...?''

''तुला आयुष्यभर साथ करण्यासाठी. मी तर पडले असे पाच आऱ्यांचे चाक. पाचही धावपट्ट्यांवर धावत राहणं, हाच माझा धर्म झाला आहे. त्यासाठी एखादी परी घेऊन ये.'' परत माझ्या डोळयांत पाणी आलं अन् पार्थाला माझ्या बोलण्याचं हसू आलं.''

''मनापासून बोलतेस याज्ञसेनी हे सारं?''

''मनापासून नाही आर्यपुत्र, पण ही परिस्थिती मला बोलायला लावते... एखादी स्वप्नपरी भेटली, तर तुझे चित्त तरी थाऱ्यावर राहील.''

''असं काही होणार नाही; काळजी करू नकोस.''

''झालं तरी मला काही वाटणार नाही. मी आता निघते तुझ्या तीर्थयात्रेच्या तयारीसाठी. जाताना शेवटचं एक मागणं आहे— माझ्याविषयीचा तुझ्या मनातला सगळा राग काढून टाक... येते मी.'' असं म्हणत पार्थाच्या पायांवर मी डोकं ठेवलं. महत्प्रयासाने अश्रू आवरले अन् मी वेगाने कुंतीमातेच्या प्रासादाकडे गेले. कुंतीमाता माझ्या प्रतीक्षेतच होत्या. पार्थाच्या भेटीचा सर्व वृत्तांत कुंतीमातेला सांगितला. पार्थ तीर्थयात्रेला जाणार, हे तर निश्चितच होते, याची कल्पना तिला होतीच. शेवटी कुंतीमातेने काकुळतीने एक प्रश्न केला, ''याज्ञसेनी, तो तीर्थयात्रेवरून नेमका कधी परत येणार आहे?'' कुंतीमातेच्या कंठातून शब्द बाहेर पडत नव्हते.

''कालखंड काही सांगितला नाही. पण येणारच नाही, असेही सांगितले नाही.''

''एवढे तरी बरे झाले. पण तुला काय वाटतं याज्ञसेनी, हा परत कधी येईल?''

"लवकरच येईल, असं वाटतं माते."

"असं कशावरून वाटतं तुला?"

"ही जबाबदारी मी श्रीकृष्णावर सोपवणार आहे."

"व्वा! याज्ञसेनी! अगं किती हुशार आहेस तू! श्रीकृष्णच हा प्रश्न सोडवेल. एवढ्या काळात माझ्या डोक्यात हे कसे आले नाही?" माझी कल्पना कुंतीमातेला फारच आवडली. श्रीकृष्णाचे नाव काढताच तिला थोडं हलकं वाटू लागलं. कुंतीमातेशी संवाद थांबवून मी पार्थाच्या तीर्थयात्रेची तयारी करू लागले. मी माझ्या विश्वासातील काही सेवक आणि दासी यांची निवड करून त्यांना पार्थासोबत तीर्थयात्रेला पाठवायचं ठरवले. पार्थाच्या आवडी-निवडी, त्याच्या गरजा— सर्व काही समजावून सांगितले. काही ज्येष्ठ मंडळींनाही पार्थासोबत पाठवायचे ठरवले अन् पार्थाच्या नकळत त्याची दैनंदिनी मला कळवली पाहिजे अशी व्यवस्था मी केली अन् निर्धास्त झाले. हे सगळं सांगण्यासाठी मी परत पार्थाच्या प्रासादात गेले. एखाद्या लहान मुलास समजावून सांगावे, तसे त्याला मी तीर्थयात्रेविषयी सांगू लागले; तेव्हा त्याला त्याचे हसू आले. मी विचारलं, "काय झालं हसायला आर्यपुत्र?"

"याज्ञसेनी, मला का बाळ समजतेस?" मलाही माझी चूक लक्षात आली अन् मी हसायला लागले. पण आमच्या ह्या दोघांच्याही हसण्याला वेदनेचं अधिष्ठान होतं. हे दोघांनाही चांगलंच कळालं होतं. पार्थाला सोडून जाऊ नये किंवा त्याच्यासोबत तीर्थयात्रेला जावं, असं मला वाटतं होतं. पण ते शक्य नव्हतं. केवळ कुंतीमातेसाठी तरी मला इंद्रप्रस्थ सोडता येत नव्हतं. पार्थासोबत तीर्थयात्रेला जायचा बंडखोर विचार मी डोक्यातून काढून टाकला. आता काही घटिकांच्या अंतराने कुंतीमातेच्या प्रासादातून हा पार्थ तीर्थयात्रेस निघणार होता. मी पार्थासमोर बसले अन् म्हणाले, "भाग्यवान आहेस तू पार्था."

"तो कसा काय?"

"आर्यपुत्र, हा वनवास म्हणजे एका अर्थाने पर्यटनच. आता तुला निसर्गाचे विभ्रम नित्यानेच दिसणार आहेत... नदी, नाले, सरोवरे, पर्वत... सगळा बोलका निसर्ग तुला डोळ्यांत साठवून घेता येईल आणि मी मात्र इथे भव्य प्रासादात एकटीच..."

"याज्ञसेनी, अगं तू एकटी कशी? राजा युधिष्ठिर आहे, भीमसेन आहे, नकुल आहे, सहदेव आहे..."

"पार्था, पुन्हा खोचक बोलणं सुरू केलंस."

"तसं नाही याज्ञसेनी, तुझ्यात जशी एकाकीपणाची भावना आहे तशी

माझ्यातही राहीलच की— भले निसर्गाचे सानिध्य असले तरी!'' बोलत-बोलत पार्थाने माझ्या मस्तकावर हात ठेवला. त्याचा तो स्पर्श मला संजीवनी देऊन गेला. आता काही वेळातच कुंतीमातेच्या प्रासादातून पार्थ मार्गस्थ होणार होता.

मी पार्थाचा निरोप घेऊन घाईघाईने कुंतीमातेच्या प्रासादात पोहोचले. तिथे जवळपास सर्व तयारी झालेलीच होती. पार्थाला घेऊन जाणारे रथ सज्ज झाले होते. कुंतीमातेचे डोळे मात्र सतत पाणवत होते. कुंतीमातेचं मी आणि कुंतीमाता माझं सांत्वन करीत होती. हाच कार्यक्रम सतत होता. एवढ्यात युधिष्ठिर तिथे पोहचला. युधिष्ठिराच्या चेहऱ्यावर विषादाची एकही छटा जाणवत नव्हती, याचे मला खूप वाईट वाटत होते. नंतर भीमसेन आला. शेवटी नकुल-सहदेव आले. सगळे जमल्यावर पार्थाला निरोप पाठवला. पार्थ तत्काळ आला. त्याने तीर्थयात्रेसाठीचा यथोचित वेष धारण केलेला होता. त्याच्या मनाची चांगलीच तयारी झालेली होती, हे त्याच्या चेहऱ्यावरून दिसत होते. त्याने प्रथम कुंतीमातेच्या चरणांवर आपले डोके ठेवले. कुंतीमातेनं त्याच्या मस्तकावरून वात्सल्याने हात फिरवला. पार्थ उठला. कुंतीमातेसमोर हात जोडून उभा राहिला म्हणाला, ''माते, काही आज्ञा, काही उपदेश?''

''काहीही... नाही... बाळ—'' कुंतीमातेचे डोळे भरून आले. पार्थ स्थितप्रज्ञासारखा युधिष्ठिराच्या पुढे गेला. त्याला वंदन करून पार्थ त्याच्यापुढेही हात जोडून उभा राहिला. म्हणाला, ''महाराज युधिष्ठिरांचा काही उपदेश?''

युधिष्ठिराचा चेहरा मात्र निर्विकारच. युधिष्ठिर म्हणाला, ''उपदेश नाही पण...''

''सांग राजन्'' आज्ञाधारक मुलासारखे पार्थ म्हणाला व युधिष्ठिराच्या चेहऱ्याकडे पाहतच राहिला... थोडंसं थांबून युधिष्ठिर म्हणाला, ''पार्था... तुझ्या पाठीशी माझे आशीर्वाद आहेत. देश-विदेशात पर्यटन करणे चांगले असते. त्यामुळे अनेक राजांच्या ओळखी होतात. ओळखीमुळे आपल्या राज्याचा संबंध अन्य राज्यांशी चांगला होतो. राजांच्या संपर्काबरोबर लोकांशीही संपर्क वाढतो. त्यामुळे तुझी ही तीर्थयात्रा, तुझे हे पर्यटन आपल्या राज्यासाठी चांगलंच आहे धनंजया. ह्या तीर्थ यात्रेसाठी माझ्या तुला शुभेच्छा आहेत.''

युधिष्ठिराचा हा उपदेश ऐकून मला त्याचा फारच राग आला. ह्या दांभिक युधिष्ठिराला चार शब्द खडसावेत का, असेही माझ्या मनात आले; पण मी तसे काही केले नाही.

''आज्ञा राजन!'' असे म्हणत पार्थ भीमसेनासमोर गेला. भीमसेनालाही त्याने

वंदन केले. त्याच्यापुढेही तो हात जोडून उभा राहिला म्हणाला, "बंधुवर्य भीमसेना, उपदेश?" असं म्हणता क्षणीच भीमसेनाला रडू कोसळले. एवढा मोठा पराक्रमी भीम एखाद्या लहान मुलासारखं पार्थाच्या गळ्यात पडून रडू लागला अन् इतका वेळ अडवून धरलेले अश्रू मलाही रोखता आले नाहीत. पार्थ मात्र अजूनही निर्विकार होता. भीमाचे हे असे निखळ वागणे मला नेहमीच आवडत आले आहे. कसे तरी भीमापासून स्वत:ला सोडवून घेत पार्थ पुढे झाला. नकुल-सहदेवानी एकदाच पार्थाला वंदन केलं. पार्थाने दोघांनाही कवेत घेतलं. आता मात्र पार्थाला आपले अश्रू आवरता आले नाहीत. तो व्याकूळ झाला. ढसढसा रडू लागला.

आम्ही सर्व जण बाहेर आलो. रथ तयार होता. पार्थ रथावर स्वार झाला. माझ्याकडे त्याने डोळे भरून पाहिलं. माझ्याही डोळ्यांत सारखं पाणी तरळत असल्याने आता मला पार्थ अंधुक दिसू लागला. त्याने सगळ्यांकडे पाहून हात वर केला. शेवटी माझ्याकडे पाहत "येतो मी—" असे म्हणत त्याने हात वर केला. सारथ्याने घोड्यांचा लगाम ओढला अन् पार्थाला तीर्थयात्रेकडे नेणारे रथ मार्गस्थ झाले...

पार्थ गेला अन् इंद्रप्रस्थनगरी माझ्यासाठी वैराण भासू लागली. ह्या नगरीचे प्रासाद माझ्यासाठी भयाण रूप धारण करून उभे राहिले. ह्या प्रासादातील मंचक म्हणजे माझ्यासाठी काट्यांची शय्याच ठरली. पार्थाची तीव्र आठवण झाली की, मी त्याच्या प्रासादात जाऊन येत असे. त्याने हाताळलेली आयुधे, साधने अन् वस्तूंवर मी प्रेमाने हात फिरवे. ज्या-ज्या घटकांचा संदर्भ पार्थाच्या सहवासाशी होता-तो स्पर्श मला हवाहवासा वाटू लागला. जिथे जिथे पार्थाच्या आठवणींच्या खाणाखुणा होत्या, तिथे तिथे माझे मन रमू लागले. पार्थाच्या अगणित आठवणी काढणे अन् त्या आठवणींमध्ये रमून जाणे, एवढा विरंगुळा सोडला तर माझ्यासाठी बाकी सारे वाळवंटच होते. हं, माझ्यासाठी अजून एक चांगली घटना म्हणजे, मला अलीकडे भीमसेनाचा सहवास प्रिय वाटू लागला होता. त्याच्या वागण्यात काडीचाही दांभिकपणा नव्हता. पार्थाच्या जाण्याने तर कुंतीमाता अक्षरश: विकलांग झालेली होती. तिच्या सेवेसाठीही माझा बराच वेळ मी देत होते. कुंतीमातेला धीर देणे, हे आता आम्हा सगळ्यांचेच कर्तव्य ठरले होते. माझ्याप्रमाणे पार्थाच्या जाण्याने भीमसेनालाही दु:ख झाले होते. भीमसेनासोबतचे माझे वर्षही चांगलेच चालले होते. पार्थाच्या जाण्याचे दु:ख युधिष्ठिराला मात्र झाले नव्हते, याचा मला खूप राग येई. युधिष्ठिर नेहमी धर्म, तत्त्वज्ञान,

आचारसंहिता यांवर गप्पा मारायचा. आपल्यालाच खरा धर्म समजतो, असा आव आणत तो बोलत असे. त्याच्या दांभिकपणाचा मला फार राग येत असे. भीमसेनानंतर माझे नकुलसोबतचे नि सहदेवासोबतचे वर्षही पार पडले. तीन-चार महिन्यांच्या अंतराने पार्थाचे क्षेमकुशल कळत होते. त्याचे सेवक येत होते, नवे जात होते. असाच एक दिवस माझा एक विश्वासू सेवक पार्थाकडून आला. इंद्रप्रस्थनगरीच्या माझ्या प्रशासकीय सदनात नेहमीप्रमाणे त्याला मी बोलावले. तो तत्काळ आला. मी आसनस्थ झाले. तो माझ्यासमोर नम्रतेने बसला. मी त्याला म्हणाले, ''मला महाराज पार्थांचा पूर्ण वृत्तांत सांग.''

तो सांगू लागला, ''महाराणी याज्ञसेनी, आम्ही इंद्रप्रस्थनगरी सोडली अन् मजल-दरमजल करीत आम्ही गंगाद्वाराकडे निघालो. रमणीय वने पाहत, वेगवेगळ्या नद्यांच्या-पर्वतांच्या सहवासात आम्ही प्रवास करू लागलो. ही तीर्थयात्रा आमच्यासाठी आनंददायी होती. एकूण महाराज पार्थ आनंदात मार्गक्रमण करीत होते. कधी कधी मात्र ते व्याकूळ होत असत.''

''कशासाठी व्याकूळ होत असत?''

''मला वाटते महाराणी, आपलीच आठवण त्यांना येत असावी.''

''ते कसे काय? असे ते सांगत असत का?''

''नाही तशी वाच्यता ते करीत नसत. पण महाराणीजी, माझ्यासारख्या वयोवृद्ध सेवकाला ते कळायला वेळ लागत नसे.''

''खरंच का माझी आठवण पार्थाला येत होती?'' मी उत्साहाने विचारले.

''अगदी माझी खात्री आहे. त्यांना आठवण झाली की, मग मागच्या आठवणी काढून त्यामध्ये ते रमत असतात. परवा तर आपल्या विवाहाच्या 'पणा' वर ते बराच वेळ बोलत होते, असा प्रवास करत आम्ही पुढे निघालो.''

''पुढचा प्रवास कसा झाला?''

''प्रवासात आम्ही अनेक सरोवरे बघितली. वेगवेगळ्या पर्वतांतून आम्ही प्रवास केला. देश-विदेशांना भेटी देत आमची तीर्थयात्रा सुरू झाली. किती तरी वेळा आम्हाला समुद्रस्नान घडले. अनेक सुखदुःखांचे प्रसंग तीर्थयात्रेत येत होते महाराणी.''

''सुख-दुःखांचे? कसले? फक्त सुखाचे म्हणा की! भाग्यवान आहात तुम्ही सगळे, कारण तुम्हाला धर्नुधर पार्थाचा सहवास लाभतो आहे.''

''सुख-दुःख यासाठी की, कधी कधी दुःखाचा एखादा प्रसंगही घडत असे महाराणी...''

“दु:खाचे प्रसंग? ते कोणते?”

“महाराणी, एक दु:खाचा एक प्रसंग म्हणजे, महाराज पार्थाने नागराजकन्या उलुपीशी विवाह केला.”

“असं होय... काय सांगता हे...! हे खरंच का?”

“हो.. अगदी खरं आहे.” सेवकाचे हे बोलणे ऐकून मी अस्वस्थ झाले. पार्थाविषयीची रागाची एक छटा अंत:करणात रुतून बसली. माझ्या चेहऱ्यावरचे भाव सेवकास कळू नयेत, यासाठी मी खबरदारी घेत होते; पण माझी चिंता लपतही नव्हती. मी त्याला परत विचारले, “कोण ही नागराजकन्या उलुपी?”

“महाराणी याज्ञसेनी, त्याचे असे झाले... आम्ही तीर्थयात्रा करत-करत गंगाद्वाराशी आलो. गंगाद्वाराशी महाराज पार्थ स्नानासाठी तयार झाले. स्नानासाठी गंगेच्या पात्रात ते उतरले. तिथे नागराजकन्या उलुपीशी महाराजा पार्थचा परिचय झाला. उलुपी महाराज पार्थांवर अनुरक्त झाली.”

“पार्थावर उलुपी अनुरक्त झाली, यात काही आश्चर्य नाही. पण ही उलुपी कोण? हे नागराज कोण? उलुपी तिथे कशासाठी आली? हे तर कळले पाहिजे?”

“त्याचं काय आहे महाराणी याज्ञसेनी— गंगाद्वाराच्या शेजारी निबिड अरण्यात नाग नावाच्या पराक्रमी लोकांची वस्ती आहे. त्यांचा जो राजा आहे, तो नागराज. ह्या नागराजाची उलुपी ही एकुलती एक कन्या. ती नित्यनेमाने गंगाद्वारावर स्नानासाठी येत असते. आम्ही ज्या दिवशी गंगाद्वारावर पोहोचलो, त्या दिवशी उलुपी नित्याप्रमाणे स्नानासाठी आली होती. तिथेच महाराज पार्थ नि उलुपीची भेट झाली. मग आम्ही सगळे नागवस्तीवर गेलो. नागाची वस्ती उलुपी सोडायला तयार नव्हती. तेव्हा नागराजाने महाराज पार्थांना काही दिवस थांबण्याची विनंती केली. महाराजांनी ती मान्य केली. पार्थ-उलुपीचा तिथे विवाह झाला. आम्ही महाराज पार्थासोबत बरेच दिवस तिथे राहिलो. नंतर मी महाराजांना उर्वरित तीर्थयात्रेचे स्मरण करून दिले आणि अतिशय निराशेनेच, इच्छा नसतानाही नागराज आणि उलुपीचा निरोप घेऊन आम्ही पुढे तीर्थयात्रेला निघालो.” सेवकाने एका दमात हे सर्व सांगून टाकले. मी सेवकास लगेच विचारले, “मग पुढे काय झाले?”

“पुढे ही तीर्थयात्रा महेंद्र पर्वताकडून मणिपुराकडे निघाली अन् मी आपल्या आज्ञेप्रमाणे नव्या विश्वासू सेवकावर पुढची जबाबदारी टाकून इथं इंद्रप्रस्थनगरीकडे आलो आहे.”

''....आणि महाराज पार्थासोबत जायला उलुपी तयार झाली नाही?''

''नाही. ती नागभूमी सोडायला तयार नव्हती. महाराज पार्थ तिथे राहावेत, असा तिचा आग्रह होता. पण मी महाराजांना कल्पना दिली की, आपण तीर्थयात्रेसाठी निघालो आहोत. महाराजांना माझं मत पटलं. मग आम्ही नागभूमी सोडली.''

''शाब्बास! छान काम केलंत तुम्ही. उद्या हे सगळं कुंतीमातेच्या कानावर घाला,'' असे म्हणत मी सेवकाला निरोप दिला. पार्थाने नागकन्या उलुपीशी विवाह केला, ही बातमी सर्व इंद्रप्रस्थनगरीमध्ये पसरली. राजमाता कुंतीच्या कानांवरही ही बातमी सेवकांनी पोहोचवली होतीच. पण इंद्रप्रस्थनगरीमध्ये हे प्रकरण कुणी गांभीर्याने घेत नव्हते. ह्या विवाहाने तर कुंतीमातेची चिंता थोडीशी कमीच झालेली होती. ह्या विवाहाचं शल्य मात्र मला अस्वस्थ करीत होतं. काय केलं हे पार्थानं? पाचांशी मी विवाहबद्ध झाले, ह्याचा पार्थाला राग आला होता. पण माझाही नाइलाज होता. शेवटी कुंतीमातेसाठीच तर मी ह्या विवाहाला तयार झाले. पार्थानं माझ्यावरचा राग ह्या पद्धतीने काढावा, असे कधीच वाटले नव्हते. शेवटी पार्थानं माझ्यावर सूड उगवलाच.

पार्थ-उलुपीच्या विवाहाची बातमी ऐकल्यापासून पार्थाविषयीचे प्रेम थोडेसे कमी झाले. मी पार्थाची चिंता अहोरात्र करत होते, ती आता कमी झाली होती. पार्थाविषयी माझ्या अंत:करणात जो प्रेमाचा धागा होता, तो तुटला नाही; पण त्याला एक गाठ मात्र निश्चितच पडली. पार्थाची ही तीर्थयात्रा आता लवकरच संपली पाहिजे, यासाठी काय उपाय करता येतील याचा मी विचार करू लागले. नाही तर या तीर्थयात्रेत आज उलुपी भेटली; उद्या कुणी तरी भेटेल, परवा अजून कुणी तरी... शेवटी पार्थाचा राणीवसा वाढेल अन् तो तिकडेच कायमचा राहील, अशी मला भीती वाटत होती. पार्थ आज ना उद्या येणार आहे, ह्या आशेवरच तर प्रत्येक दिवसाचा सूर्य मावळू लागला होता. यासाठी काही तरी मार्ग काढावा, म्हणून मी एका सकाळी कुंतीमातेच्या प्रासादात गेले. कुंतीमाता आता थोडी सावरलेली दिसत होती. कुंतीमातेला अभिवादन करून मी त्यांच्यासमोर बसले. माझ्या येण्याचं प्रयोजन बहुधा त्यांना कळलही असावं. माझ्याकडे पाहत त्या म्हणाल्या, ''याज्ञसेनी, पार्थाचे हालहवाल तुला नित्य कळतात ना?''

''नित्य नाही कुंतीमाते, पण असेच कधी तरी त्याचे क्षेमकुशल कळते.''

''पार्थाने उलुपीशी विवाह केलाय म्हणे!''

''हं माते, ते कळलं मला.'' असे म्हणत मी मान खाली घातली. माझी

अवस्था कुंतीमातेच्या लक्षात आली असावी. माझ्या डोक्यावरून हात फिरवत ती म्हणाली, ''कळतं गं याज्ञसेनी, तुझं सारं दु:खं कळतं. यातून काय मार्ग काढावा, हेच मला कळत नाही... रात्रंदिवस मी तोच विचार करते आहे...''

''एक मार्ग आहे कुंतीमाता—'' कुंतीमातेच्या अशा बोलण्यातून त्यांचा मला आधार वाटू लागला.

''कोणता आहे, सांग तरी कन्ये!...'' मोठ्या उत्साहाने कुंतीमातेनं विचारलं.

''पार्थाला जर परत आणायचं असेल, तर हे काम केवळ एकच व्यक्ती करू शकते.''

''कोण?''

''श्रीकृष्ण!'' मी असे म्हणताच कुंतीमातेचा चेहरा उजळून निघाला.

''किती हुशार आहेस याज्ञसेनी... फार गुणी कन्या आहेस तू...''

''त्यासाठी श्रीकृष्णाला इथे येण्याचं निमंत्रणं धाडावं; तो तत्काळ येईल.''

''बरोबर आहे तुझे. उद्याच श्रीकृष्णाकडे निरोप पाठवू. तोच काही तरी यातून मार्ग काढू शकतो.''

माझ्या ह्या प्रस्तावाने कुंतीमाता बऱ्यापैकी स्वस्थ झाल्या. कुंतीमातेशी थोडाशा गप्पा मारून मी युधिष्ठिराच्या प्रासादाकडे निघून गेले. दुसऱ्या दिवशी युधिष्ठिराने श्रीकृष्णाकडे निरोप पाठवल्याचे कळले. श्रीकृष्ण लवकरच येणार होता, म्हणून माझ्याही मनात आनंदाने घर केले होते.

हे वर्ष युधिष्ठिराचे असल्यामुळे मी सध्या युधिष्ठिराच्याच प्रासादात वास्तव्याला होते. ह्या वर्षात मला युधिष्ठिरापासून एक पुत्र झाला. ह्या पहिल्या पुत्राने इंद्रप्रस्थनगरी सुखावून गेली होती. कुंतीमातेचा आनंद तर गगनात मावेनासा झाला. इंद्रप्रस्थ-नगरीमध्ये ह्या पुत्राचा नामकरणविधी झाला, तेव्हा पांडवांचे सारे राज्य आनंद-सागरात डुंबत होते. युधिष्ठिरापासून मला झालेल्या ह्या सुपुत्राचे नाव कुंतीमातेने ठेवले. 'प्रतिविंध्य.' प्रतिविंध्य हे नाव मलाही खूप आवडले. मी मग कुंतीमातेलाच विचारलं, ''माते, प्रतिविंध्य हेच नाव कसे काय निवडलंत?''

''अगं याज्ञसेनी, युधिष्ठिराचा हा सुपुत्र त्याच्याप्रमाणेच गंभीर नि धर्म पाळणारा असेलच; पण हा विंध्य पर्वताप्रमाणे महान होईल. विंध्य पर्वत हा स्वत: वेदनारहित राहून सगळ्याच संकटांचा सामना करतो. न्यायासाठी प्रतिकार करण्याऱ्या विंध्य पर्वताचा आदर्श ह्या सुपुत्राच्या समोर असावा, म्हणून हा 'प्रतिविंध्य!' कुंतीमातेच्या अस्वस्थ जीवनात प्रतिविंध्य विरंगुळा म्हणून आला. कुंतीमातेचा जास्तीत जास्त वेळ प्रतिविंध्याच्या सहवासात जात असे.

प्रतिविंध्य बाळसे धरू लागला. प्रतिविंध्याच्या आगमनापासून पार्थाविषयीचे माझे दु:खही थोडेसे कमी झाले. युधिष्ठिराला तर प्रतिविंध्याशिवाय काहीही सुचत नव्हते. माता कुंतीने धौम्यऋषींना बोलावून घेतले. त्यांना काही सूचना केल्या अन् धौम्यऋषींनी प्रतिविंध्यावर विधीपूर्वक संस्कार केले. धौम्यऋषी स्वत: लक्ष घालीत असल्याने आता मला प्रतिविंध्याची चिंता नव्हती. अगदी जातकर्मे, चूडाकर्मांपासून उपनयनापर्यंत सर्व विधी आता धौम्यऋषींकडून पार पडतील, याविषयी मी निश्‍चिंत होते. इंद्रप्रस्थातील प्रत्येकाचेच प्रतिविंध्यावर एवढं प्रेम होतं की, प्रतिविंध्य माझ्या वाट्याला फारच कमी वेळ येत असे. दिवस पायाला वारं बांधून जात होते अन् एक दिवस निरोप आला की, पुढील मासारंभी श्रीकृष्ण भेटीस्तव येत आहे!

आज श्रीकृष्ण येणार होता. सर्व इंद्रप्रस्थ नगरीत हर्षोल्हासाचे वातावरण होते. त्याच्या आगमनाप्रीत्यर्थ गुढ्या-तोरणे उभी केली होती. सकाळीच सर्व दासींनी सर्वच प्रासादांसमोर सडासंमार्जन करून सबंध इंद्रप्रस्थनगरी आरशासारखी स्वच्छ केलेली होती. प्रत्येक दारासमोर रंगावलीचे इंद्रधनुष्य साकारले होते. श्रीकृष्ण येणार म्हणून मला तर कमालीचा हर्ष झालेला होता. राजमाता कुंतीही स्वत: सर्व व्यवस्थेवर लक्ष ठेवून होती. पूर्वमाध्यान्ह समयी श्रीकृष्णाचे आगमन झाले. श्रीकृष्णाचे पाऊल इंद्रप्रस्थनगरीला लागले अन् इथल्या मातीलाच सुगंध प्राप्त झाला. इथली माती धन्य झाली. सावळ्या देहातला श्रीकृष्ण रथातून उतरला अन् महाराज युधिष्ठिराने त्याचे भव्य स्वागत केले. प्रहर-दोन प्रहारांची विश्रांती झाल्यानंतर सायंकाळी राजमाता कुंतीच्या प्रासादात श्रीकृष्ण येणार असल्याने आम्हीही सर्व जण तिथे थांबणार होतो. श्रीकृष्णासोबत बलरामदादाही होते.

सायंकाळी राजमाता कुंतीच्या प्रासादात श्रीकृष्णाच्या उपस्थितीत सभा सुरू झाली. श्रीकृष्णाने कुंतीमातेला अभिवादन केले. आसनस्थ होत निमंत्रणाचे कारण विचारले, तेव्हा राजमाता कुंती म्हणाली, "श्रीकृष्णा, आम्ही फार मोठ्या संकटात सापडलो आहोत. हे संकट तूच निवारू शकशील, म्हणून तुला आमंत्रित केले आहे."

"कसलं संकट माते?"

"पार्थ इंद्रप्रस्थनगरी सोडून गेला आहे, हे तुला विदित आहेच."

"मी तर असं ऐकलय माते की पार्थ तीर्थयात्रेसाठी गेला आहे"

"हो, बरोबर आहे. आम्हीच हे सर्वांना सांगत आहोत. पण त्याची समस्या तर वेगळी आहे."

“त्याची कोणती समस्या आहे माते?” असे म्हणत श्रीकृष्णाने माझ्याकडे एक कटाक्ष टाकला. मला श्रीकृष्णाचा राग आला. त्याला का एवढे कळत नाही की, ह्या समस्येचं मूळ मी स्वत:— याज्ञसेनीच आहे म्हणून? पण श्रीकृष्ण मोठा खट्याळ. कोणतीही गोष्ट तो गांभीर्याने घेणार नाही. माता कुंती लगेच म्हणाली, “याज्ञसेनीचा पाचांशी विवाह ही कल्पना माझीच होती. तुझीही मान्यता त्याला मिळालेली होती. पार्थाचा स्वभाव मोठा भिडस्त आहे. त्यामुळे त्याने ह्या विवाहाला संमती दिली. पण नंतर पुढे-पुढे फारच ताणतणाव वाढू लागले अन् शेवटी याचे पर्यवसान त्याने इंद्रप्रस्थनगरी सोडून जाण्यात झाले. आता आम्हाला शंका आहे वासुदेवा, की पार्थ परत येतो की नाही.”

“पार्थाने तर तीर्थयात्रा परिक्रमेत उलुपीशी विवाह केलेला आहे!” मध्येच युधिष्ठिर म्हणाला.

“युधिष्ठिर, तू चिंता करू नकोस. पार्थाला परत आणण्यासाठी मी प्रयत्न करीन.”

“तू आमच्या पाठीशी आहेस, म्हणूनच आम्ही सगळे चिंतामुक्त राहतो. पण यातून तू काय मार्ग काढणार आहेस, हे तरी सांग.”

कुंतीमातेने असे विचारल्यावर श्रीकृष्ण क्षणभर प्रासादाच्या छताकडे शून्यात पाहत बसला. नंतर एकदा बलरामदादाकडे अन् एकदा माझ्याकडे पाहत तो राजमाता कुंतीला म्हणाला, “त्यासाठी याज्ञसेनीसहित तुम्हा सर्वांना एका कृतीसाठी मला परवानगी द्यावी लागेल.”

“कसली परवानगी सांग वासुदेवा?” राजमाता कुंतीने विचारल्यावर श्रीकृष्ण म्हणाला, “आमची बहीण सुभद्रा हिचा विवाह पार्थाशी करावा आणि सुभेद्रसह सन्मानाने त्याला इंद्रप्रस्थनगरीत आणावे, असा माझा विचार आहे.”

“सुभद्रेचा विवाह पार्थाशी? ते कशासाठी? हे मला अजिबात चालणार नाही.” बलरामदादा श्रीकृष्णावर रागावत म्हणाले.

“तसं नाही दादा, हे काही मी माझ्याच मनाने ठरवले नाही. सुभद्रेनंच हा विचार मला बोलून दाखवल्यामुळे मी हा निर्णय घेतो आहे.” श्रीकृष्णाने ही माहिती दिल्यावर बलरामदादा मात्र शांत बसले. माझ्या काळजात मात्र चर्रर्रऽऽऽ झालं. काय हे? माझ्या भाग्यामध्ये काय आहे, कळत नव्हते. यापुढं पार्थ आपल्या वाट्यास कधीच येणार नाही, हे निश्चित. पण श्रीकृष्णाचा विचार मात्र राजमाता कुंतीला पटलेला होता. त्या आनंदी स्वरात म्हणाल्या, “श्रीकृष्णा, असे झाले तर दुधात साखरच पडेल. हा विवाह झाला तर आपल्या नात्याची वीण पुन्हा घट्ट होईल.

ह्यासाठी आम्हा सर्वांची परवानगी आहे. आम्ही सर्व जण पार्थाला कसे परत आणता येईल, याचाच विचार करत होतो. बरे झाले, तू यातून चांगला मार्ग काढला आहेस.''

कुंतीमातेचा होकार ऐकून श्रीकृष्ण लगेच माझ्याकडे पाहत म्हणाला, ''याज्ञसेनी, हे तुला मान्य आहे ना?''

''होय, मान्य आहे. पार्थ परत आला पाहिजे, हीच आमची अट. त्यासाठी आम्ही काहीही करण्यास तयार आहोत. शिवाय सुभद्रा आमच्या घरी आली, तर त्यानिमित्ताने तुझेही येणे-जाणे वाढेल, हेही आमच्यासाठी चांगलेच आहे.''

''व्वा! याज्ञसेनीचा होकार म्हणजे हे काम झालेच म्हणून समजा! याज्ञसेनी मोठ्या मनाची आहे, हेच खरे...''

''पण हा विवाह कधी करायचा?'' युधिष्ठिराने विचारले.

''युधिष्ठिरा, मला वाटतं, अजून काही वर्षे पार्थाला तीर्थयात्रा करू द्यावी. ह्या तीर्थयात्रेच्या माध्यमातून आपला सर्वांशी संपर्क वाढेल. ह्या वेळात पार्थाचीही मन:स्थिती चांगली होईल. मग काही वर्षांनी मी पार्थाला सुभद्रेसह इंद्रप्रस्थनगरीत घेऊन येईन.''

श्रीकृष्णाची ही कल्पना सर्वमान्य झाली. खरं म्हणजे, मला हे मान्य नव्हते; पण मी तसे दाखवले नाही. नाही तरी इतर चार पांडवांसोबत मी चार वर्षं राहत असताना पार्थाला कुणाचा तरी समर्थ सहवास हवाच होता; तो सुभद्रेच्या रूपानं मिळाला आहे, अशी मी माझ्या मनाची समजूत घातली अन् ह्या निर्णयानंतर सर्व जण कुंतीमातेच्या प्रासादातून बाहेर पडून आपापल्या सदनाकडे परतले. इंद्रप्रस्थनगरीमध्ये श्रीकृष्णाचा मुक्काम बरेच दिवस होता. इथे त्याचा मुक्काम म्हणजे सगळ्यांसाठीच पर्वणी होती. तो युधिष्ठिराच्या प्रासादात आमच्याशी तासन्तास गप्पा मारत बसायचा. त्याचे बोलणे ऐकत राहावेसे वाटे. विषय कोणताही असो; श्रीकृष्णाची तयारी कशी होत असे, कळत नाही. पण तो म्हणजे ज्ञानाचं एक फार मोठं आगर होतं. श्रीकृष्णाने सुभद्रा-पार्थाचा विवाह करायचं ठरवलं. त्याचा हा निर्णय मला मुळीच आवडला नाही; पण बाकी श्रीकृष्ण मात्र माझ्या जिव्हाळ्याचा विषय होता.

एकदा मी श्रीकृष्णाला विचारलंच, ''श्रीकृष्णा, मला तू खूप जवळचा मित्र वाटतोस, सखा वाटतोस; एवढेच नाही तर आपली मैत्री जन्मजन्मांतरीची आहे, असे वाटते.''

''बरोबर आहे तुझे याज्ञसेनी!''

''पण तुला माझ्याविषयी असेच काही वाटते का?''

“असं बोलू नकोस. याज्ञसेनी, तुझ्यावरचं माझं प्रेम तर नात्यागोत्यापलीकडचे आहे. नाती नासवून टाकण्याचं काम इथल्या मातीत हजारो वर्षांपासून चालू आहे. पण मला वाटतं, आपले नाते अनाम आहे. आपल्या नात्याला नाव देता येत नाही.”

“असं? तुझं एवढं प्रेम आहे माझ्यावर श्रीकृष्णा?”

“अगदी!”

“मग मला एक सांग— माझ्यावर एवढे प्रेम आहे, तर सुभद्रेचा पार्थाशी विवाह लावण्याचे का ठरवले? पार्थावर तर माझे प्रेम आहेच, हे तुलाही माहीतच आहे.” असं म्हटल्यावर श्रीकृष्ण खळखळून हसला. म्हणाला, “त्याचं काय आहे याज्ञसेनी, माझं जसं तुझ्यावर निरतिशय प्रेम आहे, तसंच पार्थावरही आहे. पार्थाला आपण समजून घेतलं पाहिजे. केवळ माझ्यावर असलेल्या प्रेमापोटी त्यानं ह्या पाचही विवाहांना मान्यता दिली आहे. तेव्हा त्याच्या आजच्या बिघडलेल्या मनःस्थितीला मीच कारणीभूत आहे. इतर चार पांडवांसोबत तुझा प्रेमव्यवहार होत असताना त्याला एकाकी वाटू नये, म्हणून मी त्याचा सुभद्रेशी विवाह लावणार आहे. तेव्हा याज्ञसेनी, मी एका दगडात दोन पक्षी मारले आहेत.”

“ते कसे काय?”

“सुभद्रेचीही इच्छा पार्थाशी विवाह करण्याची होतीच, तेव्हा दोन्ही कामे झाली— पार्थाचेही नि सुभद्रेचेही.”

“असं होय!”

“हं. याज्ञसेनी या संदर्भात मात्र तुझी मी क्षमा मागतो. तुला हे आवडलेलं दिसत नाही...पण माझा नाइलाज होता. तुझा विवाह पाच जणांशीही लावून मी पार्थावर अन्याय केला. एका अर्थाने हे पातकच; तेव्हा पार्थाचा सुभद्रेशी विवाह लावून मी हे पापविमोचन करणार आहे.”

श्रीकृष्ण बोलत होता; मी ऐकत होते. त्याचे बोलणे मला पटतही होते; पण पार्थ सुभद्रेशी विवाहबद्ध होणार, हे आत कुठे तरी सलत होतं. श्रीकृष्णाने माझी क्षमा मागितल्यामुळे अन् त्यानं परिस्थितीही समजावून सांगितल्यामुळे माझा श्रीकृष्णावरचा राग निघून गेला. मात्र, आत कुठे तरी आक्रंदन चालूच होते. काही क्षण कुणीच काही बोलत नव्हते. . . थोड्या वेळाने श्रीकृष्णाने मला विचारले, “राग आला का याज्ञसेनी?”

“तसं नाही श्रीकृष्णा... सगळे जण पार्थाचा विचार करतात, कुंतीमातेचा विचार करतात, राज्याचा विचार करतात; पण माझा मात्र कुणीच विचार करत

नाही. चला, हरकत नाही. भोगावीत आपली दु:खं आपणच. प्रारब्धात लिहिलेली दु:खं तर भोगावीच लागणार आहेत.....'' बोलता-बोलता मी खूपच भावनाप्रधान झाले अन् नकळत माझ्या डोळ्यांत पाणी उभं राहिलं. कृष्णानं माझं सांत्वन केलं. माझ्या डोक्यावर हात ठेवत तो म्हणाला, ''याज्ञसेनी, मी तुझा सखा आहे. तुला असं एकाकी का वाटतं; कळत नाही. आयुष्यातील कोणत्याही आणीबाणीच्या प्रसंगी तू मला बोलव. मी तुझ्या पाठीशी उभा राहीन.''

श्रीकृष्णाच्या ह्या संभाषणाने मला बरे वाटले. त्यानं मस्तकावर हात ठेवला, त्या आश्वासक स्पर्शाने मी भारावून गेले. त्या स्पर्शाने मला आधार मिळाला. राजमाता कुंतीच्या आग्रहाखातर श्रीकृष्ण आणि बलरामदादांनी बरेच दिवस मुक्काम केला आणि एक दिवस श्रीकृष्णाने जाहीर केले की, तो उद्या निघणार आहे. त्याच्या प्रस्थानाची सर्व तयारी झाली. श्रीकृष्ण जाणार म्हटल्याने इंद्रप्रस्थनगरीचे वातावरणच बदलले. सगळीकडेच औदासीन्य दिसू लागले.

दुसऱ्या दिवशी श्रीकृष्ण बलरामदादांच्या सन्मानार्थ युधिष्ठिराच्या प्रासादात भव्य मेजवानी देण्यात आली. श्रीकृष्ण आल्यापासून कुंतीमाता प्रसन्नचित्त वाटत होती. आज श्रीकृष्ण जाणार, म्हणून तिलाही वाईट वाटत होते. सगळ्यांचे भोजन झाले. नंतर राजमाता कुंतीच्या प्रासादावर चार पांडव, मी, श्रीकृष्ण आणि बलरामदादा जमा झालो. कुंतीमातेने श्रीकृष्ण-बलरामदादाला आहेर करून सन्मान केला. कुंतीमाता नंतर श्रीकृष्णाला म्हणाली, ''श्रीकृष्णा, येणारे दिवस फार संघर्षाचे आहेत, असं मला वाटतं अन् त्याचीच चिंता लागून राहते.''

''कसली चिंता करतेस माते?''

''हीच— पार्थाचीच भीती वाटते मला.''

''पार्थाला परत आणण्याची जबाबदारी माझी; तू निश्चिंत राहा.''

''तेही खरेच आहे म्हणा! तू असल्यावर कशाला चिंता करायची?'' कुंतीमाता समाधानाने म्हणाली. श्रीकृष्ण-बलरामदादाने राजमाता कुंतीला अभिवादन केले अन् त्या दोघांनी आमचा निरोप घेतला. कुंतीमातेचे सांत्वन करत माझ्यावर एक दृष्टीक्षेप टाकत श्रीकृष्ण निघाला. धूळ उडवत जाणाऱ्या श्रीकृष्णाच्या रथाकडे मी बराच वेळ पाहत होते. त्याचा रथ द्वारकेकडे दौडत निघाला होता.

माझे भीमसेनाबरोबरचे सहवासाचे वर्ष सुरू होते. त्याच्यासोबत माझे दिवस बऱ्यापैकी जात होते. भीमसेनाच्या बाबतीत एखादे वेळेस मीच कुठे कमी पडली असेन, पण भीमाचे माझ्यावर प्रचंड प्रेम होते. मला हवे-नको ते सगळं

तो पाहत असे. अतिशय भोळा-भाबडा पण पराक्रमी असणारा भीम माझ्या सहवासात प्रसन्न राहत असे अन् माझे प्रेम मात्र पार्थावर. ह्या विसंगतीविषयी माझ्या मनात कधी कधी अपराधीपणाची भावना दाटून येत असे. असे झाले की, मग भीमाविषयी मला अधिकच आपुलकी वाटू लागे. अशा परिस्थितीमध्येच माझेही मन हळूहळू भीमामध्ये गुंतू लागले. भीमसेनाचे नितळ निरागस प्रेम पाहून मी स्वत:ला भाग्यवान समजत असे. दुसरे महत्त्वाचे म्हणजे, भीम माझ्याकडून कसलीच अपेक्षा करीत नसे. त्याच्या व्यक्तिमत्त्वात फार काही नजाकतदार गोष्टी नसल्या, तरी त्याच्यासोबतचा माझा कालखंड कधी संपला, हेच कळत नसे. एक दिवस मी भीमाला विचारलं, "भीमा, खरंच का मी एवढी सुंदर आहे?"

"याज्ञसेनी, तू किती सुंदर आहेस, ते तुला कळायचे नाही. कस्तुरीमृगासारखी तुझी अवस्था आहे. अगं, किती नाजूक...किती पारदर्शी... आणि किती सुगंधी आहे तुझे व्यक्तिमत्त्व!"

"अन् तूही सुंदर आहेसच की— मनाने आणि देहानेही!"

"याज्ञसेनी, माझ्यात कसले आले सौंदर्य? मी म्हणजे राकट जमीन अन् तू म्हणजे पारिजातकाचे फूल!" असं काही तरी कधी कधी भीम बोलत असे. मग माझेही मन आनंदाने भरून जाई.

मला भीमापासून एक तेजस्वी सुपुत्र झाला. त्याचे नाव सुतसोम असे ठेवण्यात आले. 'सुतसोम' नावाचा हा सुपुत्र दिसायला हुबेहूब भीमासारखा होता. पण भीमापेक्षा अधिक तेजस्वी. सुतयाग-सोमयाग केल्यानंतर जे तेज निर्माण होतं, असा तेजस्वी म्हणून भीमपुत्राचे नाव सुतसोम असे ठेवण्यात आले. प्रतिविंध्याला सुतसोम हा भाऊ मिळाला. सुतसोमाला बाळसे धरायला वेळ लागला नाही. शेवटी भीमाचाच मुलगा तो! प्रतिविंध्य आणि सुतसोमाच्या बाललीलांनी इंद्रप्रस्थनगरी भारावून गेली. ह्या दोघांना सांभाळता-सांभाळता राजमातेच्या नाकी नऊ येऊ लागले. पण ह्या बालकांशिवाय त्यांना करमत नसे. चैनच पडत नसे. महाराणी आणि गृहिणी म्हणून आता माझ्यावरही जबाबदारी पडलेली होती. सुतसोमावर सर्व संस्कार धौम्यऋषी विधीपूर्वक करीत होते.

प्रतिविंध्य तर आता चांगलाच मोठा झालेला होता. तो धौम्यऋषींकडून वेदाध्ययन शिकू लागला. प्रतिविंध्य आाणि सुतसोम ही मुलं कुरुकुलाची नक्कीच भूषण ठरतील, ह्याविषयी माझ्या मनात शंका नव्हती. आता माझ्यात आई, गृहिणी नि महाराणी अशा तिहेरी भूमिका नांदत होत्या. मी सतत व्यग्र राहत होते. पण अशाही अवस्थेत पार्थाची सय येतच असे. पार्थाची आठवण आली

की, मनाचा एक कोपरा मात्र मुक्तपणे नि मूकपणे ठणकत होता आणि एक दिवस पार्थाचे क्षेम कुशल घेऊन दुसरा सेवक आला. त्याला मी भीमसेनाच्या प्रासादावर बोलावून घेतले. तो त्वरित आला. आसनस्थ झाला. मी त्याला विचारलं, ''महाराज, पार्थ महेंद्र पर्वताकडे निघाले होते, इथपर्यंतचा प्रवास मला माहिती आहे. पुढे काय झाले, ते सांग.''

सेवक बोलू लागला, ''महाराणी... नागभूमीचा त्याग करून आम्ही महेंद्र पर्वताकडे निघालो. महेंद्र पर्वत म्हणजे एक निसर्गायनच होय. निसर्गाचं विलोभनीय रूप इथे पाहायला मिळते. आम्ही महेंद्र पर्वतावर निसर्गाच्या सानिध्यात काही काळ मुक्काम केला.''

''मग पुढे?'' मी पट्कन विचारलं. पुढे काय काय झालं, हे तत्काळ समजावं, असं मला वाटत होतं.

सेवक पुढं सांगू लागला, ''पुढं आम्ही महेंद्र पर्वतावरून मणिपुरास गेलो. मणिपूर म्हणजे राजा चित्रवाहनाची राजधानी. ह्या नगरीत प्रजा सुखी होती. वैभव नांदत होते.''

''बरं मग, पुढे?''

''चित्रवाहनाच्या नगरीत आमचा बरेच दिवस मुक्काम पडला. चित्रवाहनाची सुकन्या म्हणजे चित्रांगदा. ती अतिशय सुंदर आहे. सुस्वरूप आहे. चित्रवाहनाने महाराज पार्थांच्या सेवेत चित्रांगदेलाच ठेवले होते. तिचे सेवाभावी व्यक्तिमत्त्व महाराज पार्थांना आवडले. एवढे आवडले की, महाराज पार्थ चित्रांगदेच्या प्रेमातच पडले.''

''आई गंऽऽऽ'' एकदम माझ्या तोंडातून शब्द बाहेर पडले. असं बोलायला नको होतं, असं मला वाटलं; पण शब्द तोंडातून नकळत बाहेर पडले. मी सावरले अन् परत सेवकाला विचारले, ''हं सांग, पुढे काय झाले?''

''हं महाराणीजी, महाराज पार्थ यांनी आपले चित्रांगदेविषयी असलेले प्रेम राजा चित्रवाहनापुढे प्रकट केले, तेव्हा चित्रवाहनासही मोठा आनंद झाला. चित्रवाहनाने पार्थ-चित्रांगदेच्या विवाहाची जय्यत तयारी केली. अनेक राजे-महाराजांना निमंत्रित करण्यात आले आणि एक दिवस महाराज पार्थ-चित्रांगदेचा विवाह थाटामाटात पार पडला. आम्ही अनेक वर्षं तिथे मुक्काम केला. चित्रांगदेला महाराज पार्थांपासून एक सुपुत्रही झाला.''

''असं! कसा आहे रे सुपुत्र? पार्थासारखा की चित्रांगदेसारखा?'' मी स्त्रीसुलभ प्रश्न विचारला. खरं तर काही तरी विचारायचे म्हणून विचारले. आज

मी खूपच खचून गेले होते. पार्थ कशाचा सूड घेत होता; कळत नव्हते. पण मी स्वत:ला सावरत पुढचा वृत्तांत ऐकत होते. सेवक म्हणाला, "महाराणीजी, सुपुत्र मात्र अगदी आईच्या वळणावर गेला आहे...तो मातृमुखी आहे. महाराज पार्थांनी बभ्रुवाहन असे त्याचे नाव ठेवलेय. तोच आता मणिपूरचा भावी सम्राट आहे. आमचा मुक्काम मणिपुरात बराच लांबलेला होता. पुढची तीर्थयात्रा करायची, हे महाराज पार्थांना कळत होते; पण चित्रवाहन आणि चित्रांगदेच्या आग्रहाखातर मुक्काम लांबत चालला होता. एक दिवस महाराज पार्थांनी पुढील तीर्थयात्रेला निघण्याचा निर्णय घेतला. चित्रवाहनाने परवानगी दिली नि चित्रांगदेनेही मोठ्या अनिच्छेनेच परवानगी दिली. चित्रांगदा, चित्रवाहन अन् बभ्रुवाहन यांचा निरोप घेऊन आम्ही पुढील तीर्थयात्रेसाठी निघालो."

"मग चित्रांगदा सोबत बाळ घेऊन तीर्थयात्रेसाठी निघाली नाही का?"

"नाही. ती मणिपूर सोडायला तयार नव्हती. शेवटी आम्हीच पुढे निघालो. निघताना चित्रवाहनाने आमचा फार मोठा सन्मान करून निरोप दिला. पुढे आमची तीर्थयात्रा दक्षिण समुद्राकडील प्रदेशात सुरू झाली. रम्य सरोवरे, आकाशाशी स्पर्धा करणारे वृक्ष, नदी-नाले...अशा विविध ठिकाणांना भेटी देत आम्ही दक्षिण समुद्राच्या एका बेटावर काही दिवस मुक्कामाला होतो. तेव्हा ह्या मुक्कामाच्या स्थानी प्रत्यक्ष महाराज श्रीकृष्णांना पाहताच महाराज पार्थांना खूप आनंद झाला. काही दिवस मुक्काम करून आता ही तीर्थयात्रा संपवावी व द्वारकेस चलावे, असा आग्रह श्रीकृष्णांनी केला."

"मग महाराज पार्थांनी ऐकले का? ते द्वारकेला येण्यास तयार झाले का?"

"सुरुवातीला तर ते तयार नव्हतेच. पण श्रीकृष्ण-पार्थांचे परस्परांवर एवढे प्रेम आहे की, महाराज पार्थांना ते ऐकावे लागले. तिथेच तीर्थयात्रेला पूर्णविराम दिला अन् महाराज पार्थ व श्रीकृष्ण द्वारकेकडे निघाले अन् मी इंद्रप्रस्थनगरीकडे परत आलो."

सेवकाने एका दमात हा वृत्तांत सांगून टाकला. पार्थानं परत चित्रांगदेशी विवाह केल्यामुळे तो आता माझ्या नजरेतून उतरला होता. सेवकाला मी विचारलं, "हा वृत्तांत सगळ्यांना कळला का?" तेव्हा तो म्हणाला,

"राजा युधिष्ठिर आणि राजमाता कुंती यांना कालच हा सविस्तर वृत्तांत मी सांगितलेला आहे आणि आता हे तुम्हाला सांगतोय."

"तीर्थयात्रेमध्ये तुमचे राजे पार्थ आमची आठवण कधी काढत होते का?" पहिल्या सेवकाला विचारलेला प्रश्न परत विचारला. "खूप वेळा काढत

असत महाराणी. बऱ्याच वेळा आपल्या आठवणीने ते व्याकूळ होत असत. माझ्या अनुभवी डोळ्यांना हे सगळं कळत होतं.''

तीर्थयात्रेच्या गमती-जमती सेवक बराच वेळ सांगत होता. शेवटी मला अभिवादन करून सेवकाने आमच्या प्रासादाचा निरोप घेतला. श्रीकृष्णाने पार्थाला द्वारकेला आणले ही वार्ता आम्हा सर्वांसाठीच फार महत्त्वाची होती. आता पार्थ इंद्रप्रस्थनगरीत येणार हे जवळ जवळ निश्चित झाले होते. चारही पांडव आनंदात होते कारण एवढा पराक्रमी भाऊ पाठीशी असल्यावर आता चिंता करण्याचे कारण नव्हते. कुंतीमातेला तर विशेष आनंद झाला होता. पार्थ द्वारकेला गेला ही वार्ता कळाल्यावर राजमाता कुंती सदैव प्रसन्नचित्त राहत होती. एकंदरच इंद्रप्रस्थनगरीत उत्साह ओसंडून वाहत होता. पण माझं दु:ख मात्र कुणी समजावून घेत नव्हतं. त्या आनंदात सहभागी होणं एवढंच माझ्या हातात होतं.

एवढ्यात दासीने निरोप आणला राजमाता कुंतीने मला बोलावल होतं. मी तयार झाले अन् तत्काळ राजमातेच्या प्रासादावर पोहचले राजमाता खूपच आनंदात होती. मी त्यांना अभिवादन करुन त्यांच्या शेजारीच बसले. त्या म्हणाल्या ''याज्ञसेनी कळलं ना पार्थ इंद्रप्रस्थनगरीमध्ये लवकरच पोहचणार आहे''

''कळलं ना राजमाता.''

''तुला आनंद झाला नाही?''

''झाला ना माते. पार्थ येणार अन् आनंद होणार नाही असं कसं!''

''तुझा स्वर फार कोरडा वाटतो गं याज्ञसेनी मला.''

''तसं काही नाही माते,'' असं मी म्हणाले; पण क्षणात काय झाले कळले नाही अन् मी अधिकच भावनाप्रधान झाले. माझे डोळे क्षणात तांबूस झाले अन् लगेच भरूनही आले. कुंतीमातेने माझी अवस्था क्षणार्धात ओळखली. कुंतीमातेने मला जवळ घेतले एखाद्या मातेने वात्सल्याने बाळ जवळ घेऊन छातीशी लावावे त्याप्रमाणे कुंतीमातेने जवळ ओढून घेतले. आज मला माझ्या आईची प्रचंड आठवण झाली आणि मी कुंतीमातेच्या गळ्यात पडून मनसोक्त रडून घेतले. थोडा वेळ कुणीच कुणाशी बोलत नव्हते पण कुंतीमातेचे अनुभवी हात मला सारखे सुखावत होते. कुंतीमातेचा तो स्पर्श माझ्याशी खूप बोलत होता. थोडा वेळाने मी सावरले व म्हटले, ''माते मी निघू का?''

''अगं बैस एवढी काय घाई आहे.'' असं म्हणत त्या उठल्या समोरच्या प्याल्यातील पाणी हातात घेऊन, ओला हात माझ्या चेहऱ्यावरून फिरवला.

उत्तरीयाने ते साफ केले, नंतर म्हणाल्या "याज्ञसेनी एक गोष्ट नेहमी लक्षात ठेव."

"काय माते?"

"ह्या राजवंशाला वळण लावणे हे आता केवळ तुझ्या हाती आहे."

"मी अजून काय करावं असं वाटते माते?"

"फक्त सहन कर."

"नाही तरी स्त्रिया दुसरं काय करू शकतात माते?"

"तसं नव्हे गं. तुझं दुःख मला कळतं. तुझे पार्थावर निरतिशय प्रेम आहे. केवळ पार्थ मिळावा म्हणून माझ्या इच्छेखातर तू इतर चारांशी विवाहबद्ध झालीस, तरीही अपयश माझ्या पदरी पडलेच. केवळ ह्याच कारणावर पार्थ रागावून तीर्थयात्रेला गेला. त्याने उलुपी नि चित्रांगदेशी विवाह केला, हे तुलां आवडलं नाही हेही मला कळतं. त्याहीपेक्षा आता सुभद्रा पार्थपत्नी म्हणून घरी येणं हेही तुला आवडत नाही, हेही मला कळतं. पण ह्या साम्राज्याचा गाडा यथातथ्य चालण्यासाठी पार्थ ह्या साम्राज्याला हवा आहे. पार्थाचा ह्या इतर स्त्रियांशी विवाह म्हणजे तुझ्याशी प्रतारणा आहे. याज्ञसेनी, हे सर्व मला कळते पण..." बोलता बोलता कुंतीमातेचा कंठ दाटून आला, तरीही त्या बोलू लागल्या, "याज्ञसेनी, पार्थावर केवळ तुझा. . . . केवळ तुझाच अधिकार आहे पण नाइलाज आहे. ...

याज्ञसेनी, हे राज्य वाचवण्यासाठी पार्थाला सांभाळणं केवळ तुझ्याच हाती आहे. तेव्हा याज्ञसेनी तुझ्यापुढे पदर पसरते, भीक मागते तू आनंदाने सुभद्रेचे स्वागत कर. तिचा स्वीकार कर." मी कुंतीमातेला सावरलं अन् त्यांना तसे आश्वासन दिल्यावर राजमाता कुंती निर्धास्त झाल्या.

जीवनाच्या एका विचित्र वळणावर आज मी उभी आहे. पार्थाने उलुपी, चित्रांगदेशी विवाह केला हे कळले अन् माझ्या मनात खोलवर एक जखम झालीच. ही जखम भरते न भरते तोच आता पार्थ सुभद्रेच्या विवाहाचे पडघम वाजू लागले आहेत. उलुपी नि चित्रांगदेचे तरी ठीक होते. त्या पार्थाच्या जीवनात जेवढ्या वेगाने आल्या तेवढ्याच वेगाने निघूनही गेल्या पण सुभद्रेचे काय? ती तर आता कायम पार्थासोबतच राहणार होती. मी मनाची खूप समजूत घातली तरीही क्वचित हे दुःख उसळी मारून वर येतच होतं. यासंदर्भात श्रीकृष्णानेही मागं खूप समजावून सांगितले होते पण मन मात्र अजूनही सैरभैरच होते. श्रीकृष्णाने सांगितले ते खरेच होते पण मन मात्र आतून ठणकतच होते. आता तर कुंतीमातेला मी अभिवचन देऊन बसले होते. आता कुंतीमातेसाठी तरी मला सर्व काही विसरून जाणे आवश्यक होते.

कुंतीमातेने जे कळवळून सांगितले याचा विसर पडता कामा नये यासाठी मी सदैव दक्ष राहत होते. मनाची खूप समजूत घालूनही ते मन कधी कधी बंडखोर होऊन उठत होते. हे राज्य सुरक्षित राहावं, वृद्धिंगत व्हावं...म्हणून माझाच का बळी देताहेत, हे कळत नव्हते. मी विमनस्क मन:स्थितीमध्ये बसलेले होते. भीमसेनाच्या प्रासादामध्ये शयनकक्षात बसून मी विचार करत होते. भिंतीवर एक पाल सरसरत पुढे येत होती. माझे लक्ष तिकडे गेले. एक चिमुकलं फुलपाखरू भिंतीवर मुक्तपणे फिरत होते. मध्येच भिंतीवर बसत होते. पालीचे सगळे लक्ष फुलपाखराकडे होते. फुलपाखरू उडत-उडत निमिषभर भिंतीवर विसावले. मात्र, पाल वेगाने फुलपाखराकडे धावली नि तिने फुलपाखरावर झडप घातली...काय होते आहे, हे कळण्याचा आत फुलपाखरू पालीच्या जबड्यात जाऊन बसले. फुलपाखराने क्षणभर धडपड केली. पण पालीच्या तावडीतून आता सुटणे शक्य नाही, हे त्याला कळले असावे. थोड्याशा तडफडीनंतर फुलपाखरू शांत झाले अन् बघता-बघता पालीने त्याला गिळकृंत केले. मी त्या पालीकडे पाहतच राहिले.

-०-०-०-

- ५ -

एक दिवस द्वारकेहून निरोप आला. सुभद्रेसह पार्थ येण्याचा दिवस ठरला. ही वार्ता इंद्रप्रस्थनगरीसाठी अत्यानंदाची होती. महाराज पार्थाच्या आगमनाची तयारी जोमाने सुरू झाली. सगळीकडे उत्साहाला उधाण आले होते. दुसरी महत्त्वाची गोष्ट म्हणजे, आतापर्यंत श्रीकृष्ण-पार्थाचे नाते थोडे दूरचेच होते, फार तर मैत्रीचे होते; पण आता श्रीकृष्णाने पार्थाला बहीण दिल्यामुळे श्रीकृष्णाचे इंद्रप्रस्थनगरीशी असलेले नाते अधिक दृढ झाले. ह्या नवीन नात्यामुळे तर इंद्रप्रस्थनगरी अधिकच हर्षोल्हासात न्हाऊन निघत होती. माझा अपवाद सोडला, तर इंद्रप्रस्थनगरीत सर्वांनाच सणासुदीच्या दिवसाचा अनुभव येत होता. मीही आता सावरले होते. अंत:करणातल्या औदासीन्याला औदार्यात रूपांतरित करण्यासाठी मी सहेतुक प्रयत्न करीत होते. इंद्रप्रस्थनगरीत पार्थाच्या स्वागताची जय्यत तयारी झाली नि पार्थाच्या आगमनाचा तो दिवस उजाडला. इंद्रप्रस्थनगरीच्या बाहेर युधिष्ठिराने पार्थाचे स्वागत केले. सुभद्रेचेही यथोचित स्वागत झाले. पार्थाने कुंतीमातेच्या प्रासादात जाऊन कुंतीमातेचे दर्शन घेतले. लगेचच पार्थ माझ्या भेटीसाठी काही आला नाही. ह्या बारा वर्षांच्या काळात तीन स्त्रियांशी लग्न करूनही पार्थाचा माझ्यावरचा राग अजून गेला नाही की काय? अशी शंका माझ्या मनात आली. ह्या बारा वर्षांच्या काळात अन्य चारही पांडवांसोबतचे माझे वैवाहिक जीवन सुरळीत चालू होते. पार्थाविषयी मला आत्यंतिक ओढ होती; पण त्याने काही स्त्रियांशी लग्न केले, हे मला जसजसे कळू लागले तसतसे ही आत्यंतिक ओढ ग्रीष्मातल्या सरितेसारखी हळूहळू आटत चालली. मी आता पार्थ-सुभद्रेची प्रतीक्षा करीत होते, पण प्रारंभी पार्थ आला नाही. त्याने चातुर्य दाखवले अन् सुभद्रेलाच मला भेटायला पाठवले.

सुभद्रेने निरोप पाठवला अन् ती मला भेटण्यासाठी

आली. मी तिच्याकडे बघितलं अन् माझा राग क्षणातच मावळला. किती साधी होती ती? अन् मला भेटायला अक्षरश: गोपिकेच्या वेशात आली होती. ह्या गोपिकावेषातही ती किती सुंदर दिसत होती! ती माझ्याजवळ आली, अतिशय नम्रतेने तिने मला अभिवादन केले. मी तिला जवळ घेत म्हणाले, "अगं सुभद्रा, सम्राट पार्थाची राणी तू अन् अशी गोपिकावेषात कशी आलीस.....?"

"वाटलं की, सम्राज्ञीचा मान तुझाच... याज्ञसेनीचा! मग विचार केला, ह्या सम्राज्ञीसमोर आपण गोपिकावेश करूनच जावं नि आले."

"किती भोळी आहेस गं सुभद्रा! ह्या भोळेपणाच्या जोरावर पार्थासारख्या धनुर्धराला जिंकलंस वाटतं?"

माझ्या प्रश्नाचे उत्तर सुभद्रेने दिले नाही; पण ती हसली अन् पारिजातकाच्या फुलांचा सडा पडल्यासारखे वाटले. तिच्या हसण्याने तिच्या सौंदर्यात अधिकच भर पडली.

सुभद्रा आल्यावर माझा संताप अनावर होईल, असे वाटत होते. पण झाले उलटेच! खरं म्हणजे, सुभद्रेलाही माझ्यासारखा महाराणीचा सन्मान मिळाला आहे. ती माझ्या बरोबरीचीच होती. पण स्वत:कडे कमीपणा घेऊन ती माझ्यासमोर गोपिकावेशात आली काय, मला अभिवादन करते काय अन् माझे मन जिंकते काय...सारेच अकल्पित! गोपिकावेशात ती कमालीची सुंदर दिसत होती. शेवटी श्रीकृष्णाचीच बहीण ना ती! मला तिचे खूप कौतुक वाटले. मनात एक शंकाही चमकून गेली. मला राग येऊ नये, म्हणून पार्थाने तर ही खेळी खेळली नसेल? कारण काहीही असो; शुद्ध सुवर्णासारखा गौरवर्ण लाभलेली सुभद्रा...गोपकन्येसारखे तांबडे रेशमी वस्त्र घालून मला तिने आपलेसे केले.

नंतर मला कळाले की, ज्या गोष्टीविषयी मी साशंक होते, ती गोष्ट खरीच ठरली. पार्थानेच सुभद्रेला माझ्या भेटीसाठी गोपिकावेषात पाठवले होते. माझ्या नि सुभद्रेच्या गप्पा चालल्या होत्या. एवढ्यात पार्थ येत असल्याची वर्दी आली. मला सुखद धक्का बसला. मी दासीला औक्षणाची तयारी करायला सांगितले. गप्पांच्या ओघात सुभद्रेचे स्वागत करायचे राहिले होते; आता दोघांचेही स्वागत करता येईल. मी सुभद्रेशी संवाद साधत होते. तिच्याकडून श्रीकृष्णाच्या स्वभावाचे पैलू उलगडले जात होते. गप्पांमध्ये आम्ही छान रमलेलो होतो. एवढ्यात पार्थ प्रासादात आला. पार्थ नि सुभद्रेला एकत्र ओवाळल्यावर ते दोघेही स्थानापन्न झाले. पार्थ शांत बसलेला होता— जणू काही मौन धारण केले आहे.

पण चेहऱ्यावर अपराधीपणाची भावना नकळत दिसतच होती, हे मला जाणवले. मी त्याच्या डोळ्यांत खोलवर बघितलं, वाटलं, अजूनही माझ्यावरचा राग गेला नसेल का? मी ह्याच्याशिवाय अन्य चौघांशी विवाह केला म्हणून म्हणे ह्याचा माझ्यावर राग? अन् ह्याने अन्य तिघींशी विवाह केले, याचा मला राग यावा की नाही? मी असाच काही तरी विचार करीत होते. तोही असाच काही तरी विचार करीत असावा. पण माझ्या दृष्टीला दृष्टी भिडवण्याचे तो टाळत होता. त्याची हिम्मत होत नव्हती. शेवटी मीच मौन तोडत म्हणाले, ''काय आर्यपुत्र, कशी झाली आपली तीर्थयात्रा?'' माझ्या वाक्यातील उपहास पार्थाला नक्कीच कळलेला होता.

''चांगली झाली ना याज्ञसेनी!''

''पार्थ, तुला तीर्थयात्रा चांगलीच मानवलेली दिसते?''

''बरोबर आहे... निसर्गाच्या सान्निध्यात असल्याने असेल कदाचित.''

''निसर्गाच्या सान्निध्यात नि अभिसारिकांच्या अभयारण्यात..!'' मी असे म्हटल्यावर पार्थाचे पहाडी हास्य प्रासादात घुमले. तो वर-वर हसत असला तरी हा बाण त्याच्या चांगलाच वर्मी बसला होता. तो चांगलाच घायाळ झालेला होता. सुभद्राही थोडी कावरीबावरी झाली होती. आपले हसणे थांबवत पार्थ म्हणाला, ''तुझे बरोबर आहे याज्ञसेनी. मी खूप स्त्रिया बघितल्या...पण तुझ्याएवढी सुंदर बघितली नाही.''

''एकही नाही?''

''अगदी एकही नाही!''

''आणि सुभद्रेविषयी काय?'' मी सुभद्रेला जवळ घेत विचारले, तेव्हा पार्थ फक्त क्षणभर हसला नि म्हणाला, ''तुला काय वाटते सुभद्रेविषयी?''

''पार्थ, सुभद्रा खूप सुंदर आहे. तुझ्यासारख्या तेजस्वी पराक्रमी वीराला शोभावी अशीच आहे...पण...''

''पण काय याज्ञसेनी?''

''पण असं आहे—

तत्रैव गच्छ कौन्तेय यत्र सा सात्वतात्मजा
सुबद्धस्थापी भारस्य पूर्वबंध इलथायते

पूर्वबंध कितीही मजबूत बांधला असला तरी दुसरा बंध दिला की, पहिला ढिला पडणारच.'' माझ्या ह्या विधानाला पार्थाने हसून प्रतिसाद दिल्यासारखे केले,

एवढेच. ते हसणेही खोटेच होते.

पार्थ-सुभद्रेसह बराच वेळ गप्पा झाल्या. पार्थाने तीर्थयात्रेतल्या बऱ्याच गमती-जमती सांगितल्या. पाहुणचार घेऊन ते दोघेही निघून गेले. ते निघून गेल्यावर मी आता विचारात पडले आहे...पूर्वबंध ढिला पडला आहे, असे मी म्हणायला नको होते, असे वाटले. मी खूप प्रयत्न करूनही शेवटी असूयेने माझ्यावर विजय प्राप्त केलाच. माझे चुकलेच, असे मला वाटू लागले. श्रीकृष्ण असता तर 'मी चुकले' असे म्हणून त्याच्याकडे क्षमायाचना केली असती अन् 'क्षमा केली' असं म्हणत-म्हणत तो लबाड म्हटलाही असता— 'स्त्रीजातीच्या मर्यादा समजून घेतल्या पाहिजेत...'

जाऊ दे. परिस्थिती माझ्यासाठी कशीही असो; पण पार्थ इंद्रप्रस्थनगरीत परतून आला हा, ह्या राज्यासाठी भाग्याचा क्षण होता. माझे काय, चालायचेच... असते एकेकाचे भाग्य असेच... पार्थ सुभद्रेसह निघून गेला. मला सुभद्रेचा राग आला नाही, पार्थालाही मी काही टाकून बोलले नाही; पण ते दोघे गेल्यावर मला फार एकाकी वाटू लागले अन् मला भीमसेनाची प्रकर्षाने आठवण झाली...त्याच्या निर्व्याज प्रेमाची आठवण झाली...तो असता, तर त्याच्या कुशीत मला विसावा मिळाला असता...आधार मिळाला असता.

पार्थ-सुभद्रा यांचे वैवाहिक जीवन सुरळीत आणि आनंदात जात होते. सुभद्रेच्या सहवासाने पार्थ आता बऱ्यापैकी स्थिर झाला होता. माझ्यासाठी म्हणून त्याची जी तगमग होती अन् त्यातून जो एकाकीपणा यायचा, तो कमी झाला असावा. माझा यत्किंचितही दोष नसताना मला हे सर्व भोगावे लागले. पण पार्थाच्या तीर्थयात्रेच्या काळात खऱ्या अर्थाने जर मला कुणी सावरले असेल, तर ते भीमाने... माझ्याकडून काडीचीही अपेक्षा न करता भीमाने माझ्यावर प्रेमाची उधळण मुक्तपणे केली. ह्या प्रेमात मी चिंब भिजत राहिले अन् नकळत मीही भीमामध्ये अधिकच रममाण होऊ लागले. पार्थाच्या जवळ फक्त सम्राटाच्या हक्काची भाषा होती, तर भीमाच्या सहवासात जीवनाचे महन्मंगल स्तोत्र होते.

ह्या स्तोत्रातून साकारत गेले एक समृद्ध भावजीवन. खरं म्हणजे, मला जिंकून आणण्यात पार्थबरोबर भीमसेनाचेही तेवढेच योगदान होते. पण भीमाने माझ्यावर मालकी अशी कधी दर्शवलीच नाही. मेघासारखं बरसत राहणं, हाच भीमाचा प्रकृतिधर्म होता. एकदा एकांतात मी भीमाला विचारलं होतं, "भीमसेना,

केवढा पराक्रमी आहेस तू! पार्थाने 'पण' जिंकला त्याप्रसंगी केवढा हाहाकार उडाला होता. सर्व क्षत्रिय राजांना तू सळो की पळो करून सोडलेस. तुझा पराक्रम पाहून मी थक्क झाले होते!'' असे म्हटल्यावर भीमसेन फक्त हसला. त्याची अशी स्तुती केल्यानेही तो फार हुरळून जात नसे, हेही त्याच्या स्वभावाचे एक महत्त्वाचे वैशिष्ट्य. नंतर त्याला मी म्हटले,

''खरं म्हणजे, तुझा आणि पार्थाचा माझ्यावर सारखाच अधिकार असायला हवा.''

''पण पार्थाने 'पण' जिंकला होता ना?''

''तरीही... तू पार्थाच्या मदतीला धावून गेला नसतास, तर कदाचित त्याचा पराभवही झाला असता. होय की नाही?''

''होय, तसे झालेही असते.''

''मग भीमसेना, मला सारखा हा प्रश्न सतावत असतो की, पार्थाने असे का केले असेल? मी पाचांची होणे त्याला सहन का झाले नाही? माझ्या विशुद्ध प्रेमाची पर्वा न करता वैफल्यग्रस्त होऊन तीर्थयात्रा करण्याची काही आवश्यकता होती का?'' माझा आवाज चढलेला होता. तेव्हा भीमसेनाने अतिशय प्रेमाने मला कुरवाळले अन् म्हणाला, ''याज्ञसेनी, त्याचाही काही दोष नाही, तुझ्या प्रेमाने तो अक्षरश: वेडा झालेला होता.''

''आणि तू?''

''मी तुझ्या प्रेमाने शहाणा झालो होतो!'' असं म्हणत एखादा पावसाळी ढग गर्जावा तसा भीमसेन हसत सुटला. त्याच्या ह्या निरागस व्यक्तिमत्त्वावर त्या क्षणी जीव ओवाळून टाकावा, असं मला वाटलं. असं झोकून देऊन प्रेम करणं पार्थाला कधी जमलेच नाही. पार्थ-सुभद्राच्या विवाहानंतर पार्थाच्या चित्तवृत्ती शांत झाल्या. ह्याचा अर्थ हाच होता की, पार्थाचे माझ्यापेक्षा सुभद्रेवर अधिक प्रेम होते. पार्थ तीर्थयात्रेवरून परत यावा, यासाठी मी किती तरी व्रतवैकल्ये केली. पार्थ तीर्थयात्रेवरून परत आलाही; पण काय झाले, कुणास ठाऊक? त्याच्यावरचे माझे प्रेम उत्तरोत्तर कमी होत चालले होते. बाकी काही असले, तरी माझ्यात आणि सुभद्रेमध्ये फारसा दुरावा नव्हता. सुभद्रा तशी सरळ स्वभावाची होती. तिचे हे सरळपण मलाही प्रभावित करीत होते. तिलाही माझ्याशी तासन्तास गप्पा माराव्यात, असे वाटत असे. खूप वेळ आम्ही अशा गप्पाही मारत होतो. ह्या गप्पांतूनच मला सुभद्रेच्या पारदर्शी व्यक्तिमत्त्वाचा परिचय झाला. ह्या संवादामुळे

माझ्यातील आणि सुभद्रेमधील ताणतणावाचे पडदे आपोआप दूर झाले.

इंद्रप्रस्थनगरीच्या पुष्पवाटिकेत एकदा मी सुभद्रेशी गप्पा मारत बसले होते. त्या दिवशी सुभद्रा जरा हळवी झालेली जाणवत होती. ती थोडी अधिकच भावनाप्रधान वाटत होती. ती बोलता-बोलता म्हणाली, ''महाराणी, आपण ह्या वाटिकेतील समोरच्या शंकराच्या मंदिरात जाऊ या का?''

''चल ना जाऊ— त्यात काय एवढे विचारायचे?''

आम्ही दोघी मंदिराकडे निघालो. आज मला सुभद्रेमध्ये खूपच बदल जाणवत होता. माझ्या अनुभवी डोळ्यांना लगेच समजले...सुभद्रा आता आई होणार होती! पण मी काहीच बोलले नाही. मला आता हे तिच्या तोंडूनच ऐकायचे होते. आम्ही मंदिरात पोहोचलो. पुजाऱ्याने पुढे केलेल्या ताटातून पांढऱ्या गुलाबाची ओंजळभर फुलं मी घेतली. शंकराच्या पिंडीवर फुलं टाकून नमस्कार केला. माझ्यानंतर सुभद्रेनंही ओंजळभर फुलं घेतली अन् पिंडीवर टाकून डोळे मिटून घेतले, ती क्षणभर ध्यानमग्न झाली. तिने डोळे उघडले. तिचे डोळे तांबूस झालेले होते. तिच्या डोळ्यांत खेळणारे गुलाबपाणी मला सर्व काही सांगून गेले. त्या अवस्थेत तिला मी जवळ घेतलं. म्हणाले, ''सुभद्रे, काय मागितलंस भगवान शंकराजवळ?'' तिने मला उलट प्रश्न केला, ''तू काय मागितलंस देवी याज्ञसेनी?''

''मी शंकराजवळ एक मागणं मागितलं— पण ते तुझ्यासाठी!''

''माझ्यासाठी?''

''होय.''

''काय मागितले?''

''तुला एक पार्थासारखाच पराक्रमी, दिग्विजयी पुत्र होऊ दे म्हणून.''

''अन् मुलगी झाली तर?''

''तेही भगवान शंकराकडे मागून ठेवलंय.''

''काय?''

''मुलगी झाली तर माझ्यासारखी— याज्ञसेनीसारखी होऊ दे, म्हणून.''

''तुझ्यासारखी होणार असेल तर मुलगीच होऊ दे!'' असं म्हणत सुभद्रा माझ्या गळ्यात पडली. सुभद्रा खूप लाजली अन् म्हणाली, ''अगं बाई, तुला कसं कळलं हे सगळं?''

''मी तुझी मोठी बहीण आहे ना, म्हणून!'' थोड्या गप्पा मारून आम्ही

लवकरच इंद्रप्रस्थनगरीत परतलो. सुभद्रा आई होणार, हे सगळ्या इंद्रप्रस्थनगरीला कळलं होतं. ह्या वार्तेने कुंतीमातेलाही खूप आनंद झाला. प्रतिविंध्य आणि सुतसोमाला अजून एक भावंडं मिळणार होतं. येणाऱ्या बाळाच्या स्वागतासाठी इंद्रप्रस्थनगरी सज्ज झाली होती.

तो आनंदाचा एक दिवस उजाडला अन् सुभद्रेला पुत्ररत्न प्राप्त झाले. माझ्या आग्रहाखातर सुभद्रेने बाळाचे नाव अभिमन्यू असे ठेवले. प्रतिविंध्य आणि सुतसोमाला अभिमन्यू नावाचा भाऊ मिळाला. अभिमन्यू मात्र दिसायला पार्थासारखाच होता. त्याच्याकडे बघितले की, तो नक्कीच धनुर्धर होणार, पराक्रमी म्हणून नाव काढणार असे वाटत होते.

अभिमन्यूच्या येण्याने मुळातच समाधानी वृत्तीची सुभद्रा अधिकच समाधानी झाली. तिच्या ह्या विपश्यन वृत्तीचा मला कधी कधी हेवा वाटत असे. अभिमन्यूच्या जन्माने इंद्रप्रस्थनगरीच्या वैभवात भर पडली. प्रतिविंध्य आणि सुतोसोमाप्रमाणेच अभिमन्यूही वेदाध्ययन करू लागला. अभिमन्यूच्या जन्मानंतर श्रीकृष्ण येऊन गेला. अभिमन्यूच्या उदयाने त्यालाही खूप आनंद झाला होता. ह्या वेळी त्याचा मुक्काम बराच लांबलेला होता. श्रीकृष्ण असेपर्यंत इंद्रप्रस्थनगरीला स्वर्गाचे रूप येत असे. ह्या मुक्कामामध्ये मी श्रीकृष्णाला विचारले होते, "तुझ्या वास्तव्यात असे काय आहे की, यामुळे सारी इंद्रप्रस्थनगरी उजळून निघत असते?"

"मी सावळा आहे म्हणून!" श्रीकृष्ण म्हणाला.

"ते कसे काय?"

"मी जिथे जातो तेथील सगळी कृष्णकृत्ये माझ्या व्यक्तिमत्त्वात ओढून घेतो..... त्यामुळं." श्रीकृष्ण तात्त्विक पातळीवर काही तरी बोलत राहायचा. तो काय बोलतो, ते बऱ्याच वेळा कळतही नसे; पण ऐकत राहावं, असं मात्र निश्चित वाटे.

माझे पार्थासोबतचे सहवासाचे वर्ष चालू होते. पार्थ तीर्थयात्रेवरून आल्यावर मोठ्या प्रदीर्घ कालखंडानंतर माझे नि पार्थाचे वैवाहिक जीवन सुरू झाले होते. जीवन तसे बरे चालले होते. उलुपी, चित्रांगदा आणि सुभद्रेशी पार्थाचा विवाह झाल्याने त्याच्या मनामध्ये अपराधीपणाची भावना घर करून राहिली होती. यासंदर्भात मीही आता पार्थाला डिवचत नव्हते. पण ह्या तिघींशी विवाह झाल्याने पार्थही माझ्या मनातून उतरलेला होताच. एक महत्त्वाचा बदल त्याच्यामध्ये झालेला होता; तो म्हणजे, तो पूर्वीप्रमाणे वैफल्यग्रस्त नव्हता. आदळआपट

करीत नव्हता. वैतागत नव्हता. इतर पांडवांवर रागावत नव्हता. पण याज्ञसेनीला मी जिंकून आणले अन् विवाह मात्र माझ्याबरोबर अन्य चारांशीही झाला, हे शल्य मात्र त्याच्यात शेष राहिले होते. पार्थाला दुखवायचे नाही, असे मीही आता ठरवले होते. पण माझ्यातील बंडखोर स्त्री कधी कधी बंड करून उठे अन् पार्थाची निर्भर्त्सना करी. अर्थात, हे फार कमी वेळा होत असे; पण जेव्हा होत असे, तेव्हा मात्र माझे पार्थाशी कडाक्याचे भांडण होत असे. माझाही तोल जात असे.

एकदा पुष्पवाटिकेत माझा आणि पार्थाचा संवाद चांगलाच रंगला होता. पार्थामध्ये एक खोड होती. त्याला आपल्या पराक्रमाचा प्रचंड अहंकार होता. तो तीर्थयात्रेला जाण्यापूर्वीही हा अहंकार होताच. तेव्हा मला तो फारसा बोचत नव्हता. किंबहुना ह्या अहंकाराने मी सुखावतच होते किंवा एखाद्या व्यक्तीवर आपण अंतरातून प्रेम करू लागलो की त्याचे दोषही कौतुकाचे विषय होतात; पण प्रेमाचा हा झरा आटला की, हे दोष मग निंदनीय ठरतात. पार्थ तीर्थयात्रेवरून परत आल्यापासून मला पार्थामध्ये दोषच अधिक दिसत होते. त्याच्या प्रत्येक कृतीकडे पाहण्याचा माझा दृष्टिकोन नकारात्मकच झालेला होता. आज पुष्पवाटिकेत त्याच्याशी गप्पा मारताना त्याचा तीर्थयात्रेचा विषय निघाला. तीर्थयात्रेतील पराक्रमाच्या कथा तो रंगून सांगत होता. मी त्याला मध्येच विचारले, ''पार्था, तुझे हे पराक्रम सांगताना एक महत्त्वाचा पराक्रम सांगायचा तू विसरलास!'' मी खोचकपणे त्याला म्हटले.

''कोणता पराक्रम याज्ञसेनी?''

''अरे, तीर्थयात्रेत तीन स्त्रियांशी विवाह करणे, हाही पराक्रमच आहे ना?'' असा प्रश्न विचारल्यावर पार्थाच्या चेहऱ्यावर रोषछटा दिसू लागल्या. लगेच त्याचा तोल गेला. त्याच्या चेहऱ्यावर उद्वेगजनक भाव आले. म्हणाला, ''हो, त्यालाही पराक्रम लागतो म्हटलं.''

''स्त्रिया मिळवणं—त्यांना जिंकणं—हाही पराक्रमाचा भाग आहे ना पार्था?''

''होय, तोही पराक्रमच आहे, नाही तर काय? पराक्रम मी केला अन् तुला जिंकून आणले अन् विवाह मात्र पाचांशी. अन्य चारांप्रमाणे आयत्या पिठावर मी रांगोळ्या ओढल्या नाहीत!'' पार्थाचा पारा बराच चढलेला होता.
मीही आता फारसं ऐकून घेत नव्हते. मी तत्काळ म्हणाले, ''एवढा पराक्रमी होतास,

तर आपल्या मातोश्रीला का नाही ठणकावून सांगितले की, याज्ञसेनीशी मी एकटाच विवाह करणार म्हणून, अन्य चौघांचा याज्ञसेनीवर काडीचाही अधिकार नाही; केवळ मी एकटाच याज्ञसेनीशी विवाह करणार, असे तुला ठणकावून का सांगता आले नाही? अरे, कसला पराक्रमी तू? तुझ्याइतका भ्याड, स्वार्थी, निर्णयक्षमता नसलेला, कणा नसलेला राजकुमार मी माझ्या आयुष्यात बघितलेला नाही. अशा पार्थ नावाच्या भ्याड तरुणाशी माझा विवाह झाला, याचा मला आज पश्चात्ताप होतोय!''

"याज्ञसेनीऽऽ बंद कर ही बडबड!'' पार्थाचाही आवाज चढलेला होता.

"का बंद करू? अरे, याज्ञसेनी म्हणजे काय महाप्रसाद वाटला, वाटून घ्यायला? एका स्त्रीची ही निर्भर्त्सना होताना तू मूकपणे का सहन केलंस? एवढी हिम्मत होती, तर श्रीकृष्ण नि कुंतीमातेचा निर्णय धुडकायला हवा होतास. अरे, कुंतीमातेची भावविव्हल अवस्था मी बघितली. त्या स्त्रीचं दु:ख पाहून माझं अंत:करण पिळवटून निघालं. तिला आधार द्यावा, म्हणून अनिच्छेनेच मी ह्या विवाहांस सम्मती दिली. तेव्हा तू तरी ह्या निर्णयाला कठोरपणे विरोध करायला हवा होतास...पण तुला ते करता आले नाही. तू पराक्रमी असतास, तर माझा विवाह तुझ्या एकट्या सोबतच झाला असता...पण तू भ्याड आहेस!'' माझाही आवाज खूपच चढला होता.

"याज्ञसेनीऽऽऽ'' पार्थ अक्षरश: ओरडला.

"ओरडू नकोस... मला बोलू दे. एवढं झाल्यावरही केवळ कुंतीमातेसाठी मी सर्वांशी विवाह केला. तेव्हा इतिहासाच्या पानावर समाजपुरुष माझ्या विवाहांची काळ्या शाईने नोंद करत होता. मला याची जाणीव होतीच. चंद्र-सूर्य असेपर्यंत माझ्या ह्या विवाहांची अशीच चर्चा होणार होती. चंद्र-सूर्य असेपर्यंत ह्या पाच विवाहांवरून माझी निर्भर्त्सना होणार आहे. पण केवळ तुझ्यासाठी मीही सर्व सहन करण्याचे ठरवले आणि तू.... तू तर अतिशय क्रूर अन् विश्वासघातकी निघालास! विवाहानंतर काय काय तुझे चाळे चालले होते...काय तुझी आदळआपट चाललेली होती! स्वत:ला पराक्रमी समजतोस पण तू तर सामान्य पुरुषासारखा वागलास. माझ्यासारखी स्त्री खंबीरपणे उभी राहिली अन् तू?... स्वत:ला पराक्रमी म्हणून घेणाऱ्या नराधमा, मला सोडून तीर्थयात्रेला निघून गेलास?''

"याज्ञसेनीऽऽ'' पार्थ पुन्हा ओरडला. त्याचा एक हातही वर गेला.

"ओरडू नकोस; आज मला बोलू दे. तीर्थयात्रेचे नाटक केले अन् तीन स्त्रियांशी विवाह करून मोकळा झालास. अन्य स्त्रियांशी विवाह करताना तुला लाज

कशी वाटली नाही? केवळ आपल्यासाठी अन्य चार भावांशी विवाह करणारी याज्ञसेनी तुला आठवली नाही का? तुझ्यावर जीव ओवाळून टाकणारी याज्ञसेनी तुला आठवली नाही का? सर्व वैभव सोडून तुला वरमाला अर्पण करून अकिंचन होऊन अनवाणी पायांनी तुझ्या पाठीमागे येणारी याज्ञसेनी तुला आठवली नाही का?''

"थांब याज्ञसेनी, थांब! शांत हो.... शांत हो!!'' माझ्या खांद्यावर हात ठेवत पार्थ बोलत होता, पण मी मात्र पेटून उठले होते. त्याचा हात झिडकारत म्हणाले, "नाही थांबणार धनंजया, आता मला बोलू दे. केवळ पांडवांचे हित डोळ्यांसमोर ठेवून कुंतीमातेच्या ह्या प्रस्तावाला मी होकार दिला. नाही तरी तुम्हा पाचांशी विवाह करून मी तर पाच आऱ्यांचे चाकच झाले ना? चाकाला धावपट्टी बसवावी लागते; पाच आऱ्यांना एकत्र ठेवण्यासाठी आता कुंती नावाची व्याकूळ आई ही धावपट्टी झाली. याज्ञसेनी नावाचे हे चाक ह्या पाच आऱ्यांना अन् एका धावपट्टीला सोबत घेऊन आयुष्यभर घरंगळत जाणार आहे. त्याला दिशा नाही नि मार्गही नाही. कुणीही धक्का दिला की, हे चाक जाईल घरंगळत, कुठेही! बरोबर आहे ना पार्था? अरे पार्था, बोल आता माझ्या प्रश्नाचे उत्तर दे.'' पुढे मला बोलवेना नि मी पार्थाच्या गळ्यात पडले अन् हमसून-हमसून रडू लागले— असहाय जखमी पक्षिणीसारखी! मला खूप थकल्यासारखे झाले. मी त्याही अवस्थेत पार्थाशी खूप बोलू लागले, तेव्हा मात्र पार्थ शांत झाला. त्याने विरोध करायचा नाही, असे ठरवले असेल. मी खूप बोलल्यावरही— "शांत हो याज्ञसेनी....... याज्ञसेनीऽ शांत हो—'' एवढंच तो म्हणत राहिला.

असाच थोडा वेळ गेला. मी शांतपणे बसून होते, पुष्पवाटिकेतील एका आसनावर अन् पार्थ मात्र माझ्या पुढ्यात येरझारा घालत होता. मला तर खूप थकल्यासारखे झाले होते. पण मला पार्थही खूप दीनवाणा वाटत होता. मला त्याची कणवच आली. वाटले, आपण पार्थावर एवढे रागवायला नको होते. वाटलं, उगीच मनस्ताप दिला बिचाऱ्या धनंजयाला. थोडा वेळ कुणीच कुणाशी बोलत नव्हते. पुष्पवाटिकेतील गवताशी मी खेळत होते, तर पार्थ हातातल्या धनुष्याशी खेळत होता. हा एकांत आता दोघांनाही नकोसा झाला होता. एवढ्यात पार्थाने भात्यातून एक तीक्ष्ण बाण काढला. बाण धनुष्यावर ठेवत प्रत्यंचेवर बोट ठेवले. अतिशय सावधपणे पार्थ आकाशाकडे पाहू लागला. तो ज्या दिशेकडे पाहत होता, तिकडेच नकळत माझीही दृष्टी गेली. एक घार अवकाशात घिरट्या घालत होती. तिच्या पाठीमागे नुकतेच उडायला शिकलेली तिची पिल्लंही जात

होती. घारीच्या मागे बरीच पिल्लं होती. मी पिल्लं मोजू लागले एक... दोन... तीन.... चार... आणि.... पाच! माझे मोजणे संपले अन् पार्थ मोठ्याने हसला, "काय मोजतेस याज्ञसेनी?"

"घारीची पिल्लं!"

"बघ याज्ञसेनी, ह्या पिल्लांकडे आणि तिच्या आईकडे तुझे लक्ष आहे?"

"हो आहे आणि तुझे?"

"ही पाच पिल्लं आणि घार यांच्याकडे मी लक्ष्य म्हणून पाहत आहे."

"हं! पराक्रमी पुरुष आहेस ना तू!" मी कोपरखळी मारली. मी बऱ्यापैकी शांत झाले होते.

"अजून राग गेला नाही वाटतं?" प्रत्यंचेवर बाण चढवून त्या पक्ष्यांकडे पाहत पार्थ म्हणाला.

"गेला, गेला.... उगी गम्मत केली तुझी. आम्हा स्त्रियांना अशा वेळी दिसतं पाखरांच्याही ठायी असलेलं वात्सल्य!"

"आणि आमच्या बाणाच्या टोकाला दिसते 'लक्ष्य' ठरलेला पक्षी!" असं म्हणत पार्थाने पक्ष्यांच्या दिशेने धनुष्य-बाण लावला. क्षणार्धात प्रत्यंचा ताणली गेली अन् क्षणार्धात बाण सुटला. पार्थाच्या बाणाने नुकतेच भरारी मारायला शिकलेले एक पिल्लू चीत्कारत खाली कोसळले..... "अरे ऽऽऽ हे काय करतोस पार्था?...... हे पातक आहे. त्या पक्षिणीला आता काय दुःख होईल!" अक्षरशः विव्हळत मी पार्थाला म्हणाले. पण माझ्या ह्या भावनेला बायकी भाबडेपणा समजत पार्थ छद्मीपणे हसला. चेहऱ्यावर पराक्रमी पुरुषाचा आव आणत त्याने भात्यातून दुसरा बाण काढला अन् दुसऱ्या पिल्लाला लक्ष्य ठरवले. लगेच तिसरा, चौथा आणि पाचवा... घारीची ती कोवळी पिल्लं घायाळ होऊन पुष्पवाटिकेत पडली. घार मात्र आमच्या डोक्यावरून घिरट्या घालू लागली. मी धावत त्या पिल्लांकडे निघाले. पाचही पिल्लं मरणासन्न अवस्थेत होती. त्या पिल्लांना मी एकत्र जमा करून दासीला हाक मारली. तिला पाणी आणायला सांगितलं. पक्ष्यांच्या त्या पिल्लांच्या चोचींतून पाणी आत काही जात नव्हते. त्या रक्तबंबाळ पिल्लांच्या पिसांवरून मी हात फिरवला. काही क्षण गेले अन् एकेका पक्ष्याचे प्राणोत्क्रमण झाले. मी पार्थाकडे एक कटाक्ष टाकला. ह्या वेळी पार्थ मला फारच क्रूर भासू लागला. नकळत माझ्या डोळ्यांत पाणी आलं. माझ्या ह्या भाबडेपणावरून पार्थ पुन्हा हसू लागला. डोळ्यांचे काजळकाठ पुसून मी पार्थाला म्हणाले, "हे

पराक्रमी पुरुषा, एक विनंती आहे. ऐकशील?''

''बोल याज्ञसेनी—''

''तुझ्या भात्यामधला एक तीक्ष्ण बाण काढ आणि सैरभैर झालेल्या त्या घारीचाही तू बळी घे.''

''ते कशासाठी?''

''अरे— तिचं दुःख तुला कळणार नाही. तिची पाचही पिल्लं इथं मरून पडली आहेत. तिच्या दुःखाला पारावार नाही. बघ— तिची वात्सल्यमूक वेदना तुला कळणार नाही. ती कळण्यासाठी स्त्री व्हावं लागतं पराक्रमी पार्था! तेव्हा माझी विनंती आहे, एका बाणाने तिलाही लक्ष्य ठरव. असं दुःख भोगण्यापेक्षा तिला मृत्यूच जवळचा वाटेल. तेव्हा एक कृपा कर अन् ह्या घारीचाही प्राण घे.''

पार्थाने क्षणभर माझ्याकडे अन् क्षणभर घारीकडे बघितले आणि तो हसला. त्याने मला जवळ घेतले अन् म्हणाला, ''फारच भाबडी आहेस याज्ञसेनी!....''

आम्ही बोलत-बोलत इंद्रप्रस्थनगरीकडे निघालो. घार मात्र तिथेच अवकाशात घिरट्या घालतच होती. मी पुनः पुन्हा तिच्याकडे वळून पाहत होते आणि माझ्या ह्या केविलवाण्या अवस्थेकडे पाहून पार्थ पुनः पुन्हा हसत होता.

आम्ही इंद्रप्रस्थनगरीत आलो. पार्थाच्या प्रासादात आम्ही प्रवेश केला, पण माझे मन मात्र बराच काळ त्या घारीभोवती घुटमळत होते. त्या दिवशी माझे कशातच लक्ष लागत नव्हते. मला भोजनही जात नव्हते, तेव्हा मात्र पार्थ माझ्या खांद्यावर हात ठेवत म्हणाला, ''याज्ञसेनी, खरंच किती दुःख झालं तुला? तू जेवढी बुद्धिमान आहेस, तेवढीच भावनाप्रधानही आहेस.''

''कसली बुद्धिमान नि कसले काय! वात्सल्यासमोर बुद्धी, चातुर्य, पांडित्य सर्वच शरण येतात.'' माझं बोलणं ऐकून पार्थ खूपच प्रभावित झाला. गप्पा करत-करत बरीच रात्र झाली होती. दासीने शयनकक्षाबाहेरचा दीप मंद केला होता. प्रासादातला लामणदिवा टिमटिमत होता.

दिवस तसे बरे चालले होते. पार्थापासून मला एक पुत्ररत्न प्राप्त झाले. कुंतीमातेने त्याचे नाव श्रुतकर्मा असे ठेवले. मलाही ते नाव खूपच आवडले होते. श्रुत म्हणजे विख्यात, श्रुत म्हणजे अचाट. असे अचाट कर्म करणारा श्रुतकर्मा. श्रुतकर्मा दिसायला मात्र हुबेहूब पार्थासारखाच होता. पार्थही श्रुतकर्माला खूप जीव लावत असे. आता मात्र इंद्रप्रस्थनगरी ह्या बाळलीलांनी गजबजून गेली

होती. प्रतिविंध्य, सुतसोम, अभिमन्यू आणि श्रुतकर्मा हे युवराज धौम्यऋषींच्या सहवासात अभ्यास करीत होते. त्यांचा वेदाभ्यासाबरोबर युद्धशास्त्राचाही अभ्यास चाललेला होता.

श्रुतकर्माने चांगलेच बाळसे धरले होते. त्याला खेळवताना पार्थ त्याच्याएवढाच होई. माणसाला खरं म्हणजे लहान होता आलं पाहिजे. पार्थाला ते चांगलं जमतं. एका निवांत क्षणी श्रुतकर्मासोबत मी आणि पार्थ खेळत होतो. श्रुतकर्माला गोंजारत त्याच्या मस्तकाचे अवघ्राण करीत पार्थ म्हणाला, "बघ याज्ञसेनी, हा नक्कीच पराक्रमी पुरुष होणार."

"तुझ्यासारखाच ना? तीर्थयात्रा करणारा, की घारीच्या पिलांची शिकार करणारा?"

पार्थानं चमकून माझ्याकडे पाहिले

"तुला काय म्हणायचं याज्ञसेनी?"

"खरंच मी चांगल्या अर्थाने बोलले."

"तसं नाही. मी बघतोय याज्ञसेनी, घारीच्या पिलांची शिकार केल्यापासून तू मला सारखी टाकून बोलतेस."

पार्थाने घारीचा विषय काढला अन् माझ्या काळजात चर्रऽऽऽ झाले. नकळत माझे हात श्रुतकर्माकडे गेले. श्रुतकर्माला मी उचलून घेतलं. त्याला छातीशी लावलं. हे सगळं एका क्षणात अन् वेगानं घडलेलं पाहून पार्थही अवाक् झाला.

"काय झालं याज्ञसेनी?"

"मला खूप भीती वाटते रे पार्था—"

"कसली भीती?"

"काय माहीत? सांगता येत नाही. पण तू घारीच्या पिलांची शिकार केल्यापासून मला ह्या राजकुमाराबद्दल फार भीती वाटते...धास्तीच वाटते. धास्तीने माझ्या मनात चांगलेच घर केले आहे. काही बरं-वाईट तर होणार नाही ना पार्थ?"

"किती वेडी आहेस तू याज्ञसेनी? पार्थासारखा धनुर्धर तुझा पती असताना असे कसे घडेल? आणि त्या घारीचे तू काय घेऊन बसलीस; माझ्यासारख्या दिग्विजयी धनुर्धरासमोर हे एका पक्ष्याचे काय गाऱ्हाणे? किती किरकोळ आहे हे!"

“तसं नव्हे रे पार्था. ती घार, तिची पाच पिल्लं अन् तू त्या पिलांची केलेली शिकार अन् ती घार बिचारी......”

“मग काय झालं?” पार्थ वैतागून म्हणाला.

“तुला नाही कळायचं ते दुःख; त्यासाठी आई व्हावं लागतं.”

“याज्ञसेनी, आता हे फारच झालं; बरं का? घारीच्या पिल्लांची शिकार झाली, ह्यात विशेष काय? हे निसर्गचक्र आहे. तुला घारीविषयी अजून काही माहिती आहे का?”

“कसली?”

“अगं, घार जेव्हा स्वतःसाठी शिकार करते तेव्हा तिचं वर्तन कसं असते माहीत आहे का?”

“कसं असतं?”

“अगं, घार म्हणजे काही शुद्ध शाकाहारी पक्षी नाही. ही घार आसमंतात उंच उडत असते. तिची दृष्टी तर अतिशय तीक्ष्ण असते. तिला शिकार जमिनीवर दिसली की, ती जमिनीवर वेगाने येते. आपल्या चोचीत भक्ष्य पकडते. एखादा जिवंत बेडूकही तिचं भक्ष्य होऊ शकतो. असा बेडूक ती घेऊन जाते. उंच झाडावर बसून आपल्या चोचीने ती बेडकाला ठार मारते अन् मग त्याला फस्त करते. मग सांग आता— आता तरी तुझ्या मनातील घारीचे प्रेम गेले ना?”

“पण तिच्या पिल्लांचा काय दोष होता?”

“अजून तेच! तुला नाही समजायचा धनुर्धराचा धर्म.”

“अन् तुलाही नाही समजायचे आईचे वात्सल्य!” थोडा वेळ शांत राहत पार्थ पुन्हा म्हणाला,

“बरं, जाऊ दे. परत वाद नको.” मग पार्थ बाहेर पडला अन् मी श्रुतकर्माबरोबर खेळत बसले. पार्थाने घारीच्या पिल्लांची शिकार केल्यापासून माझ्या मनात ह्या देवकुमारांसारख्या राजकुमारांची चिंता वाटत होती. आता तर हे राजकुमारच इंद्रप्रस्थनगरीचे वैभव झाले होते. ह्यांच्या बाळलीलांनी ही नगरी गजबजली असतानाच माझे नकुलासोबतचे वर्ष सुरू झाले अन् पुढे मला यथावकाश नकुलापासून एक पुत्र झाला. त्याचे नाव शतानिक ठेवण्यात आले. शतानिक हे नाव ठेवण्यास माझाच आग्रह होता. मला नकुल हा नेहमीच राजर्षीसारखा वाटत आला आहे. कुरुकुलामध्ये शतानिक नावाचे एक फार मोठे

राजर्षी होऊन गेले होते. त्यांच्याविषयी मी बरेच ऐकून होते. नकुलाचे व्यक्तिमत्त्व मला शतानिक ह्या राजर्षीसारखे वाटायचे. नकुलाच्या चेहऱ्यावर एका तपस्व्याचे तेज होते. नकुलचा प्रसन्न चेहरा कधीही बघितला की मी प्रफुल्लित होऊन जात असे. नकुलापासून जेव्हा मला पुत्र झाला, तेव्हा तो दिसायला नकुलसारखाच होता. मला त्या पुत्रात राजर्षी शतानिक दिसू लागला अन् मी ठरवलं की नकुलसुताचे नाव शतानिकच ठेवायचे. कुरुकुलातील राजर्षी शतानिक हाच जणू माझ्या उदरात वाढला आहे, अशीच माझी धारणा होती.

पुढे सहदेवाच्या सहजीवनात मला त्याच्यापासून पुत्ररत्न झाले. त्या कुमाराचे नाव श्रुतसेन असे ठेवण्यात आले. अग्निदेवाच्या कृत्तिका नक्षत्रावर हे पुत्ररत्न झाले, म्हणून त्याचे नाव श्रुतसेन असे ठेवण्यात आले. अग्निदेवाचा सेनापती कार्तकीय होता. त्याच्या सेनेची खूप कीर्ती होती. श्रुतसेन ह्या सेनेतील पराक्रमी पुरुषासारखा होता, म्हणून श्रुतसेन हे नाव त्याला शोभून दिसत होते. माझ्या पाच पुत्रांसोबत सुभद्रेचा अभिमन्यूही चांगलाच रमला होता. प्रासादाच्या अंगणात राजकुमार खेळू लागले की, अंगण बोलके होत असे. ह्या बाळलीला बघण्यासाठी कुंतीमाता अंगणाच्या एका टोकाला येऊन बसत असे. त्यांच्याकडे पाहून कुंतीमातेचे काजळकाठ ओले होत असत. प्रतिविंध्य, सूतसोम, श्रुतकर्मा, शतानिक, श्रुतसेन आणि अभिमन्यू आता मोठे होत होते. सगळ्यांचेच उपनयन संस्कार झाले होते. धौम्यऋषींकडे हे राजकुमार शिक्षण घेत होते.

ह्या मुलांना एकत्र खेळताना पाहून माझ्या तर आनंदाला पारावार नसे; पण आनंदाच्या एका परमोच्च क्षणी मला पुष्पवाटिकेतील घार आणि तिच्या पिलांची आठवण झाली की, मी अस्वस्थ होत असे. घारीच्या पाच पिलांचा मृत्यू माझ्या डोळ्यांसमोरून काही जात नव्हता. घारीची ती पिल्लं तिच्यासमोरच तडफडून मेली— हा प्रसंग माझ्या स्मृतिपटलावर असा कायमचा का कोरला गेला, हाही एक प्रश्न आहेच. ह्या प्रसंगाची कधीच आठवण येऊ नये, यासाठी मी सदैव प्रयत्नशील राहत असे, सावध राहत असे; पण कसचे काय... गुहेत लपून बसलेल्या श्वापदासारखी ही आठवण कधी हल्ला करेल, हे सांगता येत नसे. अशी आठवण झालीच, तर मी मात्र ह्या राजकुमारांना माझ्याजवळ घेऊन त्यांना कुरवाळत असे— एखाद्या पक्षिणीने आपल्या पिल्लांना पंखाखाली घ्यावं, तसं. हे सगळे मनाचे खेळ आहेत, हे मला कळत होते, तरीही......

आता पांडवांच्या प्रगतीचा वारू चौफेर दौडू लागला. कुंतीमाता आणि

राजा युधिष्ठिर यांच्या आनंदाला पारावार राहिला नाही. आता इंद्रप्रस्थनगरीचा विस्तार करण्याचे ठरले. ह्या विस्तारासाठी सारे खांडववन जाळून टाकण्याचे ठरले. हे खांडववन जाळण्यासाठी श्रीकृष्ण आणि पार्थाने अपरिमित कष्ट घेतले. हे खांडववन जाळताना मयासुराचा आणि पार्थाचा परिचय झाला. खरं म्हणजे, खांडव वनातील अग्निप्रपातात पार्थाने मयासुराला जीवनदान दिले होते. मयासुराच्या मनात पार्थाविषयी कृतज्ञभाव होता. पार्थाने मयासुराच्या ओळखीचा चांगलाच फायदा घेतला. मयासुर म्हणजे शिल्पकलेचा एक अद्भुत जाणकार कारागीर होता. त्याने इंद्रप्रस्थनगरीमध्ये मयसभा नावाची एक अभिनव वास्तू उभी केली. शिल्पविद्यानिपुण मयासुराने उभी केलेली ही वास्तू म्हणजे वास्तुशिल्पकलेतला एक चमत्कारच होता. मयसभा म्हणून ओळखला जाणारा हा इंद्रप्रस्थनगरीमधील राजमहल अद्वितीयच होता. ह्या राजमहालात चमत्कृतीचे विविध नमुने साक्षात केले होते. जिथे फरशी बसवली आहे असे दिसत होते, तिथे पाण्याचा तलाव बनवलेला होता; तर जिथे पाण्याचा भास होत होता, तिथे फरशी बनवलेली होती. अपरिचित माणसे ह्या चमत्कृतीमुळे चांगलीच गोंधळून जात होती.

हा काळ माझ्या जीवनातील त्यातला त्यात बरा काळ म्हणता येईल. महाराणी म्हणून माझा गौरव सर्वदूर होत होता. असे असूनही मी सारखी भेदरलेलीच असे. भीती काही अंत:करणातून दूर होत नव्हती. बाकी पार्थाचे आता बरे चालले होते. तो अभिमन्यू आणि अन्य मुलांत चांगलाच रमलेला होता. श्रीकृष्ण हा तर इंद्रप्रस्थनगरीचा सखाच. मयासुराने बनवलेले सभागृह श्रीकृष्णालाही खूप आवडले होते. 'असले सभागृह सबंध पृथ्वीतलावर नाही म्हणून ह्याची वास्तुशांती करावी, हे वैभव इतरांनाही दाखवावे' असे राजा युधिष्ठिराला मनापासून वाटत होते. एक दिवस आम्ही सर्वजण बसलो होतो. श्रीकृष्णही तिथेच होता. युधिष्ठिराने मयसभेचा विषय काढून श्रीकृष्णाला विचारले,

"श्रीकृष्णा, माझी एक इच्छा आहे."

"धर्मराज... आपण तर महाराजे आहात. महाराजा युधिष्ठिराची इच्छा अपूर्ण कशी राहील? बोला, काय इच्छा आहे?"

"मला वाटतं, मयासुराने बांधलेल्या ह्या सभागृहाची वास्तुशांती करावी अन् सर्व राजांना ह्याचे निमंत्रण द्यावे— अगदी कौरवांनासुद्धा......"

"हरकत नाही राजे! पण यापूर्वी मला एक करावे वाटते—"

"काय?"

"आपण आपल्या राज्याचा थोडा विस्तार करून घ्यावा. ह्या भागातील छोटी-छोटी संस्थाने अन्य प्रदेशावर हल्ले करून लूट करतात, तेव्हा सर्वप्रथम अशी संस्थाने जिंकून घ्यावीत. यामुळे गोरगरिबांचा छळही थांबेल अन् आपल्या राज्याचा विस्तारही होईल."

"बरोबर आहे श्रीकृष्णा तुझे. म्हणून तर तू सदैव आमच्या सहवासात असावास, असे वाटते." मी मध्येच असे म्हटल्याबरोबर श्रीकृष्णाचा चेहराही उजळून निघाला.

आम्ही बराच वेळ ह्या विषयावर बोलत होतो. शेवटी असे ठरले की, शेजारचा सर्व प्रदेश जिंकून घ्यायचा. पार्थाने उत्तरेकडे, भीमाने पूर्वेकडे, सहदेवाने दक्षिणेकडे, तर नकुलाने पश्चिमेकडेचा प्रदेश पादाक्रांत करण्याचे ठरले. ही सगळी कामे युधिष्ठिराने सर्वांना वाटून दिली. दुसऱ्या दिवशी हे चार बंधू आपापल्या कामगिरीवर निघाले. युधिष्ठिर मात्र इंद्रप्रस्थनगरीमध्येच राहिला. ह्या चारही बंधूच्या विजयाच्या बातम्या वरचेवर इंद्रप्रस्थनगरीत धडकत होत्या अन् युधिष्ठिर दररोज विजयोत्सव साजरा करीत होता. एक दिवस मी युधिष्ठिराशी बोलले,

"महाराजे लोकांचं एक बरं असतं—"

"काय बरं असतं याज्ञसेनी?"

"राजा असलं की, धडाधड आदेश देता येतात. आपण प्रत्यक्ष रणांगणावर न जाताही विजयाचा आनंद मिळतो."

"मला टोमणे समजतात बरं का याज्ञसेनी!" मी काहीच बोलले नाही. पण युधिष्ठिराच्या खूप गोष्टी मला आवडत नव्हत्या. मात्र, आता इलाज नव्हता. पत्नीधर्म पाळणे आवश्यक होते.

अवघ्या काही दिवसांतच पराक्रमी पांडवांनी एक ऐतिहासिक विजय मिळविला. आता एका सार्वभौम राष्ट्राचा राजा म्हणून युधिष्ठिराचा गौरव होणार होता.

ह्या विजयानंतर आता मयासुराने बांधलेल्या राजमहालाचा महोत्सव करण्याचे ठरले. ह्या महोत्सव, वास्तुशांतीसाठी देशोदेशींच्या राजांना निमंत्रित करण्यात आले. श्रीकृष्ण ह्या कामी जातीनं लक्ष घालत होता. कौरवांनाही आग्रहाचे निमंत्रण देऊन इंद्रप्रस्थनगरीकडे बोलावले होते. पांडवांनी चारही दिशांमध्ये हा विजय मिळविल्याने राजसूय यज्ञही करण्याचे ठरले.

राजसूय यज्ञ मोठ्या थाटात संपन्न झाला. अनेक राजांसोबत कौरवही ह्या सोहळ्यात सहभागी झालेले होते. शकुनी, कर्ण, दुर्योधन, दुःशासन आदी कौरव

हे सगळं आमचं वैभव पाहून अचंबित होत होते. पांडवांचा किती प्रभाव पडला होता, याची जाणीव कौरवांना झाली. पांडवांचं वैभव जसजसे दृष्टीला पडत होते तसतसे कौरव अस्वस्थ होत होते. त्यांची ही अस्वस्थता मला चांगलीच जाणवत होती; पण मला ह्या सबंध प्रकरणात शकुनीची फार भीती वाटत होती. शकुनीएवढा पाताळयंत्री माणूस अन्यत्र कोणी नसेल. राजसूय यज्ञ संपल्यावरही कौरवांचा मुक्काम काही दिवसांसाठी वाढला आणि माझ्या चिंतेतही वाढ झाली. आता मात्र सावध राहायला हवे.....

इंद्रप्रस्थनगरीमध्ये... कौरव चांगलाच पाहुणचार घेत होते. इंद्रप्रस्थनगरीमध्ये उभ्या केलेल्या शिल्पकलेचे त्यांना अवलोकन करायचे होते. शकुनी, दुर्योधन, दुःशासन, कर्ण आणि किती तरी रथी-महारथी इंद्रप्रस्थ पाहून अवाक् झालेले होते. कौरवांसोबत कर्णही थांबलेला होता. कर्णाचा विषय निघाला की, नकळत माझ्या अंत:करणात अस्वस्थता दाटून यायची.. कर्णाला मी कशासाठी नाकारले, हेच मला कळत नव्हते. खरेच परंपरेचा एवढा पगडा माणसाच्या मनावर असतो? कर्णाशी माझा विवाह झाला नाही याचं मला दुःख नाही; पण मी सूतपुत्राशी विवाह करणार नाही, हे माझे विधान ऐकून कर्णाचा चेहरा कमालीचा म्लान झाला याचं मला दुःख आहे. तेव्हापासून कर्णाच्या मनात माझ्याविषयी जी अढी निर्माण झाली ती कायमच आहे. विवाहप्रसंगी कर्ण नि माझ्यात जी दरी निर्माण झाली, ती कधी बुजलीच नाही. ती उत्तरोत्तर वाढतच जात आहे. खरं म्हणजे, ही जखम दोन्ही बाजूंना झालेली आहे. मी नाकारल्यामुळे कर्ण जखमी होणे स्वाभाविक आहे; पण नकार देऊन मीही एका अर्थाने जखमीच झाले आहे. आयुष्याच्या ह्या वळणावर आता वाटते की, कर्णाच्या नि माझ्या मनातील ही जखम भरून यावी... पण तसे आता शक्य नाही, याची प्रचिती मला वारंवार येत असे.

इंद्रप्रस्थनगरीच्या मुक्कामात एक दिवस दुर्योधन, दुःशासन, कर्ण नि शकुनीमामा राजमहाल फिरून पाहत होते. आमचे हे वैभव पाहून ते अधिकच अस्वस्थ होत होते. माझ्या जीवनातील तर तो सुवर्णकाळच होता. मला कौरव तर तुच्छच वाटू लागले. कौरव पक्षातील पितामह भीष्माचार्य, माता गांधारी आणि कर्ण अशी काही ठळक व्यक्तिमत्त्वे सोडली; तर बाकी सर्वच माझ्यासाठी कवडीमोल होते. दुर्योधनादी कौरव मोठ्या बारकाईने राजमहाल पाहत होते. राजमहालामधील वेगवेगळी सभागृहे पाहून ते बाहेर पडले. बाहेरील तलाव, बाग

त्यांना पाहायची होती. वरच्या मजल्यावर वातायनात बसून मी सारखं त्यांचं निरीक्षण करीत होते. दुर्योधन अतिशय बारकाईने स्थापत्यकलेचा तो अभिनव आविष्कार पाहत होता. असाच एक राजमहाल हस्तिनापुरात बांधावा, असे त्याला वाटत असावे. ही स्थापत्यकला पाहताना दुर्योधनाच्या चेहऱ्यावर औत्सुक्य, ईर्षा, द्वेष, कुतूहल इ. भाव आलटून-पालटून दिसत होते. दुर्योधन फिरत-फिरत तलावाजवळ आला. तलावात स्वच्छ नितळ जल भरून होते. पण वर-वर तिथे पाणी न दिसता फरशी दिसत होती. हा मयासुराच्या स्थापत्यकलेचा चमत्कार होता. समोर फरशीचे पटांगण आहे, असे समजून दुर्योधन मोठ्या ऐटीत चालत गेला अन् धाडकन् तलावात कोसळला. तलावाचा अंदाज न आल्याने दुर्योधन गोंधळून तर गेलाच, शिवाय त्याच्या नाकातोंडातही पाणी गेले. हे दृश्य मी पाहिले अन् मला खळाळून हसायला आले. माझं हसणं दुर्योधनाच्या कानावर गेले. दुर्योधनाने चमकून वातायनात माझ्याकडे पाहिले. मी मोठ्याने हसत म्हणाले, "अरे रे ऽऽऽ आंधळ्या राजाचा पुत्रही आंधळाच की!" मी असे म्हटल्याबरोबर दुर्योधन, दुःशासन, शकुनी, कर्ण सगळेच माझ्याकडे रागाने पाहू लागले. सगळ्यांच्या चेहऱ्यावर रागाच्या छटा पाहून मलाही जरा धक्काच बसला. मी कर्णाकडे पाहत होते. त्याच्या चेहऱ्यावर कमालीचा रोष दिसत होता.

दुर्योधनाने वस्त्रे बदलली अन् ते पुढे निघाले. पुढे एक फरशीचे अंगण लागले, पण हे अंगण तलावासारखे दिसू लागले. समोर पाणीच आहे, असे समजून कौरव वस्त्रे सावरत पुढे जाऊ लागले अन् काय आश्चर्य! पुढे तर फरशीचे अंगण! त्यांची ही फजिती पाहून मला परत हसायला आले; पण महत्प्रयासाने मी हसू आवरले. माझं प्रारंभीचे हसणं दुर्योधनाला जिव्हारी लागलं होते. माझं हे हसणं पार्थालाही आवडलेलं नव्हतं. नंतर भीमार्जुनाने दुर्योधनाची समजूत काढून हा सगळा विनोदाचा भाग होता, असे म्हणत शिष्टाई केली.

हा अपमान उरात घेऊन कौरव हस्तिनापुरात पोहोचले. कौरव हस्तिनापुरात पोहोचले अन् माझ्या मनात भीतीने घर केले. मयसभेत दुर्योधन गोंधळून गेल्यावर हसायला नको होते, असे आता मला वाटू लागले आहे. मी हसल्यावर दुर्योधन अधिकच अपमानित, दुःखित झाला. माझे हसणे त्याच्या जिव्हारी लागले. माझे हसणे थांबता क्षणी दुर्योधन लगेच म्हणाला होता,

"याज्ञसेनी, तुला तुझ्या सौंदर्याचा फार दिमाख आहे...हा दिमाख मी एक दिवस उतरून ठेवीन; नाही तर नावाचा दुर्योधन नाही!" असे म्हणत दुर्योधनाने

एक द्वेषपूर्ण दृष्टी माझ्याकडे फेकली. मी सावरले. माझ्या चुकीची जाणीव झाली होती, पण आता वेळ निघून गेली होती.

मन नावाच्या विशाल पठारावर वेगवेगळ्या दु:खांची किती घरं बसतात, कुणास ठाऊक? पुष्पवाटिकेतील घारीचा प्रसंग असो, की दुर्योधनाने केलेली प्रतिज्ञा असो; दु:खाची घरं वाढत चाललेली आहेत. खरं म्हणजे, पांडवांचा हा वैभवाचा काळ होता, मी सम्राज्ञी होते; पण माझे मन काही ह्या वैभवात रमत नव्हते. एक अनामिक हुरहूर सतत लागून राहिली होती. श्रीकृष्णाच्या सहवासात मात्र सगळी दु:खं कुठे जात होती; कळत नव्हते. बाकी, इंद्रप्रस्थनगरीने आता नववधूचे रूप धारण केले होते.....

सूडाचा अग्नी खरं म्हणजे माझ्या जन्मापासूनच पेटलेला होता. त्याच्या ज्वाळांनी चांगले-चांगले भाजले होते. पण एक दिवस ह्याचा फार मोठा भडका उडेल अन् ह्या भडक्यात मी होरपळून जाईन, जीवघेण्या घुसमटीत गुरफटत जाईन याची मला जाणीव नव्हती. पण असा एक दिवस उजाडला.

त्याचे असे झाले की, पांडवांचे इंद्रप्रस्थनगरीचे वैभव पाहून दुर्योधनादी कौरव अतिशय व्यथित झाले. पुन्हा मयसभेमध्ये झालेला त्यांचा अपमान! दु:खाने, अपमानाने, द्वेषाने, मत्सराने प्रभावित होऊनच ते हस्तिनापुरात पोहोचले. पांडवांनी केलेल्या नेत्रदीपक प्रगतीने दुर्योधन उत्तरोत्तर कृश होऊ लागला म्हणे. ह्या वैभवाने अक्षरश: अपंग झालेल्या दुर्योधनाने पांडवांच्या मयसभेचे, इंद्रप्रस्थनगरीचे, त्यांच्या ऐश्वर्याचे वर्णन राजा धृतराष्ट्रासमोर केले. ते सगळे ऐकून दुर्योधनाला किती यातना होताहेत याची जाणीव धृतराष्ट्रांना झाली अन् महाराज धृतराष्ट्रही दु:खी झाले. शिवाय मी केलेला दुर्योधनाचा अपमानही दुर्योधन सांगायला विसरला नाही. खरं म्हणजे, मी धृतराष्ट्रांना सून म्हणून हवी होते. माझ्या सौंदर्याचे वर्णन ऐकून अनेक वेळा, कितीतरी लोकांकडे त्यांनी हा विचार बोलून दाखवला होता; पण मी पांडवांची झाले. पांडवांचे वैभव ऐकून तेही पेटून उठले. मयासुराने आविष्कृत केलेली शिल्पकला पाहून दुर्योधन कमालीचा अस्वस्थ होणार याची मला पूर्ण कल्पना होतीच. त्यास्तव हस्तिनापुरात मी एक हेर पाठवलेलाच होता. त्याला आवश्यक त्या सूचना दिल्या होत्या, नि तिथे किती दिवस थांबायचे, हेही सांगितले होते. मला त्या चतुर हेराची फार दिवस प्रतीक्षा करावी लागली नाही. एक दिवस हेर इत्थंभूत माहिती घेऊन राजमहालावर मला भेटण्यासाठी आला. त्याला तत्काळ पाचारण करीत मी त्याला विचारले, ‘‘हं,

आता सांग— काय मनसुबे रचले आहेत कौरवांनी?''

"महाराणीसाहेब, फार भयंकर दिवस येणार आहेत, असं दिसतं.''

"कसं काय? काही महायुद्ध वगैरे होईल की काय?''

"कदाचित त्याहीपेक्षा भयंकर!''

"असं...? काय काय घडलं, ते तरी सविस्तर सांग.''

हेर सविस्तर वृत्त सांगू लागला. "महाराणी याज्ञसेनी, फार मोठं कारस्थान तिथे शिजत आहे. इंद्रप्रस्थनगरीमधील स्वर्ग पाहून दुर्योधनाचा आपल्याविषयीचा मुळातला मत्सर अगणित पटींनी वाढलेला आहे. त्यात पुन्हा आपण केलेला अपमानही त्याच्या जिव्हारी लागला आहे. ह्या चिंतेने उत्तरोत्तर कृश होत चाललेल्या दुर्योधनाची अधिक चिंता शकुनीमामास लागली आहे. शकुनीमामा म्हणजे कपटनीतीचा अर्कच होय.''

"ते मला माहिती आहे. पुढे काय झाले, ते सांगा''

"पुढे— काय, दुर्योधनाच्या व्याकूळ अवस्थेचे भयप्रद चित्रण शकुनीमामाने धृतराष्ट्रांसमोर केले अन् ते ऐकून धृतराष्ट्र अधिकच व्याकूळ झाले...ह्यातून त्या दोघांनी एक भयंकर मार्ग काढला आहे.....''

"कोणता?'' मी जवळजवळ ओरडलेच

"शकुनीमामा म्हणाले की, पांडवांचे वैभव धुळीस मिळवणे आवश्यक आहे, त्याशिवाय दुर्योधनाची प्रकृती चांगली राहणार नाही. यासाठी आता एकच मार्ग— तो म्हणजे, द्यूतक्रीडेतून पांडवांना पुन्हा नेस्तनाबूत करणे.''

"बापरेऽऽ! असे म्हणाले शकुनी? पण मला हे कळत नाही की, द्यूतक्रीडेतून पांडव नेस्तनाबूत कसे होतील? पांडव जसे पराक्रमी आहेत, तसे द्यूतही चांगलेच खेळतात. विशेषतः युधिष्ठिर तर ह्या खेळात अतिशय प्रवीण आहे. मग पांडवांना ह्या माध्यमातून कसे संपवता येईल?''

"बरोबर आहे महाराणीजी. मी सांगतोच ना सगळे. यात फार मोठे कटकारस्थान आहे.''

"आणि महाराज धृतराष्ट्रांनी ह्या कटकारस्थानाला परवानगी दिली?'' मी आवेगाने विचारत होते.

"तेच तर सांगतोय महाराणीसाहेब! धृतराष्ट्रांनी परवानगी दिली अन् आता तसं रीतसर निमंत्रण येणार आहे. अजून एक फार महत्त्वाची गोष्ट सांगतो महाराणीसाहेब...''

“कोणती?”

“दुष्ट शकुनीमामा अक्षविद्यापारंगत आहेत. फासे टाकताना कपटनीती कशी अवलंबावी याचे ज्ञान शकुनीमामांएवढे जगात कुणालाच अवगत नाही. त्यांचा एकही डाव वाया जात नाही, असे लोक बोलतात. ....”

“आई गं ऽऽऽ” माझा आर्त स्वर त्याच्या कानावर पडल्याने तोही गडबडलाच पण लगेच म्हणाला, “पण महाराणीसाहेब, एक महत्त्वाची गोष्ट आपण करू शकतो.”

“कोणती?”

“यातून केवळ श्रीकृष्णच मार्ग दाखवू शकतो.”

“बघू आता काय करायचं ते. पण आता सांग, पुढे त्यांचं काय ठरलं?”

“काही नाही; त्यांनी विद्वत्सभा बोलावली. त्या सभेतही एकमुखाने असे ठरले की, पांडवांना द्यूतक्रीडेचे निमंत्रण द्यायचे.”

“त्या विद्वत्सभेत द्यूतक्रीडेला कुणीच विरोध केला नाही?”

“केला... एका व्यक्तीने केला; पण त्याचं कुणीही ऐकत नव्हते.”

“कोण?”

“विदुरकाका....” मी विचार करीत राहिले.

मी ह्या हेराला निरोप दिला अन् सुन्न होऊन विचार करू लागले. विदुरकाकांचे कोण ऐकणार म्हणा! आमची अगणित संपत्ती पाहून दुर्योधन अक्षरश: जळत होता. तो आता कधीच शांत होणार नाही, याचीही मला जाणीव होती. राजसूय यज्ञात आम्हाला मिळालेले नजराणे, भेटी हे सर्व पाहून दुर्योधन दु:खी झाला अन् त्यानं ते सर्व धृतराष्ट्रांच्या कानावर घातले आणि धृतराष्ट्रही पुत्रप्रेमाने आणखीनच आंधळे झाले. शेवटी पुत्रमोहापायी महाराज धृतराष्ट्रांनी राजधर्म सोडला आणि द्यूतकर्माला मान्यता दिली.

ह्यातही पुन्हा दुर्दैव म्हणजे, द्यूतक्रीडेसाठी युधिष्ठिराला पाचारण करण्यासाठी मंत्रिश्रेष्ठ विदुरकाकांना पाठवण्यात आले. विदुरकाका इंद्रप्रस्थनगरीत हा निरोप घेऊन आले. मी विदुरकाकांवर प्रश्नांचा भडिमार केला, “काका, सांगा— ह्याला नीतीचे राज्य म्हणतात का? पांडवांना फसवण्यासाठी, त्यांना देशोधडीला लावण्यासाठी हा कट रचला नाही का? खांडववन जाळून स्वत:च्या हिमतीवर हे राज्य वसवलं, हा आमचा गुन्हा आहे का?”

एक दीर्घ श्वास घेत विदुरकाका म्हणाले, “बाळ, काही काही प्रश्नं

उत्तराविना पोरकी झालेली असतात....'' बस्स!!! मी काय समजायचे ते समजले. द्यूतक्रीडा राजा युधिष्ठिराला प्राणापेक्षाही प्रिय होती, हे युधिष्ठिराचे मर्मस्थान शकुनीस चांगलेच माहीत होते. शेवटी कौरवांनी मर्मावरच घाव घालावयाचे ठरवलेले दिसते. युधिष्ठिराने विदुरकाकांनी दिलेले निमंत्रण स्वीकारले. युधिष्ठिर ह्याला सहजपणे होकार देईल ह्याचीही मला जाणीव होतीच. शेवटचा मार्ग म्हणून मी श्रीकृष्णाला निरोप दिला. श्रीकृष्ण यातून काही तरी मार्ग काढेल, असे मला वाटत होते. श्रीकृष्णही तत्काळ धावून आला. पांडवांच्या राज्यावर चालून आलेल्या संकटाची श्रीकृष्णाला कल्पना देऊन मी विचारले, ''सांग श्रीकृष्णा, ह्यातून काय मार्ग काढावा?''

''हे बघ याज्ञसेनी, राज्यकारभारात ह्या गोष्टी चालतच असतात. एवढं चिंताग्रस्त होऊन कसं चालेल?''

''चिंता ह्याची वाटते की, राज्यकारभार युधिष्ठिराच्या हाती आहे.''

''मग काय झालं?''

''बऱ्याच वेळा त्याचं कणाहीन वागणं मला असह्य होतं.''

''चिंता करून सगळे प्रश्न सुटतात का?''

''भीम राजा असता, तर मी चिंता केली नसती.''

मी व्याकूळ होत म्हटले अन् माझे डोळे पाणावले. माझी भावना श्रीकृष्णाला कळली असावी. माझ्या मस्तकावर हात ठेवत श्रीकृष्ण म्हणाला, ''याज्ञसेनी, चिंता कशाला करतेस? मी आहे ना?''

''अतिशय आणीबाणीच्या प्रसंगी सहकार्य करशील?'' त्याच्या आश्वासक हाताला स्पर्श करीत मी विचारले.

''याज्ञसेनी, तू माझी सखी आहेस ना— मग अविश्वास का दाखवितेस?'' श्रीकृष्णाच्या डोळ्यांत सहानुभूतीची ओल दिसत होती. श्रीकृष्ण गेला. मी थोडीशी निश्चिंत झाले. तरीही दबा धरून बसलेले भय कधी कधी उफाळून येतच असे.

-०-०-०-

- ६ -

अलीकडे मी अधिकाधिक वेळ मुलांसाठी देत असे. मुलं आता मोठी होत होती. त्यांच्याकडे पाहिले की मात्र मी दुःख विसरून जात असे. प्रतिविंध्य दिसायला युधिष्ठिरासारखा असला तरी तो बाणेदार झाला होता. सुतसोम तर भीमाची छोटी प्रतिकृतीच. श्रुतकर्मा आाणि अभिमन्यू पार्थासारखेच कर्तबगार झाले होते. शतानिकामध्ये नकुलाचे, तर श्रुतसेनामध्ये सहदेवाचे गुण दिसत होते. हे बालगोपाळ इंद्रप्रस्थनगरीचे फार मोठे वैभव झालेले होते. ही मुलं एक तर माझ्या महालात किंवा कुंतीमातेच्या महालात अधिकाधिक रमत होती.

आता हस्तिनापुरास जाण्याचा दिवस जवळ येऊ लागला. यासंदर्भात चर्चा करण्यासाठी मी कुंतीमातेच्या महालात आले. या सर्व घटनांची तपशीलवार माहिती कुंतीमातेला होती. त्याही चिंताक्रांत दिसत होत्या. मी त्यांना विचारलं, ‘‘माते, हे द्यूतक्रीडेचं प्रकरण जिवावर तर उठणार नाही ना?’’

‘‘कुणी सांगावं, ह्या द्यूतक्रीडेला कसे वळण लागते ते....!’’

‘‘माते, दुर्योधन व कौरवांना आपले वैभव फारच सलत आहे.’’

‘‘होय याज्ञसेनी; अन् ह्या वैभवासोबत तुझे सौंदर्यही!’’

क्षणभर मी चपापलेच. ह्या सूडचक्रात माझे सौंदर्यसुद्धा एक महत्त्वाचा घटक झाले होते. मी म्हणाले,

‘‘माते, मला फार भीती वाटते...काय करावं; कळत नाही.’’

‘‘याज्ञसेनी, चिंता करू नकोस. कितीही त्रास झाला तरी सन्मार्गाची कास सोडू नये म्हणतात.’’

‘‘माते, फारच आणीबाणीच्या प्रसंगी श्रीकृष्ण येईल असं वाटतं, सहकार्य करायला.’’

‘‘याज्ञसेनी, प्रत्यक्ष भगवान जरी पाठीशी असला,

तरी नियतीचे रचनासूत्र बदलत नाही म्हणतात.''

''आपणास काय सुचवायचं आहे माते?''

''काही नाही.... आपल्या प्राक्तनाला आपणच सामोरे जायचे असते याज्ञसेनी.''

''द्यूतक्रीडेचं हे निमंत्रणच स्वीकारायला नको होतं, असं मला अजूनही वाटतं. तसं मी श्रीकृष्णाजवळही बोलले आहे.''

''काय म्हणाला श्रीकृष्ण?''

''पळपुटेपणा हा राजाचा धर्म नसतो, असं श्रीकृष्ण म्हणाला.''

''बघू या आता काय होते ते. पळपुटेपणा नको, पण मुत्सदीपणा मात्र हवा.'' असं हताशपणे म्हणत कुंतीमाता शांत बसली. मी थोडा वेळ कुंतीमातेकडे बसून त्यांचा निरोप घेतला. युधिष्ठिराचा अपवाद वगळता सर्व जण ह्या प्रकरणात चिंताग्रस्त दिसत होते. युधिष्ठिराच्या आनंदाला मात्र उधाण आले होते. द्यूतक्रीडेची आवड हे त्याचे मर्मस्थान होते. युधिष्ठिराचा मर्मबिंदू शकुनीने बरोबर हेरला होता. द्यूत खेळायला मिळणार, याचा कैफच युधिष्ठिराला चढलेला होता. युधिष्ठिराचे द्यूतप्रेम कोणत्या टोकास नेत होते, हे त्यालाही कळत नव्हते.

एक दिवस अचानक मी युधिष्ठिराच्या राजप्रासादावर पोहोचले. मला पाहून युधिष्ठिराला खूप आनंद झाला. मी त्याला गमतीने विचारले, ''काय चाललं आहे महाराजे आपलं आजकाल?''

''सराव चालला आहे द्यूतक्रीडेचा.''

''फार चांगली असते का ही क्रीडा?''

''चांगली म्हणजे? माझा फारच आवडता खेळ आहे हा. याच्याइतकी प्रिय गोष्ट मला तरी पृथ्वीतलावर दिसत नाही.''

''व्वा व्वा! महाराजे, म्हणजे द्यूतक्रीडा ही आमच्यापेक्षाही तुम्हाला प्रिय आहे, असे दिसते!'' मी असे म्हटल्यावर युधिष्ठिर थोडासा चपापला.... हसला नि म्हणाला, ''असं नाही याज्ञसेनी, चुकलं माझं. तुझ्याएवढं प्रिय ह्या विश्वात अन्य काही नाही.''

''खरंच मी एवढी प्रिय आहे?''

''अगदी खरं?''

''मला तर खूप चिंता वाटत आहे ह्या द्यूतक्रीडेची.''

''कशी काय?''

''ह्या खेळातून काही अघटित घडू नये, म्हणजे झालं.''

"अजिबात नाही. तू चिंता नको करूस. द्यूतदेवता मला प्रसन्न आहे. माझा विजय निश्चित आहे. तू निश्चिंत राहा."

युधिष्ठिराच्या ठिकाणी अतिआत्मविश्वास दिसत होता. मी निराश होऊन परतले.

शेवटी हस्तिनापुरास जायचा दिवस ठरला. पाचही पांडव, मी आणि काही निवडक सेवकांसह आम्ही हस्तिनापुरास निघालो. सोबत होते लाख कनिष्कांनी भरलेली सुंदर भांडी, मौल्यवान सुवर्णालंकार, किमती हिरेमोती, अनेक समृद्ध रथ, दासदासी असे वैभव सोबत घेऊन आम्ही हस्तिनापुरात दाखल झालो. स्वागतास्तव आमचा हस्तिनापुरात यथोचित सन्मान झाला.

माझ्या जीवनातील एक काळाकुट्ट दिवस जवळ येत होता, याचे भान मला त्या दिवशी नव्हते. प्रारंभी मला भीती एवढीच होती की, द्यूतक्रीडेमध्ये फार फार तर पांडवांचा अपमान होईल...पण येणारं संकट घोंघावत येत होतं अन् पांडवांची राजवट उलथून टाकायला येत होतं, याची कुणालाच कल्पना नव्हती. आमचा यथोचित सत्कार झाल्यावर मी कौरव स्त्रियांमध्ये मिसळले. सर्वांच्या भेटीगाठी झाल्या. माझं विलक्षण सौंदर्य पाहून कौरवस्त्रिया मनातून व्यथित होत होत्या, हे त्यांच्या चेहऱ्यांवरून कळत होते. काही दिवस स्वागत-पाहुणचारात गेले.

मग एके दिवशी राजदरबारात द्यूतक्रीडेला प्रारंभ झाला. राजदरबारात पितामह भीष्माचार्य, द्रोणाचार्य, कृपाचार्य, विदुरकाका, कर्ण, धृतराष्ट्र, दुर्योधन, दुःशासन विकर्णादी कौरव स्थानापन्न झाले होते. हस्तिनापुराच्या वतीनं शकुनी फासे टाकणार होता. तर पांडवांच्या वतीनं युधिष्ठिर फासे टाकण्याचे काम करणार होता, शकुनी आणि युधिष्ठिर दोघांच्याही चेहऱ्यावर आत्मविश्वास दिसत होता. पट मांडून तयारच होता आणि द्यूतक्रीडेला प्रारंभ झाला. मी मात्र माझ्याच महालात अस्वस्थ होते. अशा वेळी श्रीकृष्णाची आठवण येणार नाही, तर कुणाची येणार? खरं म्हणजे, अशा वेळी श्रीकृष्ण सोबत असायला हवा होता. त्याच्या अनुपस्थितीमध्येही त्याचा आधार वाटतो, हे तर त्याच्या व्यक्तिमत्त्वाचे वैशिष्ट्य होय. काही घटिकांच्या अंतराने द्यूतक्रीडेचा वृत्तांत माझ्याकडे येत होता. शकुनी ह्या द्यूतक्रीडेतून आसुरी आनंद घेत होता अन् ह्या कपटनीतीतून धृतराष्ट्रालाही आनंद मिळाला होता. युधिष्ठिरालाही चांगलाच कैफ चढलेला होता. आमच्या अगणित संपत्तीमध्ये एक सुवर्णमंडित मणी होता. विश्वमोलाचा हा मणी म्हणे महासागराच्या चक्रगतीने उत्पन्न होतो. असा हा मणी प्रथम

युधिष्ठिराने पणास लावला. शकुनी तर जणू त्या मौल्यवान मण्याची वाटच पाहत होता. अक्षविद्येची सगळीच तत्त्वे शकुनीस अवगत असल्याने त्याने फासे टाकले अन् क्षणार्धात तो मौल्यवान सुवर्णमणी कौरवांच्या मालकीचा झाला आणि मग सुरू झाली युधिष्ठिराच्या पराभवाची गाथा. युधिष्ठिराने पण लावावा अन् शकुनीने तो जिंकावा...पराजयाच्या विळख्यात युधिष्ठिर सापडलेला होता.

समुद्र सुवर्णमण्यानंतर वैभवाची एकेक वीट युधिष्ठिर पणाला लावू लागला अन् शकुनी जिंकू लागला. युधिष्ठिराने क्रमाक्रमाने रथ, हत्ती, अश्व, दास, दासी पणाला लावून आपली पराजयाची मालिका चालूच ठेवली. सगळ्या सभागृहात अस्वस्थता पसरली. भीष्माचार्य जागेवरच अस्वस्थ होऊ लागले. त्यांच्या चेहऱ्यावर चिंता दिसत होती. द्रोणाचार्य, कृपाचार्य हवालदिल झाले होते. विदुर आपल्या आसनावरून उठत होते, परत बसत होते. असं किती तरी वेळा झालं...पण त्यांच्याकडे कुणाचेच लक्ष नव्हते. मात्र कर्णाच्या चेहऱ्यावरील आनंद ओसंडून वाहत होता. दुर्योधनास तर हर्षवायू होतो की काय, असे वाटत होते. शकुनीचा चेहरा अधिकच क्रूर दिसत होता. एवढ्यात विदुरकाका उठले. त्यांचा पहाडी आवाज सभागृहात घुमला. म्हणाले, "दुर्योधना, बंद कर हा तमाशा. तू हे काय चालवले आहेस? हस्तिनापुराचा हा काळा इतिहास निर्माण करण्यास तू का कारणीभूत होतोस? झाला प्रकार तो झाला; आता यापुढे तरी शहाणा हो. बंद कर हा जुगार." विदुरकाकांचा हा आवाज सर्वदूर घुमत होता. विदुरकाकांचा शब्दन्‌शब्द सभागृह ऐकत होतं. विदुरकाकांचे हे शब्द ऐकून दुर्योधनाचा क्रोध अधिकच वाढला. त्याच्या डोळ्यांत मस्ती भरली होती. तो विदुरकाकांकडे पाहत म्हणाला, "अरे थेरड्या, बंद कर ही पोकळ भाषा! ही द्यूतक्रीडा आहे. यात जय-पराजय राहणारच. पांडव हरले याचा तुला राग येतोय, याची मला जाणीव आहे; कारण तू पांडवांचा पक्षपाती आहेस. आता बोललास ते बोललास; पुन्हा मध्ये बोलू नकोस."

"अरेरे!! चांडाळा, तुझं कल्याण आता कदापि होणार नाही. असो. तुला शहाणपणाच्या गोष्टी सांगणे चुकीचेच आहे. पण परत एकदा मी हस्तिनापुराचे महाराजे धृतराष्ट्र यांना विनंती करतो की, कृपा करून हे सगळं आपण थांबवायला सांगा. आपल्यासमोर हस्तिनापूरच्या नावलौकिकाला काळिमा लावणारी घटना घडत आहे. आपण हे सर्व ऐकत आहात, तरी आपण शांत कसे बसलात?"

विदुरकाका पोडतिडकीने बोलत होते, पण त्यांचं बोलणं कुणीच मनावर घेत नव्हते. धृतराष्ट्रांनीही मौन धारण केले होते. त्यांच्या मौनाची कोंडी फोडत परत

शकुनी म्हणाला, "हे युधिष्ठिरा, पराक्रमी राजा हा कधीच प्रतियोगितेपासून पळून जात नाही. तू तर पांडवश्रेष्ठ राजा आहेस. सांग— आता काय पणाला लावत आहेस?" शकुनीचे हे बोलणे ऐकून मूळचाच शांत प्रवृतीचा राजा युधिष्ठिर किंचित संतापला, पण त्याने चेहऱ्यावर तसे दाखविले नाही. युधिष्ठिराची ईर्षा पुन्हा पेटून उठली. पुन्हा एकदा त्याने आपल्या भाग्याला तोलून पाहिले. म्हणाला, "शकुनी, ह्या वेळी मी माझे वैभव— उदा. गाई, म्हशी, बैल आणि सारे राज्यच पणाला लावत आहे." शकुनीच्या हातात फासे खुळखुळत होते. चमत्कारिक हातवारे करून शकुनीने फासे टाकले आणि हसत-हसत म्हणाला, "अरे युधिष्ठिरा, हे वैभवही तू आता गमावून बसला आहेस. बोल, आता पणाला काय लावणार आहेस?" सगळी सभा आता युधिष्ठिराकडे पाहत होती. युधिष्ठिरालाही आता चांगलाच कैफ चढलेला होता. ह्या कैफातच तो बरळला, "शकुनी, घे— या वेळी मी स्वत: व माझे चार बंधू पणाला लावत आहे." पुन्हा हर्षोल्हासाने शकुनीने फासे टाकले अन् शकुनीचाच विजय झाला. ज्येष्ठ पांडवाने तर आता सारेच गमावले होते. शकुनी म्हणाला,

"पांडव— तुम्ही पाचही बंधू आता दुर्योधनाचे दास झालेले आहात. तुमच्या अंगावरील ही वस्त्राभूषणे उतरून ठेवा." पांडवांनी आपली भरजरी वस्त्रे तत्काळ उतरून ठेवली. अन् दासाप्रमाणे वस्त्रे घालून उभे राहिले. पांडव आता पानगळ झालेल्या झाडांसारखे दिसू लागले. हे दृश्य पाहून विदुराने आपली मान खाली घातली अन् अश्रू पुसून घेतले. युधिष्ठिराकडे आता काहीच शिल्लक नव्हते. आता युधिष्ठिराकडे पणास लावण्यासाठी काही नव्हते. शकुनीला युधिष्ठिराची चेष्टा करण्याची लहर आली. "काय युधिष्ठिरा, अजून तुझ्याकडे काही संपत्ती आहे का? तू तर आता दुर्योधनदास झाला आहेस!"

"शकुनी, आता माझ्याकडे कुठलीच संपत्ती नाही. शेळ्यामेंढ्यांपासून ते महापद्म, मध्य आणि परार्धपर्यंतची सर्व संपत्ती...शिवाय माझे चारही भाऊ पणास लावून मी आता निष्कांचन आणि अनिकेत झालो आहे." अतिशय शांतपणे युधिष्ठिर म्हणाला अन् शकुनी कुत्सितपणे हसला. म्हणाला, "अरे युधिष्ठिरा, कसला तू महाराजा? द्यूतक्रीडेमध्ये तुला काडीचेही यश मिळू नये? एकही डाव तुझ्या बाजूने झाला नाही? काय अवस्था झाली तुझी! ही अवस्था पाहून आता याज्ञसेनीला काय वाटेल? अरे हो, विसरलोच की आपण! पणाला लावण्यासाठी तुझ्याकडे याज्ञसेनी आहे की! ती सावळ्या रंगाची ललना पणास लाव— आता एवढी अमूल्य वस्तू तुझ्याकडे कशाला?"

"खबरदार! याज्ञसेनीस वस्तू म्हणून संबोधशील तर!" भीम आवेशाने

उसळला. तो पुढे म्हणाला, "शकुनी, अरे, कपटनीतीने युधिष्ठिराला तू हरवलं आहेस आणि आता महाराणी याज्ञसेनीला वस्तू म्हणून पणाला लाव म्हणतोस? अरे, माझे हात आता ह्या पणाने बांधलेले आहेत; अन्यथा याज्ञसेनीचा अपमान करणाऱ्याला मी शिरच्छेदाची शिक्षा करतो— कदाचित तुला हे माहीत नसेल." भीमाचे बोलणे ऐकून शकुनी कुत्सितपणे हसू लागला अन् दुर्योधन आवेशाने बोलू लागला, "खबरदार भीमा, आवाज चढवशील तर....अरे, तू आता दास आहेस. दासाने दासासारखं वागावं, दासानं पराक्रमाची भाषा करू नये!" दुर्योधनाला गप्प बसवत शकुनी बोलू लागला,

"अरे दुर्योधना, तू बोलू नकोस; अजून हे द्यूतकर्म संपलेले नाही. अजून एक डाव शिल्लक आहे अन् तो फार महत्त्वाचा आहे. हं, तर बोल युधिष्ठिर... याज्ञसेनीला पणाला लावशील का? बघ— अजून एक संधी आहे तुला. कुणी सांगावं, याज्ञसेनीच्या सौंदर्याचा फार बोलबाला आहे. ती म्हणे, स्वर्गातील अप्सरा आहे. कदाचित ती पणाला लावल्यास तुझा विजय निश्चित होईल अन् मग विजयाची मालिका तुझ्या बाजूने सुरू होईल. मग कौरवांची संपत्तीही हळूहळू तू जिंकू शकशील..... बोल युधिष्ठिरा, काय ठरवले आहेस?" युधिष्ठिर क्षणभर थांबला. त्याला गहिवरून आले. त्याने आपल्या चारही बंधूंकडे बघितले. तो केविलवाणा झाला होता.

पार्थ, नकुल अन् सहदेवाने आपल्या माना खाली घातल्या. एकटा भीम मात्र गर्जना करत म्हणाला, "युधिष्ठिरा, आता तरी हे पापकर्म करू नकोस. अरे, याज्ञसेनी पणाला लावून तू हरलास अन् पुन्हा कितीही जन्म घेतलेस, तरी पातकविमोचन होणार नाही. आपली जी काही अवस्था झाली, ती पुरेशी आहे. हे सगळं दुःख आपण सोसू; पण दुःखाच्या ह्या ज्वाळांत कृपा करून याज्ञसेनीला लोटू नकोस. याज्ञसेनी ही स्त्री नाही; ती देवी आहे. ती अन्य स्त्रियांसारखी उंच नाही नि ठेंगणीही नाही. तिचे शरीर स्थूलही नाही अन् कृशही नाही. तिचे डोळे बदामाकार असून शरद ऋतूतील कमलांप्रमाणे आकर्षक आहेत आणि तिचे श्वासही सुगंधयुक्त आहेत. अरे! जी आपला पती झोपला आहे याची खात्री झाल्यावरच झोपी जाते आणि पती जागा होण्यापूर्वीच पहाटप्रहरी जागी होते. तिच्या सहज संभाषणात माधुर्य आहे. राज्यातील सेवकांवरही ती वात्सल्याचा वर्षाव करते. गुराखी-मेंढपाळादी सर्वांचा योगक्षेम चालतो की नाही, याच्याकडे जातीने लक्ष घालते. अरे तिच्या सौंदर्याचे काय वर्णन करावे? श्रमाने तिच्या चेहऱ्यावर स्वेदबिंदू उभे राहिले, तरी तिचे सौंदर्य अधिकच खुलून येते...जिचे

मुखकमल मोगरीच्या ताज्या फुलाप्रमाणे सदैव टवटवीत राहते. युधिष्ठिरा, तुला शेवटी एवढेच तात्पर्य सांगतो— धर्म, अर्थ काम नि मोक्ष या पुरुषार्थांची ती जणू सिद्धीच आहे; पुरुषाला जशी आपली आदर्श स्त्री असावी असे वाटते, तशीच ती आहे. अशी सर्वगुणसंपन्न याज्ञसेनी पणाला लावण्याचा मूर्खपणा तरी आता करू नकोस.....'' भीमसेन अजूनही खूप बोलणार होता; पण पार्थाने त्याला गप्प केले अन् युधिष्ठिराविषयी काय सांगावं? तो तर शून्यात दृष्टी लावून कसला तरी विचार करत होता. त्याची संभ्रमाची ही भावावस्था लक्षात घेऊन परत शकुनी म्हणाला, ''बघ युधिष्ठिरा, ही तुला शेवटची संधी आहे— कदाचित याज्ञसेनीला पणाला लावल्यास तिच्या पायांनी लक्ष्मी परत येईल. तिचा पायगुण फार चांगला आहे म्हणे....ह्या भीमसेनाच्या बोलण्याकडे तू कदापि लक्ष देऊ नकोस अन् काय तो निर्णय लवकर घे.''

शकुनीचे हे बोलणे ऐकून युधिष्ठिर अधिकच विचारप्रवण झाला. सगळे सभागृह शांत झाले. आगळी स्मशानशांतता. युधिष्ठिर आता याज्ञसेनीलाही पणास लावतो की काय, हीच भीती सर्वांच्या चेहऱ्यावर दिसत होती. भीष्माचार्यांचा चेहरा चिंतेने काळवंडून गेला होता. द्रोणाचार्य, कृपाचार्यांच्या भाळावर स्वेदबिंदू जमा झाले होते. विदुरकाकांना तर भोवळच येत होती. त्यांनी आपले डोके हातात धरून भानावर येण्याचा प्रयत्न ते करत होते. दुर्योधन, दुःशासन, कर्ण, शकुनी यांना मात्र कमालीचा आनंद होत होता आणि शेवटी सगळीच शांतता भंग करीत युधिष्ठिर धीरगंभीर आवाजात म्हणाला,

''जिचा केशसंभार काळा व कुरळा आहे, जिचा वर्ण तांबूसलाल आहे, परिपूर्ण स्त्रीचा आदर्श जिनं घालून दिला आहे, अखिल विश्वात जिच्याएवढी सुंदर स्त्री नाही; अशी ही याज्ञसेनी— माझी महाराणी पत्नी— हिला मी पणास लावत आहे.'' हे ऐकून सारी सभा पुतळ्यासारखी क्षणभर स्तब्ध झाली. सभेतील माणसांच्या तोंडून नकळत शब्द बाहेर पडले— ''धिक्कार! धिक्कार!! धिक्कार!!!''...

आणि क्षणाचीही उसंत न घेता शकुनीने फासे टाकले अन् महाराणी, सम्राज्ञी याज्ञसेनी कौरवांकडून जिंकली गेली! हे सगळं कळल्यावर माझी अवस्था पाण्याविना तळमळणाऱ्या माशासारखी झाली.

आता माझं नेमकं काय होईल, हे सांगता येत नव्हतं. दाही दिशा अंधारून आलेल्या होत्या. आता प्रकाशाचा एकच किरण दिसत होता— तो म्हणजे, श्रीकृष्ण. पण आता श्रीकृष्णाकडे निरोप कसा पाठवावा? दुसरी एक

महत्त्वाची अडचण होती. आदल्या दिवसापासून मी रजस्वला असल्याने एकच वस्त्र माझ्या अंगावर होते. तेव्हा मला राजमहाल सोडून बाहेर जाताही येत नव्हते. रजस्वला असल्याने अंगावर उत्तरीयही घ्यायची सोय नाही. आता काय करावे; कळत नव्हते. युधिष्ठिराने दास-दासी पणाला लावून आणि हरल्यानंतर दुष्ट दु:शासनाने माझ्या महालावरच्या दासींनाही तत्काळ हलवले होते. आता मी एकाकी अन् असहाय...जेरबंद हरिणी होते. त्या महालात इकडे-तिकडे फेऱ्या मारू लागले. मला चैन पडत नव्हते. ही महाराणी याज्ञसेनी...आता कौरवांच्या पायांची दासी झाली आहे! विचाराचे चक्र डोक्यात फिरू लागले अन् अचानक मला गांधारीमातेची आठवण आली. गांधारीमातेचा मला आधार का वाटला कळत नाही; पण मला सुरुवातीपासूनच गांधारीमातेविषयी नितांत आदर आहे. मला वाटलं, गांधारीमाता यातून काही तरी निश्चित मार्ग काढेल. मला क्षणभर बरे वाटले अन् मी धावत माता गांधारीच्या महालात धडकले.

गांधारीमाताही महालात अस्वस्थपणे एकाकी उभ्या होत्या. दासीकरवी निरोप पाठवण्याचेही भान मला राहिले नाही. मी धावत गेले अन् ''माते गांधारीऽऽ मी पांडवपत्नी याज्ञसेनी...तुला अभिवादन करते आहे.'' असे म्हणत मी माता गांधारीच्या चरणांवर मस्तक ठेवले. उठले अन् तशीच गांधारीमातेच्या गळ्यात पडले. एकाएकी वादळ सुटावे, आषाढप्राय आभाळ भरून यावे अन् बेमुर्वतपणे पाऊस कोसळावा— असेच काहीसे झाले अन् गांधारीमातेच्या गळ्यात पडून मी धाय मोकलून रडू लागले. गांधारीमातेला सर्व काही अवगत झालेलेच होते. गांधारीमाता काहीच बोलत नव्हती, पण मला तिचे हुंदके स्पष्टपणे ऐकू येत होते अन् मातेच्या डोळ्यांवरील पट्टी ओली झाल्याचे मला दिसत होते. काही क्षण गांधारीमाता मला कुरवाळीत होती. त्या कुरवाळण्यात मातेचे वात्सल्य होते. मला क्षणभर मोह झाला की, गांधारीमातेच्या डोळ्यांवरील पट्टी सोडावी अन् मातेचे डोळे पुसावेत. पण मी तसे केले नाही.

गांधारीमातेने मला जवळ घेऊन विचारलं, ''याज्ञसेनी, तुझे उत्तरीय दिसत नाही बाळ?''

''माता, मी रजस्वला आहे.''

''आईऽऽऽ गं'' असं म्हणत गांधारीमातेने एक दीर्घ नि:श्वास सोडला. माझ्या मस्तकाचं अवघ्राण करून त्यांनी माझ्या मस्तकावर हात फिरवला.

''माते, एक विनंती आहे—''

''बोल याज्ञसेनी.''

''द्यूतक्रीडेमध्ये काय घडले याची जाणीव तर तुला आहेच.''

''होय.''

''या महासंकटातून सोडवण्यासाठी माझ्यासाठी केवळ दोन नावे आहेत.''

''कोणकोणती बाळ?''

''विश्वसखा श्रीकृष्ण आणि सत्यान्वयी राजमाता गांधारी.''

''काय बोलावं याज्ञसेनी...मला तर काही सुचतच नाही...''

''माते, या क्षणी श्रीकृष्ण तर इथे तत्काळ पोहोचणे शक्य नाही. आता सगळी भिस्त तुझ्यावरच आहे.'' राजमाता क्षणभर शांत झाली. महालाच्या छताकडे पाहत म्हणाली, ''याज्ञसेनी, तू जा आता तुझ्या महालात....चिंता करू नकोस. मी पाहते काय करायचं ते.''

मी महालात आले. माता गांधारीला भेटून आल्यामुळे मला जरा हलके-हलके वाटत होते. पण ही परिस्थिती फार काळ टिकली नाही. काही क्षणांतच दुर्योधनाचा सारथी प्रतिकामी माझ्या महालात आला. म्हणाला, ''महाराणी याज्ञसेनी, मी आपणास सभागृहात नेण्यासाठी आलो आहे.''

''कशासाठी?''

''विदुरकाकांनी इथे येण्यास नकार दिल्यावर मला यावे लागले.''

''प्रतिकामी, कोड्यात बोलू नकोस; सविस्तर वृत्तांत सांग.''

माझा आवाज जरा चढलेलाच होता. माझ्या धारदार आवाजाने प्रतिकामी थोडासा चपापलाच.... प्रतिकामी नम्रपणे सांगू लागला, ''महाराणी, द्यूतक्रीडेमध्ये राजा युधिष्ठिराने आपणासही पणाला लावले अन् महाराज युधिष्ठिर हरले आहेत.''

''ते मला माहिती आहे; पुढे काय झाले सांग—''

''आपणास जिंकल्याने राजपुत्र दुर्योधनाने विदुरकाकांना सांगितले की, जा आणि त्या याज्ञसेनीला इथे घेऊन ये. आता ती माझी दासी झाली आहे. ती ज्या अवस्थेमध्ये आहे, त्या अवस्थेत घेऊन ये. तिला आता माझ्या महालातील केरकचरा काढावा लागेल. आमची सेवा करावी लागेल. जा लवकर, असे चेष्टा करत सांगू लागले.''

''मग विदुरकाका काय म्हणाले?''

''या प्रकरणात विदुरकाका खूपच दु:खी झाले होते. तरीही स्वत:ला सावरत त्यांनी सभेलाच प्रश्न केला. म्हणाले, 'इथे उपस्थित असलेल्या विद्वान पंडित नि ज्येष्ठ व्यक्तींनी सांगावे की, खरेच याज्ञसेनी ही दुर्योधनाची दासी

झाली आहे का? जेव्हा याज्ञसेनी पणाला लावली गेली, तेव्हा स्वत: युधिष्ठिरच दुर्योधनाचा दास झालेला होता; तेव्हा याज्ञसेनीला पणाला लावण्याचा अधिकार युधिष्ठिराला होता का? तेव्हा याज्ञसेनी खरेच दासी झाली का? हे सभेने सांगावं.' असं विदुरकाका बोलत असताना त्यांच्या डोळ्यांतून आसवं वाहत असलेली मी पाहिली आहेत महाराणी...''

''मग विदुरकाकांच्या प्रश्नाला सभेने काय उत्तर दिले?''

''सभा स्तब्ध राहिली. महाराणी, सर्वांनीच मौन धारण केलं होतं. तेव्हा शेवटी विदुरकाकाच म्हणाले, ''दुर्योधना, मूर्खा! कोणते दुष्कर्म तू करू पाहतोस? तुझ्या गळ्याला आता फास बसणार आहे. तू श्वापदापेक्षाही भयंकर प्राणी झाला आहेस. अरे, पशुतुल्य दुर्योधना, यमाच्या दारात स्वत:हून कशाला पाऊल टाकत आहेस? यातून सर्वनाश होणार आहे. आता तरी सावध हो.'' असे काकुळतीने विदुरकाका सांगत होते.''

''मग दुर्योधनाने नाही ऐकलं का रे प्रतिकामी?'' मी हादरले होते.

''नाही ना महाराणी. तो विदुरकाकांनाच दूषणं देऊ लागला. म्हातारड्या म्हणू लागला. त्यांच्यावर पांडवांचे पक्षपाती असल्याचा आरोप केला अन् तुम्हाला सभेत आणण्यासाठी मला इथे पाठवलं महाराणी.''

''असं झालं होय? प्रतिकामी, मग तू मला आता भर सभेत घेऊन जाणार तर...?''

''आम्ही सेवकमाणसं महाराणी. आम्ही हुकमाचे ताबेदार. जा म्हटलं; आलो!''

''प्रतिकामी, माझी एक विनंती आहे. ऐकशील?''

''ऐकेन ना महाराणी! सांगा, आपली काय आज्ञा आहे?''

''तू परत जा अन् त्या द्यूतक्रीडेचा कैफ चढलेल्या युधिष्ठिराला विचार, म्हणावं, 'तू स्वत:च कौरवांचा दास झाल्यावर परत याज्ञसेनीला पणास लावण्याचा तुला काय अधिकार आहे? जा. या प्रश्नाचे उत्तर अगोदर युधिष्ठिराकडून घेऊन ये, मगच मी सभेत येईन.'' मी शांतपणे त्याला सांगितलं. प्रतिकामीही बिचारा फार कुरकुर न करता परत गेला.

मी आता विचारात पडले की, काय करावं? पांडव तर दास झालेलेच आहेत, तर मग आपणही कौरवांची दासी होऊन जावं का? क्षणभर माझे अंग थरथरले. पांडव भलेही कौरवांचे दास झाले तरी, मी कौरवांची दासी व्हावं, यासाठी माझे मन काही तयार होत नव्हतं. खरं म्हणजे ज्याचे शौर्य, धैर्य अन्

लक्ष्यवेध अद्वितीय आहे; त्याच्या ह्या गुणावरच भाळून मी पार्थाशी विवाहबद्ध झाले होते, तोही आता दास झालेला होता. माझ्यावर जिवापाड प्रेम करणारा भीमही आता दास झाला होता. मग आपण तरी का ह्या सम्राज्ञीपणाला चिकटून राहावे, असंही क्वचित वाटत होते. पण माझ्यातील मानिनी स्त्री बंडखोर होऊन उठली. ती काही कौरवांची दासी व्हायला तयार नव्हती. माझ्या मनात द्वंद्व चालू होतं. एकीकडे वाटत होतं की, जावं भरसभेत अन् थुंकावं युधिष्ठिराच्या नेभळटपणावर...पार्थाच्या नामर्दपणावर अन् दुर्योधनाला म्हणावं— सांग बाबा सांग; मी तुझी दासी झाली आहे— कुठला केरकचरा काढायचा? तुझी कोणती सेवा करायची? पण लगेच माझे दुसरे मन म्हणायचे— प्राण गेला तरी बेहत्तर; पण कौरवांची दासी व्हायचं नाही. श्रीकृष्णाची सखी कौरवांची दासी कशी होईल? मी विचार करतच होते.

एवढ्यात पावलांचा आवाज आला. पाहते, तर म्लान चेहऱ्याने पुन्हा प्रतिकामी आलेला होता. मी जरा घाईघाईनेच विचारले "काय झालं प्रतिकामी? काय म्हणाला युधिष्ठिर? काय म्हणाला दुर्योधन? एकंदरच सभेत ह्या विचारावर काय चर्चा झाली?" माझ्याकडून प्रश्नांची सरबत्ती चालूच होती. शेवटी हताश होऊन प्रतिकामी म्हणाला, "महाराणी याज्ञसेनी, आपल्या निरोपाचा काहीही उपयोग झाला नाही. मला त्यांनी परत पाठवलंय."

"का? काय म्हणाले महाराजे युधिष्ठिर?"

"आपला निरोप दिल्यावर ते काहीच बोलले नाहीत. त्यांची सैरभैर वृत्ती पाहून मला धक्काच बसला. काय सांगू महाराणी, महाराज युधिष्ठिर भ्रमिष्टासारखे वागू लागले आहेत. मला तर त्यांची कणव येऊ लागली."

"कशाला कणव करायची त्यांची? ही वेळ कुणी आणली? हा आत्यंतिक मूर्खपणा युधिष्ठिरांनीच केला आहे ना? आता वेळ निघून गेली आहे. आता भ्रमिष्टासारखं वागून काय उपयोग?... बरं, जाऊ दे....युधिष्ठिर आता काय बोलणार? त्यांच्याकडे बोलण्यासाठी काही शेष राहिलंच नाही. पण तो दुराचारी दुर्योधन काय म्हणाला? त्याच्या मनात तर राक्षसानेच घर केलं आहे. किती जन्मांचा हा सूड घेतोय, कळत नाही. तो काय म्हणाला?"

"राजपुत्र दुर्योधनांनी सांगितलं की, याज्ञसेनीला म्हणावं की, काय प्रश्न विचारायचे आहेत ते इथे येऊन विचार."

"मग काय प्रतिकामी, मला तू घेऊन जाणारच आहेस का?" माझा स्वर रडवेला झाला होता.

“मी हुकमाचा ताबेदार आहे महाराणी...”

“हे बघ प्रतिकामी, अजून एकदा तुला मी विनंती करते. लोकांमध्ये धर्माइतकी चांगली गोष्ट कोणतीच नाही. युधिष्ठिरानं धर्म पाळला आहे का? एवढंच त्याला विचारून ये. स्वत: एकटा हरल्यावर परत आपल्या पत्नीला पणास लावता येते का? एवढं विचारून ये. मी तुला नमस्कार करते.” असे म्हणत प्रतिकामीसमोर हात जोडून मी उभी राहिले. माझे डोळे आसवांनी डबडबले. प्रतिकामीचेही डोळे ओले झाले. गहिवरलेल्या स्वरात तो म्हणाला, “महाराणी, आपण सम्राज्ञी आहात. माझ्यासारख्या सुतासमोर असे हात जोडून काय उभे राहता? येतो मी...... परत एकदा तुमचा निरोप महाराज युधिष्ठिरांना देतो—” असे म्हणत प्रतिकामी परत सभागृहाकडे जाण्यासाठी निघाला. त्याला थांबवत मी म्हणाले, “प्रतिकामी, अजून एक फार मोठी अडचण आहे रे बाबा. आम्हा स्त्रियांचं दु:ख तुम्हा पुरुषांना कळणार नाही. मी रजस्वला आहे...मी एकवस्त्रा आहे. अशा अवस्थेत मी सभागृहात येणं किती अवघड आहे.” असं म्हटल्यावर प्रतिकामीला माझी खूपच दया आली असावी. तो रडू लागला अन् रडतच “येतो मी—” असे म्हणत त्याने माझा निरोप घेतला. आता मी थोडे निवांत झाले. वाटलं की, मी रजस्वला आहे म्हटल्यावर सभागृहाला माझी दया येईल अन् मला माता गांधारीचाही आधार वाटतच होता. या संकटातून माता गांधारी नक्कीच मार्ग काढेल, असे मला वाटत होते. एवढ्यात एक दासी धावतच माझ्या महालात आली अन् म्हणाली, “महाराणीजी, माता गांधारींचा निरोप आहे की, आपण निश्चिंत राहावं.” दासी आली तशी गेलीही; मला आता मात्र चांगलाच धीर आलेला होता.

काही क्षण असेच गेले. मला वाटलं, दुर्योधनादी कौरवांना माझी दया आली असेल किंवा भीष्माचार्य-धृतराष्ट्रानी दुर्योधनाला समज देऊन पांडवांना मुक्त केलं असेल. कुणी सांगावं— कर्णाने दुर्योधनाची समजूत घालून याज्ञसेनीचा अपमान करू नकोस, असे सांगितले असेल. असे विविध विचार माझ्या डोक्यात येत होते. म्हणूनच माता गांधारीने निरोप पाठवला असेल, असा विचार करतच होते, तर एवढ्यात दु:शासन दारामध्ये दत्त म्हणून उभा! माझ्या काळजात धस्स झालं. त्याच्या चेहऱ्यावर श्वापदभाव नाचत होते. मी त्याच्याकडे पाहतच राहिले. अतिशय उग्र चेहऱ्याने तो अगदी माझ्यासमीप आला. म्हणाला, “याज्ञसेनी, तू आता राजपुत्र दुर्योधनाची दासी झालेली आहेस. तुझे सगळे पती कौरवांचे दास झालेले आहेत. शेवटी युधिष्ठिराने तुलाही पणास लावले अन् दुर्योधनाने तुला

जिंकून घेतले आहे. तर, चल लवकर.'' दु:शासनामधला पशू त्याच्या बोलण्यातून प्रकट होत होता. मीही त्याच्यापुढे बेडरपणे उभी राहिले. माझ्यातही कुठले बळ आले होते, कुणास ठाऊक? मी कठोरपणाने त्यास म्हणाले, ''मला काय सांगायचं, ते प्रतिकामी-सोबत सांगितलं आहे. प्रतिकामी आता येईलच काही तरी निरोप घेऊन.''

''प्रतिकामी आता येणार नाहीऽऽ'' दु:शासनाचा आवाज चढला होता.

''का?''

''प्रतिकाम्याला तुझ्याविषयी सहानुभूती वाटते, म्हणून तो येणार नाही. राजपुत्र दुर्योधनाने दुसऱ्या एका सुतपुत्राला आज्ञा दिली होती. पण तोही मान खाली घालून उभा राहिला; त्यालाही तुझ्याविषयी सहानुभूती वाटत होती. मग दुर्योधनाने ही जबाबदारी माझ्यावर सोपवली आहे.''

''बरोबर आहे. सुतपुत्राला माझ्याविषयी सहानुभूती वाटते, पण तुला कशी वाटेल रे?''

''अधिक शहाणपणा शिकवू नकोस. तू दासी झाली आहेस आणि दुर्योधनाचा निरोप असा आहे की, तुला जे काही विचारायचे आहे, ते तिथे येऊन विचार. तू कोणत्याही अवस्थेत असलीस, तरी तुला आणायला सांगितले आहे— तू रजस्वला असलीस तरी...तू एकवस्त्रा असलीस, तरी...एवढंच काय तुझ्या निरीची गाठ जरी सुटलेली असली तरी तुला घेऊन यायला सांगितलं आहे!''

''चांडाळा... एका स्त्रीबद्दल आणि तिच्याच समोर तू हे बोलतो आहेस? अरे मूर्खा, तुझी जीभ झडून कशी जात नाही? हे बोलताना तुझ्या मातेचा चेहरा तुझ्यासमोर का येत नाही?''

''याज्ञसेनी, तू आता दासी झाली आहेस. एका सर्वसामान्य स्त्रीचाही तुला दर्जा नाही; तेव्हा तत्त्वज्ञानाची भाषा करू नकोस. चल लवकर. सभागृह तुझी प्रतीक्षा करीत आहे.''

''आणि नाही आले, तर काय करणार आहेस रे दुष्टा?''

''काय करणार? तुला ओढीत घेऊन जाईन...तू दासी झाली आहेस आणि दासीला कसली आली आहे प्रतिष्ठा? चल लवकर—'' असे म्हणत दु:शासनाने माझा हात धरला. मलाही खूप राग आलेला होता. मी येणार नाही, असे म्हणत हात सोडवून घेत त्याला झिडकारले. आता मात्र दु:शासनाच्या अंगात राक्षस संचारला होता. तो आता तर माझ्या अंगाशी झोंबत होता. माझ्यातल्या शक्तीनेही रणरागिणीचे रूप धारण केले होते. मी प्राणपणाने त्याच्याशी

ओढू लागले. मी त्याला सर्वशक्तीनिशी ढकलून दिले. दुःशासन जमिनीवर पडला. तो विव्हळत होता. त्याच क्षणी मी निघाले...मी धावत निघाले...माता गांधारीच्या महालाकडे. दुःशासनही तातडीने उठला. चवताळलेल्या नागासारखी त्याची अवस्था झाली होती. मी पुढे धावू लागले अन् दुःशासन माझ्या मागे धावू लागला. हे सर्व दृश्य कौरवस्त्रिया पाहत होत्या, पण दुःशासनाला अडवण्याची कुणाचीच हिम्मत झाली नाही. मी जीवाच्या आकांताने धावत होते. दुःशासनही तेवढ्याच वेगाने मागे येत होता.

मी एकदाची माता गांधारीच्या महालात पोहोचले. माता गांधारी महालाच्या अंगणात अस्वस्थपणे येरझाऱ्या घालत होती. मी धावतच त्यांच्या गळ्यात जाऊन पडले, "माते, मी याज्ञसेनी..." पुढे मला बोलता आले नाही. एक तर मला दम लागलेला होता अन् दुःखाने माझा कंठ अवरुद्ध झालेला होता. माता गांधारीने मला जवळ घेतले. तिला परिस्थितीची एकूणच कल्पना आलेली होती. एवढ्यात दुःशासनही दत्त म्हणून उभा...... म्हणाला, "माते, याज्ञसेनीला सोड; ती आता दुर्योधनाची दासी झालेली आहे."

"खबरदार दुःशासना, याज्ञसेनीच्या अंगाला हात लावशील तर!" पण दुःशासन ऐकायच्या मनःस्थितीमध्ये कुठे होता? माता गांधारीने मला अगदी कुशीत घेतले— पिलांना पक्षिणीने पंखांखाली घ्यावे, आईने बाळाला जवळ घ्यावे— तसे! पण दुःशासन तर पशू झाला होता. तो मला माता गांधारीपासून ओढू लागला. माता गांधारीने सर्व शक्तीनिशी मला पकडले होते. एकीकडे दुःशासन, तर दुसरीकडे माता गांधारी. शेवटी दुःशासनाने माता गांधारीला ढकलून दिलं. ती खाली पडली अन् दुःशासनाने माझे काळेभोर लांबलचक केस आपल्या हाती धरले अन् मदमत्त झालेला दुःशासन मला ओढू लागला. गांधारी माता चाचपडत होती... दुःशासनाला शिव्यांची लाखोली वाहत होती. कोणी तरी दासीने त्यांना आधार देऊन उठवलं. पण तोपर्यंत दुःशासन मला गुरासारखं ओढत खूप अंतरावर आलेला होता. निमूटपणे दुःशासनाच्या मागे जाण्याशिवाय आता गत्यंतर नव्हते. एखाद्या कसायाच्या आवेशात दुःशासन मला ओढीत नेत होता. मलाही आता भान राहिले नाही. माझी अवस्था भ्रमिष्टासारखी झालेली होती. काय होत आहे, हेच मला कळत नव्हते. दुःशासन माझ्या केसांना धरूनच सभागृहात आला. त्यानं मला सभेसमोर उभं केलं अन् दुर्योधन मोठ्याने हसला. सर्व सभेने धिक्कार केला, सगळी सभा अवाक् झाली अन् दुर्योधनाचे आसुरी पहाडी हास्य सभागृहात घुमले अन् मी एकवस्त्रा याज्ञसेनी...सभेसमोर उभी राहिले, अगतिकपणे

असहायपणे...

माझे केस हातात धरून दु:शासन मोठ्याने म्हणाला, "ही पाहा पांडवपत्नी, आजपासून कौरवांची दासी झालेली आहे..." हे ऐकून कर्ण खळखळून हसला. मी त्याच्याकडे पाहत होते. त्याच्या चेहऱ्यावरचे हसू नैसर्गिक होते की कृत्रिम, हेच मला कळत नव्हते. उसनं अवसान आणून तो खळखळून हसत होता की, खरेच त्याला एवढा आतून आनंद झाला; कळत नव्हते. माझे केस अजूनही दु:शासनाच्या हातातच होते. मीही आता विरोध केला नाही. क्षणभर मला भोवळ आल्यासारखे झाले, पण मी कोसळले नाही; जिवाच्या आकांताने मी परत उभी राहिले. भोवळ आल्याने माझा चेहराही पडलेला होता. मी दु:शासनाच्या हातातील केस सोडवून घेत ताठ उभी राहिले अन् आश्चर्य...माझ्यात कुठली शक्ती आली; कळले नाही. माझ्यात एक रणरागिणी संचारली. मी युधिष्ठिराजवळ गेले. त्याच्या डोळ्यांत कमालीचे कारुण्य दिसत होते; पण मला त्यांची यत्किंचितही कणव आली नाही. त्यांच्यावर एक कटाक्ष टाकून मी युधिष्ठिरासमोर थुंकले..... युधिष्ठिराच्या भुवया उंचावल्या. मी पार्थासमोर गेले. त्यांच्या मतलबी डोळ्यांनी माझ्याकडे पाहण्याची हिम्मत केली नाही. बरे झाले, पार्थ अधोवदन होता. त्याची-माझी दृष्टभेट झाली नाही. नाही तर माझ्या डोळ्यांतील निखाऱ्यांनी पार्थाला भाजून काढले असते. नकुल-सहदेव तर आज्ञाधारक मुलांप्रमाणे उभे होते. शेवटी मी गेले भीमाजवळ. पाहते, तर भीमाचे डोळे आसवांनी तुडुंब भरलेले. पण मी पाझरले नाही. म्हणाले, "भीमा, अरे, तू तरी..... हे बघ भीमा, डोळे स्वच्छ पुसून घे अन् एकदा बघ— पांडवांखेरीज माझ्या केसांना हात लावण्याची ताकद वाऱ्यालासुद्धा नव्हती; ते केस दु:शासनासारखा दुष्ट कुरवाळतो आहे, हिसडतो आहे....अरे भीमा! माझा विश्वास फक्त तुझ्यावर होता. याज्ञसेनीवर निर्व्याज, नि:स्वार्थ आणि नितळ प्रेम करणारा एकच पांडव...अन् तो म्हणजे तू. आज तुला काहीच कसं वाटत नाही भीमा..... भीमा, असे कसे होईल? माझ्या पाठीवर लाटांप्रमाणे हेलकावे खाणारे हे काळेकुळकुळीत व लांबसडक केस दु:शासन हातात धरतो, हिसके देतो अन् तू शांत आहेस? असं कसं होईल? तुला आठवतो का भीमा, राजसूय महायज्ञ?...अरे, परवाच तर पार पडला हा महायज्ञ...राजसूय महायज्ञाच्या शेवटी अवभृत स्नान झालं. त्या स्नानाच्या वेळी मंत्रांनी पवित्र झालेल्या उदकांनी माझे केस ओलेचिंब झाले होते. ते ओलेचिंब केस तुला किती आवडले होते...नाही का? अरे भीमा, ते ओले झालेले माझे केस अजूनही पुरते वाळलेले नाहीत अन् ह्या मदमत्त झालेल्या दु:शासनाने ते

धरले अन् ओढीत ह्या सभागृहात आणले. भीमा, याची यत्किंचितही लाज तुला वाटली नाही ना?... भीमा.....'' मला पुढे बोलता येईना. पण माझे बोलणे ऐकून भीम लहान मुलासारखा रडू लागला. राग आणि कणव अशा मिश्र भावनेतून मी त्याच्याकडे पाहू लागले. शेवटी हताश होऊन म्हणाले, ''भीमा, तुझेही हात बांधले आहेत का? ठीक आहे.'' भीमापासून मी थोडीशी पुढे आले. सभेसमोर उभी राहून म्हणाले, ''ह्या सभेत दिग्गज व्यक्ती बसलेल्या आहेत. त्यांच्या पराक्रमाच्या गाथांची विश्वात अखंड पारायणे होतात. केवळ पराक्रमीच नाहीत तर बुद्धिवंत, ज्ञानवंत, शास्त्रपारंगत, विद्यावंत माझ्यासमोर दिसत आहेत. आता कुणाकुणाच्या नावाचा निर्देश करावा, हा मला पडलेला प्रश्न आहे. ह्या महान व्यक्तींच्या पुरुषार्थालाच मी ललकारते आहे. आता माझ्या प्रश्नाचं उत्तर तुम्हाला द्यावं लागेल. युधिष्ठिराने जर स्वत:स अगोदरच पणास लावले असेल अन् तो स्वत:च जर हरला असेल, तर मग दास झाल्यावर आपल्या पत्नीलाच तो पणाला लावू शकतो का? कृपा करा अन् माझ्या प्रश्नाचे उत्तर द्या—''

माझा प्रश्न तेवढा सभागृहात चौफेर घुमू लागला, पण उत्तर कोणत्याही दिशेकडून आले नाही. मला आश्चर्य वाटले. एवढा मोठा वारसा असलेले हे राजघराणे आणि माझ्या साध्या प्रश्नाचे उत्तर द्यायला एकही समर्थ पुरुष नाही! मी ह्या सभेचा धिक्कार केला. दु:शासनासारखा नराधम तर माझ्या मागे-मागेच फिरत होता. माझा अजून कोणता अपमान करायचा शिल्लक होता, हे दु:शासन जाणो. मात्र मी आता खूपच खंबीर झाले. माझा प्रश्न म्हणजे अरण्यरुदन होत आहे, याची मला जाणीव होती. पण मी निश्चय केला, एकदा या सभेचा पुरुषार्थ तरी आपण पाहू या. मी आक्रोश करत करत पितामह भीष्माचार्यांपर्यंत गेले. नम्रपणे त्यांना अभिवादन केले अन् परत तोच प्रश्न विचारला, ''सांगा पितामह, सांगा. माझ्यावर दया करू नका, मला तुमच्याकडून भीक नको आहे; मला न्याय हवा. मला माझ्या प्रश्नाचं उत्तर हवं आहे. सांगा पितामह, सांगा! नाही तर मी आता आपल्या चरणांवर प्राणत्याग करणार आहे!'' माझा आक्रोश ऐकून पितामह भीष्माचार्यांनी आपली खाली घातलेली मान किंचित वर करून ते सौम्य आवाजात म्हणाले ''याज्ञसेनी, प्रश्न फार गुंतागुंतीचा आहे बाळ... उत्तराची वाट न सापडणारा हा प्रश्न आहे.''

''असे करू नका पितामह...आपण थोर तत्त्वज्ञ आहात, याची मला जाणीव आहे. पण असं तत्त्वज्ञान मला सांगू नका. मला फक्त माझ्या प्रश्नाचं उत्तर हवं आहे... सांगा..... सांगा. ...'' पितामह भीष्म माझ्याकडे पाहू लागले अन्

नकळत त्यांचे डोळे अश्रूंनी भरून आले. त्यांना काहीच बोलता येईना. "शांत हो याज्ञसेनी." हा आवाज विदुरकाकांचा होता. मी भीष्माचार्यांजवळ निपचित पडून राहिले अन् पितामह भीष्मांना काय वाटले; कळले नाही, पण ते उभे राहिले. आपल्या धीर-गंभीर आवाजात ते म्हणाले, "धर्म सांगतो— ज्याच्यावर आपली सत्ता चालत नाही, असे काहीही पणावर लावता येत नाही आणि पती कोणत्याही स्थितीत असला तरी त्याची स्त्रीवरील सत्ता नाहीशी होत नाही. धर्माच्या ह्या दोन विधानांचा जर विचार केला, तर याज्ञसेनी तुझा प्रश्न फार गुंतागुंतीचा आहे, म्हणून उत्तर देता येत नाही." पितामहांचे हे बोलणे ऐकून कौरवांनी पितामह भीष्माचार्यांचा जयजयकार केला अन् मी पितामहांवर तुटून पडले. "व्वा! पितामह!! काय तुमचे धर्माचे तत्त्वज्ञान आहे! स्त्रीजातीविषयी आपल्या मनात एवढी घृणा का आहे; कळत नाही. आजन्म अविवाहित राहण्याची आपण केलेली प्रतिज्ञा अवघ्या विश्वात दुमदुमत आहे. ह्या प्रतिज्ञेनेच आपण ब्रह्मांडप्रसिद्ध झालात; पण ह्या प्रतिज्ञेपायी किती स्त्रियांच्या आयुष्याची होळी आपण केलीत पितामह? सांगा, काय दोष होता अंबा, अंबिका अन् अंबालिकेचा? तुम्हाला ही प्रतिज्ञा डोईवर बांधून मिरवायचे होते, तर तुम्ही खुशाल हा प्रतिज्ञेचा ध्वज मिरवत जा. पण एका स्त्रीच्या दुःखाने आपले काळीज का हलत नाही पितामह? माझ्या प्रश्नाचं उत्तर देण्याआधी पितामह, आपण आपल्या सदसद्विवेकबुद्धीचा थोडासा जरी सल्ला घेतला असता ना...तर पितामह, मी खात्रीने सांगते तुम्ही अशी बेगडी अन् विचारशून्य विधाने केली नसती. असो! मी भोगते माझं माझं भागधेय. स्त्रियांवर होणारे अत्याचार पाहण्यासाठी लागणारे आपल्या डोळ्यांतील जिवंत भिंगं कुठे तरी हरवली आहेत. पित्याची भोगवादी प्रवृत्ती आपण समजून घेतलीत. त्यांच्यासाठी आजन्म अविवाहित राहण्याची प्रतिज्ञा केलीत. कारण तिथे एक पुरुष होता. ह्या प्रसंगातून एवढंच सिद्ध होतं पितामह की, पुरुषांकडे आपण सहानुभूतीने पाहत असता; पण स्त्रियांकडे सहानुभूतीने पाहण्याचे इंद्रिय जन्मतः आपणाकडे नाही, असे वाटते."

मी बोलत गेले अन् पितामह अवाक्षरही न बोलता ऐकत राहिले. पण मी बोलताना त्यांच्या चेहऱ्यावर अस्वस्थतेचे सावट पसरलेले होते अन् डोळ्यांत पाणी तरळत होते. पितामह भीष्मांकडून मला फार मोठी आशा होती. पण आशेचे हे झाड शिशिरातील वृक्षासारखं निष्पर्ण झालं होतं. मी द्रोणाचार्यांकडे गेले. त्यांना अभिवादन करून हाच प्रश्न विचारला. द्रोणाचार्य मान खाली घालून बसले. त्यांना आग्रह केला, पण द्रोणाचार्य बोलेचनात. तेव्हा मी चिडले. म्हणाले, "आचार्य, बरोबर आहे— मी द्रुपदकन्या आहे ना? द्रुपदाच्या कन्येबदल

आपलं मन कसं द्रवेल? आपलं आचार्यपण केवळ हे हाडवैर जपण्यातच आपण वेचलंय. धिक्कार असो तुमचा नि तुमच्या आचार्यपणाचा!''

मी कृपाचार्यांकडे गेले, पण तिथेही निराशाच आली. मी धावत राहिले अन् सभागृहातील मान्यवरांसमोर नतमस्तक होत राहिले...पण व्यर्थ! वाटले, आता आभाळ फाटले आहे. नकळत माझे पाय कर्णाकडे वळले. त्याच्या चेहऱ्यावर दिसला आसुरी आनंद. मी क्षणभर थांबले. हा आनंद खराच असेल का? गमतीने त्याची कधी काळी थट्टा केली...ती कर्णाला एवढी खोलवर कर्णाला लागली असेल? एवढी खोल जखम झाली असेल?... मी कर्णाजवळ गेले, पण मदतीची याचना केली नाही. भले कर्ण कसाही वागो; पण माझ्या मनाचा एक कोपरा केवळ त्याच्यासाठीच आरक्षित होता. एक कटाक्ष त्याच्यावर टाकून मी गेले विदुरकाकांकडे. त्यांना अभिवादन करून मी फक्त त्यांच्याकडे आशेने पाहत होते. विदुरकाका माझ्यासाठी खूप काही करायला तयार होते; पण ह्या सभागृहात त्यांच्या शब्दाला किंमत नव्हती, याची मला जाणीव होती. त्यामुळे मी त्यांच्याकडून कसलीच अपेक्षा न करता क्षणभर त्यांच्याजवळ उभी राहिले. विदुरकाकांनी माझ्या डोक्यावरून हात फिरवला अन् जाहीर सभेत ते म्हणाले, ''मान्यवरांनो, याज्ञसेनीची अवस्था भक्त प्रल्हादासारखी झाली आहे. भक्त प्रल्हादाला वाचवण्यासाठी परमेश्वराला नृसिंहाचं रूप घ्यावं लागलं...तेव्हा विनंती आहे, तुम्ही आंधळे होऊ नका. तिला न्याय द्या; नाही तर कुणी सांगावं— नृसिंहासारखा प्रत्यक्ष भगवान इथे प्रगट होईल. महाराज धृतराष्ट्र, ह्या दुष्ट दुर्योधनाचे ऐकून अजून किती वाटोळं करून घेणार आहात? हा कुलकलंक अजून कोणकोणत्या कृती करणार आहे, कुणास ठाऊक? ह्याला आताच आवर घाला, अन्यथा परिस्थिती हाताबाहेर जाईल'' विदुरकाका बोलतच होते.

त्यांना मध्येच थांबवत दुर्योधन म्हणाला, ''अरे थेरड्या! दासीपुत्रा! कशाला सल्ला देतोस महाराजांना? तुझ्यासारख्या पोकळ पंडिताचं तत्त्वज्ञान हे राजसिंहासन ऐकून घेणार नाही'' दुर्योधनाचा आवाज खूप चढलेला होता. त्यानं विदुरकाकांना शिव्यांची लाखोली वाहिली. त्याचा आक्रस्ताळेपणा पाहून विदुरकाकांनी मौन धारण केलं.

विदुरकाका शांत झालेले पाहून दुःशासनाला फारच चेव आला. तो माझ्याशी झटापट करू लागला. कधी केस धरून ओढ, तर कधी वस्त्र...त्याची ही किळसवाणी झटापट मात्र मला असह्य होऊ लागली. वाटले, आता काय करावे? सगळीकडून अंधारून आले होते. दुःशासनाने तर आता शरीरस्तरावर माझा

अपमान सुरू केला होता. ज्यांच्याएवढे पराक्रमी पुरुष अखिल विश्वात नाहीत, एवढ्या पराक्रमी पाच पतींसमोर मी अगतिक झाले. उघड्या डोळ्यांनी माझे पाच पती माझी विटंबना पाहत होते. ह्या पाच पराक्रमी पुरुषांची मी पत्नी...मी पाच आऱ्यांचे चाक झाले. ह्या चाकाला कुणीही हाकावं...ज्यांना ज्या दिशेला न्यायचे आहे, त्या दिशेला घरंगळत जाणं, हाच चाकाचा धर्म असतो. वाटलं, ही भूमी दुभंगावी अन् मला पोटात घ्यावं, हे चाक जमिनीने गिळंकृत करावं! पण तसे काही झाले नाही. दुःशासन वस्त्र ओढू लागला अन् मी प्राणपणानं विरोध करू लागले. लज्जारक्षणार्थ माझी होणारी केविलवाणी धडपड पाहून वैऱ्यालाही पाझर फुटला असता; पण कौरवांची मनं आता दगडाची बनलेली होती. आत्महत्येचा विचार येत होता. वाटलं, करावी आत्महत्या...असा विचार येताच निर्वाणीचं म्हणून मी भीमसेनाकडे बघितले. म्हणाले, ''भीमा, एवढ्या पराक्रमी पाच पतींचा उपयोग माझ्या लज्जारक्षणापुरताही नसावा, याचा खेद वाटतो. वाटलं होतं, तू तरी काही करशील... पण तूही तसाच. जाऊ दे. मी म्हणजे शेवटी पाच आऱ्यांचे चाकच ना? हे चाक आता घरंगळत जाईल, दिशा नेतील तिकडं!''

भीम माझ्याकडे पाहतच राहिला. माझी अवस्था पाहून भीम अंतर्बाह्य हादरून गेला होता. तो माझ्याजवळ आला. त्यानं आपल्या मुठी आवळल्या, वाटलं, तो आता ह्या दुःशासनाच्या नरडीचा घोट घेईल. एवढ्यात पार्थ ओरडून म्हणाला, ''अरे थांब! भीमा, धर्म मोडू नकोस.'' पार्थाचे बोलणे ऐकून तो क्षणभर थांबला; पण त्याचे डोळे आग ओकत होते अन् शत्रूच्या नरडीचा घोट घ्यायला त्याचे हात शिवशिवत होते. भीमाकडे पाहून क्षणभर दुःशासनही घाबरला. पार्थाकडे पाहून भीम म्हणाला, ''अरे, कसला आला धर्म? अशा अवस्थेत याज्ञसेनीला पाहण्यापेक्षा आत्महत्या केलेली बरी. याज्ञसेनीची अब्रू चव्हाट्यावर येत असताना षंढासारखे बसून राहणे, हे पराक्रमी पुरुषाला शोभत नाही. तुमचा धर्म मोडला तरी हरकत नाही; आता ह्या दुःशासनाला यमसदनाला पाठवल्याशिवाय राहत नाही!'' असे भीम म्हणताच मात्र दुःशासनाने माझ्या वस्त्रावरचा हात लगेच काढून घेतला. त्याचा चेहरा थोडाफार भयग्रस्तही झाला. भीम रागाने तसाच ओरडत दुःशासनाकडे चालून येऊ लागला. पार्थ ओरडून म्हणाला ''अरे, भीमा...थांब धर्माचरणाने वाग, ज्येष्ठ बंधूची प्रतारणा करू नकोस.''

''कसला ज्येष्ठ बंधू अन् कसला आलाय धर्म? ही वेळ कुणी आणली रे – ह्याच युधिष्ठिराने ना?'' असे म्हणत भीम दुःशासनाकडून वळून युधिष्ठिराकडे वळला. मीही नखशिखान्त शहारले. वाटले, आता हा पेटलेला भीम युधिष्ठिराच्याच

नरडीचा घोट घेतो की काय? युधिष्ठिराकडे भीम जात म्हणाला, "युधिष्ठिरा, अरे, द्यूताच्या नादाने पागल झालेले अनेक द्यूतकार आहेत. त्यांच्या घरी दासी आहेत, वेश्याही आहेत; परंतु त्या द्यूतकारांची वेश्यांवरही माया असते...आणि मूर्खा, तू तर आपल्या सहधर्मचारिणी पतिव्रता याज्ञसेनीलाच द्यूतावर लावलेस...आणि नेभळट युधिष्ठिरा, त्या याज्ञसेनीला पणाला लावायला तिच्यावर तुझी काय एकट्याची मालकी आहे? कुंतीमातेच्या आग्रहाखातर ती पाचांशी विवाहबद्ध झालेली असताना तिला पणावर लावताना तुझी सदसद्विवेकबुद्धी कुठे गेली होती? ज्या हातांनी द्यूत खेळून ह्या याज्ञसेनीवर तू अशी वेळ आणलीस, ते तुझे हातच मी आता जाळून टाकतो!", असे म्हणत भीम युधिष्ठिरावर चालून गेला. सगळी सभा अवाक् झाली. भीष्माचार्य, द्रोणाचार्य, कृपाचार्य आणि सर्व मान्यवरांनी भुवया उंचावल्या. मलाही भीती वाटली— आता युधिष्ठिराचे हात भीम खरेच जाळून टाकेल. एवढ्यात पार्थ मध्ये पडला. त्याने भीमाला अडविले. म्हणाला, "भीमा, अरे वेडेपणा करू नकोस. युधिष्ठिरावर तू चालून जातोस, म्हणजे तू तर शत्रूचीच इच्छा पूर्ण करायला निघाला आहेस. शत्रूने द्यूतास बोलावल्यावर कोणताही पराक्रमी राजा पलायन करत नाही. धर्मनिष्ठ युधिष्ठिर याला अपवाद कसा असू शकेल? द्यूतास बोलावल्याबरोबर युधिष्ठिराने होकार दिला, हीच आमची कीर्ती आहे. युधिष्ठिराचे हात जाळण्याचे निंद्य कर्म तू करू नकोस."

पार्थाने भीमाला अडवल्यावर तो जागेवरच उसासे देत म्हणाला, "पार्था, अरे, हा याज्ञसेनीला पणाला लावणार आहे, हे जर मला पूर्वीच कळले असते; तर ह्याच्याच नरडीचा घोट मी घेतला असता किंवा ह्याचे हात तरी छाटून टाकले असते!" भीमाला शांत करण्यासाठी पार्थाला खूप प्रयत्न करावे लागले. भीम अक्षरशः धुमसत राहिला.

भीमाचे ते रूप पाहून मला मात्र त्याच्यावरून जीव ओवाळून टाकावा, असे वाटले. भीमाचे किती प्रेम आहे माझ्यावर! पण त्या तुलनेत मी मात्र कमी पडले. मी केवळ पार्थाच्या पराक्रमावर भुलून गेले. पण खरं म्हणजे, भीमाने मला खऱ्या अर्थाने जाणले होते. तशा विपन्नावस्थेतही भीमाचे प्रेम पाहून मला क्षणभर बरे वाटले. आता पुढे काय? हा प्रश्न शिल्लक होताच. सगळी सभा भीमाचाच विचार करीत स्तब्ध झाली होती. क्षणभर भयाण शांतता पसरली. कुणीही कुणाशी बोलले नाही.अशा शांततेत घोंघावत एक आवाज सभेतून आला. सर्व जण त्या आवाजाच्या दिशेने पाहत होते. तो होता विकर्ण. विकर्ण हा दासीपासून झालेला धृतराष्ट्राचा पुत्र. तो काय बोलणार, याकडे सगळ्यांचे लक्ष लागले होते. विकर्ण हा

दासीपुत्र असून तो पापाभीरू, सरळमार्गी पण पराक्रमी आहे आणि त्याची विदुरकाकांवर नितांत श्रद्धा आहे, एवढीच मला विकर्णाविषयीची माहिती होती.

विकर्ण सभेला उद्देशून म्हणाला, "ह्या सभागृहात उपस्थित असलेल्या पराक्रमी राजांनो! पतिव्रता याज्ञसेनीने विचारलेल्या प्रश्नाचे उत्तर कुणाकडेच नाही का? आज कुणीच कसे बोलत नाही? महाराज धृतराष्ट्र, भीष्माचार्य, कृपाचार्य, द्रोणाचार्य... कुणीच कसे बोलत नाहीत? विदुरकाका बोलतात, पण त्यांच्या शब्दाला इथे किंमत नाही! महाराज धृतराष्ट्रांना मी विनंती करतो की त्यांनी सांगावं याज्ञसेनी जिंकली गेली नाही. ज्या धर्माचा, तत्त्वज्ञानाचा व शास्त्राचा इथे वारंवार उल्लेख होत आहे, तेच शास्त्र सांगते की राजाधिराजांना चार व्यसने असतात. पहिले शिकार, दुसरे मद्यपान, तिसरे द्यूत आणि चौथे स्त्री. आसक्ती, आणि व्यसनात अडकलेली व्यक्ती धर्म सोडून वागू शकते आणि युधिष्ठिराचे द्यूत व्यसन सर्वश्रुत आहे. ह्या व्यसनापायी युधिष्ठिराने याज्ञसेनीला पणाला लावले. युधिष्ठिराला ह्या व्यसनाचा ज्वर एवढा होता की, याज्ञसेनीवर पाचांची मालकी आहे, याचेच भानही त्याला राहिले नाही. या सर्व गोष्टी विचार करता याज्ञसेनी ही जिंकली गेली नाही, हे सूर्यप्रकाशाइतके स्वच्छ असताना ही सभा ह्या विषयावर दगडासारखी स्तब्ध कशी काय झाली आहे? कुरुवंशाच्या इतिहासामध्ये काळा दिवस म्हणून ह्या दिवसाची नोंद होईल. महाराज धृतराष्ट्रांनी तरी आता योग्य निर्णय घ्यावा."

विकर्णाच्या ह्या संभाषणावर साऱ्या सभेने त्याचा जयजयकार केला. सभा त्याच्यावर स्तुतिसुमने उधळू लागली. पण कौरवपक्षात चुळबुळ सुरू झाली. विकर्णाचा हा सल्ला दुर्योधन-कर्णाला अजिबात आवडला नाही. कर्ण तर विकर्णाच्या अंगावर अगदी धावून गेला. विकर्णाचे दंड धरून त्याने केलेल्या विधानाचा जाब कर्ण विचारू लागला, "अरे मूर्ख विकर्णा, तुला कधी शास्त्राचे ज्ञान अवगत झाले? धर्मातील बारकावे तुला कळायला तू काय पंडित लागून गेलास की काय? अरे, युधिष्ठिराने याज्ञसेनीला पणाला लावल्यावर उर्वरित पांडवांचे त्याला अनुमोदन होतेच... आणि, ह्या याज्ञसेनीची तुला एवढी कणव कशासाठी येते? अरे, देवधर्मानीच घालून दिलेला नियम आहे की, स्त्रीला एकच पती असावा. जी अनेकांना वश होते, ती वेश्या असते आणि..."

कर्ण बोलत होता. त्याने वेश्या म्हटल्यामुळं मला एवढी वेदना झाली की, क्षणभर मला भोवळ आल्यासारखे झाले. भीमाने परत मुठी आवळल्या. गप्प बसण्यावाचून त्याच्यापुढेही पर्याय नव्हता. मी मट्कन खालीच बसले.

अरेरे! कर्णाने माझ्यावर एवढा मोठा आरोप करायला नको होता. मला चांगलं समजतं, कर्णाने हे विधान द्वेषापोटी केलं आहे. मी त्याला प्राप्त झाले नाही ना; त्याचा हा राग होय. पण त्या रागापायी एवढा मोठा आरोप? मी कशी तरी सावरले. कर्णाचे विषाने भरलेले भाषण चालूच होते. तो दुःशासनाकडे वळून म्हणाला, "अरे दुःशासना, कसला विचार करतोस? ह्या मूर्ख विकर्णाच्या भाषणाने गोंधळून गेलास की काय? की भीमगर्जनेने गर्भगळित झालास? भीमाला घाबरतोस काय? भीती वाटते का भीमाची? आम्ही तुझ्या पाठीशी आहोत ना! पांडवांचे हात आता धर्माने बांधले आहेत. अरे, वेळ दवडू नकोस. याज्ञसेनी ही मुळातच वेश्या आहे. आता तर ती कौरवांची दासी झाली आहे. पांडवांचे आणि तिचे वस्त्र हिरावून घे."

कर्ण असे बोलताच पांडवांनी आपली वस्त्रे भिरकावून दिली. मी कठपुतळीच्या बाहुलीसारखी स्तब्ध उभी राहिले. कर्णाने पुनःपुन्हा आठवण करून दिल्याने दुःशासनाने परत माझ्या वस्त्राला हात घातला. माझा जिवाच्या आकांताने विरोध चाललेला होता.

आता तर सगळेच मार्ग बंद झाले होते. राजमहालात महाराणी याज्ञसेनीचे दर्शन सूर्य अथवा वायूलाही होत नसे आणि आज मी महाराणी अशी अर्धनग्न अवस्थेमध्ये एका खच्चून भरलेल्या सभागृहात उभी आहे. पांडवांचे माझ्यावर एवढे टोकाचे प्रेम होते की, वाऱ्याचा स्पर्श जरी मला झाला तरी पांडवांना अस्वस्थ होत असे आणि आज हेच पांडव दुःशासन नावाच्या दुरात्म्याने चालवलेला माझा छळ मुकाट्याने पाहत आहेत! पांडवांची ही अवस्था; तर ह्या सभागृहातील कुरुश्रेष्ठ आपल्या कुलवधूची विटंबना उघड्या डोळ्यांनी पाहत आहेत. कळत नाही, यांची संवेदना कुठे गेली? कोण आहे मी? वासुदेव श्रीकृष्णाची जिवश्चकंठश्च मैत्रीण, की महापराक्रमी पांच पांडवांची पतिव्रता भार्या? मी पार्षत धृष्टद्युम्नाची बहीण आहे, की कुरुवंशाची कुलवधू? मलाच कळत नव्हते की, मी कोण आहे! खरं म्हणजे, अर्धनग्न अवस्थेत अपमानित होऊन महापुरुषांच्या सभेसमोर उभी असलेली मी एक हाडामांसाची सर्वसामान्य स्त्री होते. आई गंऽऽऽ! आता कळतेय हेच माझे खरे रूप होते. मी एक दुःखी झालेली घायाळ क्रौंच पक्षिणी होते. आल्या परिस्थितीला सामोरे जाण्याचे मी ठरवून टाकले. दुःखालाही सीमा असतेच ना? आता मी ठरवलं— काय होईल ते होवो; आक्रोश, आकांत, विनवणी असं काहीच करायचं नाही आणि शेवटी मी विवस्त्र होईन, हीच भीती आहे ना? शेवटी नियतीला जे मान्य असेल, तेच होईल. दुःशासनाला कर्ण नि

दुर्योधनची फूस असल्याने हा विषारी साप आता काय काय करेल? मी हाच विचार करत होते अन् शेवटी माझे वस्त्र ओढण्यासाठी दु:शासनाची झटापट सुरू झाली. माझ्यातली शक्तीही क्षीण होऊ लागली. आता मात्र मी ठरवून टाकले होते की, दु:शासनाला तिळमात्रही विरोध करायचा नाही अन् दु:शासनाने माझे वस्त्र ओढायला सुरुवात केली मात्र... अन् त्याला विरोध न करता मी फक्त एक कटाक्ष भीमावर टाकला. माझ्या डोळ्यांतील कारुण्य त्याला दिसले असावे... क्षणार्धात भीम उभा राहिला. भीमाने गर्जनाच केली— भीम अक्षरश: उसळलाच. भीमाचा गगनभेदी आवाज ऐकून दु:शासनाचे हात थांबले.

भीम म्हणाला, "ह्या सभेतील मान्यवरांनो इकडे लक्ष देऊन ऐका. यापूर्वी अशी प्रतिज्ञा झाली नसेल आणि यापुढे कदाचित अशी प्रतिज्ञा कोणी करणार नाही; म्हणून लक्ष देऊन ऐका. या नराधम, पापी, भरतकुलाधम, वासनांध, दुराचारी दु:शासनाचे वक्षस्थळ मी एक दिवस फोडणार आहे अन् त्यातील उष्ण रक्त पिऊन माझी जगावेगळी तृष्णा शांत करणार आहे. रक्त पिऊन झाल्यावर त्याचे हाल-हाल करून त्याला मी यमसदनाला पाठवणार आहे!" भीमाची ही प्रतिज्ञा ऐकून दु:शासन तर घाबरलाच! पण सभेत उपस्थित असलेल्या सर्वांच्याच अंगावर भीतीने शहारे आले. दु:शासन उसने अवसान आणून माझं वस्त्र ओढण्याचा प्रयत्न करू लागला, पण त्याच्या सर्वांगाला सुटलेला कंप मला जाणवत होता. त्याच्या हातात आता बळ उरले नव्हते, हे मला चांगलेच समजले होते. दु:शासन आता भीतीने गर्भगळित झालेला आहे, हे कर्ण आणि दुर्योधनाला कळून चुकले होते. भीमाची प्रतिज्ञाही भीष्मप्रतिज्ञेपेक्षा मोठी होती, याची जाणीव दु:शासनाला झाली होती. भीम ही प्रतिज्ञा पूर्ण करणारच, हे जाणल्यामुळे दु:शासनाच्या अंगात त्राण राहिले नव्हते; पण दुर्योधन रागावेल म्हणून तो वस्त्र ओढण्याचे नाटक करू लागला, हे सगळे दुर्योधनाच्या लक्षात आले. तेव्हा दुर्योधनाने एक विचित्र युक्ती केली. दु:शासन घाबरू नये, त्याला बळ मिळावे म्हणून दुर्योधनाने एक निंद्य प्रकार केला.

निर्लज्ज दुर्योधन म्हणाला, "याज्ञसेनी, तू आता आमची दासी झाली आहेस. मुकाट्याने दु:शासनाला वस्त्र काढून दे! अरे दु:शासना, घाबरतोस कशाला; आपण मर्द आहोत. याज्ञसेनी, आम्हा मर्दांचे आता तू आदरातिथ्य कर—" असे म्हणत बेशरम दुर्योधनाने आपल्या डाव्या मांडीवरचे वस्त्र दूर केले आणि म्हणाला, "हे बघ याज्ञसेनी, ही मर्दाची मांडी आहे. ही केळीच्या खांबासारखी गोल व गौरवर्णात शोभून दिसणारी, हत्तीच्या सोंडेसारखी मजबूत,

वज्राप्रमाणे कठोर व घट्ट असणारी मांडी पाहतेस ना...''

आणिक दुर्योधन सारखा असेच काही तरी बरळत होता. पण त्याला थांबवत आधीच पेटून उठलेल्या भीमाने आपल्या मुठी आवळत पुन्हा गर्जना गेली, ''अरे मूर्खा! नामर्दा, दुर्योधना! कुणापुढे मर्दाची भाषा करतोस? अरे, एकदा माझ्या पुष्ट बाहूंकडे पाहा. ह्या बाहूंच्या पकडीत इंद्र जरी सापडला ना, तरी तो वाचणार नाही तर तुझी काय कथा? अरे दुर्योधना, ह्या व्यर्थ धर्मतत्त्वज्ञानाच्या जंजाळात मी अडकलोय; नाही तर सिंह जसा क्षुद्र प्राण्यांना चिरडून मारतो तसा तुला, दु:शासन, अन्य धृतराष्ट्रपुत्र आणि दासीपुत्र अशा शंभर जणांनाही टाचेखाली चिरडून मारलं असतं! अरे, माझ्या केवळ मुष्टींनीच तुम्हा शंभर जणांचे अक्षरश: पीठ करून टाकले असते... सर्वांची हाडं वेचण्याचं काय ते शिल्लक ठेवलं असतं. अरे भ्याड माणसा! मर्दपणाचा उसना आव आणून याज्ञसेनीला तू मांडी दाखवतोस का?'' भीम बोलत होता अन् जणू ज्वालामुखीचा उद्रेक होत असल्याचा भास होत होता. भीमाच्या वाणीच्या प्रखर प्रकाशाने दुर्योधनही निस्तेज झाला. भीमाच्या सर्वांगातून निखारे पडू लागले आहेत असेच क्षणभर वाटले. मला मात्र आज मी भीमाची धर्मपत्नी आहे, याचा सार्थ अभिमान वाटला. भीम एवढे बोलून थांबला नाही त्यानं पुन्हा मोठी प्रतिज्ञा केली. भीम म्हणाला, ''या सभेतील मान्यवरांना माझी अजून एक प्रतिज्ञा ऐकावी लागेल! दु:शासनाचे वक्षस्थळ फोडून मी त्यातील रक्त प्राशन करणार आहे ही प्रतिज्ञा तर मी केली आहेच पण ते रक्त प्राशन करण्याअगोदर दु:शासनाच्या ज्या हातांनी याज्ञसेनीच्या केसांना हात लावला ते हात मी छाटून टाकणार आहे... आणि आता अजून महत्त्वाची प्रतिज्ञा करतोय, तीही लक्ष देऊन ऐका. आजच्या भर सभेत दुर्योधनाने आपली उघडी मांडी याज्ञसेनीला दाखवली. ती मांडी मी गदेच्या प्रहाराने फोडून टाकणार आहे. असे केले नाही, तर मी वृकोदर नावाचा ठरणार नाही!''

भीमाची ही प्रतिज्ञा सभागृहात घुमू लागली. ह्या गर्जनेने दुर्योधनही हादरून गेला, पण त्याने तसे दाखवले नाही. वातावरण एकदम गंभीर झाले. वर्षाऋतूमध्ये ढगांनी आकाशात अचानक गर्दी करावी अन् सगळीकडे अंधारून यावे अन् आजूबाजूला कोणताच आधार नसावा, तसेच चिंतेचे सावट सर्व सभागृहावर पडले. भीम प्रतिज्ञा पूर्ण करणारच, याची सर्वांनाच खात्री होती. अशा गंभीर वातावरणात एकाएकी कोल्ह्याचे ओरडणे ऐकू येऊ लागले. टिटवीचे कर्कश स्वर कानावर पडू लागले. पक्ष्यांचा विचित्र भेसूर आवाज येऊ लागला. गाढवांचे

ओरडणे ऐकू येऊ लागले. जसे काही अपशकुन दारावर येऊन थांबले होते! अन् महाराज धृतराष्ट्र पहिल्यांदाच अस्वस्थ झाले. त्यांचा दृष्टिहीन चेहरा कोमेजला. ते सभेच्याही लक्षात आले.

आता पुढे काय होणार, यासाठी मी सचिंत होते. सगळी सभा क्षणभर तटस्थ झाली. दुर्योधन, दुःशासन, कर्ण, सर्वजण आपल्या जागी पुतळ्यासारखे तटस्थ होते अन् त्या सभागृहाच्या मध्यभागी मी अर्धनग्न अवस्थेत उभी होते. ही सुन्न अवस्था संपली की, परत दुःशासन माझ्याकडे येईल आणि माझा विनयभंग करील... असे वाटत होते, पण घडले वेगळेच! सभा क्षणभरासाठी स्तब्ध झाली होती. त्याच वेळी माता गांधारीने सभागृहात प्रवेश केला. माता गांधारीला बघितल्याबरोबर मला खूपच धीर आला. मी धावत माता गांधारीकडे गेले अन् तिच्या गळ्यात पडून रडू लागले. माता गांधारीने माझे सांत्वन केले. सभेतील सर्व मान्यवर माझ्याकडे व माता गांधारीकडे पाहत होते.

मला शांत करीत माता गांधारी सभेला उद्देशून म्हणाली, "कुरुवंशालाच काळिमा फासणारं हे कृत्य आता थांबणार आहे की नाही? एका कुलवधूची विटंबना आता थांबणार आहे की नाही? इथे असा एकही नरवीर नाही, की जो हे सर्व थांबवू शकेल? इथे रथी-महारथी बसलेले आहेत; त्यांच्या डोळ्यांना खाचा पडल्या की काय? की त्यांच्या कानात कुणी शिशाचे तेल ओतले? महाराज आंधळे, म्हणून महाराणी आंधळी. एकूण काय, सगळा राज्यकारभारच आंधळा चालला आहे! आजचा हा काळा दिवस भारतवर्ष कधीच विसरणार नाही. एका कुलवधूला अर्धनग्न करताना पराक्रमी पुरुषांचे हात का थांबवू शकले नाहीत? का त्यांच्याही डोळ्यांना विटंबना पाहण्याचा सोस आहे? काय चालले आहे हे? दुर्योधन मूर्ख आहे, दुराचारी आहे, हे सांगण्याची वेळ प्रत्यक्ष त्याच्या मातेवरच आली आहे; हा दैवदुर्विलास होय. दुःशासना, अरे चांडाळा, एका असहाय स्त्रीच्या वस्त्राला हात लावताना तुला लाज कशी वाटली नाही? याज्ञसेनी ह्या असहाय युवराज्ञीकडे पाहून इथल्या रथी-महारथींसमोर आपल्या मुलीबाळींचे चेहरे डोळ्यांसमोर आले नाहीत का? अरे, स्त्री ही नवनिर्माण करणारी देवी असते. ही शक्ती तिला निसर्गाने दिली आहे, ह्याची जाण कुणालाच दिसत नाही. पितामह भीष्मांनीही इथे शांत बसावं, याचा अर्थ आता कुरुवंशाचे काही खरे दिसत नाही. की, अंबा-अंबिकेपासून सुरू केलेला हा सूडाचा प्रवास अजून किती दिवस पुढे नेणार आहात? स्त्रियांना जिवंत जाळणं आता थांबवणार आहात की नाही?" असे बोलत माता गांधारी महाराज धृतराष्ट्राकडे

वळली अन् म्हणाली,

"महाराज धृतराष्ट्र, आपणाला अभिवादन करून मी पुन्हा आपणास स्मरण देते की, दुर्योधनावरील प्रेमाने आपण असे वेडे होऊ नका. पुत्रप्रेम असावे, वात्सल्य तर स्त्रियांच्या ठिकाणी अधिक असतं. प्राणिमात्रही आपल्या अपत्यावर प्रेम करीत असतात. पुत्र-प्रेम नैसर्गिक असले तरी पुत्राला अधोगतीपासून वाचवण्यासाठी त्याच्या जन्मदात्यांनी कठोर भूमिका घेऊन त्याला योग्य मार्ग दाखवावा लागतो— तोच खरा पिता असतो. आपला हा कुलकरंटा पुत्र एका निराधार स्त्रीला आपली उघडी मांडी दाखवतो, तर दुसरा पुत्र तिचे वस्त्र फेडून घेतो आणि आपण शांत आहात? आपल्याला दिसत नाही; पण ऐकू तरी येते ना?" मला कुशीत घेऊन ही गांधारी नावाची तोफ अग्निगोळे फेकत होती. तिच्या वाणीमध्ये लाव्हारस असला, तरी मला धीर देणारा तिचा हात मात्र अतिशय आश्वासक-शीतल होता. माझी सगळी भीती त्या हाताच्या स्पर्शाने दूर केली होती. माता गांधारी माझी जन्मदात्री होऊनच आली होती. तिच्या वाणी-चमत्काराकडे मी पाहतच राहिले. पुढे राजमाता म्हणाली, "महाराज, आता तरी तुम्ही कान इकडे देऊन ऐका— ह्या आजच्या घटनेचे परिणाम किती भयंकर होणार आहेत; माहीत आहे का? भीमाची प्रतिज्ञा सर्वांनी ऐकली आहे ना? अजून एक फार मोठी प्रतिक्रिया घडायची आहे, याची जाणीव मात्र अजून ह्या सभागृहात कुणालाच झालेली नाही."

"कोणती प्रतिक्रिया महाराणी गांधारी?" राजा धृतराष्ट्राने हतप्रभ होऊन विचारल्यावर माता गांधारी पुढे बोलू लागली, "महाराज, ती प्रतिक्रिया जर घडली, तर हे राज्य लयाला जाण्यास क्षणाचाही विलंब लागणार नाही महाराज. सांगा, याज्ञसेनीचा सखा कोण आहे? याज्ञसेनीवर जिवापाड प्रेम कुणाचे आहे? याज्ञसेनीची आठवण काढल्याशिवाय ज्याचा दिवस जात नाही, असा युगपुरुष कोण आहे? सांगा— माझ्या प्रश्नाचं उत्तर?" माता गांधारीने महाराज धृतराष्ट्रांना प्रश्न विचारला. पण त्यांना काही उत्तर देता आले नाही. तेव्हा माता गांधारीने हाच प्रश्न सभेतील मान्यवरांना विचारला, "सांगा, याज्ञसेनीवर एवढं नितळ प्रेम करणारा कोण आहे? आणि याज्ञसेनीसुद्धा त्याच्यावर एवढ्याच उत्कटतेने प्रेम करते, तो कोण आहे?" मातेचे हे बोलणे ऐकून सगळी सभा विचारप्रवण झाली, स्तब्ध झाली; पण कुणीच काही बोलत नव्हते. शेवटी मला अधिकच जवळ घेत माता गांधारी म्हणाली, "बरोबर आहे. ह्या प्रश्नाचं उत्तर तुम्हाला देता आलं नाही, म्हणून तर हा प्रश्न निर्माण झाला आहे!"

"काय उत्तर आहे? महाराणी गांधारी, तूच सांग— याज्ञसेनीवर एवढं प्रेम कोण करतं?'' धृतराष्ट्राने विचारले.

"युगपुरुष श्रीकृष्ण!'' माता गांधारीने श्रीकृष्णाचे नाव घेताच सभेतील मान्यवरांना एक धक्का बसला. माता गांधारी पुढे म्हणाली, "श्रीकृष्णाचं याज्ञसेनीवर एवढं प्रेम आहे की, त्याला उपमा देता येणार नाही. अशा श्रीकृष्णाच्या याज्ञसेनीची तुम्ही आता काय अवस्था केली आहेत महाराज? हे सर्व जेव्हा श्रीकृष्णाला कळेल, तेव्हा महाराज धृतराष्ट्र— आपलं हे राज्य एका क्षणात धुळीला मिळविण्याची शक्ती श्रीकृष्णामध्ये आहे, हे मला पुन्हा सांगण्याची आवश्यकता नाही.''

"आता काय करावे महाराणी? यातून तुम्हीच आता मार्ग काढू शकाल.'' कापऱ्या आवाजात महाराज धृतराष्ट्र बोलत होते... त्यांना दरदरून घाम फुटला होता.

"आता वेळ निघून गेली आहे महाराज. आता ह्या राष्ट्राला कोण वाचवू शकेल, हाच फार मोठा प्रश्न आहे. तरीही आशेचा एकमेव किरण दिसतो आहे. हा किरण म्हणजे प्रत्यक्ष याज्ञसेनीच. ही याज्ञसेनीच श्रीकृष्णाला थांबवू शकते; श्रीकृष्ण फक्त याज्ञसेनीचेच ऐकू शकेल. तेव्हा याज्ञसेनीला शरण जा. तिच्याकडे ह्या राष्ट्रासाठी भीक मागा. म्हणावं, झालं-गेलं गंगेला मिळालं. सारं विसरून जा म्हणावं. याशिवाय दुसरा अन्य मार्ग आहे, असे मला तरी वाटत नाही...''

माता गांधारीच्या ह्या अभिभाषणानं एक फार मोठा चमत्कार घडला अन् माझं वस्त्रविमोचन थांबलं. ह्या मातेचे उपकार फेडण्यासाठी मला किती जन्म घ्यावे लागतील, कुणास ठाऊक? माझ्या डोळ्यांतून आसवं टपकू लागली अन् मी हंबरडा फोडत माता गांधारीच्या गळ्यात पडले.

"माते, तुझे अनंत उपकार मी कसे फेडू...माते...'' पुढे तर मला बोलताच येत नव्हते. दुर्योधन-दुःशासनादी कौरवांचा अपवाद वगळता सर्वांनी माता गांधारीचा जयजयकार केला— अगदी कर्णानेसुद्धा... माझ्या ह्या रडण्याने महाराज धृतराष्ट्र पहिल्यांदाच व्याकूळ झालेले सभेने पाहिले. विदुरकाका आपल्या उत्तरीयाने डोळे पुसत होते. सभेने अशी कलाटणी घेतल्याने भीम नावाचा लाव्हा आता जरा शांत झालेला होता. अपार कौतुकाने मी भीमाकडे पाहत होते. एवढ्यात महाराज धृतराष्ट्राचा आवाज कानावर आला. मीही भानावर आले. ते बोलत होते,

"महाराणी गांधारी, याज्ञसेनीवर अन्याय करून आम्ही फार मोठे पातक केले आहे. तिला सन्मानाने इकडे राजासनाकडे घेऊन या. तिला झालेल्या त्रासाबद्दल

आम्ही क्षमायाचना करणार आहोत.'' माता गांधारी माझा हात हाती घेऊन मला महाराज धृतराष्ट्रांकडे घेऊन गेली. श्रीकृष्णाचे केवढे मोठे सामर्थ्य! त्याचे केवळ नाव काढताच ह्या नरकयातनांमधून माझी सुटका झाली. धन्य तो सखा श्रीकृष्ण! खरं म्हणजे, आज श्रीकृष्ण इथे असायला हवा होता; म्हणजे ही वेळ माझ्यावर आलीच नसती. चला, काही हरकत नाही. उशिरा का होईना, पण त्याचे नाव गांधारीमातेने घेतल्यानंतरच माझी सुटका झाली.

मी नम्रतेने महाराजांना अभिवादन केल्यावर महाराज धृतराष्ट्रांनी मला आशीर्वाद दिला. सभेला उद्देशून महाराज म्हणाले, ''याज्ञसेनी ही धर्माने वागणारी, पंडिता असलेली एक थोर साध्वी असलेली सर्वांत श्रेष्ठ अशी कुरुवंशाची स्नुषा आहे. तिला झालेल्या त्रासाबद्दल ही सभा दिलगिरी व्यक्त करीत आहे. हस्तिनापूरचा राजा म्हणून मी तिचा गौरव करत असून तिला हवा असेल तो वर मी तिला देत आहे—'' असे म्हणत महाराज धृतराष्ट्र म्हणाले, ''माग याज्ञसेनी, तुला हवा असेल तो वर मागून घे.'' महाराज धृतराष्ट्राचा स्वर अतिशय नम्र होता. पश्चात्तापाचे भाव त्यांच्या चेहऱ्यावर दिसत होते. माता गांधारीने आपला हात माझ्या खांद्यावर ठेवला. तो आश्वासक स्पर्श मला जणू सांगत होता की, तुला हवा तो वर मागून घे.

मी क्षणभर थांबून म्हणाले, ''हे भरतश्रेष्ठ महाराज, राजा युधिष्ठिराला आपण मुक्त करावे आणि माझ्या प्रतिविंध्य, सुतसोम, श्रुतकर्मा, शतानिक आणि श्रुतसेन या प्राणप्रिय मुलांना कुणी दासीपुत्र म्हणू नये.'' आज मुलांविषयी वर मागताना मला का कुणास ठाऊक, घार आणि तिच्या पिलांची आठवण आलीच अन् नकळत छातीतून एक कळ निघाली. पण मी लगेच सावरले. माझा वर ऐकून अत्यंत प्रसन्नचित्ताने महाराज धृतराष्ट्र म्हणाले, ''कन्ये, तुझी इच्छा पूर्ण झाली. मी आता फार आनंदात आहे. तुला अजून काही हवे असल्यास मागून घे.'' मी शांत बसले.

माझं मौन तोडीत माता गांधारी म्हणाली, ''याज्ञसेनी, तू कुलवधू आहेस. तुझा हक्क आहेच. तुला काही हवं असेल, तर अजून मागून घे.'' मी क्षणभर विचार केला व म्हणाले ''महाराज—भीम, पार्थ, नकुल व सहदेव यांचीही दास्यत्वातून मुक्तता करावी— बस्स, आता यापुढे काहीही नको. माझे हे पाच पराक्रमी पती गेलेली संपत्ती पुन्हा मिळवतीलच, याविषयी माझ्या मनात शंका नाही.''

झाले. पाचही पांडव मुक्त झाले. सभेने जयजयकार केला, पण शकुनी

अन् दुर्योधनास कमालीचे दुःख झाले. त्यांची धुसफुस चालूच होती. मुक्त झाल्याबरोबर युधिष्ठिराने धृतराष्ट्राला अभिवादन करत म्हटले, "मी युधिष्ठिर आणि माझे चारही बंधू आपणास अभिवादन करीत आहोत." अभिवादनानंतर महाराज धृतराष्ट्र म्हणाले, "युधिष्ठिरा, अजातशत्रू धर्मराज, तुझे त्रिवार अभिनंदन. तुझे कल्याणच होईल. मी आज्ञा केली आहे— तुला तुझी सर्व संपत्ती परत मिळणार आहे. तू फार सज्जन आहेस. झाल-गेले, वैर विसरून जा. दुर्योधनाविषयी मनात रोष धरू नकोस. मी आता तुझ्या पाठीशी राहणार आहे. जा, तुला उदंड शुभकामना..."

धृतराष्ट्र, माता गांधारी, विदुरकाका, कौरवस्त्रिया, विकर्ण आदींचा निरोप घेऊन आम्ही सर्वांनी इंद्रप्रस्थनगरीकडे प्रयाण केले. क्षणभर वाटलं— झालं-गेलं विसरून जावं अन् नव्या उमेदीनं आता जगावं... पण आता ते शक्य आहे का? आयुष्याच्या इतिहासातील हे काळे पान भूतकाळाच्या गर्तेत लोटून द्यावं अन् नव्या दमानं जीवनाचा आस्वाद घ्यावा, असं जरी मला वरवर वाटत असलं; तरी हा अपमान कदापि विसरता येणार नाही, असं दुसरं मन म्हणत होतं. मी विचार करत होते. प्रवास सुरूच होता. भीम, पार्थ, नकुल, सहदेव यांच्या चेहऱ्यावर आपण मुक्त झाल्याचा आनंद होता; तर युधिष्ठिर मात्र पश्चात्तापदग्ध होता, हे माझ्या चांगलेच लक्षात आले होते. म्हणून युधिष्ठिराला अवमानकारक काही बोलायचे नाही, असे मी ठरवून टाकले होते. आमचा प्रवास चाललेलाच होता. मला मात्र आज प्रकर्षाने घार व घारीच्या पिल्लांची आठवण होत होती. ही आठवण कशासाठी एवढी सतावीत होती, कळत नव्हते. वाटले, अजून तरी काही वाईट घडणार नाही ना? पण छे! आता याहून वाईट काय घडणार आहे? भर सभेत दुष्ट दुर्योधन, दुःशासनाने माझ्या वस्त्राला हात घातला होता... मग हे एवढं वाईट घडून गेल्यावर यापेक्षा आता काही वाईट घडणार नाही, असं वाटत होतं. झालं-गेलं गंगेला मिळालं. या विषयावर युधिष्ठिराला आता फारसं डिवचायचं नाही, असं मी ठरवलेलंच होतं. आम्ही इंद्रप्रस्थनगरीत आलो. तिथे आमचे भव्य स्वागत झाले.

इंद्रप्रस्थनगरीत पांडवाचे राज्य पुन्हा सुरू झाले. वस्त्रहरणाचा काळजावर पडलेला डाग विसरून मीही आता इंद्रप्रस्थनगरीत रमत होते. तरीही आता तरी नियती सुखाचे चार घास खाऊ देते की नाही, याविषयी मी साशंक होते. कितीही शांतचित्त राहण्याचा प्रयत्न केला, तरी कधी कधी अशांतता आक्रमण करीतच

असे. मग मला फारच एकाकी वाटत असे, निराधार वाटत असे. विश्वविजेते पाच पराक्रमी पुरुष माझे पती असूनही मला असे का वाटते, हेच कळत नव्हते. खरं म्हणजे, आता सुखनैव जीवन जगता आले पाहिजे. मुलंही आता शास्त्राभ्यासात रमली होती. युद्धनिपुणही होत होती. श्रीकृष्णासारखा सखा पाठीशी होता. असे असूनही हे याज्ञसेनी नावाचं पाच आऱ्यांचं चाक सुखाचा मार्ग सोडून कुठेही का घरंगळत चालले आहे, हेच कळत नव्हते. पण काही तरी भयंकर घडणार आहे, असं मला उगीचच वाटत होते अन् पुढं दुर्दैवाने हे खरेच घडले.

थोडा काळ गेल्यावर एक दिवस अचानक इंद्रप्रस्थनगरीत प्रतिकामी आला. प्रतिकामी आल्याचे कळल्यावर मला धस्स झाले. आता अजून पुढे काय संकट वाढून ठेवले आहे, हेच कळत नव्हते. प्रतिकामीला मी माझ्या महालात बोलावून घेतलं. प्रतिकामी तसा कौरव पक्षाचा असला, तरी एक इमानदार माणूस होता.

प्रतिकामी महालात आला. त्याचे अभिवादन स्वीकारून त्याला मी आसन ग्रहण करण्यास सांगितले. त्याचा पाहुणचार झाल्यावर मी विचारलं, "काय प्रतिकामी, इंद्रप्रस्थनगरीत येण्याचं विशेष प्रयोजन?"

"प्रयोजन आहे. महाराणी, परत निमंत्रण घेऊन आलोय."

"कसलं निमंत्रण?"

"द्यूतक्रीडेचं."

"काय ऽऽऽ?" मी अक्षरश: ओरडलेच. क्षणभर मला भोवळ आल्यासारखे झाले. मी सावरण्याचा प्रयत्न केला, पण प्रतिकामीच्या ते लक्षात आले असावे. सहानुभूती दर्शवीत प्रतिकामी म्हणाला, "महाराणी, शांत व्हा. कृपया आपण आता आपला तोल जाऊ देऊ नका. माफ करा— मी लहानतोंडी मोठा घास घेत आहे."

"प्रतिकामी, द्यूतक्रीडेत माझं वस्त्रहरण झालं... आता परत द्यूतक्रीडेचं निमंत्रण देऊन काय साध्य करायचं आहे?"

"महाराणी, मी सेवकमाणूस, धन्यानं सांगितलं, तेवढं काम करावं बस्स."

"तुझं बरोबर आहे म्हणा. मग महाराज युधिष्ठिराने हे निमंत्रण स्वीकारले का?"

"अर्थातच! महाराणी, निमंत्रण स्वीकारणं हा राजधर्म आहे. महाराणी... कालच माझं बोलणं झालं."

"व्वा! म्हणजे याकामी राजांना आमचा सल्लाही घ्यावासा वाटला नाही,

हेच आमचे दुर्दैव. काय म्हणाले महाराज युधिष्ठिर?''

''महाराणी...युधिष्ठिर म्हणाले, द्यूतक्रीडेच निमंत्रण नाकारणे हे धर्मशास्त्रात बसत नाही, म्हणून हेही निमंत्रण मी स्वीकारत आहे.''

''पण पत्नीचं रक्षण करणं, हे युधिष्ठिराच्या धर्मशास्त्रात बसते की नाही?'' माझा आवाज चढल्याचे माझ्याच लक्षात आले. आपण युधिष्ठिरावरचा राग प्रतिकामीवर उगीचच काढत आहोत, हे लक्षात आल्यावर मी राग सोडून पूर्ववत् झाले. प्रतिकामीला विश्वासात घेऊन द्यूतक्रीडेचं पुन्हा निमंत्रण देणाऱ्या कटकारस्थानाचा सुगावा काढला.

''प्रतिकामी... द्यूतक्रीडेचं भूत परत दुर्योधनाच्या मानगुटीवर कसे काय बसले? आता तर कुठे ती जीवघेणी विषक्रीडा संपली...असं असताना परत कसं काय निमंत्रण पाठवलं?''

''त्याचं असं झालं महाराणी'', असं म्हणत एक दीर्घ प्रश्वास टाकत प्रतिकामी सांगू लागला,

''महाराणी, आपण आपल्या पातिव्रत्य व पुण्याईच्या सामर्थ्यावर महाराज धृतराष्ट्रांकडून वर मागून घेतलेत व मुक्त झालात; हे दुर्योधन, शकुनीला अजिबात आवडले नाही. शकुनीच्या अंतःकरणात अग्नी, तर दुर्योधनाच्या डोळ्यांत ज्वाला भडकत होत्या. दोघांनी ठरवलं की, राजा धृतराष्ट्राला म्हातारचळ लागला आहे. त्यामुळे त्यांनी पांडवांना सोडून दिलं. आता पांडव म्हणजे डिवचलेले विषारी नाग आहेत. ते आता प्रतिशोध घेतल्याशिवाय राहणार नाहीत, म्हणून त्या दोघांनी ही जाणीव राजा धृतराष्ट्रांना करून दिली.''

''मग लगेच धृतराष्ट्रही बदलले काय?''

''नाही महाराणी, पहिल्यांदा धृतराष्ट्रांनी ह्या दोघांचं बोलणं मनावर घेतलं नाही. मग शकुनीने महाराज धृतराष्ट्रांना एकांतात दुर्योधनाचं दुःख समजावून सांगितलं. पांडवांना मुक्त केल्यापासून दुर्योधन कसा झुरत चालला आहे, त्याच्या दुःखाला पारावार नाही वगैरे वगैरे सांगितल्यावर पुत्रप्रेमाने आंधळे झालेल्या महाराज धृतराष्ट्रांनी शकुनीलाच यावर काय इलाज आहे, असे विचारल्यावर शकुनीने सांगितले— एकच उपाय, पुन्हा द्यूतक्रीडा.''

''आई गंऽऽऽ!'' नकळत माझ्या तोंडून निघून गेले अन् प्रतिकामीलाही माझी दया आल्याचे त्याच्या चेहऱ्यावर दिसले. मी प्रतिकामीला परत विचारलं, पुढं काय झालं प्रतिकामी?''

''मग काय— जन्मांध नि पुत्रप्रेमांध राजा धृतराष्ट्रांनी पुन्हा द्यूतक्रीडेचं

निमंत्रण देण्यास मान्यता दिली.''

''ह्या द्यूतक्रीडेला कुणीच कसा विरोध केला नाही प्रतिकामी?''

''महाराणी गांधारी आणि विदुरकाकांनी विरोध केला, पण महाराज ऐकण्याच्या मन:स्थितीत नव्हते. पण ह्या स्पर्धेत 'पण' कसा लावायचा, याचं स्वरूप मात्र निश्चित करण्यात आलं आहे.''

''कसा राहणार आहे 'पण'?''

''जो कोणी द्यूतक्रीडेमध्ये हरेल, त्यांनी बारा वर्षं वनवासात जायचं अन् पुन्हा एक वर्ष अज्ञातवासात जायचं.''

''सगळ्या आयुष्याचाच वनवास झाला आहे, प्रतिकामी! आता ह्या वनवासाला कोण घाबरतंय. चला, ही द्यूतक्रीडा आमच्या पदरात काय दान टाकणार आहे, बघू या... भेटू परत. प्रतिकामी, आता निरोप घे अन् मला जरा एकांतात राहू दे. आताशा एकांत प्रिय वाटू लागला आहे.''

प्रतिकामी गेला अन् मी विचारात पडले. युधिष्ठिराविषयी मनात प्रचंड चीड निर्माण झाली आणि ह्या द्यूतक्रीडेमध्येही युधिष्ठिराचाच पराभव होईल, असे उगीचच वाटत होते. आता युधिष्ठिराला काही सांगून उपयोग होईल, असे वाटत नव्हते. पण भीमाचा सदैव आधार वाटतो, म्हणून मी सायंकाळी भीमाच्या महालात गेले. भीमही अस्वस्थ दिसत होता. मला पाहून तो अधिकच व्याकूळ झाला, त्याच्या वक्षस्थलावर मान टाकून मी पहिल्यांदा मनसोक्त रडून घेतले. रडणे ओसरल्यावर जरा मोकळे वाटू लागले. भीम बिचारा खूप सांत्वन करीत होता.

''भीमा, मी ऐकलं ते खरं आहे का?''

''होय, परत द्यूतक्रीडेस हस्तिनापुरात निघायचं आहे.''

''कधी?''

''अगदी दोन दिवसांनी.''

''ह्या इतक्या महत्त्वाच्या प्रश्नावर मला विश्वासात घ्यावंसं वाटलं नाही?''

''युधिष्ठिरापुढे कुणाचंच काही चालत नाही याज्ञसेनी—''

''मग आता जे-जे होईल ते-ते पाहायचे, एवढंच ना?''

''एवढंच नाही; अजून काही आहे.''

''काय?''

''ह्या वेळी तुझा कसल्याही प्रकारचा अपमान मी होऊ देणार नाही.''

“युधिष्ठिराच्या धर्मशास्त्रापुढं तू काय करशील? तो तर स्वत:ला धर्ममार्तंड समजतो!”

“खड्ड्यात गेलं त्याचं धर्मशास्त्र!” भीम ताड्‌कन उभा राहत पुढे म्हणाला, “मी युधिष्ठिराला सांगून ठेवलंय तुझा जय-पराजय काय चालायचा चालू दे; पण याज्ञसेनीचा काडीचाही अपमान मी सहन करणार नाही... असं काही पुन्हा घडल्यास समस्त हस्तिनापूर जाळून भस्म करीन!”

हेच... भीमाचं असंच काही तरी मला सुखावून जातं. भीमाचा अवतार पाहून मला प्रसन्न वाटलं. युधिष्ठिराच्या नावाने शिमगा करत भीम महालाच्या प्रांगणात अस्वस्थतेनं येरझारा घालू लागला. शेवटी माझ्याजवळ येत भीम म्हणाला, “याज्ञसेनी, चिंता करू नकोस; मागच्यासारखा प्रसंग आता तुझ्यावर येणार नाही. होऊन होऊन काय होणार आहे? समजा, युधिष्ठिर द्यूतक्रीडेत हरलातच, तर फार फार बारा वर्ष वनवास अन् एक वर्षे अज्ञातवास होईल. आपण करू हे सगळं सहन.”

“भीमा, फक्त तू सोबत हवास मला! बस्स! मग वर्षंच काय, कितीही जन्मांचा वनवास असो की अज्ञातवास!”

भीम काही बोलला नाही, पण क्षणभर त्यानं आपला बलदंड हात माझ्या डोक्यावर ठेवला. कातरवेळ संपलेली होती. दिवेलागण झाली होती. मी भीमाचा निरोप घेऊन तत्काळ महालात परतले.

-०-०-०-

- ७ -

हस्तिनापुरात आमचे नेहमीप्रमाणे जल्लोषात स्वागत झाले. मला तर ह्या स्वागतात क्षणोक्षणी फूत्कारच जाणवत होते. स्वागत... पुन्हा तेच सभागृह... तिथेच पट मांडलेला... तीच मोठी माणसं... तोच शकुनीमामा अन् त्याच्या हातातल्या त्याच त्या कपटकवड्या ... पुन्हा द्यूतक्रीडा सुरू झाली. 'पण' बोलला गेला. जे हरतील त्यांनी बारा वर्षं वनवासात जावं अन् एक वर्ष अज्ञातवासात... अज्ञातवासात मात्र लपून राहणं आवश्यक होतं. कुठे ओळख पटलीच तर मग पुन्हा बारा वर्षं वनवास अन् एक वर्ष अज्ञातवास... ह्या 'पणात' कौरवांनी क्रूरपणाची हद्द ओलांडली. अज्ञातवासात पृथ्वीतलावर कुठेही लपले, तरी आपण पांडवांना शोधून काढू, असा आत्मविश्वास कौरवांना होता. त्यामुळे अज्ञातवासानंतर वनवास, पुन्हा अज्ञातवास असे चक्र चालू ठेवून पांडवांना कायमचे गिरिजन करण्याचा घाट कौरवांनी घातलेला होता. द्यूतक्रीडा सुरू झाली. शकुनीच्या हातातल्या कवड्या पटावर पडल्या मात्र... खरं म्हणजे, त्या कवड्या नव्हत्या; आमच्या हृदयाचे तुकडेच होते. 'पण' परत कौरवांनी जिंकला. एकच जल्लोष सुरू झाला केवळ शकुनी, दुर्योधन, दुःशासन इ. चार पाच लोकांनी जल्लोष केला; मात्र केवळ माता गांधारीच्या डोळ्यांवरील पट्टी ओली झाली होती. सभेने कौरवांचा काही जयजयकार केला नाही, पण आता इलाज नव्हता. आम्ही वनवासाची तयारी करू लागलो.

आम्हाला आता वनवासासाठी निघायचे, याचे अपार दुःख कुंतीमातेला झाले. कुंतीमाता आणि मुलांना सोबत न्यायचे नाही, असे आम्ही ठरवले होते. कुंतीमाता सोबत यायला तयार होती, पण आम्हा सर्वांच्या आग्रहाखातर कुंती माता विदुरकाकांकडे राहण्यास तयार झाली. आता प्रश्न होता मुलांचा. मुलांची आठवण झाल्याबरोबर माझं काळीज विदीर्ण झालं. मुलांना सोबत न्यावं, तर त्यांना वनवास सहन व्हायचा नाही; नाही न्यावं, तर मुलांचा

वियोग मला सहन होईल काय? काय करावं; कळत नव्हत. पुष्पवाटिकेतील घार माझ्या डोळ्यासमोर घिरट्या घालू लागली. कुठे असेल ती घार? आता असेल का नसेल? तिला तिच्या पिलांची आठवण येत असेल की नाही? विचारांच्या अगणित घारी माझ्या मेंदूला टोचण्या देत होत्या. तो विषय मी डोक्यातून प्रयत्नपूर्वक काढला अन् आता मुलांचं काय करावं; कळत नव्हतं. अभिमन्यूचं ठीक होतं. तो त्याच्या आईसोबत अन् लाडक्या मामासोबत राहणार होता. त्याची काळजी नव्हती. पण आता माझी ही पाच मुलं कुठं ठेवावीत, ह्यासाठी मी खूप विचार केला अन् धृष्टद्युम्नदादांकडेच मुलांना ठेवावं, हा निर्णय निश्चित झाला.

प्रतिविंध्य आता चांगलाच मोठा झाला होता. त्याला चांगले कळू लागले होते. माझ्या यातनांशी तो चांगलाच परिचित झाला होता. तो कोणत्याही परिस्थितीत चांगला राहील, ह्याविषयी मी निश्चिंत होते. सुतसोम तर प्रत्यक्ष भीमासारखा दिसत होता. अंगापिंडाने मजबूत असलेल्या सुतसोमाच्या वाट्याला मात्र कौरवपक्षाकडून फारच द्वेष येत असे. भीमपुत्राची काळजी होतीच. श्रुतकर्माची अन् अभिमन्यूची चांगलीच गट्टी जमत होती. त्यामुळे त्याला सुभद्रा सांभाळेल, असे वाटत होते. शतानिक आणि श्रुतसेन मात्र लहान होते. त्यांचे निरागस चेहरे पाहून माझ्या अंतःकरणात कालवाकालव होत असे. नकुल-सहदेवाची ही मुलं सुरूप आणि नाजूक होती. वनवासाला निघेपर्यंत मी मुलांपासून दूर झालेच नाही. त्यांना जवळ घेत, कुरवाळत असताना डोळे मात्र नकळत भरून येत असत. थांबतच नसत. एकेका मुलास जवळ घ्यावं, गोजारावं, त्याच्या मृदू मुलायम केसांतून हात फिरवावा, त्यांच्या मस्तकाचं अवघ्राण करावं, त्यांना चांगल खाऊ घालावं... यातच वेळ जाऊ लागला.

वनवासाला निघण्याच्या आदल्या दिवशी मात्र मुलांपासून मी क्षणभरही दूर गेले नाही. त्यांच्या डोक्यावरून हात फिरवताना वाटायचं की, काय माहीत— मुलांची व माझी भेट पुन्हा होते का नाही? त्या घारीची व तिच्या पिल्लांची जशी ताटातूट झाली, तशी तर आमची ताटातूट होणार नाही ना? तसं वाटायचं अन् मला भरून यायचं. माझ्या डोळ्यांत आसवं पाहून मुलं कावरीबावरी व्हायची. माझी मात्र चांगलीच कुचंबणा व्हायची. स्वतःला सावरायचं की मुलांना सावरायचं; कळत नव्हत. अशा वेळी कुंतीमातेने खूपच धीर दिला.

वनवासाला जाण्याचा दिवस उजाडला. युधिष्ठिरासहित सर्व पांडवांनी आपल्या अंगावरची भरजरी वस्त्रे काढून टाकली. मीही माझ्या अंगावरचा भरजरी शालू काढून टाकून झाडांच्या फांद्यांनी आम्ही शरीराला आच्छादलेलं होतं. आता आम्हास फक्त वृक्षमायाच मिळणार होती. हस्तिनापुरातील असंख्य लोक

आमच्यासोबत येण्यासाठी निघाले. पण युधिष्ठिरांनी सर्वांची समजूत घालून त्यांना परत पाठवलं. काही ब्राह्मण-मंडळी मात्र आमच्यासोबत येणार होती. सगळ्यांचा निरोप घेत-घेत शेवटी मी माझ्या मुलांजवळ आले. सगळ्यांना जवळ घेत म्हटलं, "मुलांनो, तुमचे पाच पराक्रमी पिता आणि मी तुमची अभागी आई... तुम्हा सर्वांना सोडून वनवासात जात आहोत. वनवास संपल्यानंतर आपली भेट होईलच. तोपर्यंत तुम्ही सर्वांनी धृष्टद्युम्न मामांकडे राहायचं....." पुढं मला बोलता येईना. कंठ अवरुद्ध झाला. डोळे डबडबले. मला सावरत प्रतिविंध्य म्हणाला, "आई, तू रडू नकोस. वनवास संपून तुम्ही या. आम्हीसुद्धा खूप पराक्रम करणार आहोत... पण आई तू रडलेली बघवत नाही..." बोलता-बोलता प्रतिविंध्याच्या डोळ्यांतही पाणी आलं. सुतसोमही माझ्या मागे-पुढे फिरू लागला. श्रुतकर्मा एकटक माझ्याकडे पाहत होता. त्याला जवळ घेत म्हटलं,

"हे बघा मुलांनो, आम्ही येईपर्यंत धृष्टद्युम्नमामाकडेच राहा. एखादे वेळेस जावंच वाटलं, तर अभिमन्यूकडे काही दिवसासाठी जात जा. तिथेही अभिमन्यूची आई म्हणजे तुमचीच आई— तीही तुम्हाला अंतर देणार नाही. तिकडेही कृष्णमामा आहेच. आनंदी राहा. माझी फारच आठवण आली, तर कुंतीमाता आणि विदुरकाकांना भेटून येत जा." हे ऐकून शतानिक ओक्साबोक्शी रडू लागला. श्रुतसेन तर सर्वांत लहान. त्याच्या गोंधळलेल्या चेहऱ्याकडे पाहून मी अधिकच अस्वस्थ झाले. त्याला जवळ घेत मी विचारलं, "श्रुतसेन... तुला खूप वाईट वाटतं का रे, आम्ही चाललो म्हणून...?"

"आई, तू जाऊ नकोस गंऽऽ" असे म्हणत श्रुतसेनने हंबरडा फोडला. माझीही अवस्था तशीच झाली. आम्ही एकमेकांना बिलगलो. आम्हा माय-लेकरांकडे पाहत सर्व जण आपले डोळे पुसत होते. महत्प्रयासाने मी स्वतःला सावरत म्हटले, "हे बघ श्रुतसेन, तू सर्वांत लहान आहेस. सर्वजण तुझे लाडच करतील. पण बाळा, मला जावं लागेल रे... अशा वेळी मला थांबता येणार नाही बाळा."

"पण तुला असे का जावे लागते गं आई? तुला असे वनवासात का जावे लागते?"

"ही वेळ नियतीनं आणलीय बाळा."

"ही नियती म्हणजे कोण असते गं आई?"

"हं बाळ. ही महाराणी असते, तिने जे पदरात टाकले, ते निमूटपणं स्वीकारावे लागते; तिथे काही चालत नाही."

"पण आमच्यासाठी तू जाऊ नकोस नं!. तू त्या नियतीलाच सांग ना आई—"

मला तर ह्या निरागस श्रुतसेनासमोर काय बोलावं, कळतच नव्हते. माझे डोळे सारखे भरून येत असल्यामुळं मला नीट बोलताही येत नव्हते. त्याला अधिकच बिलगत मी म्हणाले, "हे बघ बाळा श्रुतसेन, ही नियती महाराणी असेल... पण तिला बनवताना देव आईचं हृदय तिच्यात टाकायला, विसरला असेल, म्हणून तर तुमचं दु:ख तिला कळत नसेल. नाही तर तुम्हाला सोडून मी गेले असते का?" श्रुतसेनाची समजूत मी कशीबशी काढली. काळजावर दगड ठेवला. मुलांच्या डोळ्यांतील आसवांना टाळत, 'येतो आम्ही' असे म्हणत आम्ही वनवासाला निघालो.

उत्तर दिशेकडे आम्ही निघालो. प्रारंभी कुणीच कुणाशी बोलत नव्हतं. कठपुतळीच्या बाहुल्या चालाव्या तसे आम्ही चाललो होतो. आमच्या सोबत मोठ्या प्रमाणात ब्रह्मवृंद होता. आमच्यासोबत कंदमुळं खाऊनही दिवस काढण्याची त्यांची तयारी होती. आमचा तांडा आता काम्यकवनाकडे निघाला. घनदाट अरण्यातून आता प्रवास सुरू झाला. सर्वांत पुढे पार्थ— मग युधिष्ठिर, नकुल, सहदेव नंतर मी, माझ्यामागे ब्राह्मणमंडळी अन् शेवटी भीम— असा हा प्रवास सुरू झाला. मी चालत होते, पण माझा जीव मात्र माझ्या पाच मुलांत अडकलेला होता. सगळ्यांचे निरागस चेहरे डोळ्यांसमोर येत होते. निष्पाप श्रुतसेन आठवला की, जिवाची काहिली होत होती. प्रवासातील काट्याकुट्यांपेक्षा श्रुतसेनाची आठवण अधिक घायाळ करत होती. मुलांच्या आठवणीनं पाय जड होत होते. तरीही चालत होते. पण असं व्याकूळ होण्याने प्रचंड थकवा येत होता. धृष्टद्युम्नदादा मुलांचं चांगलं संगोपन करील, याची मला खात्री होतीच आणि आणीबाणीच्या प्रसंगी श्रीकृष्ण तर आहेच, अशी मनाची समजूत घालून मी मुलांचा विषय डोक्यातून प्रयत्नपूर्वक काढून टाकला.

आता पुढील प्रवासाचे काही तरी नियोजन करणे आवश्यक होते. आता बोलून-चालून वनवासच; त्यात कसलं आलं नियोजन? बारा वर्षं कोणकोणत्या जंगलात भटकायचं, एवढंच ठरवायचं. हं— आता मला चिंता ब्राह्मणांची होती की, यांना काय खाऊ घालावं? पण त्यांनीच आपण होऊन हा वनवास स्वीकारला होता. जे मिळेल ते आमच्यासोबत खाण्यास ते तयार होते. मजल-दरमजल करीत आम्ही काम्यकवनात आलो. दिवसाही रातकिड्यांचा किर्रऽऽ

आवाज कानांवर येत होता. काम्यकवन कसले हे तर राक्षसांचे माहेरच होते. इथे दिवसाढवळ्या हिंस्र श्वापदे मुक्तपणे फिरत होती. त्या घनदाट अरण्यात योग्य ठिकाण पाहून आम्ही आमचं बिऱ्हाड थाटलं. हे वन भयावह असले, तरी भीमार्जुनाची जोडी सदैव सावध असल्याने आम्हा मंडळींना काही भीती उरलेली नव्हती. पहिल्या आठ दिवसांतच किर्मीर नावाच्या राक्षसाची गाठ भीमाशी पडली. बकासुराच्या त्या भावाला भीमाने यमसदनाला पाठवलं अन् ब्राह्मण व इतर सामान्यजन निश्चिंत झाले. खडतर प्रवास सुरू झाला. मला ह्या वनामध्ये काही विशेष त्रास होत नव्हता. पण मुलांची आठवण आली की, मात्र खऱ्या अर्थानं मी वनवासी होत असे. मध्येच ती घार आठवायची अन् तिच्या पिलांच्या टोचण्या मला घायाळ करून जायच्या. अशा वेळी फार एकाकी वाटत असे. माझ्या जिवाची ही काहिली मात्र कुणाच्या लक्षात येत नव्हती. पण ही अवस्था फार काळ टिकली नाही. एक दिवस विदुरकाका आम्हाला भेटण्यासाठी काम्यकवनात आले. माझ्या अंत:करणात निर्माण झालेली मुलांविषयीची जीवघेणी ओढ विदुरकाकांच्या लक्षात आली असावी. ते बोलता बोलता म्हणाले,

"याज्ञसेनी, वात्सल्याच्या गावाचं अधिष्ठान म्हणजे मातृत्व... मला तुझ्या दु:खाची कल्पना आहे. मी इथून गेल्यावर धृष्टद्युम्नाला निरोप देईन. तो तुझी पाचही मुलं घेऊन येईल. मुलं चार दिवस इथं राहतील."

"पण विदुरकाका, हा वनवास त्या चिमुकल्यांना सहन होईल का?"

"ह्या वनवासाच्या माथ्यावर पाय देण्यास तुझं वात्सल्य समृद्ध आहे, याची मला जाणीव आहे."

"मग द्या तर धृष्टद्युम्नदादाला निरोप."

"अवश्य."

विदुरकाकांच्या काम्यकवनातील मुक्कामाने चार दिवस चांगले गेले. एक दिवस विदुरकाकांनी आमचा निरोप घेतला.

काम्यकवनात आता आम्ही थोडे स्थिरस्थावर झालो होतो. इथल्या आहार-विहाराशी आता चांगलेच सायुज्य साधले होते. सोबत आलेली ब्रह्मवृंदमंडळीही आनंदात होती. त्यांना काम्यकवन अनंत हातानी शाकाहार पुरवत होता. ते संतुष्ट होते. पार्थ हा विश्वविख्यात धनुर्धर असल्याने प्राण्यांची शिकार म्हणजे त्यांच्या दृष्टीने फार किरकोळ काम होते. आमच्या नित्य भोजनात मांसाहाराचे वेगवेगळे नमुने पार्थ पुरवत होता. किती तरी प्राण्यांची शिकार तो करत होता. दररोज एक वेगळी शिकार... कधी हरिण शरभ, तर कधी पृषत न्युंकू, कधी

शश सर, तर कधी मृग ऐणय, तर कधी शंबर... किती नावं सांगावीत? शाकाहार असो की मांसाहार; काम्यकवनाने काहीच कमी पडू दिले नाही.

एक दिवस धृष्टद्युम्नदादा पाचही मुलांना घेऊन काम्यकवनात आला आणि काम्यकवन नंदनवन झाले. मला तर आकाश ठेंगणे झाले. मुलांच्या चेहऱ्यावर हसू खेळू लागले. धृष्टद्युम्नमामांच्या घरी मुलं तशी सुखी होती. त्यांचा शास्त्राभ्यास व शस्त्राभ्यास सुरू होता. पण इथे तर मुलांच्या आनंदाला उधाण आले होते. आता शास्त्राभ्यास अन् शस्त्राभ्यासाला सुट्टी देण्यात आली होती अन् इथे आई होती. मीही मुलांपासून दुरावले नाही. त्यांचे स्नानसंध्यादी आन्हिक, त्यांना खाऊ-पिऊ घालणे त्यांना गोष्टी सांगणे ह्यात माझा वेळ कसा जात होता, कळत नव्हते.

मुलं जाण्याचा दिवस येऊ लागला तसतसे माझे मन चिंतेने काळवंडून जाऊ लागले. धृष्टद्युम्नदादा मुलांना घेऊन निघाला, तेव्हा श्रुतसेन म्हणाला, "आई, आम्ही आता इथेच राहतो. आम्हाला आता इथेच आनंद मिळत आहे. आम्हाला पाठवू नको गं..." माझे डोळे पाणावले. श्रुतसेन तर हट्टालाच पेटला होता. तो म्हणाला, "मी आता इथून जाणारच नाही मुळी.... नाही तर मग आई, तू आमच्या सोबत चल." श्रुतसेनाला जवळ घेत त्याला कुरवाळलं. काय बोलावे, हेच मला सुचत नव्हते. तोंडातून शब्द बाहेर पडत नव्हते. प्रयत्न करूनही मला डोळे कोरडे ठेवता आले नाहीत. काही क्षण त्याला जवळ घेऊन बसले अन् मग मनावर दगड ठेवून म्हणाले, "हे बघ श्रुतसेना, तुला खूप मोठं व्हायचं आहे ना?" असं म्हटल्यावर त्यानं मान डोलावली. त्याला विश्वासात घेत मी लगेच म्हणाले, "मग आता मामाकडे राहून शास्त्राभ्यास कर, शस्त्राभ्यास कर. खूप मोठा हो. आता हा वनवास लवकरच संपून जाईल, मग मीही तिकडेच येईन. होय की नाही?" श्रुतसेनाची कशीबशी समजूत काढून त्याला तयार केलं. धृष्टद्युम्नदादानंही मुलांची चिंता करू नकोस, असं मला सांगितलं अन् मुलं धृष्टद्युम्नदादासोबत निघून गेली.

काम्यकवनातील मुक्काम म्हणजे काही अज्ञातवास नव्हता. तेव्हा सर्वांचा निरोप देणे-घेणे, भेटीगाठी चालूच होत्या. श्रीकृष्णाची भेटही खूप दिवसांत झाली नव्हती. त्याच्या भेटीची ओढ लागली. श्रीकृष्णाला निमंत्रण देण्याचा आग्रह मी पांडवांकडे धरला. पांडवांकडून श्रीकृष्णाला निमंत्रण गेले. शाल्वाचा वध करून श्रीकृष्ण सुभद्रेसह काम्यकवनात आला. पुन्हा काम्यकवनाला महोत्सवाचे स्वरूप प्राप्त झाले.

श्रीकृष्ण येणार, म्हणून ब्रह्मवृंदालाही खूप आनंद झाला होता. तेव्हा श्रीकृष्ण येण्याच्या खूप अगोदरपासूनच त्यांनी फळझाडे बघून ठेवली होती.

काम्यकवन तर फळझाडांचं फार मोठं आगार होतं. आम्र, अंजीर, फणस, बिल्व, बोरी, औदुंबर, आवळे, करवंदे, डाळिंब, जांभूळ, पिंपरी, अश्वत्थ, हिरडे... किती तरी फळझाडे होती. ॠतुमानाप्रमाणे इथे विविध फळं मिळत होती. खूप फळं गोळा करून श्रीकृष्णाला दररोज ब्रह्मवृंदमंडळी फळांची मेजवानी देत होती. शेजारच्या जंगलातील आदिवासींनी काही केळी पण आणली होती. एकूण काय, तर श्रीकृष्ण आला म्हणून सर्वांनाच आनंद झाला होता. श्रीकृष्णाचे पार्थावर मुळातच विशेष प्रेम होते. पुन्हा पार्थाचा-सुभद्रेचा विवाह झाल्याने हे नाते द्विगुणित झाले. सुभद्राही, काम्यकवनात चांगलीच रमली. अभिमन्यूही त्याच्या आईसोबत होता. श्रीकृष्णाचा चांगलाच मुक्काम काम्यक वनात पडला होता. कौरवांनी माझी विटंबना केली, पण कृष्णाच्या भीतीमुळेच त्यांनी माझी सुटकाही केली. माता गांधारींनीही त्यांना समज दिली नसती, तर माझे काय झाले असते, कुणास ठाऊक? द्यूतप्रसंग आठवला, तर आजही अंगावर काटा उभा राहतो. श्रीकृष्णाचे किती उपकार झाले माझ्यावर! ह्या जन्मी तरी त्याचे उपकार फेडता येणार नाहीत; तरीही श्रीकृष्णावर असलेल्या आत्यंतिक प्रेमापोटी असेल— त्याच्याविषयी माझ्या मनात रागाची एक छटा सदैव कार्यरत होती. द्यूतप्रसंगात माझ्यावर झालेल्या अपमानाबद्दल श्रीकृष्णाने एका शब्दाचीही सहानुभूती आतापर्यंत व्यक्त केली नव्हती. तो राग मला व्यक्त करायचा होता. या वेळी श्रीकृष्णाचा मुक्काम लांबल्याने आता तो व्यक्त करता येणार होता.

एका निवांत क्षणी मी विषय छेडला. म्हणाले, ''श्रीकृष्णा, दुःशासनाने माझ्या वस्त्रास हात लावला. श्रीकृष्णाच्या सखीवर हात टाकण्याची हिम्मत दुर्योधन, दुःशासनादी कौरवांनी केली; याचे तुला काहीच वाटले नाही?'' श्रीकृष्ण आकाशाकडे पाहत होता. मी बोलते अन् हा काहीच बोलत नाही, याची मला खूपच चीड आली. मी रागाने म्हणाले, ''मी काय म्हणते, ते तुला ऐकायला येते ना श्रीकृष्णा? की तू बहिरा झाला आहेस?'' मी एवढं चिडल्यावरही श्रीकृष्ण फक्त हसला. मी आणखीनच चिडले. ''माझ्या सर्वांगाचा दाह होतोय अन् तुला हसायला येतंय का?'' माझा आवाज कातर होत गेला अन् माझ्या डोळ्यांत पाणी उभं राहिलं.

मग मात्र श्रीकृष्ण गडबडला. म्हणाला, ''मला काहीच वाटलं नाही, असं वाटतं का तुला याज्ञसेनी?''

''होय.'' मी ठणकावून म्हणाले...

''मग तुझा काही तरी गैरसमज झालेला दिसतोय. जेव्हा द्यूतक्रीडा सुरू झाली, तेव्हा मी कुरुक्षेत्रावर एका लढाईत गुंतलेलो होतो. मला हे आधीच

कळालं असतं, तर मी युधिष्ठिराचं मन वळवून द्यूतक्रीडाच होऊ दिली नसती. आता ते जाऊ दे. निघून गेलेल्या वेळेविषयी फारसं बोलू नये. पण, जेव्हा मला हे सगळं समजलं, तेव्हाच मी सांगून टाकलं होतं-''

''काय सांगून टाकलं होतं?''

''की, कौरवांच्या अध:पाताला आता सुरुवात झाली आहे म्हणून.''

''ते झालं... पण या संदर्भात तुझी प्रत्यक्ष काय कृती होती?''

''याज्ञसेनी, उतावीळ होऊन चालत नाही. वेळेची प्रतीक्षा करावी. एक दिवस सत्याचाच विजय होणार आहे.''

''कधी येणार आहे तो दिवस?'' मी चिडून म्हणाले.

''कौरवांचा अंत जवळच आलेला आहे.''

''श्रीकृष्णा, मोघम बोलू नकोस.''

''मग काय करू? हाती शस्त्र घेऊन कौरवांवर चालून जाऊ?''

''त्याचीही आवश्यकता नाही. हे काम करायला भीमार्जुन तयार आहेत.''

''मग काय करू?''

''भीमार्जुनाला युद्धासाठी तयार कर. दुर्योधन-दुःशासनाच्या रक्ताचा सडा माझ्या अंगणात टाकण्याची प्रचंड इच्छा माझ्या मनात निर्माण झाली आहे. यासाठी तुझी मदत हवी आहे. जोपर्यंत हे होणार नाही तोपर्यंत माझ्या अंत:करणात जळत राहणारा दाह कमी होणार नाही.''

''याज्ञसेनी, धीर धर. अशी अंतर्बाह्य पेटून उठू नकोस. धीराने काम केल्यास सगळं काही व्यवस्थित होईल; अन्यथा हे करता-करता आपल्यालाही काही गमवावे लागेल.''

''काहीही गमावण्याची माझी तयारी आहे; पण कौरवांना शिक्षा झालीच पाहिजे!'' माझा हा अवतार पाहून श्रीकृष्ण क्षणभर गोंधळून गेला. मला तर रडूच कोसळले. क्षणभर कुणीच कुणाशी बोललं नाही. थोड्या वेळाने श्रीकृष्णाने माझ्या मस्तकावर हात ठेवत अभिवचन दिलं— ''याज्ञसेनी, तुझ्या मनासारखंच होईल. हे बघ, दुष्ट प्रवृत्ती जाळताना कधी कधी आपलेही हात भाजून निघतात. त्यासाठी अतिशय सावधपणे पाऊल टाकावे लागते. त्या सबंध गोष्टीचा विचार करूनच मी निर्णय घेणार आहे. माझ्यावर विश्वास ठेव अन् निश्चिंत राहा...''

श्रीकृष्ण अभिवचन देऊन निघून गेला. मी मात्र त्याच्या प्रत्येक विधानावर विचार करू लागले. श्रीकृष्ण गेल्यावर काम्यकवनातले चैतन्य गेल्यासारखे झाले. त्याच्यावर रागावण्याने अपराधीपणाची भावना माझ्या मनात उगीचच मूळ

धरू लागली. पुन्हा माझी मीच समजूत घालून घेतली. श्रीकृष्णाचे मन एवढे संकुचित खचितच नाही. त्यामुळे अपराधीपणाची भावना मनातून काढून टाकण्याचा मी निश्चय केला. तरीही एक आंतरिक हुरहूर व्यापून राहिली होतीच. हे सगळं दुःख एकदा भीमाच्या कानावर टाकलं. भीमानंही सांत्वन केलं. तेव्हापासून थोडंसं हलकं वाटू लागलं.

काम्यकवनात आता आमचा बराच काळ गेला होता. इथून मुक्काम हलवण्याचा विचार आम्ही करू लागलो. इथून कुठे प्रयाण करायचे, याविषयी बरीच चर्चा झाली. शेवटी द्वैतवनाकडे जाण्याचे निश्चित झाले. एका सकाळी आम्ही काम्यकवन सोडले. तेथील मुक्काम भीतिदायकच होता. पण ह्याच मुक्कामात माझी पाचही मुलं भेटून गेली, श्रीकृष्ण भेटून गेला, विदुरकाका येऊन गेले, धृष्टद्युम्नदादा येऊन गेला. त्यामुळं काम्यकवन काही नकोसे झाले नाही. काम्यकवन सोडताना उरात नकळत हुरहूर दाटून आलीच होती. श्रीकृष्णालाही इथेच आपण टाकून बोललो. हे शल्य मनात होतेच, पण मला वाटते, एका अर्थाने ते बरे झाले. श्रीकृष्णाने युद्धाचे मनावर घेतल्यास पांडव त्याच्या शब्दाबाहेर नाहीत. म्हणजे युद्ध होईल आणि दुर्योधन-दुःशासनाला त्यांची जागा कळेल. आता यापुढे जेव्हा केव्हा श्रीकृष्णाची भेट होईल, तेव्हा युद्धाचा विषय आपण लावून धरलाच पाहिजे, असे मी ठरवून टाकले.

आम्ही मजल-दरमजल करीत द्वैतवनात येऊन पोहोचलो. द्वैतवन म्हणजे शीण घालवणारी भूमी होती. ह्या भूमीवर पाय ठेवला मात्र... मला वाटलं, स्वर्ग स्वर्ग म्हणतात, तो हाच तर नाही? इथली मातीच कैवल्यदायी असावी. इथला निसर्ग सदैव फुलून आलेला होता. जणू सदा सर्वकाळ वसंतऋतूच इथे असावा, असे वाटत होते. काम्यकवनासारखे इथेही प्राणी होते. पण इथले पशू हिंस्त्र नव्हते. हे खऱ्या अर्थाने अभयारण्य होते. काम्यकवनाप्रमाणे इथे फळझाडेही मोठ्या प्रमाणावर होती. द्वैतवनात फुलझाडांची तर एवढी गर्दी की, यामुळे अवघं द्वैतवनच सुगंधमय झालेलं होतं. केवडा, नागचाफा, पारिजात, कांचन, कमळे, कर्णिकार, कोरांटी, तिलक, चंपक, अशोक, केतकी, बकुळ अशी कितीतरी फुलझाडं... त्यामुळे बाराही महिने कोणत्या ना कोणत्या फुलांचा सुगंध द्वैतवनात दरवळत होता.

द्वैतवनाचं दुसरं एक महत्त्वाचं वैशिष्ट्य म्हणजे ते सत्पुरुष, साधू नि संन्याशांचं वसतिस्थान होतं. वेदध्ययन करणारे प्रकांड पंडित जसे इथं होते, तसेच अग्निहोत्र करणारे तपस्वीही होते. एकूणच, इथला निसर्ग प्रसन्नदायी होता. द्वैतवनाचा

अधिकाधिक भाग सरस्वती नदीने व्यापलेला होता. द्वैतवनाने माझ्या दु:खी मनावर हळुवार फुंकर घातली. मी इथे रमू लागले. काम्यकवनातील एकाकीपणाची भावना इथे थोडी कमी झाली. पण क्वचित प्रसंगी कौरवांनी केलेला अपमान ज्वालामुखीच्या लाव्हासारखा उसळून येई अन् मग संवेदनेचं आभाळ भरून येई. अशा वेळी भीम माझ्याकडे धावून येई. माझी मनोवस्था भीमाला तत्काळ कळत असे. भीमाएवढा ओबडधोबड आणि भोळाभाबडा पुरुष मी बघितला नव्हता. प्रीती काय असते ह्याचा वस्तुपाठ म्हणजे भीम. काडीचीही अपेक्षा न करणारं त्याचं प्रेमच मला जगण्याचं बळ देत होतं; नाही तर जगण्यासारखं आता काय शिल्लक राहिलं आहे! एवढ्या घोर विटंबनेनंतरही मी कशासाठी जगते? मी मुळातून विचार करू लागते, तेव्हा लक्षात येते— जगण्यासाठी दोन-तीन महत्त्वाची कारणे आहेत. पहिलं महत्त्वाचं कारण म्हणजे, माझी पाचही निरागस मुलं. त्यांच्यासाठी नाही जगले, तर ती स्वत:शीच प्रतारणा होईल. दुसरं जगण्याचं आणखीन एक प्रेमरूप म्हणजे श्रीकृष्ण. त्याच्या भीतीमुळेच तर वस्त्रहरणाच्या महासंकटातून मी वाचले अन् तिसरे महत्त्वाचे कारण म्हणजे, भीमाचं कातळपाणी प्रेम. मी भीमासाठी काही करू शकले नाही, याचे शल्य मनात आहेच. चौघांसारखा हा पाचवा, एवढीच माझी धारणा होती. ह्या चौघांपेक्षा हा किती वेगळा आहे, हे कळायला मला खूप वेळ लागला.

पार्थाच्या पराक्रमाने मी प्रभावित झाले. वाटलं! पार्थासारखा पती मिळणं म्हणजे अहोभाग्यच! त्या क्षणी तरी मला विश्वामध्ये माझ्याइतकी भाग्यवान स्त्री नाही, असे वाटले. पण नंतर हळूहळू कळू लागले की, पार्थ फक्त माझ्यावर मालकी हक्क सांगणारा एक सामान्य पुरुष आहे. कदाचित हे टोकाचं प्रेम असेलही; पण मला ह्याचा खूप त्रास झाला. युधिष्ठिराशी माझा विवाह म्हणजे तर माझे दुर्भाग्यच होते. जीवनातील जीवघेण्या दु:खांची देणगी मला युधिष्ठिरांनीच दिली आहे. तत्त्वज्ञानाच्या पातळीवर अतिशय बावळट ठरलेल्या युधिष्ठिराकडे बघितले अन् वस्त्रहरण आठवले की, अजूनही मला प्रचंड राग येतो. मग माझी मन:स्थिती सर्वसामान्य व्हायला खूप वेळ लागतो. माझ्या रागावण्याने युधिष्ठिरामध्ये किंचितही फरक पडत नाही, याचेही दु:ख आहेच. नकुल-सहदेवाविषयी मात्र फारसं चांगल किंवा वाईटही बोलता येत नाही. माझ्याशी त्यांचा विवाह झाला अन् जीवनाची सार्थकता झाली, असेच त्यांना वाटते. आपल्याच आनंदात राहणाऱ्या ह्या दोन वीरांनी मला फारसा त्रास दिला नाही. भीमाच्या बाबतीत मात्र मीच कमी पडते. माझ्याकडून हा अपेक्षा का करत नाही, याचं मला वारंवार दु:ख होते.

द्वैतवनात आता आनंदात दिवस चाललेले होते. सरस्वती नदी ही द्वैतवनाचे वैभव होती. सरस्वतीच्या किनाऱ्यावर बसले की, मी स्थितप्रज्ञ होत असे. सरस्वतीच्या सहवासाने समाधी-अवस्था प्राप्त होत असे. कधी अस्वस्थ वाटू लागले, तर मी सरस्वतीच्या किनाऱ्यावर तासन्तास बसत असे. सरस्वती नदी आमच्या आश्रमापासून जवळच होती. एकदा असेच झाले. आश्रमाच्या परिसरात मी आणि युधिष्ठिर गप्पा मारत बसलेलो होतो. कौरवांचा विषय निघाला, वस्त्रहरणाचा विषय निघाला... बोलण्याने बोलणे वाढले अन् माझा व युधिष्ठिराचा वाद सुरू झाला. खरं म्हणजे, माझाही तोल गेलाच होता. मी म्हणाले, "युधिष्ठिरा, माझे पूर्वजन्माचे काही तरी पाप असले पाहिजे, म्हणून तर तुझ्याशी विवाह झाला."

"याज्ञसेनी, एवढा का मी वाईट आहे? मग धर्माचरणी युधिष्ठिर म्हणून माझा सर्वत्र गौरव कसा होत आहे? युधिष्ठिराचे नावच धर्म पडावे, एवढा धर्म मी पाळला आहे. मला दोष देणारी पृथ्वीतलावर एकच व्यक्ती आहे अन् ती म्हणजे याज्ञसेनी... तू मला समजून का घेत नाहीस?"

युधिष्ठिर स्वत:लाच पटवून देण्याचा केविलवाणा प्रयत्न करीत होता. त्याचा हा मानभावीपणा पाहून मला अधिकच चीड येत होती. मी चिडून म्हणाले, "तुला काय समजून घ्यायचे? माझ्यावर ही वेळ कुणी आणली? एका अप्रतिष्ठित खेळावर आपली महाराणी पणावर कुणी लावली? मी म्हणजे काय तुला एखादी वस्तू वाटले की काय? याजऋषींच्या आश्रमात वेद अध्ययन करून आपलं एक वेगळं विश्व निर्माण करणारी याज्ञसेनी... युधिष्ठिरा, तुला समजलीच नाही. स्वत: तर दास झाला होतास; मग मला पणावर लावण्याचा अधिकार तुला कुणी दिला होता?"

"प्रारब्धामध्ये जे आहे, ते चुकत नाही याज्ञसेनी."

"आपल्या हाताने अधोगतीच्या गर्तेत पडावे आणि वर प्रारब्धाच्या नावाने शिमगा करावा, हेच तर तुझ्या जीवनाचे सूत्र आहे युधिष्ठिरा. पुरुषाने पुरुषासारखे जगले पाहिजे. धैर्य, पराक्रम ही पुरुषाची महत्त्वाची लक्षणे असतात. पण तुझ्याकडे ना धैर्य, ना पराक्रम! अरे, तुझ्या डोळ्यांसमोर तुझ्या धर्मपत्नीचे वस्त्रहरण झालं... तेव्हा तुझं रक्त पेटून कसं उठलं नाही? अन् आता धर्माचरणाच्या गोष्टी करतोस युधिष्ठिरा? तुझ्या धर्म आणि नीतीच्या तत्त्वज्ञानाविषयीच मला शंका येते. धर्म-धर्म करीत तू असाच अरण्यात कष्ट करीत जा अन् अधर्मी कौरव तिथे सुखेनैव राज्य करीत राहतील. सोडून दे तुझे हे पांगळे तत्त्वज्ञान अन्

सोडून दे ही वनवासाची प्रतिज्ञासुद्धा. एवढे पराक्रमी, बलशाली बंधू तुझ्या पाठीशी आहेत. आता तुम्ही सर्वांनी चढाई करा अन् आपले गेलेले राज्य मिळवा. ज्या धर्मापासून दु:ख उत्पन्न होते, त्याला धर्म तरी कसे म्हणावे? दुर्योधन-दु:शासनासारख्या दुष्टांस ऐश्वर्य देणे आणि तुझ्यासारख्या धर्मनिष्ठास विपत्तीत टाकणे, असा जर कुठला धर्म असेल; तर तो तपासून बघितला पाहिजे. माझी विटंबना होताना षंढासारखा बसून राहिलास. अशा वेळी तत्त्वज्ञानाच्या बुडबुड्यांनी तहान भागत नसते. असे काही क्षण असतात की, तिथे तत्त्वज्ञान पांगळे होते. मी सर्वांगाने पेटले होते, तेव्हा माझे पाच पराक्रमी पती माना खाली घालून बसलेले. खरं म्हणजे, कौरवांचा पराजय करायला केवळ भीमसेन पुरेसा होता. किती चिडला होता भीम... भीम कसला— तत्क्षणी लाव्हारसाचा प्रचंड गोळा झाला होता भीम! पण तोही तुझ्याच आज्ञेत बसला शेवटी शांत. झाले — माझी विटंबना झाली अन् तेव्हाच तुझं समाधान झालं.''

''याज्ञसेनी, हे बघ...''

''बोलू नकोस... यापुढे अवाक्षरही बोलू नकोस. केवळ तुझ्यामुळे मी कलंकित झाले. चार दिग्विजयी बंधू तुझ्यासोबत असताना कौरवांना किड्यामुंग्यासारखं चिरडणं तुला किती सहज जमलं असतं... पण छे!... तू तर हे केले नाहीसच; उलट उघड्या डोळ्यांनी माझी विटंबना पाहत राहिलास आणि तुझे हे पराक्रमी बंधू तुझ्यातल्या नेभळटपणाला शरण आले होते. धिक्कार असो ह्या पांडवकुलाचा! पृथ्वीतलावर मानवजात जिवंत असेपर्यंत युधिष्ठिरा आबालवृद्ध तुझा निषेधच करत राहतील...'' माझा आवाज चढत होता अन् युधिष्ठिर मान खाली घालून बसलेला होता. वस्त्रहरणाच्या वेळीही तो असाच बसलेला होता. त्याच्या अशा बसण्याकडे पाहून माझ्या रागाचा पारा अजूनच चढला. माझा आवाज आश्रमापासून द्वैतवनात सर्व दूर पसरला.

एवढ्यात भीम धावतच आला. आश्रमाच्या परिसरातच पार्थ, नकुल नि सहदेव अस्त्रविद्येचा सराव करत होते. माझा चढलेला आवाज त्यांच्या कानावर गेला असावा. ते तिघेही धावत आले. त्यांनी आलटून-पालटून माझ्याकडे अन् युधिष्ठिराकडे पाहिले. नकुल अन् सहदेव तर भीतीने निस्तेज झाले. माझ्या लक्षात आले, माझा आवाज अधिकच चढलेला असावा. ते आल्यामुळे माझ्या रागावण्यात खंड पडलेला नव्हता. उलट, पार्थाला पाहून माझा क्रोध अधिकच वाढला.

माझ्याकडे विस्मयाने पाहत पार्थ म्हणाला, ''याज्ञसेनी, तुला झाले तरी

काय?''

''काय झाले? आग लागली आहे माझ्या अंगाला! जन्मोजन्मींचं अनंत पाप असेल, म्हणून तर तुम्हा पाचांची पत्नी झाले. ही आग मला होरपळून टाकत आहे.''

''पण नेमकं काय झालं तुला याज्ञसेनी?'' माझ्या जवळ येत पार्थाने विचारलं.

''दूर हो पार्था, माझ्याजवळ येऊ नकोस; अन्यथा ह्या आगीत तू जळून खाक होशील.''

''कसली आग? काय बोलते आहेस याज्ञसेनी तू हे?''

''पार्था, ती आग तुला दिसायची नाही अन् सहनही व्हायची नाही. ते सहन करण्याची ताकद विधात्यानं केवळ याज्ञसेनीच्या देहातच निर्माण केली आहे. केवळ माझ्या देहातच... लाज नाही वाटत तुला कसली आग म्हणून विचारायला? कसला पराक्रमी पुरुष तू? कसले तुझे शौर्य? एवढा मालकी हक्क दाखवत राहिलास... त्रागा करून निघून गेलास. माझा यत्किंचितही दोष नसताना मला टाकून तीर्थयात्रेस गेलास. तीर्थयात्रेला जाऊन काय केलंस? तपश्चर्या? साधना? की काही यज्ञकर्म? नाही... असं काहीच नाही. तीर्थयात्रेस जाऊन रूपसुंदर स्त्रियांशी मात्र विवाह केलेस... वा रे तुझा पराक्रम! एका अश्राप स्त्रीला कायम वेदना देण्यासाठीच तुझा अन् ह्या युधिष्ठिराचा जन्म झाला आहे. तीर्थयात्रेवरून स्त्रियांसोबत आलास, तरी मी आकांडतांडव केले नाही. सातत्यानं तुम्हा सर्वांना समजून घेण्याचा मी प्रयत्न करीत आले. तुम्हा सर्वांना फक्त समजून घेत आले... अन् तुम्ही तर माझे स्वत्त्वच मारायला बसलात अन् शेवटी एक दिवस तुमच्या परीक्षेचा दिवस आला. वस्त्रहरणाचा दिवस म्हणून काळ्या अक्षरांनी ह्या दिवसाची नोंद इतिहासपुरुषाने केली अन् पार्था, ह्या परीक्षेत तुम्ही सर्वजण अनुत्तीर्ण झालात... तुम्ही सर्वजण अनुत्तीर्ण झालात, ह्यात काही विशेष नाही... पण पार्था, माझा भीमही अनुत्तीर्ण झाला रे... नाही, तुम्ही सर्वांनी त्याला अनुत्तीर्ण व्हायला भाग पाडलंत. मुळात भीम फार चांगल्या प्रवृत्तीचा आहे. त्याचंच खरं प्रेम माझ्यावर आहे. पण तोही वस्त्रहरणाच्या दिवशी अयशस्वी ठरला. त्यालाही तू आणि हा युधिष्ठिरच कारणीभूत आहात. त्या वेळी तत्त्वज्ञानाचे, धर्मशास्त्राचे धडे तुम्ही त्याला दिलेत. त्यामुळे तोही वस्त्रहरणाच्या वेळी शांत बसला.''

''शांत हो याज्ञसेनी, शांत हो. कौरवांच्या पापाचा घडा लवकरच भरणार

आहे. एक दिवस आम्ही त्यांना मातीमोल करू. लक्षात ठेव याज्ञसेनी, ही पार्थाची प्रतिज्ञा आहे. तुझ्यावर झालेला अन्याय आम्ही विसरलो नाहीत. लवकरच कौरवांना पळता भुई थोडी होणार आहे.''

''अरे, पण कधी?'' मी अक्षरशः ओरडले.

''याज्ञसेनी, योग्य वेळेची प्रतीक्षा कर.''

''प्रतीक्षा करता करता दमून गेले रे पार्था. तुम्हा सर्वांसोबत विवाहास मी तयार झाले याचा आज पश्चात्ताप होतोय. ह्या वनात अत्यंत हलाखीचे जीवन मी जगत आहे, अपार कष्ट करत आहे. पण माझी दया कुणालाच येत नाही. माझ्या तरल, नाजूक अन् नजाकतदार देहाचं तुम्ही वाट्टोळं केलं आहे. मुळात स्त्री ही कोमल असते. ह्या कोमलपणाची तुम्ही काय कदर केलीत? तरीही पार्था, त्यागाचं फार मोठं अधिष्ठान आम्हा स्त्रियांना आहे. मी तुम्हाला सोडून जाणार नाही. असे कितीदा वस्त्रहरण झाले, तरीही सोडून जाणार नाही. तुम्ही कसेही वागलात, तरी सोडून जाणार नाही. विधात्यानं ही माझी परीक्षा घेणं चालूच ठेवलं आहे. बघू या अजून प्रारब्धात काय लिहून ठेवले आहे—'' माझा आवाज क्षीण होत गेला. मला थकल्यासारखे झाले, याची कल्पना भीमास आली असावी. मला भोवळ आली होती. भीमानं मला सावरलं. विचारलं,

''काय झालं याज्ञसेनी? अशी त्रागा का करून घेतेस?''

''काही नाही भीमा! पश्चात्तापाचे प्रवाह आज माझ्यावर फारच घोंगावत येत आहेत.''

''आम्हा सर्वांशी विवाह, हेच पश्चात्तापाचे कारण आहे ना?'' बोलताना भीमाचा निरागस चेहरा अधिकच निखळ झाला. त्याचा आधार घेत त्याला घट्ट पकडून मी आश्रमाकडे निघाले.

आश्रमात विश्रांतीसाठी मी अंग टाकले. काही वेळ मला झोपही लागली. झोप कसली; ग्लानी असावी बहुधा! जाग आली. पाहते, तर भीम माझ्या पायथ्याशी बसून होता. मला कसे तरीच झाले. त्याचा चेहरा चिंताक्रांत दिसत होता. क्षणभर वातायनातून इकडे-तिकडे नजर फिरवली. माध्यान्ह होऊन बराच काळ गेलेला होता. सावकाश डोळे मिटत मी भीमाला म्हणाले, ''भीमा, तू अजून इथेच? आणि असं पायथ्याशी का बसलास? प्रातःकाळी सगळ्यांनी उठून तुझं दर्शन घ्यावं, एवढं निरागस तुझं व्यक्तिमत्त्व आहे. तुझी जागा पायथ्याशी नक्कीच नाही. पुन्हा असे पायथ्याशी बसू नकोस. मला पीडा होते भीमा! एक वेळेस पार्थ बसला तरी चालेल, युधिष्ठिर पायथ्याशी बसला तरी

चालेल. पण तू बसू नकोस.'' मी बोलत होते अन् भीम शांतपणे ऐकत होता. मी उठले. उगीचच वाटलं की, भीमाच्या पायावर डोकं ठेवावं. भीमाला नमस्कार करण्यासाठी वाकले; मात्र भीमानं मला उचलून धरलं, ''काय झालं याज्ञसेनी? आज अशी का वागतेस?''

''मला क्षमा करशील भीमा?'' माझे डोळे भरून आले होते. आपल्या उत्तरीयाने माझे डोळे पुसत भीमाने विचारले, ''कशासाठी क्षमा करायची याज्ञसेनी?''

''रागाच्या भरात तुलाही मी टाकून बोलले, याचं दुःख अंतःकरणात डाचत आहे.''

''काय बोलणं झालं याज्ञसेनी?''

''हेच की वस्त्रहरणाच्या प्रसंगी सर्वजण मूर्खासारखे वागले. युधिष्ठिर तसा मूर्खाचा मेरुमणी... त्याला टाकून बोलता-बोलता तुझ्याविषयीही मी बोलले आणि...''

''मी ऐकलंय ते सगळं, याज्ञसेनी.''

''काय, सगळं ऐकलंस?''

''हो, योजनभर दूर असलेल्या सरस्वतीच्या मोठ्या डोहात आज मी पोहायला गेलो होतो. तिथे यथेच्छ पोहून निघालो. आश्रमाच्या जवळ आल्यावर तुझा चढलेला आवाज कानावर पडला. काहीतरी गंभीर प्रकरण आहे, हे लक्षात आलं. इथं आलो आणि मी सगळं ऐकलं.''

''तुला मी टाकून बोलले, हे आवडले का भीमा?''

''हो... आवडले तर नाही.''

''मग राग नाही आला माझा?''

''अजिबात नाही.''

''कसं काय?''

''तू जे बोलत होतीस याज्ञसेनी, ते अगदी खरं होतं. युधिष्ठिरानं तर मूर्खपणा केलाच, त्याचे दोष अक्षम्यच आहेत; पण मूल्यसंकल्पनेच्या बेगडी तत्त्वज्ञानाखाली आमचे सामर्थ्यशाली बाहूही पांगळे झाले, याची मला पहिल्यांदाच लाज वाटली. तुझं बोलणं ऐकून स्वतःची चीड आली. याज्ञसेनी, वाटलं... वाटलं. ... की...'' भीमाचा कंठ अवरुद्ध झाला होता. त्याचे शब्द मुखातच विरघळून गेले... मी परत विचारलं, ''काय वाटलं भीमा?''

''वाटलं— उठावं, आल्या पावली परत सरस्वतीच्या डोहात जावं, हातापायाला प्रचंड वजनाचे दगड बांधावेत अन् डोहामध्ये जलसमाधी घ्यावी!''

भीम पश्चात्तापदग्ध दिसत होता. भीमाचे हेच विभ्रम मला अधिक भावतात. भीमाचं मी सांत्वन केलं. भीमाचं भरभरून बोलणं चालूच होतं. म्हणाला, ''याज्ञसेनी, आपल्या विवाहापासून मी पाहतोय— तुझं बोलणं ऐकताना एवढं तत्त्वज्ञान आपण इतरत्र ऐकलं नाही, असं वाटत राहतं. खरंच तू एक जीवनभाष्य करणारी पंडिता आहेस. एवढं हे सारं कुठं शिकलीस? का, हे तुला उपजतच आहे?''

भीम पुन्हा लहान मुलासारखं निरागस होऊन काही काही विचारत होता. मला वाटून गेलं— अशा मुलाची आपण आई असतो, तर किती बरं झालं असतं! मला कुंतीमातेचा क्षणभर हेवा वाटला. वाटलं— उठावं अन् भीमाच्या डोक्यावरून हात फिरवावा, मायेने त्याला जवळ घ्यावं. असा पुत्र प्राप्त होण्यास मातेचंही भाग्य लागतं. भीम मला विचारतच होता, ''सांग याज्ञसेनी, तुझ्या ह्या चिंतनाचं गमक काय आहे?''

''उपजत वगैरे काही नाही भीमा. ही सगळी कृपा महान ब्रह्मवेत्ते ऋषिवर्य याजांची. त्याच आश्रमात मी बृहस्पतीची नीती ऐकली, वेदांताचे सखोल चिंतन केले होते, अपौरुषेय वाङ्मयाचे परिशीलन केले होते, कमी वयातच मी जीवन रहस्याचा शोध घेऊ लागले. यातूनच माझं व्यक्तिमत्त्व घडत गेलं. कल्माषीनगरीतील याजऋषींच्या आश्रमात मी वाढले. हा आश्रम माझ्यासाठी जीवनाचीच शाळा ठरला. भागीरथीच्या तीरावरील हा आश्रम म्हणजे निसर्गाचा एक चमत्कार होय. तिथला निसर्ग मी मनमुरादपणे भोगला. निसर्गाशी माझी चांगलीच गट्टी जमली. खळाळणारं भागीरथीचं पोषक पाणी, डोळे भरून पाहता यावा एवढा व्यापक विविधरंगी निसर्ग, ऋषी-मुनींकडून ऐकलेल्या तत्त्वज्ञानाच्या ज्ञानधारा नि याजऋषींचे प्रेम... या सर्व रसायनातून मी घडत गेले.'' बघता-बघता मी भूतकाळात गेले. माझ्यासमोर माझंच बालपण दुडुदुडु धावत आलं. शून्यात दृष्टी लावून मी सर्व आठवत गेले. समोर भीम बसलेला आहे, याचेही भान मला राहिले नाही. भीमानेच काही तरी प्रश्न विचारून मला त्याची जाणीव करून दिली. माझ्या अन् भीमाच्या गप्पा चांगल्याच रंगल्या होत्या. भीमाशी संवाद साधला की, हलके वाटू लागते, याचा अनुभव त्या दिवशीही मी घेतला.

द्वैतवनातील पुढील दिवस म्हणजे ताणतणावाचेच दिवस होते. माझ्यात अन् युधिष्ठिरात उत्तरोत्तर वृद्धिंगत होणारे अंतर ह्या वनाने पाहिले. ह्या अंतराचा परिणाम युधिष्ठिरावर काहीही झाला नाही. आमच्या दोघांमधल्या संघर्षाची परिणती

युधिष्ठिर अध्यात्माकडे वळण्यात झाली. युधिष्ठिर अग्निहोत्र करू लागला, वेद अध्ययन करू लागला. एका तपस्यासारखे त्याचे जीवन सुरू झाले. युधिष्ठिराविषयीची माझ्या मनातली सगळी किल्मिषं मी काढून टाकण्याचा सातत्याने प्रयत्न करीत होते. त्याच्याविषयी माझे मन स्वच्छ, निखळ अन् निर्मळ झाले नाही. पण मी पत्नीधर्माला जागले. त्याची यथोचित सेवा करण्यात मी कुठेही कमी पडले नाही. अर्थात, मनाविरुद्ध हे सगळे करणे, हा तर भारतीय स्त्रीचा धर्मच असतो.

द्वैतवनामध्ये माझे अन् युधिष्ठिराचे अद्वैत कधी झालेच नाही, तरीही माझ्या परीने मी त्याच्या स्वत्वावर फुंकर घालतच राहिले. मी रागावण्याचा एक चांगला परिणाम हळूहळू दिसू लागला. तो म्हणजे, पार्थ आता अधिक तीव्रतेने युद्धाचा विचार करू लागला. कौरवांना त्यांची जागा दाखवून देण्याची प्रबळ इच्छा त्याच्या मनात हळूहळू जागृत होऊ लागली. भीम तर आता अंतर्बाह्य पेटूनच उठला होता. युद्धासाठी त्याचे हात शिवशिवत होते. द्वैतवनात माझेही आता बरे चालले होते. सरस्वतीच्या तीरावर तासन्‌तास बसणे, हाही माझ्या दिनचर्येत एक महत्त्वाचा भाग होऊन गेला होता. माझ्या जीवनातला हा एक विरंगुळाच होऊन बसला.

एका माध्यान्ही मी अशी एकटीच सरस्वती नदीच्या तीरावर बसले होते. पाण्यामधील विविध मासे न्याहाळणे, हाही माझा एक छंदच बनलेला होता. स्वच्छ सूर्यप्रकाश, थंड गुलाबी वारा, पक्ष्यांचा गुंजारव अन् फुलांच्या गंधाची मला चांगलीच सवय लागली होती. पाण्यातल्या माशांकडे पाहत-पाहत मी अशीच विचारप्रवण झाले. एका दगडावर बसून मी माझे पाय पाण्यात सोडले. मासे माझ्या पायाभोवती हळूहळू फिरू लागले. मासे येऊ लागले, जाऊ लागले. त्यांना पाहून मलाही गम्मत वाटत होती. एवढ्यात एक मोठा मासा अन् त्याच्यापाठीमागं छोटी चार पाच पिलं माझ्या पायाभोवती रुंजी घालू लागली. त्यांना पाहिलं अन् लख्खकन वीज चमकावी तसा मला पुष्पवाटिकेतला प्रसंग आठवला अन् अंगावर शहारे आले. कुठे असतील माझी मुलं? काय करत असतील? त्यांना ह्या वेळी आजूबाजूची माणसं कशी वागवीत असतील? ह्या वेळी पुष्पवाटिकेतील प्रसंग आठवून माझ्या मनात तशी भीती तर निर्माण झाली नाही, पण क्षणभर अस्वस्थ झाले. पार्थाने त्या घारीची पिल्लं कशासाठी मारली असतील? आपल्या मुलांचं काही बरं-वाईट तर होणार नाही ना? प्रश्नांचं वादळ माझ्या मनात घोंगावू लागलं. पुष्पवाटिकेतील ती घिरट्या घालणारी दुःखी घार मला आठवली. पार्थाने शौर्याचा आव आणत त्या पाच पिलांची शिकार

केली. आज तो प्रसंग माझ्या डोळ्यांसमोर उभा राहिला. पुष्पवाटिकेत मरून पडलेली घारीची पिल्लं, अस्वस्थ होऊन आकाशात फेऱ्या मारणारी घार, पार्थाचे तत्कालीन निर्दयीपण... आता सरस्वतीच्या पात्रात पायाशी खेळणारे मासे अन् त्यांची पिल्लं... हे सर्व घटक मला अस्वस्थ करू लागले अन् मला माझ्या मुलांची प्रचंड आठवण आली.

काय करत असेल प्रतिविंध्य? तो जरा जास्तच बापाच्या वळणावर गेलेला. युधिष्ठिरासारखं नेहमी तत्त्वज्ञानाच्या पातळीवरच बोलणारा प्रतिविंध्य बापासारखा मिळमिळीत होऊ नये! म्हणजे झालं. नाहीऽ नाहीऽऽ मी त्याला तसा होऊ देणार नाही. एकदा का वनवास संपला, कौरव नावाचे दुश्मन संपवले की, मग पांडव सुखाने राज्य करतील. प्रतिविंध्याला मीच खऱ्या अर्थाने दीक्षा देईन. तसा तो फार गुणी राजकुमार आहे. सुतसोमाचा आहार जरा बापाप्रमाणे अधिकच आहे. आता हे आईविना लेकरू पोटभर जेवत तर असेल ना? संकोच करून कमी तर खात नसेल? सुतसोमाचे पोट भरले की नाही, हे फक्त मलाच कळतं. अशा सुतसोमाची आठवण आली अन् माझे डोळे पाणावले. खरेच सुतसोम अर्धपोटी राहत असेल का? नाही, असं काही होणार नाही. त्यांचा मामा विशेष काळजी घेत असेलच की! पण मला उगीच चिंता वाटते. काम्यकवनात धृष्टद्युम्नदादा मुलांना घेऊन आला, तेव्हा मला उगीचच सुतसोम रोड झाल्यासारखा वाटला. कदाचित तसे नसेलही, पण मातेला चिंता करायला वात्सल्य भाग पाडते. श्रुतकर्मा पार्थासारखाच धनुर्धर होईल, याविषयी माझ्या मनात तरी शंका नाही. वनवासाला निघताना श्रुतकर्माचा चेहरा किती केविलवाणा झाला होता! ते आठवले की, आजही काळजात चर्र्रऽऽ होते. शतानिक व श्रुतसेन ही तशी नाजूक बाळं पण मला सोडून क्षणभरही राहत नसत. आता कशी राहत असतील, कुणास ठावूक? ह्या दोघांची आठवण आली अन् माझ्या डोळ्यांत पाणी आलं. काय दोष आहे ह्या मुलांचा? कोणतं पाप त्यांनी केलं, म्हणून त्यांना आईपासून वेगळं राहावं लागतं? की माझ्यासारखी दुर्दैवी आई आहे, म्हणून त्यांना हे भोगावं लागलं? कळत नाही. सरस्वती नदीच्या विस्तीर्ण पात्रातील हे मासे अन् त्यांची पिल्लं पाहून आज मला पुष्पवाटिकेतील घारीच्या पिल्लांची शिकार आठवली अन् मुलांची खूप आठवण तर आलीच; शिवाय त्यांची काळजीही वाटू लागली. माश्यांची पिल्लं माझ्या गुलाबी तळपायाला स्पर्श करू लागली. हा स्पर्शानुभव माझ्या वात्सल्यभावास ललकारू लागला. माझा पान्हा दाटून आला. आई गंऽऽ काय करत असतील माझी बाळं?...बाळांच्या बाळलीला आता

कुणाला तरी सांगाव्यात असं वाटत होतं. हे सर्व सांगण्यासाठी आता भीम जवळ नव्हता. पार्थाला सांगून उपयोगाचे नाही. त्याच्या मते, मी मुलांची निरर्थक चिंता करते.

काम्यकवनात एकदा पार्थाने सांबराच्या पिल्लांची शिकार करून आणली होती. त्या पिलांकडे पाहून मला घारीच्या पिल्लांची आठवण झाली अन् लगेच पाचही राजकुमार आठवले. त्या दिवशी मी जेवणच केले नाही. तेव्हा पार्थ म्हणाला, ''याज्ञसेनी, ह्या सांबराच्या पिलांची शिकार मी तुझ्यासाठी केली अन् तू तर आज भोजनही घेतले नाहीस.'' तेव्हा मी मुलांची आठवण आल्याचे सांगितले अन् घारीच्या पिलांची शिकार आठवल्याचे सांगितले. तेव्हा पार्थ खळखळून हसला होता अन् त्या विषयावर माझी मस्करीही केली होती. पार्थाच्या अशा वागण्याकडे मग मीही दुर्लक्ष करू लागले. शेवटी पार्थ पुरुष आहे अन् मी स्त्री आहे, हे सत्यच मी विसरून जात होते.

द्वैतवनातले दिवस असेच जात होते. एका कालखंडानंतर द्वैतवन सोडण्याचा आमचा विचार होऊ लागला. द्वैतवन सोडून कुठे जायचे हा प्रश्न होता. परत काम्यकवनाकडे जावे, कारण तो भाग आपल्या परिचयाचा झाला आहे, असा विचार भीमाने बोलून दाखवला अन् परत काम्यकवनात जायचे ठरले. एक दिवस भल्या पहाटे आम्ही द्वैतवन सोडले. परत काम्यकवनात आलो. काम्यकवन आत चांगलेच परिचयाचे झाले होते. पहिल्यांदा काम्यकवनात प्रवेश केल्यानंतर ते किती भयानक वाटत होते; पण आता सहवासाने आम्हा सर्वांनाच काम्यकवन प्रिय झाले होते. दुसऱ्यांदा काम्यकवनात प्रवेश करताना मनात भीतीचा लवलेशही नव्हता. ते आता द्वैतवनाइतके रम्य वाटू लागले. दुसरी एक महत्त्वाची बाब म्हणजे, द्वैतवन व काम्यकवन सरस्वती नदीने परस्परांशी जोडलेले होते, हा एक भावनिक दुवा आता मनाला उभारी देत होता. काम्यकवनात सरस्वतीच्या किनाऱ्यावर आम्ही आमचे बिऱ्हाड थाटले. बघता-बघता आम्ही काम्यकवनाशी पुन्हा एकरूप झालो.

जेव्हापासून वनवासास प्रारंभ झाला, तेव्हापासून किंवा त्याहीपेक्षा पूर्वी वस्त्रहरणापासूनच मी एकचित्त नव्हते. कसल्या तरी चिंतेने मनात घर केले होते. अपमानाची ज्वाला निरंतर जळत होती. क्वचित कधी तरी ह्या ज्वालेचा भडकाही उडत असे. माझा तोल गेला की, मी पांडवांना टाकून बोलत असे. माझा रोख विशेषत: युधिष्ठिर आणि पार्थावर राहत असे. माझा तोल गेला, मी बेभानपणे बोलत सुटले की युधिष्ठिर शांतचित्त सर्व ऐकून घेत असे. पण कधी तरी पार्थ

मला प्रतिकार करी. परिणामी, माझे व पार्थाचे खटके उडू लागले. कधी कधी ही भांडणे विकोपाला जाऊ लागली. वनवासामध्ये आता आश्रमात सुसंवाद राहिला नाही. आश्रमात अशांतीने प्रवेश केला. हे सगळं का व कशामुळं होतंय, हे मला सगळं समजत होतं; पण यातून बाहेर पडायला मात्र मार्ग सापडत नव्हता. आता रस्ता केवळ युद्धातच सापडेल, याविषयी माझ्या मनात शंका राहिली नाही.

आता मला एकांत प्रिय वाटू लागला. काम्यकवनात एका रम्य ठिकाणी बसून मी चित्त प्रसन्न ठेवण्याचा प्रयत्न करू लागले. प्रसंगानुरूप पांडवांच्या स्वत्वाची त्यांना जाणीव करून देऊ लागले. कौरवांचा पराभव केल्याशिवाय ते आता स्वस्थ बसणार नाहीत, याची मला जाणीव होती. कौरव मातीमोल झाल्याशिवाय आपणास सुखाचे क्षण नाहीत, याची खात्री आता सर्व पांडवांना होऊ लागली. काम्यकवनातल्या खलबतीने आता चांगलाच वेग घेतला होता. मी मात्र उत्तरोत्तर विचारमग्न होत गेले. माझ्या जीवनातील गुंता सोडवता-सोडवता मी थकून जाऊ लागले. मी कोण? कुठे जन्मले? कुठे वाढले? माझ्या जन्माचे प्रयोजन काय? कुणासोबत विवाह झाला? वस्त्रहरण का घडले?... अनेक प्रश्न माझ्यासमोर उभे राहत होते. मी विचार करत बसत होते. याजऋषींच्या कल्माषींनगरीच्या आश्रमापासून प्रवास सुरू झाला तो काम्यकवनापर्यंत येऊन पोहोचला. ह्या प्रवासात केवढं मोठं परिवर्तन होतं! ह्या प्रवासात किती माणसं भेटली! अन् किती नमुन्याची भेटली... मी विचार करतच होते. आपली म्हणणारी माणसं माझ्यासाठी अधिक तापदायक ठरली. ह्यात युधिष्ठिराचा क्रमांक अगदी वर लागतो. श्रीकृष्णावर जीव ओवाळून टाकला, पण वस्त्रहरणानंतर श्रीकृष्णही युद्धासाठी पुढाकार घेत नाही, याची खंत आहेच. समज-गैरसमज तर खूपच पसरले. समज-गैरसमजाच्या जाळ्यांनी सबंध आयुष्य व्यापून टाकले आहे.

ह्या प्रवासातच भेटला कर्ण. खरं म्हणजे, प्रारंभी मला कर्णाला ओळखताच आले नाही. कर्ण एवढा पराक्रमी, एवढा देखणा, शूर; पण तोही मानवी भावभावनांच्या सर्वसामान्य हिंदोळ्यांत अडकलेला. माझ्या साध्या चुकीसाठी त्याला क्षमा करता आली नाही. राईचा पर्वत करून माझ्याशी उभ्या जन्माची, वैरभावना ठेवली. वाटतं, ही वैरभावना आता मृत्यूनंतरच संपेल. कुणाचा तरी एकाचा मृत्यू व्हावा लागेल— माझा किंवा मग कर्णाचा तरी... वस्त्रहरणाच्या वेळी तरी मला कर्णातला माणूस दिसेल, असे वाटले होते. पण उलटच घडलं. कर्ण तर दुर्योधन-दुःशासनाला ह्या कुकर्मात प्रोत्साहन देत होता. वस्त्रहरण सुरू झाले. मी हंबरडा फोडला, सर्वांपुढे अक्षरशः याचना केली. पदर पसरून भीक

मागितली. वाटलं, या वेळी कर्ण उठेल. म्हणेल, "थांबवा हे सगळं कारस्थान! पांचालीला अभय मिळाले पाहिजे, हे वस्त्रहरण थांबवा... अन्यथा माझ्याशी गाठ आहे." एवढी धमकी जरी कर्णाने दिली असती, तरी माझ्यापुढे अपमानाचा प्रसंग आला नसता. पण कर्णाचे पायही मातीचेच निघाले. त्यालाही सूडमुक्त होता आले नाही. माझ्या मनातील त्याच्या प्रतिमेची उंची वाढवण्याची एक चांगली संधी कर्णाने गमावली. पण कधी कधी वाटतं की जावं अन् कर्णापुढे क्षमेची याचना करावी. म्हणावं मला तुझ्याकडून कसलीच अपेक्षा नाही, तुला काहीच मागायचे नाही पण नकळतपणे माझ्याकडून तुझा जो अपमान झाला, त्याबद्दल क्षमा कर. पण तसं करता येणार नाही. पांडवांना— विशेषत: पार्थाला— हे अजिबात आवडणार नाही, याची मला जाणीव आहे. पण कर्णाबद्दलची ही भावना माझ्या मनात सदैव वास करीत असते.

आयुष्याच्या वळणावर दुर्योधन, शकुनीसारखी माणसं मला भेटली. पण ही इरसाल अन् दुष्ट माणसं मला त्रास देण्यासाठीच जन्मली की काय, अशी शंका येते. दुष्कृत्याचा अर्क म्हणजे शकुनी. दुर्योधन, दुःशासन नि शकुनी यांना नियती कधीच क्षमा करणार नाही, अशी माझी सदसद्विवेक बुद्धी सांगते. हात, पाय, नाक, डोळे असलेली अन् माणसांसारखी दिसणारी ही श्वापदं याज्ञसेनीच्या जिवावरच उठलेली आहेत. पण कौरवपक्षात काही मानाची ठिकाणं आहेत. त्यांपैकी विदुरकाका, माता गांधारी, बंधुप्राय विकर्ण अशा व्यक्तिमत्त्वांत माणुसकीचे काही निर्मळ झरे सापडले, म्हणून तर ही याज्ञसेनी आज जिवंत आहे.

भूतकाळावर नजर फिरवली की, जीवनातील बरे वाईट क्षण आठवतात. माझ्या जीवनाचे प्रयोजनच प्रतिशोध होते. सूडाची भावना किती वाईट असते नाही; हे चांगलंच कळतं माणसाला; तरी त्याच्या अंत:करणात ही भावना सातत्याने वास करीतच असते. माझ्या आयुष्यप्रवासात तर अनेक सूडाचे थांबे आहेत. ह्या थांब्यांवर किती वेळ थांबावं, हे आपल्या हाती नसते. सूडाला कार्यप्रवण करणारी ऊर्जा प्रत्येकाच्या अंत:करणात असतेच. ती कुठे अधिक तर कुठे कमी. मला तसे चांगलेच कळते. युद्धामध्ये दोन्ही पक्षांना भयंकर भोगावे लागणार आहे. ज्यांचा पराभव झाला, ते तर संपतीलच; पण ज्यांची जीत होईल, त्यांनाही फार मोठी किंमत मोजावी लागणार आहे. हे कळत असूनही मी पांडवांना युद्धासाठी का प्रवृत्त करते? श्रीकृष्णाशी वाद घालून पांडवांना युद्धप्रवण करण्यास का सांगते? कळत नाही. प्राचीन काळापासून हे सूडाचं चाक फिरतच आहे; मग मी तरी— पाच आऱ्यांचं चाक— याला अपवाद का राहीन?

आताशा तर अंत:करणात केवळ सूडाची भावनाच जागृत राहते. ही भावना प्रबळ झाली की, भीती वाटू लागते. कौरव पांडवांच्या वादाचा शेवट कसा असेल, या चिंतेने काळीज काळवंडून जाते.

काम्यकवनात आम्हा सर्वांची दिनचर्या ठरलेली असे. शिकार करून आणण्याचे काम कधी पार्थाकडे, तर कधी भीमाकडे असे. आज शिकार करण्यासाठी पार्थ काम्यकवनात निघाला. अचूक शरसंधान हे पार्थाचं वैशिष्ट्य. पार्थ निघाला अन् मला वाटले, आश्रमात बसून राहण्यापेक्षा आपणही पार्थासोबत जावे. मी तशी इच्छा पार्थाजवळ बोलून दाखवली. पार्थही लगेच तयार झाला. आश्रमापासून खूप-खूप दूर आम्ही शिकारीसाठी निघालो. काम्यकवन म्हणजे भीतीचेही घनदाट जंगलच. पण पार्थ सोबत असल्याने भीतीचे कारण नव्हते. आम्ही रानोमाळ भटकत होतो, पण पार्थाला आज शिकार काही सापडत नव्हती. तो खूप प्रयत्न करत होता, पण शिकार काही होत नव्हती. शेवटी पार्थ वैतागून गेला. आम्ही एका विस्तीर्ण पिंपळाखाली विश्रांतीसाठी थांबलो. मी पार्थाला म्हणाले, "हे बघ पार्था—अनुसंधान, लक्ष्य, नेम, या बाबतीत तुझ्याएवढा चांगला धनुर्धर माझ्या पाहण्यात नाही; पण सावजच जर सापडत नसेल, तर त्या धनुर्विद्येला काही अर्थ ठरत नाही."

"तुला काय म्हणायचे आहे याज्ञसेनी?"

"हेच की, सावज नसेल तर बाकी सगळ्या गोष्टी व्यर्थ आहेत. मग तुमच्या पराक्रमालाही शून्य किंमत येते." माझ्या ह्या विधानाने पार्थाचा चेहरा पडला. पण पार्थ कसा अपमानित होईल? त्याला लगेच क्रोध आला. थोड्याशा रागातच तो म्हणाला,

"याज्ञसेनी, शिकार सापडत नाही, हा काय माझा दोष आहे? सावज दिसू दे; मग बघ माझ्या बाहूंचे सामर्थ्य!"

"मुक्या प्राण्यांची शिकार करणं, यात कसलं आलं, सामर्थ्य? अन् कसला आला पुरुषार्थ?"

"याज्ञसेनी...! कुणाशी बोलतेस, हे लक्षात आहे ना?" पार्थ क्रोधाने थरथरत होता. मीही मग पेटून उठले...म्हणाले, "हो, चांगले माहिती आहे... मी कुणाशी बोलते ते... दुर्योधन, दु:शासन, शकुनी यांच्यापुढं भीतीनं नांगी टाकणाऱ्या पार्थापुढं मी बोलत आहे!"

"याज्ञसेनीऽऽऽ..." पार्थ मोठ्याने ओरडला. त्याचा आवाज काम्यकवनात घुमला. त्याचा प्रतिध्वनी उमटला. संतापाने पार्थाचे ओठ थरथरत होते. तो पुढे

म्हणाला, ‘‘याज्ञसेनी.... दुर्योधन, दुःशासन नि शकुनी ह्या कस्पटांना मी घाबरत नाही...’’

‘‘घाबरत नाहीस तर काय? आपल्या प्रिय पत्नीचे डोळ्यांसमोर वस्त्रहरण होत असताना शांत बसणाऱ्या पतींना काय म्हणायचे, तूच सांग!’’

‘‘याज्ञसेनी, मी शांत होतो याचा अर्थ मी घाबरत होतो, असा होत नाही.... मी युधिष्ठिराच्या आज्ञेची वाट पाहत होतो.’’

‘‘कुणाच्या आज्ञेची? युधिष्ठिराच्या? अरे, आयुष्यभर तत्त्वज्ञानाच्या कुबड्यांवर जगणाऱ्या एका कृतिशून्य माणसाच्या आज्ञेची वाट पाहत होतास?’’

‘‘तो आमचा ज्येष्ठ भ्राता आहे.’’

‘‘वय वाढले म्हणजे अक्कल वाढते, असे काही नसते. समजलास?’’

‘‘याज्ञसेनी, तू हे विधान तुझ्या पतीविषयी करतेस, हे कळते ना तुला?’’

‘‘चांगलच कळते. दुर्दैवाच्या फेऱ्यात सापडले अन् युधिष्ठिराशी माझा विवाह झाला. त्याला माझ्यासारखी ज्ञानसंपन्न, रूपसंपन्न, पंडिता पत्नी मिळाली; पण मला युधिष्ठिरात काय सापडले? स्वतः तर निष्क्रियच, पण इतर चार भावांनाही निष्क्रिय करण्याचं पापकर्म युधिष्ठिराने केलंय. अशा मूर्ख माणसाच्या आज्ञेची तू वाट पाहत होतास होय? लाज कशी नाही वाटत तुला? गाईच्या हंबरण्याइतकी आतून नितळ साद मी घालत होते.... अक्षरशः हंबरडा फोडत होते. माझी ही आर्त हाक ऐकून तुझे मन थोडेही द्रवले नाही? असा कसा पाषाणहृदयी आहेस रे तू पार्था? माझी हाक तुझ्या हृदयापर्यंत आली नाही अन् युधिष्ठिराचे पोकळ तत्त्वज्ञान तुला अमृततुल्य वाटू लागले? धिक्कार करते तुझ्या ह्या कृतीचा! म्हणे, युधिष्ठिराच्या आज्ञेची वाट पाहत होतो!’’

‘‘याज्ञसेनी, तू ऐकून तर घे...’’ पार्थ थोडा वरमला...

‘‘काहीएक ऐकणार नाही तुझं. पार्था, वस्त्रहरणाच्या अतिआणीबाणीच्या प्रसंगी तू शांत राहिलास, तो तुझ्या जीवनातला फार मोठा अन् अक्षम्य गुन्हा होय. भर सभेत आपल्या पत्नीच्या वस्त्राला हात घातल्यावर तुझ्यासारख्या पराक्रमी पुरुषाने शांत बसावं? तुझ्यात हिम्मत होती. तेव्हाच दुःशासनाचे हात तू छाटून टाकले असतेस, तर मलाही तुझ्यासारख्या पराक्रमी पतीबद्दल अभिमान वाटला असता. आयुष्यभर पतिदेव म्हणून तुझी सेवा केली असती. दुर्योधनाच्या नरडीचा घोट घ्यायला तुझे हात का शिवशिवत नव्हते? अरे, एखादी असहाय स्त्री जरी अशा प्रकारे अडचणीत आली, तर पराक्रमी पुरुष शांत बसत नाहीत. मी तर तुमची धर्मपत्नी होते.’’

“हे बघ याज्ञसेनी...”

“थांब पार्था... मला अजून बोलायचे आहे. अजून एक सांगते— माझ्या त्या आर्ततेने भीमाचे हृदय पिळवटून निघाले. त्याला प्रचंड राग आला होता. त्या रागाला तुम्ही सर्वांनी प्रोत्साहन दिले असते, तर मला खात्री आहे— भीमाने कौरवांचा नि:पात केला असता. पण तुम्ही एवढे दुष्ट की, त्यालाही परावृत्त केलंत. एवढंच नाही, तर आत्यंतिक वेदनेने तो भावविव्हळ झाला अन् युधिष्ठिराचेच हात जाळण्यासाठी निघाला, तेव्हाही तुम्ही...”

“त्याला अडविले होते. हेच सांगायचे ना तुला? ज्येष्ठ बंधूवर हात टाकण्यासाठी जाणाऱ्या भीमाला मी अडविले हा गुन्हा आहे होय याज्ञसेनी?”

“होय-होय, गुन्हाच... आहे!” मी अक्षरश: ओरडलेच. मला आज पार्थाचा प्रचंड राग आलेला होता. पार्थही चिडून गेला. तो म्हणाला, “याज्ञसेनी, तुझं डोकं ठिकाणावर तर आहे ना? तुला नैतिक-अनैतिक काही कळते का नाही याज्ञसेनी? प्रत्यक्ष मोठ्या भावावर हात उगारावा असं म्हणायचं आहे की काय तुला?”

“मोठ्या भावावर हात उगारणं, हे अनैतिक आणि आपल्या धर्मपत्नीवर कुणी नराधम हात टाकत असेल तर शांत बसणं, हे नैतिक? वा रे पार्था! नैतिक -अनैतिकतेच्या तुझ्या संकल्पना किती गमतीच्या आहेत. तत्त्वज्ञानाच्या कोणत्या शाळेत शिकलास रे तू...?”

“याज्ञसेनी, पुरे कर आता हे सगळं. तुला नमस्कार करतो याज्ञसेनी... हे पुरे कर...” दोन्ही हात मस्तकाला लावून पार्थ मट्कन खाली बसला. बहुधा त्याला भोवळ आली असावी. आता तो कोसळेल, असे वाटत होते. प्रचंड रागाने माझीही अवस्था अशीच झाली होती. पण मी सावरले. धावत जाऊन पार्थाला आधार दिला. तो अगदीच मलूल झाला होता. त्याला सांभाळणं आवश्यक होतं. खाली बसून त्याचं डोकं मांडीवर घेतलं. उत्तरीयानं त्याला वारा घातला. त्याला थोडं बरं वाटत असावं. मी त्याच्याकडे पाहू लागले. मलाही माझं चुकलं, याची जाणीव झाली. फार टोकाची भूमिका मी घेतेय, हेही मला कळत होतं. तरीही अशात हे वारंवार माझ्याकडून का होतंय; कळत नव्हतं. पार्थाच्या मस्तकावर हात फिरवत त्याला शांतवण्याचा प्रयत्न मी करत होते. परत एकदा मी पार्थाला नखशिखान्त पाहिलं अन् आसवांनी माझ्या डोळ्यांत गर्दी केली. ते पाहून पार्थ गडबडला. म्हणाला, “याज्ञसेनी, आता हे ताणतणाव असह्य होत आहेत बघ. काय करावं, कळत नाही. कुणाचं चुकते आहे, हेही कळत नाही. याज्ञसेनी, ह्या अंधारातून वाट सापडेल का नाही; शंका आहे.”

“खरं आहे तुझे पार्था. माझाही आजकाल तोल जातोय. खूप सावरण्याचा प्रयत्न मी करतेय. तरीही माझा असा कधी कधी तोल जातोच.”

“याज्ञसेनी, ह्या दु:खातून तुला कधीच बाहेर पडता येणार नाही का?”

“करते रे पार्था, खूप प्रयत्न करते. पण वस्त्रहरणाच्या संदर्भात काही तरी आठवतं अन् मग माझा तोलच जातो. आता हेच बघ ना— मला आज विकर्णाची आठवण आली. खरं म्हणजे तो कौरवपक्षामधला. तो कौरवपक्षाचा असूनही माझ्यावर झालेल्या अन्यायाने तो व्यथित झाला. वस्त्रहरण होताना कमालीचा व्यथित होणारा पहिला कौरव म्हणजे विकर्ण. या संदर्भात स्वकीयांकडून त्याला बोलणे ऐकावे लागले, पण सत्याच्या पाठीशी राहणाऱ्या विकर्णाने माझी बाजू घेतली. एका महिलेवर हात टाकणे, हे काही पराक्रमी पुरुषाचे लक्षण नाही याची त्याला जाणीव होती. आता वाटतं की, हस्तिनापुराला गेल्यावर विकर्णाला भेटावं, कृतज्ञता व्यक्त करावी. म्हणावं, वस्त्रहरणाच्या वेळी तुझ्या प्रयत्नाला यश आलं नाही तो भाग वेगळा; पण तू खूप प्रयत्न केलेस, म्हणून तुझ्यामधल्या पुरुषार्थाला अभिवादन!”

मी बोलत होते अन् पार्थ ऐकत होता. माझ्या लक्षात आले की, पहिल्यांदाच पार्थाच्या चेहऱ्यावर पश्चात्तापाची छटा दिसत होती. ते पाहून माझ्या मनातही पार्थाविषयी कणवभावना वाढली. थोडा वेळ पार्थ विचारमग्न दिसला. नंतर म्हणाला, “याज्ञसेनी, तू म्हणतेस ते खरे आहे. कौरवपक्षातला असूनही जे विकर्णाला समजले, ते आम्हाला समजले नाही. आम्ही तुझ्याशी कृतघ्न झालो, याची आज मला लाज वाटत आहे. आम्ही केवळ स्वत:चाच विचार करत होतो. तुझ्या सहनशीलतेचं करावं तेवढं कौतुक कमीच आहे. त्यातल्या त्यात माझं फारच चुकलं. खरं म्हणजे, ‘पण’ जिंकून मी तुझ्याशी विवाहबद्ध होणार होतो. त्या क्षणी तू माझी वाग्दत्त वधू होतीस अन् भावी पती म्हणून तू माझ्याकडे पाहत होतीस. नंतर जे झालं, ते तुला माहीतच आहे. म्हणून तुझ्यावरचा अन्याय दूर करणं, हे केवळ माझंच पहिलं कर्तव्य होतं... आता पश्चात्ताप होतोय!” असे म्हणत पार्थ उठला. त्याने आपले ओले डोळे कोरडे केले, उठून उभा राहिला. त्याच्या चेहऱ्यावरचे भाव बदलू लागले. क्षणार्धात त्याच्या चेहऱ्यावर आत्मविश्वास झळकू लागला. त्याने आकाशाकडे बघितले. धनुष्याला तातडीने बाण लावला. अवकाशात लक्ष्याकडे बघू लागला. माझी नजर वर गेली. आकाश निरभ्र होते. कोणताही पक्षी दिसत नव्हता. पार्थाने बाण तर फार बारकाईने लक्ष्याकडे धरलेला होता, मी विचारले, “पार्था, सावज तर कुठं दिसत नाही, लक्ष्यही

दिसत नाही; एवढ्या सावधतेने कुठे बाण मारण्यास सज्ज झाला आहेस?''

"अंहं याज्ञसेनी, बोलू नकोस; नाही तर सावज निघून जाईल.'' मी शांत बसून पार्थाकडे पाहत होते. पार्थाने अचूक नेम धरला अन् प्रत्यंचा ओढली. सूंऽऽऽ सूं ऽऽ आवाज करत अवकाशात हवेत बाण उंच उंच गेला. आकाशात तर काहीच दिसत नव्हते. मी विचारलं, "काय झालं पार्था, झाला का लक्ष्यभेद?''

"होय, अगदी शंभर टक्के.''

"कोणती शिकार आहे. पार्था?''

"याज्ञसेनी, ते लवकरच कळेल.'' पार्थाचे बोलणे मला गोंधळात टाकत होते. मला काहीच कळत नव्हते. माझी ही अवस्था पाहून पार्थाने विचारले, "याज्ञसेनी, दिसले का लक्ष्य?''

"अजिबात नाही.'' पार्थ खळखळून हसत म्हणाला, "तुला नाही दिसायचं ते?''

"मोघम बोलू नकोस. हवेत बाण मारून परत सावजं दिसलं का म्हणून विचारतोस?''

"याज्ञसेनी, हवेत सोडलेला बाण म्हणजे प्रतिज्ञा होती.''

"कसली प्रतिज्ञा पार्था?'' मी अधीरतेने विचारत होते, एक दीर्घ प्रश्वास सोडत. आकाशात अनंतात पाहत पार्थ म्हणाला, "याज्ञसेनी, कौरवांना त्यांची जागा दाखवल्याशिवाय आता मृत्यू नाही.''

"काऽऽऽ य?'' मी आनंदाने ओरडले.

"खरं तेच बोलतोय याज्ञसेनी! अजून एक महत्त्वाची गोष्ट तुला मी सांगणार आहे—''

"कोणती?''

"मी येत्या दोन दिवसांत तीर्थयात्रेला निघणार आहे..... चिंता नको करूस; आता काही कुणाशी विवाह करणार नाही.'' मला हसू आले. मी विचारलं, "मग तीर्थयात्रेचे काय प्रयोजन आहे?''

"तपश्चर्या! विविध शस्त्रे आणि अस्त्रांचा अभ्यास.... आणखी एक सांगू याज्ञसेनी?''

"हं, बोल पार्था.''

"मी पाशुपतास्त्र प्राप्त करून घेणार आहे.''

"काऽऽय पाशुपतास्त्र?'' मी आनंदाने वेडी होईन की काय, असे वाटत होते. वाटलं, उठावं अन् लहान मुलीसारखं मनसोक्त नाचावं— अगदी याजऋषींच्या

आश्रमात नाचत होते, तसं! पण मी तो मोह टाळला. पार्थाला विचारलं, ‘‘पार्था, हे सगळं खरं आहे, की स्वप्न?’’

‘‘हे त्रिवार सत्य आहे याज्ञसेनी. मी प्रत्यक्ष इंद्राला भेटणार आहे... प्रत्यक्ष भगवान शंकराला भेटणार आहे. अस्त्रशस्त्रविद्यासंपन्न होऊन येईन अन् मग... ... वस्त्रहरणाचा प्रतिशोध... कौरवांचा नि:पात करीन याज्ञसेनी.’’

मी उठले. धावत गेले. रानफुलांचा एक गुच्छ तोडला अन् तो गुच्छ पार्थाच्या हाती देत त्याला शुभेच्छा दिल्या. ह्या शुभेच्छा देताना विवाहप्रसंगी पार्थाच्या गळ्यात पुष्पहार टाकताना जेवढा आनंद झाला होता, तेवढाच— किंबहुना त्याहीपेक्षा जास्त आनंद मला या वेळी झाला. सगळी सृष्टीच थुई-थुई नाचते आहे, असे मला वाटत होते. माझी ही भावावस्था पाहून पार्थही आनंदला. म्हणाला, ‘‘याज्ञसेनी, चल— आपण लवकर निघू या. हा निर्णय आता युधिष्ठिर, भीम नि नकुल-सहदेवास सांगितला पाहिजे. चल, आपण निघू... या.’’

आम्ही निघालो. रस्त्याने जाताना काम्यकवनातील झाडे वेली, पशुपक्षी, सगळे माझ्याशी संवाद साधत आहेत, असा मला भास होत होता. काम्यकवनातील आश्रमात आम्ही आलो. पार्थाने सर्वांना बोलावून घेतलं. आपला निर्णय सांगितला. मला भीती युधिष्ठिराची होती. पण युधिष्ठिरानेही मान्यता दिली. म्हणाला, ‘‘पार्था, जा तू. आता युद्ध अटळ आहे; तेव्हा आपण कुठेही कमी पडता कामा नये.’’

‘‘पार्थ तीर्थयात्रेवरून परत आला की, युद्धाचे निमंत्रण द्यावे.’’ मधेच भीम म्हणाला.

‘‘घाई करून कामाची नाही भीमा. आपल्याला श्रीकृष्णाचा सल्ला घ्यावा लागेल... आणिक...’’

‘‘आणिक काय?’’ मी युधिष्ठिरास विचारले.

‘‘काय आहे याज्ञसेनी, नाही तरी पार्थ परत यायला ५-७ वर्षं तरी लागतीलच. तेव्हा आपण वनवास आणि अज्ञातवास पूर्ण करूनच घेऊ... थोडक्यासाठी कशाला? तेच धर्माला धरून राहील.’’

मी काही बोलले नाही, पण युधिष्ठिराचे बोलणे मला काही आवडले नाही. बावळट तत्त्वज्ञानापासून युधिष्ठिर कधी मुक्त होईल, देव जाणे! पार्थाच्या ह्या निर्णयानंतर काम्यकवनातील आश्रमात दिवाळी सुरू झाली. मला तर खूप हलके- हलके वाटू लागले. हिंस्र प्राण्यांसाठी प्रसिद्ध असलेले काम्यकवन आता मला नंदनवनासारखे भासू लागले. कोकिळ, हंस, कारंडक, चक्रवाक इत्यादी

पक्षी गुंजन करू लागले. खळाळणाऱ्या नद्यांचे प्रवाह जीवनगीत गाऊ लागले. झाडाझुडपांनी आपले हात आकाशाकडे करत आपला आनंद व्यक्त केला. पार्थ आता लवकरच जाणार, म्हणून त्याची विशेष काळजी मी घेऊ लागले. पार्थाच्या प्रस्थानाची तयारी सर्व जणच करू लागले. पार्थही उत्साहात वावरत होता. भीमाने पार्थाच्या तीर्थयात्रेचे वर्तमान वेळोवेळी कळण्याची व्यवस्था केली.

-०-०-०-

- ८ -

पार्थाच्या तीर्थयात्रेचा दिवस उगवला. आज आश्रम सुशोभित झाला होता. सडासंमार्जन करून आरशासारखे स्वच्छ झालेले आश्रमाचे अंगण आम्हा सर्वांचे चित्त प्रसन्न करीत होते. पार्थाच्या चेहऱ्यावरही नव्याने आत्मविश्वास दिसत होता. आज मी प्रात:कालीच उठले होते. प्रथम प्रहरी माझी सर्व कामे झालेली होती. सरस्वतीचे उबदार पाणी आज हवेहवेसे वाटत होते. एकूणच, साऱ्या सृष्टीनेच कात टाकली आहे, असे वाटत होते. असा अनुभव आज का येतोय? मी विचार करू लागले. सगळे मनाचे खेळ आहेत. मन प्रसन्न असले की, सारी सृष्टी आपल्यावर प्रसन्न होते, अन्यथा... जाऊ दे... पण आजचा दिवस म्हणजे सोनियाचा दिवस... माझे मन मागच्या पावली इंद्रप्रस्थनगरीत गेले. इंद्रप्रस्थनगरीतला कालखंड लहानच होता. पण ती नगरी किती प्रसन्न होती; नाही? पार्थाची आत्मपीडा सोडली, तर इंद्रप्रस्थ म्हणजे स्वर्गच होते. त्या वेळी पार्थ इंद्रप्रस्थनगरी सोडून तीर्थयात्रेला निघाला होता. पण आजचे त्याचे प्रस्थान आणि इंद्रप्रस्थनगरीतले प्रस्थान ह्यात केवढा मोठा फरक आहे! प्रयोजन तीर्थयात्रेचेच, पण हेतू वेगवेगळे. इंद्रप्रस्थनगरी सोडून जाताना पार्थ कमालीचा उद्विग्न दिसत होता; आज त्याच्या चेहऱ्यावर आत्मसाक्षात्काराचा उन्माद आहे. ज्या वेळी पार्थ तीर्थयात्रेला निघाला, त्या वेळी इंद्रप्रस्थनगरीवर शोककळा पसरली होती; आज काम्यकवनातील आश्रमावर हर्षोल्हासाच्या गुढ्या उभारल्या आहेत. त्या वेळी माझे मन वेदनेने, काळजीने काळेकभिन्न झाले होते; आज माझ्या मनाचा मोर आषाढमग्न पावसात न्हात होता. त्या वेळी पार्थाला वैफल्याने ग्रासले होते; आज तो साफल्याचे गीत गाण्यासाठी निघाला होता. प्रसंग तीर्थयात्रेचाच; पण केवढी मोठी तफावत! त्या वेळी पार्थाचे मन इंद्रप्रस्थनगरीस बांधण्याचा माझा किती केविलवाणा प्रयत्न चाललेला होता; आज मी पार्थाच्या मनपंखांना बळ देण्याचा प्रयत्न करीत आहे. मी

किती तरी वेळ विचार करत बसले असते... पण पार्थाने माझे मौन तोडले. माझ्याजवळ बसत म्हणाला, ''याज्ञसेनी, कसला विचार करतेस? माझ्या तीर्थयात्रेची चिंता वाटते का?''

''नाही... दिग्विजयी वीराची कुणी चिंता करते का?''

''मग कसला विचार करतेस? अजून कुणाशी मी विवाहबद्ध होईन, याची चिंता वाटते का?''

''अजिबात नाही. केलास तरी मला वाईट वाटणार नाही. मी तिचे स्वागतच करीन.''

''याज्ञसेनी, हे मात्र अगदी वरवरचं आहे, बरं का.''

''तसं काही नाही. या तीर्थयात्रेत तू कुणाशी विवाहबद्ध होणार नाहीस, याची मला खात्री आहे अन् समजा झालास, तरी मी तुला दोष देणार नाही.''

''कसं काय?''

''पार्था, दिग्विजयी पुरुषांना एकाकीपणाचा शाप असतो. तुझं असं हे असह्य एकाकीपण दूर करणारी एखादी रंभा तुला भेटलीच, तर तिचं स्वागतच केलं पाहिजे. पण...''

''पण काय याज्ञसेनी?''

''जे ध्येय डोळ्यांसमोर ठेवून ही तीर्थयात्रा सुरू होते आहे, त्या ध्येयापासून तू विचलित होता कामा नयेस; तोच खरा पुरुषार्थ...''

''हा पार्थ प्रतिज्ञेला जागतो म्हटलं!''

''माझ्या शुभकामना तुझ्या पाठीशी आहेत. आता तू तीर्थयात्रेला निघताना एक दु:ख मात्र आहेच.''

''कोणतं दु:ख याज्ञसेनी?''

''तुला बऱ्याच वेळा मी टाकून बोलले ना, याचं.''

माझ्या स्वरात मार्दव होते. ते पार्थाच्या लक्षात आले. त्याने माझ्या खांद्यावर हात ठेवला. तो आश्वासक स्पर्श मला बरंच काही सांगून गेला. मला थोपटत पार्थ म्हणाला, ''याज्ञसेनी, तू खूप सहन केले आहेस. एवढं पराकोटीचं दु:ख कुणी स्त्री सहन करेल, असं वाटत नाही. तेव्हा उगी मनाला लावून घेऊ नकोस आणि खरं सांगू?''

''हं, पार्था—''

''तू टाकून बोलली नसतीस, तर कदाचित मी आजच्या तीर्थयात्रेला निघालोही नसतो. चूक तुझी नाही, तुझं सगळंच वर्तन स्वाभाविक होतं. आम्हा

सर्व भावंडांची ती चूक होती. महायुद्ध करून कौरवांना यमसदनी पाठवल्याशिवाय पापविमोचन होणार नाही, म्हणून तर ही तीर्थयात्रा... आता याज्ञसेनी, तू निश्चिंत राहा. सगळं काही तुझ्या मनासारखं होईल. थोडासा कालावधी अजून आम्हाला दे. तुझ्यासारख्या पतिव्रतेची विटंबना केल्यावर काय परिणाम भोगावे लागतात, लवकरच ते कौरवांना कळेल. दुर्योधन, दुःशासन नि शकुनी या त्रिकुटाची आता यमसदन वाट पाहत आहे. याज्ञसेनी, तुझ्या एका वाक्याने मात्र मी प्रतिज्ञाप्रवण झालो...''

''कोणत्या?''

''तू परवा म्हणालीस, कौरवांपैकी असूनही माझं दुःख विकर्णाला कळालं पण तुम्हाला कळालं नाही— हेच ते विधान...''

''असं विधान मी करायला नको होतं का पार्था?''

''ते बरोबरच होतं. वैवाहिक जीवनाच्या एवढ्या वर्षांत तुझा विचार मी पहिल्यांदाच केला अन् मला जाणवलं की...''

''का थांबलास पार्था? काय जाणवलं? बोल ना—''

''जाणवलं की, याज्ञसेनी, आम्ही एवढा अक्षम्य गुन्हा केलाय की, याज्ञसेनीने आमचे तोंडही पाहू नये! खरंच सांगतो याज्ञसेनी, आकाशाएवढं दुःख पचवण्याची पात्रता केवळ तुझ्यामध्येच आहे. ह्या पात्रतेला मी अभिवादन करतो—'' असे म्हणत पार्थ दोन्ही हात जोडून माझ्यासमोर उभा राहिला. मला कसे तरीच झाले. पार्थाचे एक वेगळेच रूप मी पाहत होते. नमस्कारासाठी त्याने जोडलेले हात मी हातात घेतले. म्हणाले, ''पार्था, माझ्या जीवनातील हा सर्वांगसुंदर अन् सुखाचा क्षण होय...'' पार्थ काही क्षण भारावलेल्या अवस्थेतच होता. त्याच्या डोळ्यांतील प्रामाणिक भावविश्वात मी न्हाऊन निघाले. वाटलं, हे क्षण संपूच नयेत! पार्थाच्या अशा विभ्रमांनी मला श्रीमंत झाल्यासारखं वाटले. पार्थ माझा निरोप घेऊन युधिष्ठिरादी बंधूंना भेटायला गेला. त्यांच्यात काही तरी चर्चा झाली अन् पार्थ आम्हा सर्वांचा माध्यान्ही निरोप घेऊन, काम्यकवनातील आश्रमास अभिवादन करून तीर्थयात्रेला निघून गेला...

पार्थ गेल्यानंतर काम्यकवनात आमचे जीवन पूर्ववत सुरू झाले. भीमाचा आता चांगला दरारा काम्यकवनात निर्माण झाला होता. युधिष्ठिर, भीम, नकुल, सहदेव शस्त्र-अस्त्रांचा सराव नित्य करीत असत. वर्ष-सहा महिन्यांनी पार्थाचे क्षेमकुशल कळत असे. पार्थाची प्रगती ऐकून माझे मन आनंदाने भरून येत असे. त्याचे एक-एक अस्त्रअध्ययन प्रसंग ऐकून माझे मन पुलकित होत असे.

काम्यकवन सोडल्यानंतर तो पहिल्यांदा इंद्रकील पर्वतावर गेला. इंद्रकील पर्वतावर त्याने तपश्चर्या केली. तेथील ऋषी-मुनींनी पार्थाच्या अध्ययनशीलतेचा गौरव केला. पार्थ त्या पर्वतावर अन्‌अवगत अस्त्रांचा सराव करू लागला, नवे अस्त्र शिकू लागला. हिमालयातील इंद्रकील पर्वत पार्थासाठी वरदान ठरला. एक दिवस वार्ता आली—पार्थाने हिमालयातील गंधमाधन पर्वताचेही उल्लंघन केले. ऋषी, मुनी, यती, संन्याशांबरोबर हिमालयातील निसर्गही पार्थाचा अध्यापक झाला. पार्थ एकेक अस्त्र शिकू लागला. त्याची माहिती आमच्यापर्यंत यथावकाश येऊ लागली. अस्त्रांचा सराव हेच पार्थाचे जीवन झाले. आग्नेय, सौम्य, वैष्णव, वायव्य, वरुष, ऐंद, ब्रह्म, पारमेष्ठ्य, पाशुपत इ. अस्त्रांचे अध्ययन पार्थाने केले होते. हे सर्व जेव्हा आम्हाला समजले, तेव्हा काम्यकवनातील आनंदाला पारावार राहिला नाही. भीमाला तर विशेष आनंद झाला. मला तो म्हणाला, ''याज्ञसेनी, पार्थाचे हे अस्त्रअध्ययन ऐकून तुला काय वाटतं?''

''पार्थाएवढा पराक्रमी वीर पुरुष पृथ्वीतलावर नाही, असं वाटतं.''

''अच्छा, एवढंच?''

''होय. तुला काय वाटतं भीमा?''

''याज्ञसेनी, तुझ्यावर झालेल्या अन्यायाचं परिमार्जन व्हायचं असेल, तर युद्ध अटळ आहे आणि या युद्धात...''

''पार्थाची अस्त्रविद्या कामास येईल, असंच ना?''

''तसं नाही. युद्धातल्या बारीकसारीक गोष्टींसाठी आम्ही आहोतच. पण जेव्हा आणीबाणीचा प्रसंग येईल, तेव्हाच पार्थाची अस्त्रविद्या कामास येईल. आता पराक्रमी पार्थापुढे भीष्मांचे शरसंधान चालणार नाही, द्रोणाचार्य-कृपाचार्यांची विद्या फक्त शिष्यांना सांगण्यापुरती उरेल. कर्णाचा अहं पार्थापुढे पांगळा होईल, अश्वत्थामा नावाचा गुरुपुत्र अस्त्रांचे आवाज ऐकूनच भांबावून जाईल, दुर्योधन कान धरून येईल, तर दु:शासनापुढे पलायनाशिवाय दुसरा मार्ग उरणार नाही. याज्ञसेनी, दु:शासनाला तुझ्यापुढे पकडून आणण्याचे काम आता श्रुतकर्मादी मुलंही करतील!''

भीम भरभरून बोलत होता. त्याचे निरागस बोलणे सतत ऐकत राहावे, असेच वाटे. कधी एकदा हा वनवास संपतो अन् कधी एकदा पार्थ येईल, असे मला झाले. आम्ही सर्व जण पार्थाची प्रतीक्षा करू लागलो. पण पार्थ काही लवकर येत नव्हता.

एक दिवस युधिष्ठिर म्हणाला, ''पार्थ काही लवकर येणार नाही. तेव्हा

आपण काम्यकवनात राहण्यापेक्षा तीर्थयात्रा केली, तर तेवढेच पुण्य पदरात पडेल.''

''पण कुठे जायचे?'' नकुलाने विचारले.

''हे बघ नकुल, पार्थाचे क्षेमकुशल विचारत-विचारत तीर्थयात्रा करू.''

मलाही युधिष्ठिराचा प्रस्ताव आवडला. भीमाने तीर्थयात्रेची तयारी सुरू केली. तीर्थयात्रेचा मार्गही ठरला. नैमिष्यारण्यापासून हिमालयापर्यंत तीर्थयात्रा करायचे ठरले. ठरवलेल्या तीर्थयात्रेची सगळी ठिकाणं माझ्या आवडीची होती. नैमिष्यारण्य, प्रयाग, नंदा, हेमकूट, अपरनंद, कलिंग, प्रभास, गंधमादन— अर्थात हिमालय अशी आमच्या तीर्थयात्रेची तयारी झाली.

एक दिवस भल्यापहाटे आम्ही तीर्थयात्रेला निघालो. या प्रवासात भीमाने खूप कष्ट घेतले. तीर्थयात्रा निबिड अरण्यातून जात असल्यामुळे अनेक संकटे येत गेली. या सगळ्या संकटांत भीमाने मोलाची कामगिरी केली. माझ्यासाठी तर भीमाने खूप कष्ट घेतले. कोणत्याही गोष्टीचा आग्रह मला भीमाकडे कधीच धरावा लागला नाही. मी इच्छा व्यक्त करावी अन् भीमानं ती पूर्ण करावी, असेच आमच्या जीवनाचे सूत्र झाले होते. आमच्या तीर्थयात्रेचे महत्त्वाचं ठिकाण म्हणजे कैलास. आम्ही कैलासावर पोहोचलो अन् जीवनाचे सार्थक झाले, असे वाटले. आम्ही बद्रीनारायणाचे दर्शन घेतले. स्वर्ग-स्वर्ग म्हणतात, तो हाच असला पाहिजे याची मला खात्री झाली.

गंधमादन पर्वतावर आमचा काही दिवस मुक्काम होता. आम्हाला पार्थाकडून निरोप आला की, त्याचे अस्त्रअध्ययन संपले आहे, तो लवकरच परतणार आहे. तोपर्यंत आम्ही सर्वांनी गंधमादन पर्वतावरच थांबावं, असे ठरले. पार्थाची प्रतीक्षा करीत आम्ही गंधमादन पर्वतावर मुक्काम केला. या संबंध प्रवासात वस्त्रहरणाच्या दुःखाचा मला थोडासा विसर पडला होता. त्याचं कारण म्हणजे, पार्थाची तपश्चर्या असेल. याज्ञसेनीच्या वस्त्राला हात लावल्यास काय किंमत मोजावी लागते, हे आता दुर्योधन-दुःशासनाला कळेल. पार्थ आता स्वस्थ बसणार नाही, हे मला आता चांगलेच कळले होते. म्हणूनच की काय, मला वस्त्रहरणाच्या दुःखाचा विसर पडला होता? असे असले, तरी तीर्थयात्रेत आम्हा सर्वांचेच खूप शारीरिक हाल झाले होते. बोलून-चालून वनवासच होता तो. पण माझ्या लक्षात आले— शारीरिक पीडेपेक्षा मानसिक पीडा अधिक तीव्र स्वरूपाची अन् बाधणारी असते. शारीरिक पीडा ही मानसिक पीडेपेक्षा कमी तापदायक असते याचा मला वारंवार प्रत्यय येत गेला.

पार्थाचे अध्ययन संपले होते. हा पाच वर्षांचा कालखंड मला खूप मोठा

वाटला होता. पार्थ लवकरच येणार, ही वार्ता येऊन धडकली होती. अपेक्षेप्रमाणे सूर्यास्त समयी पार्थ गंधमादन पर्वतावर आमच्या निवासस्थानी आला. पार्थाकडे बघितल्यावर माझ्या आनंदाला उधाण आले. क्षितिजावर सूर्यास्त होत होता आणि इकडे आमच्यासमोर पार्थाच्या रूपाने सूर्योदय होत होता! मला तरी पार्थामध्ये आमूलाग्र बदल जाणवत होता. युधिष्ठिर, भीम, नकुल, सहदेव आणि मी— आम्हा सर्वांची शरीरं कृश झालेली दिसत होती. वनवासाचे चिन्ह आमच्या शरीरावर व्रणरूपाने दिसत होते अन् पार्थाच्या चेहऱ्यावर योग्याची निरामयता होती. त्यामुळे तो आता शस्त्रनिपुण झालेला आहे, हे वेगळं सांगण्याची आवश्यकता नव्हती. प्रारंभी युधिष्ठिर आणि भीमापुढे पार्थ नतमस्तक झाला. नकुल-सहदेवाने पार्थाला अभिवादन केले. पार्थाला मी औक्षण केले. पार्थाने माझ्यासाठी एक उंची वस्त्र आणले होते. त्या वस्त्रापेक्षा वस्त्रहरणाचा प्रतिशोध घेण्यासाठी सज्ज झालेले त्याचे बाहू मला अधिक मौलिक वाटले. पार्थाने विचारलेही, ''याज्ञसेनी,हे वस्त्र आवडले का?''

''पार्था, ह्या वस्त्रापेक्षा ज्यांनी माझं वस्त्रहरण केलंय त्यांना पराजित करण्यासाठी तयार झालेले तुझे बाहू मला अधिक आवडले.''

पार्थ आल्यावर गंधमादन पर्वतावर आम्ही काही दिवस मुक्काम केला. ह्या मुक्कामात पार्थाने आम्हाला त्याच्या तीर्थयात्रेतल्या घटना सांगितल्या. त्याची साधना, त्याची तपश्चर्या, त्याला करावा लागलेला संघर्ष, त्याला आलेल्या अडचणी... याचे विवेचन पार्थाने प्रसंगाप्रमाणे केले. एक दिवस आम्ही सर्व जण असेच बसलो होतो. अशाच गप्पा रंगल्या असताना मी विषय काढला. युधिष्ठिरालाच विचारलं, ''यापुढं आपला प्रवास कसा राहील? पुढील ध्येय-धोरणे काही तरी निश्चित करावी लागतील.''

''हं, आता पार्थ आला आहे; आता आपल्याला पुढच्या गोष्टी ठरवता येतील. आता आपण हिमालयातून द्वैतवनाकडे निघावे, तेथून मग काम्यकवनाकडे जावे. तिथे गेल्यावर श्रीकृष्णाला निरोप देऊन बोलावून घ्यावं, म्हणजे पुढे काय करायचे, ते ठरवता येईल.''

''श्रीकृष्ण तर येईलच, पण आपला वनवास संपत आला आहे. अज्ञातवासाविषयी काही विचार केला की नाही?'' मी म्हणाले.

''विचार तर केला नाही; पण याज्ञसेनी, मला वाटतं, सगळं सुरळीत होईल. श्रीकृष्ण आपल्या पाठीशी असल्यावर चिंता करण्याचे काही कारण नाही.''

"तसं नसतं युधिष्ठिर, आपल्यालाच आपला शेवटी विचार करावा लागतो. श्रीकृष्ण हा आपला केवळ मार्गदर्शक आहे. श्रीकृष्ण निरंतर आपल्या पाठीशी असला असता, तर वस्त्रहरण कशाला घडले असते? तेव्हा श्रीकृष्णाकडून फारशा अपेक्षा करू नका. आपल्यालाच कार्यप्रवण व्हावे लागेल."

माझं बोलणं ऐकून इतका वेळ शांत बसलेला भीम म्हणाला, "मला वाटतं, आता आपण अज्ञातवासाच्या वगैरे भानगडीत पडू नये. सरळ हस्तिनापुरास जावं—आपलं राज्य मागून घ्यावं. नकार दिला, तर युद्धास आव्हान द्यावं. ...."

"भीमा, अशी घाई करून चालत नाही. आपला वनवास संपत आलेला आहे. अज्ञातवास तर फार छोटा कालखंड आहे. अज्ञातवास सोडून युद्धाला आव्हान द्यायचा विद्रोह करता येणार नाही." युधिष्ठिराचे तत्त्वज्ञान सुरू झाले. नीतिनियमाचे पाठ सुरू झाले. धर्म, पाप-पुण्यावर त्याचे प्रवचन सुरू झाले. आयुष्यभर तेच ते ऐकून मला युधिष्ठिराच्या बोलण्याचा कंटाळा आला होता. पण त्याचे छोटे बंधू आज्ञाधारक विद्यार्थ्यांप्रमाणे ते ऐकत होते. म्हणून मी त्याच्या बोलण्यात अडथळा आणला नाही. पण मी युधिष्ठिराला या विषयावर यथावकाश बोलणार आहेच. नाही तर काय! पार्थ एवढी तपश्चर्या करून आला... त्याच्या अध्ययनाचा फायदा घ्यायचा, की त्याचा अवसानघात करायचा? युधिष्ठिर आयुष्यभर हेच करत आला होता. पण पुढे मी हे ऐकून घेणार नाही. युधिष्ठिराचे पोकळ तत्त्वज्ञान बराच वेळ चालले होते.

शेवटी असे ठरले की, आता तीर्थयात्रा करत-करत काम्यकवनात जावे. तिथे श्रीकृष्णाची भेट होईलच; मग पुढचा कार्यक्रम ठरवावा.

पार्थाच्या श्रमपरिहारासाठी आम्ही अजून काही दिवस गंधमादन पर्वतावर मुक्काम केला अन् एक दिवस प्रथम प्रहरी गंधमादन पर्वत सोडून आम्ही तीर्थ यात्रेस निघालो. हिमालयाच्या निसर्गरम्य रांगांमधून आमचा प्रवास सुरू झाला. पृथ्वीतलावर हिमालयाएवढे सहज सौंदर्य अन्य कुठे असेल, असे वाटत नाही. हिमालय म्हणजे मनस्वी कलंदर कलावंत. तो आपल्याच नादात जगत असतो. तो ऋतूंमध्ये स्वत:ला कधीच बांधून घेत नाही. कधी पाऊस, कधी थंडी अन् कधी ग्रीष्मासारखे रणरणते ऊन. हे पाहून हिमालय म्हणजे लहरी बादशहाच वाटतो. आमचा हिमालयात महत्त्वाच्या तीर्थक्षेत्री प्रवास सुरू झाला. हिमालयाची शुभ्र शिखरे मला विशेष आवडतात. त्या शिखरांकडे सारखं पाहत राहावे, असे वाटे. हिमालयाचे निसर्गसौंदर्य म्हणजे एक चमत्कारच होय. हिमालयात कुठेही गंगेच्या तीरावर बसावं, दगडगोट्यांतून खळखळ आवाज करीत जाणाऱ्या

गंगेकडे डोळे भरून पाहावं. ह्या अवलोकनाचे वर्णन शब्दांत करता येणार नाही.

आमची तीर्थयात्रा सुरळीत चालू होती. मागच्या तीर्थयात्रेत आमच्यासोबत पार्थ नव्हता, तेव्हा पार्थासोबत तीर्थयात्रा होतेय, म्हणून हा दुग्धशर्करा योग होता. हिमालयातून प्रवास करत करत आम्ही द्वैतवनात आलो. द्वैतवन आता चांगल्याच परिचयाचे झाले होते. द्वैतवनात आल्याबरोबर आम्ही ऋषी-मुनींची पाद्यपूजा केली. ऋषी मुनींनी आमचा चांगला आदर केला. द्वैतवन हे मुळातच सात्त्विकवन म्हणून प्रसिद्ध आहे. ऋषी-मुनी आणि ब्रह्मवृंदांच्या सहवासात आम्ही काही दिवस इथे राहिलो.

मृगयेच्या निमित्ताने पार्थ एक दिवस द्वैतवनात निघाला. मीही त्याच्यासोबत निघाले. आश्रमापासून खूप लांब आम्ही फिरत गेलो. पार्थाने आज चांगलीच शिकार केली होती. मृगासोबत शंबर, सरू, ऐण्य इ. शिकार त्याला गवसली. शिकारीनंतर एका वटवृक्षाखाली आम्ही विश्रांती घेतली. आमच्या गप्पा चांगल्याच रंगल्या होत्या. पार्थ त्याच्या अस्त्रअध्ययनातले बरे-वाईट अनुभव सांगत होता. तो बोलत होता. त्याला थांबवत मी एक स्त्रीसुलभ प्रश्न विचारला, ''पार्था, या वेळी तुला कुणी भेटली नाही का विवाहोत्सुक स्त्री?'' पार्थ हसत म्हणाला, ''भेटली होती; पण तुला मी शब्द दिला होता ना?''

''कोण भेटली होती?''

''फार सुंदर होती. दिसायला स्वर्गातल्या उर्वशीसारखी होती. एक ऋषिकन्या.''

''मग घेऊन यायचं ना तिला! खूप सुंदर होती का?''

''होती सुंदर; पण तुझ्याएवढी नक्कीच नाही. तिला पाहून तुझाच चेहरा माझ्या डोळ्यांसमोर आला. तुला दिलेले अभिवचन आठवले अन् नम्रपणे नकार दिला तिला....''

''अरे व्वा! म्हणजे मी उर्वशीपेक्षाही तुला सुंदर वाटते तर.....'' मी चेष्टेने म्हणाले; पण पार्थ गंभीर होत म्हणाला, ''खरं सांगू याज्ञसेनी?''

''हं, सांग ना.''

''केवळ तुझा चेहराच आठवला नाही, तर त्या सुंदर चेहऱ्याआड दडलेले वस्त्रहरण आठवले. वस्त्रहरण आठवले अन् माझ्या अंगावर शहारे उभे राहिले अन् समोर उभी असलेली उर्वशीसदृश तरुणी मला मातेसारखी भासू लागली.''

''खरं सांगतोस पार्था? मग पुढे......''

''पुढे काय, तशी भावना मी तिला बोलून दाखवली. झाली थोडी निराश अन् निघून गेली.''

“वस्त्रहरण तुझ्याही हृदयात रुतून बसलंय का रे पार्था?”

“होय. वस्त्रहरणात हात बांधून बसणे, हा माझ्या जीवनातील सर्वांत मोठा अन् अक्षम्य गुन्हा होता. पण चिंता नको करू याज्ञसेनी, त्या पापाचे परिमार्जन लवकरच होणार आहे. पृथ्वीतलावर अजिंक्य असा माझ्यासाठी कोणताही वीर उरला नाही.”

“कर्णसुद्धा?” मी प्रश्न विचारला.

“होय, कर्णसुद्धा.”

“किती चांगली तीर्थयात्रा झाली तुझी पार्था! इंद्रप्रस्थनगरी सोडून तीर्थयात्रेस गेला होतास, ती तीर्थयात्रा कुठे आणि ही तीर्थयात्रा कुठे!”

“याज्ञसेनी, बरोबर आहे तुझे. त्या तीर्थयात्रेत तुझ्याविषयीचा प्रचंड राग मनात खदखदत होता; तर या तीर्थयात्रेत तुझ्याविषयी प्रचंड कणव अन् सहानुभूती होती.”

“एवढी सहानुभूती वाटत होती?”

“होय! याज्ञसेनी, ह्या तीर्थयात्रेत अजून एक प्रसंग घडला, तो सांगितला पाहिजे.”

“कुठला प्रसंग पार्था?” मी लगेच विचारलं.

“अस्त्रविद्येचा सराव करून एका निवांत प्रहरी मी भूमीवर पहुडलो होतो. आकाश निरभ्र होते. ऊन कोवळे होते अन् हवा शीतल होती. मी अनंत आकाशाकडे पाहत होतो. एवढ्यात लांबून एक घार येताना दिसली अन् तिच्या अनुगामी तिची तीन-चार पिलं उडत येत होती....”

“आई ऽऽ गं!” मध्येच मी किंचाळले.

“काय झालं याज्ञसेनी?” पार्थाने मला सावरले. काही क्षणात माझे अंग थरथरत होते. माझ्या श्वासाची गती वाढलेली होती अन् अंगाला दरदरून घाम आला होता. पार्थाने परत विचारले, “काय झालं याज्ञसेनी?”

“काही नाही रे पार्था, घारीच्या पिलांची आठवण आली की माझ्यातल्या आईला तिच्याही चिलापिलांची आठवण येते.... ” माझा कंठ दाटून आला. पार्थाने परिस्थिती ओळखली. म्हणाला, “याज्ञसेनी, उगीचच सांगितला हा प्रसंग तुला... तुझ्या मनाचा मी विचारच केला नाही.”

“असू दे. सांग, पुढं काय झालं?”

“अगं, तुला त्रास होतोय ना?”

“नाही... काही नाही होत. आता मी सावरले बघ. हं, सांग ना...

आकाश निरभ्र होते. पुढं काय झाले?..''

''पुढे निरभ्र आकाशात उंचवर ती घार शांतपणे विहार करत होती अन् तिची निरागस पिल्लं तिच्या पाठीमागे उडत चाललेली होती. ते मी बघितलं अन्—''

''अन् पुढे काय?''

''अन् माझ्यातला शिकारी जागा झाला... मी तत्काळ उठलो, धनुष्याला बाण लावला अन् प्रत्यंचा ओढणार... एवढ्यात...''

''एवढ्यात काय झालं?'' मी श्वास रोखून विचारलं.

''मला पुष्पवाटिकेतील प्रसंग आठवला.... पुष्पवाटिकेतील तुझा चेहरा आठवला अन् मला आपली मुलंही आठवली. माझ्यातल्या शिकाऱ्याचा पराभव झाला. प्रत्यंचेला लावलेला बाण मी परत भात्यात टाकला अन् ती घार आणि तिच्या पिलांकडे निर्विकारपणे पाहत राहिलो....''

पार्थ एकाग्रतेने तो प्रसंग सांगत होता. मी कानांची ओंजळ करून ऐकत होते अन् माझे डोळे भरून आले होते. मी विचारलं,

''पार्था, पुढे काय झाले?''

''ती घार उंच-उंच उडत आपल्या पिलांसह क्षितिजाकडे लुप्त झाली अन् मी एक दीर्घ प्रश्वास सोडला. माझ्यात असा का बदल झाला, ते कळलं नाही. खरं म्हणजे, पुष्पवाटिकेत मी तुझी किती खिल्ली उडवली होती अन् ह्या वेळी तर माझीच शिकार झालेली होती! घार उडून गेलेल्या दिशेकडे मी पाहत राहिलो अन् क्षितिजभर व्यापलेला तुझा चेहरा मला दिसू लागला.''

''पार्था, प्रत्येक माणसाच्या आत एक निरागस मूल वास करीत असते. तुझी अवस्था आज अशाच निरागस मुलासारखी आहे. पुष्पवाटिकेतील प्रसंग आजही आठवला, तर माझ्या काळजाला घरे पडतात. तो प्रसंग आठवला की, मला आठवतात आपली मुलं— श्रुतकर्मा, सुतसोम, शतानिक, श्रुतसेन, प्रतिविंध्य आणि अभिमन्यू. मग माझ्यातली माता त्यांना भेटण्यासाठी तळमळत असते. माझ्यातली आई आक्रोश करू लागते. वाटते, किती अभागी आहेत माझी मुलं आणि मीही! एका सामान्य स्त्रीसारखीही त्यांची मला जोपासनाही करता येऊ नये... पार्था, केवढा मोठा हा दैवदुर्विलास आहे. कधी कधी वाटतं.... की......''

''काय वाटतं याज्ञसेनी?''

''वाटतं की, हवे-नकोचा विखारी वाद सोडून द्यावा, मानपानाच्या कल्पना धुडकावून लावाव्यात, राज्यावर पाणी सोडावं, वस्त्रहरणाचा काळा दिवस विसरून

जावा, अंत:करणातील सूडाची भावना काढून अंत:करण स्वच्छ-निरामय करावं आणि...''

''आणि काय करावं?''

''आणि आपली निरागस मुलं सोबत घ्यावीत, द्वैतवनासारखं एखादं वन गाठावं, तिथे एक झोपडी बांधावी आणि कंदमुळे खाऊन का होईना पण मुलांना सोबत घेऊन सुखाने नि आनंदात जीवन जगावं... बाकी सगळ्या गोष्टी खोट्या आहेत रे पार्था......'' मी बोलत राहिले अन् पार्थ ऐकत राहिला. आम्ही खूप वेळ बोलत होतो. माझ्यात अन् पार्थात फार मोठ्या कालखंडानंतर सुसंवाद झाला होता. कातरवेळ होत आली होती. पार्थ म्हणाला, ''याज्ञसेनी, तिन्हीसांज होत आलेली आहे. चल, आपण आश्रमाकडे निघू या.'' आम्ही बोलत-बोलत आश्रमाजवळ कधी आलो, हे कळलेच नाही.

द्वैतवन सोडून आम्ही आता काम्यकवनाकडे जाण्याचे ठरवले, कारण वनवासाचे फार कमी दिवस आता उरलेले होते. वेळ कमी होता अन् बरेच निर्णय घ्यायचे होते. श्रीकृष्णाला निरोप पाठवला होता. तोही काम्यकवनात लवकरच येणार होता. ही सगळी परिस्थिती लक्षात घेऊन आम्ही ऋषी-मुनींचे आशीर्वाद घेतले अन् काम्यकवनाकडे निघालो. द्वैतवन ते काम्यकवन हा प्रवास आम्हाला हवाहवासा आणि ओळखीचा वाटत होता. पाच वर्षांपूर्वी प्रतिज्ञा करून काम्यकवनातून पार्थ गेला होता. आज अस्त्रविद्यापारंगत होऊन पार्थ आला आहे आणि आम्ही सर्व जण काम्यकवनाकडे निघालेले आहोत. ह्या पाच-सहा वर्षांच्या काळात पार्थामध्ये केवढा मोठा बदल झालेला आहे!

बऱ्याच प्रवासानंतर आम्ही काम्यकवनात पोहोचलो, तेव्हा सायंकाळ होत आलेली होती.

काम्यकवनातील आश्रमात आमचे दैनंदिन जीवन सुरू झाले. लवकरच युधिष्ठिरानं सर्वांना एकत्र बोलावलं अन् अज्ञातवासाविषयी चर्चा सुरू केली. युधिष्ठिर म्हणाला, ''आता आपण ठरल्याप्रमाणे एक वर्ष अज्ञातवासात जाऊ या. कौरव कितीही चुकले तरी चालेल, पण आपण चुका करायच्या नाहीत. आपण सर्वांसमक्ष वनवास आणि अज्ञातवास स्वीकारला आहे. वनवास तर काही महिन्यांत आता संपेलच. अज्ञातवास तर फक्त एकाच वर्षाचा आहे.''

''अज्ञातवास काय तुला सोपा वाटला युधिष्ठिरा?'' माझा प्रश्न ऐकून युधिष्ठिर काही तरी विचार करू लागला. माझी बाजू घेत भीम म्हणाला,

“अज्ञातवासात आपण ओळखले गेलो, तर पुनश्च हरी ओम! हे माहीत आहे ना युधिष्ठिरा?”

“हो, माहीत आहे. त्याचाच तर विचार करतोय. यासाठीच तर श्रीकृष्णाचे मार्गदर्शन घ्यायचे आहे. श्रीकृष्णाच्या सल्ल्याप्रमाणे करू या, म्हणजे सर्व व्यवस्थित होईल.”

“आणि अज्ञातवासात आपल्याला विशेष काळजी घ्यावी लागेल. कारण ह्या काळात आपणास शोधून काढण्यासाठी कौरव सगळ्याच पद्धतीने निकराचे प्रयत्न करतील.” पार्थाने ही भीती व्यक्त केली अन् युधिष्ठिर पुन्हा विचार करू लागला. नेमकं काय करावं, ह्याचा निर्णय काही होत नव्हता.

ह्या काळात मला मुलांचीही खूप आठवण येत होती. ते आता पांचाल देशात आहेत का द्वारकेत आहेत, हे श्रीकृष्ण आल्याशिवाय कळणार नाही. पार्थ तपश्चर्येहून आल्यावर वस्त्रहरणासंदर्भातला माझा तडफडणारा आत्मा आता थोडा शांत झाला होता. एक ना एक दिवस कौरवांचे ते देणं पार्थ फेडणार होता. मी थोडे निश्चिंत झाले होते. पण मुलांच्या आठवणीने मी अलीकडे फारच व्याकूळ होत होते. प्रतिविंध्य आणि सुतसोम चांगलेच मोठे झाले असतील. ते छोट्या बंधूंना सांभाळतीलच, याची मला खात्री होती. पण राहून-राहून मला त्यांची आठवण झाली की, मग अस्वस्थता रंध्रारंध्रात भरून जात असे. मुलांची भेट व्हावी, असे वाटू लागे. पण कसे जायचे? आपल्या नशिबी तर हा वनवास! त्यांना हा वनवास सहन व्हायचा नाही अन् आपल्याला नगरात जाता येणार नाही. मुलांच्या आठवणी काढत त्या आठवणींतच रमण्याचा मी प्रयत्न करू लागले.

काम्यकवनातील आमच्या आश्रमात एक दिवस श्रीकृष्ण-सत्यभामेचे आगमन झाले. श्रीकृष्ण आला की, वनाचे नंदनवनात कधी रूपांतर होते, ते कळतच नाही. त्यांचा पाहुणचार यथावकाश झाल्यावर श्रीकृष्ण-सत्यभामेला मी पहिला प्रश्न विचारला,

“माझी मुलं कशी आहेत?”

“कुशल असून ती सध्या आमच्याकडे द्वारकेलाच आहेत. चिंता करू नकोस.” सत्यभामेनं असे सांगितल्यावर मला जरा हायसे वाटले. श्रीकृष्ण लगेच म्हणाला, “याज्ञसेनी, आम्ही मुलांची तुझ्यापेक्षाही अधिक काळजी घेतो. मग चिंता कशाला?”

“मला का हे कळत नाही श्रीकृष्णा? पण वात्सल्य वेडं असतं, म्हणून

विचारलं अन् खरं सांगू का श्रीकृष्णा— आईचं हृदय फक्त आईलाच कळतं; तुम्हा पुरुषांना ते कळणार नाही.''

''अगदी खरं आहे....'' सत्यभामा म्हणाली. आम्हा तिघांचा चांगला संवाद सुरू झाला. हस्तिनापूर, द्वारका, पांचाल इथले क्षेमकुशल विचारून झाल्यावर मी सत्यभामेला विचारलं, ''सत्यभामा, आता सांग पाहू— माझी मुलं कशी दिसतायत? प्रतिविंध्य खूप मोठा दिसत असेल नाही?''

''खूप मोठा झालाय बरं का! अन् अगदी युधिष्ठिरासारखा झाला आहे.''

''दिसायला युधिष्ठिरासारखा असायला हरकत नाही;''

''म्हणजे, तुला काय म्हणायचं आहे याज्ञसेनी?'' श्रीकृष्णाने मध्येच हसत विचारले.

''हे बघ श्रीकृष्णा, तो दिसायला युधिष्ठिरासारखाच व्हावा; पण वृत्तीने मात्र तो युधिष्ठिरासारखा धर्माभिमानी होऊ नये, म्हणजे झालं.''

''म्हणजे काय सांगायचे आहे तुला?''

''अजून काय सांगायचे राहिले आहे श्रीकृष्णा? आज हे जे आम्ही वनवासीपण भोगतोय, ते कुणामुळे? विश्व पादाक्रांत करून दाखवण्याइतकी ताकद ह्या भावंडांमध्ये आहे. पण कुणाच्या तत्त्वज्ञानामुळे ही भावडं निष्क्रिय झाली आहेत? किती किती सांगावं श्रीकृष्णा? वस्त्रहरणाची वेळ माझ्यावर कुणी आणली? बोल श्रीकृष्णा, बोल. ... .'' माझा आवाज चढलेला होता. श्रीकृष्णही गडबडून गेला. समजुतीच्या स्वरात श्रीकृष्ण म्हणाला, ''याज्ञसेनी, युधिष्ठिराला समजावून घ्यावं लागतं....''

''काय समजावून घ्यायचं? अजून काही वाईट व्हायचं शेष आहे का? काय झालं हे उभ्या आयुष्याचं? पांडवांसोबतचा विवाह ही माझ्या जीवनातील फार मोठी चूक होती. आता तर.....'' मला मध्येच थांबवत श्रीकृष्ण म्हणाला,

''शांत हो याज्ञसेनी, शांत हो. अजून वेळ गेलेली नाही. तुझ्यावर झालेला अन्याय दूर होईल.''

''काय दूर होईल रे श्रीकृष्णा? भर सभेत दुःशासनाने माझ्या वस्त्रास हात घातला; तो अपमान कसा भरून निघणार आहे.... वाईट झाले. खूप वाईट झाले....'' माझा आवाज क्षीण होत गेला. सत्यभामेने मला जवळ घेतलं. म्हणाली, ''हे गं काय याज्ञसेनी, मुलांचे क्षेमकुशल विचारणं बाजूलाच अन् तू अशी अस्वस्थ का होतेस?''

''खरंच की!'' असे म्हणत मी सावरले व सत्यभामेला विचारलं, ''हं

सांग आता, माझा सुतसोम कसा दिसतो?''

''तो ना, अगदी भीमासारखा.''

''त्याचा आहारही भीमासारखाच आहे का गं सत्यभामा? तो पोटभर तर जेवतो ना?''

''कसे प्रश्न विचारतेस याज्ञसेनी?... अगं आम्ही त्याला भुकेले थोडेच ठेवतो.'' मी जरा गडबडलेच. लगेच म्हणाले, ''तसं नव्हे गं सत्यभामा— उगी चेष्टा केली. तुम्ही मुलांची खूप काळजी घेताय, हे मला कळतं. बरं, अभिमन्यू अन् श्रुतकर्मा कसे आहेत?''

''दोघांनाही शस्त्रविद्येत गती आहे.''

''अन् शतानिक व श्रुतसेन?''

''सर्वांत लहान म्हणून त्यांचे तर खूपच लाड होतात.'' सत्यभामा मुलांचं कौतुक करू लागली अन् मी ऐकू लागले. मुलांचं कौतुक ऐकणं, हा माझ्या जीवनातील अत्युच्च आनंदाचा क्षण. त्यांच कौतुक ऐकण्याचा मला चाळाच लागला. पण सत्यभामेनं मला समजावून घेतलं. ती मला जास्तीत जास्त आनंद देण्याचा प्रयत्न करू लागली. श्रीकृष्ण आल्यापासून काम्यकवनात चैतन्य आले होते. साधारणत: सायंकाळी आम्ही सर्व जण एकत्र बसत होतो. काही दिवस इकडची-तिकडची चर्चा झाल्यावर एक दिवस मग श्रीकृष्णानेच विषय काढला अन् विचारले, ''युधिष्ठिरा, आता तुमचा बारा वर्षांचा वनवास संपत आला आहे. आता अज्ञातवासाची तयारी झाली का? अज्ञातवासात सांभाळून राहावं लागेल. कौरव तर तुमच्या वाईटावरच टपलेले आहेत. तुम्हाला शोधून काढण्याचा ते निकराचा प्रयत्न करतील. अज्ञातवासात कुणी ओळखलं, तर पुन्हा बारा वर्षं वनवास. .... हे चक्र चालू राहणार. तेव्हा ह्या संदर्भात तुम्ही काय विचार केला आहे? काय काय ठरवलं आहे? फार विचार करून निर्णय घ्यावा लागेल......''

श्रीकृष्णाने परिस्थितीची जाणीव करून दिल्यावर युधिष्ठिर म्हणाला, ''यासाठीच तर तुला बोलावले आहे. त्याबाबत तूच आम्हास मार्गदर्शन केल्यास योग्य होईल. आम्ही तरी अजून काही ठरवले नाही.''

''युधिष्ठिरा, या बाबतीत मी थोडासा विचार केला आहे. यासाठी मत्स्य देश चांगला आहे. विराटनगरी ही त्यांची राजधानी. विराट राजाच्या पदरी तुम्ही सर्वांनी अज्ञातवास पूर्ण करायचा. प्रत्येकाने काय भूमिका करायची, हे आतापासून ठरवा. त्याची रंगीत तालीम करूनच विराटनगरीत प्रवेश करा. अज्ञातवासाअगोदर कोणत्याही निमित्ताने एखादे वेळेस कौरव तुम्हाला भेटण्यास येण्याची शक्यता आहे,

तेव्हा विचार करून निर्णय घ्या. काळ वाईट आहे. तुम्हा सर्वांना फारच सावध राहावं लागेल. काही दिवस आता इथं माझा मुक्काम असल्याने इथे आपण चर्चा करूच. पण ही सर्व चर्चा गोपनीय असली पाहिजे. काय, बरोबर आहे ना भीमा? तुला काय वाटतं?''

''अगदी बरोबर आहे. चर्चा तर गोपनीय राहीलच, अज्ञातवासही सुरळीत होईल. पण, तेवढं होऊनही आपलं राज्य कौरव परत करतील, यावर विश्वास बसणं कठीण आहे.''

''हे बघ भीमा, आतापासूनच नकारात्मक विचार करू नकोस. वनवासाची बारा वर्षं संपत आली आहेत; आता अज्ञातवास पूर्ण होऊ द्या. मग आपण नीतिनियमाप्रमाणेच राज्य मागू.''

''त्यांनी नाही म्हटलं, तर?''

''तर... मग युद्ध होईल. शक्यतो आपण युद्ध टाळण्याचा प्रयत्न करू. फार तर मीसुद्धा मध्यस्थी करायला तयार आहे.'' कृष्णानं त्याची भूमिका मांडली. त्याच्यापरीने ती बरोबरच आहे आणि भीमाला जी शंका आहे, ती खरी ठरण्याची शक्यता अधिक आहे. कृष्णाच्या उपस्थितीत ह्या विषयावर दररोज चर्चा होऊ लागली.

श्रीकृष्ण आणि सत्यभामा काम्यकवनात चांगलेच रमले होते. श्रीकृष्ण पार्थासोबत शिकार किंवा अन्य कारणांसाठी काम्यकवनात दिवसा फिरत असे. सत्यभामा आणि माझा संवाद दिवसभर चालत असे. सत्यभामेला माझ्या एकंदरच भावजीवनाविषयी प्रचंड कुतूहल होते. माझे पाच पती, एकंदरच माझं जगावेगळं वैवाहिक जीवन, वस्त्रहरणाचा माझ्यावर झालेला परिणाम, माझं वनवासी जीवन, मुलं माझ्याजवळ नसणं...असे विविध प्रश्न सत्यभामेला भंडावून सोडीत. तिला खूप दिवसांपासून या प्रश्नावर माझ्याशी चर्चा करावयाची होती, पण काही योग येत नव्हता. अनायासे आता काम्यकवनात सत्यभामेला ती संधी मिळाली. दररोज ती काही ना काही विचारते अन् माझं उत्तर ऐकून अवाक् होत असे. तिने काहीही विचारलं, तरी मला राग येत नसे. सत्यभामेला मी चांगलेच समजून घेतले होते. काही प्रश्न ती मला भीत-भीतच विचारत असे. तिला मी सांगून टाकलं. म्हणाले, ''सत्यभामे, निःसंकोच विचार तुला काय काय विचारायचं ते.'' तिला मीच बोलतं केलं.

ती विचारू लागली, ''याज्ञसेनी, आज मुलं तुझ्याजवळ नाहीत, याचं तुला दुःख होत असेल ना....?''

"सत्यभामे, माझ्या आयुष्यातील सर्वांत मोठं दुःख तर तेच आहे. आई होणं, हा स्त्रीच्या जीवनातील अमूल्य प्रसंग. कुठल्याही स्त्रीला सहजासहजी, सुखासुखी आई होता येत नाही. त्यासाठी तिला खूप भोगावं लागतं. ह्या सृजनशीलतेला वेदनेचे अधिष्ठान आहे. बाळाच्या जन्मासाठी वेदनेच्या किती तरी टप्प्यांतून स्त्री जाते. पण एकदा बाळाच्या मुखाचे दर्शन झाले की, ही सगळी वेदना तिला कस्पटासमान भासते. ती बाळाला छातीशी धरते अन् हा सृजन सोहळा साजरा करते. सत्यभामे, अगं, स्त्रीच काय, विश्वातील कोणत्याही प्राण्याचा विचार केला, तर प्रत्येक मादी ही वात्सल्याचा झराच असते. गोठ्यातील वासरासाठी हंबरणारी गाय असेल, पिलांसाठी दाणे टिपून त्यांना भरवणारी चिमणी असेल, आपल्या पाडसाला जिभेने न्हाऊ घालणारी हरिणी असेल, बाळाला शत्रूंचा उपद्रव होऊ नये म्हणून सात घरे फिरवणारी मांजरी असेल, की आकाशात भराऱ्या मारूनही आपले चित्त पिलांपाशी ठेवणारी घार असेल... सत्यभामे, आई म्हणून हे पक्षी प्राणीसुद्धा स्त्रीपेक्षा तसूभरही कमी नसतात अन् मी अभागी... मुलांपासून दूर इथे वनवासात येऊन पडले आहे. काय सांगू सत्यभामा... त्यांची एकेक आठवण...." मला पुढे बोलता येईना.

भावनेला पराकोटीचा पूर आला की शब्द मुके होतात. डोळ्यांत उभे राहिलेले आसवांचे थेंब शब्दांपेक्षा काही अधिक सांगू लागले. त्यांचं सांगणं सत्यभामेला काहीप्रमाणात समजत असेल; कदाचित नसेलही. मुलांची अशी आठवण आली की, मला कमालीचा थकवा येतो. सत्यभामेनं मला जवळ घेतलं. माझं सांत्वन केलं. मी प्रयत्नपूर्वक भानावर आले. मनात विचारांची गर्दी झालेली होती. आता सत्यभामेसमोर बोलणं भाग होतं. मी पुढे बोलू लागले, "सत्यभामे, ह्या प्राण्याच्या आई असण्याच्या प्रवासात तर वात्सल्याला भरती येते; मी तर हाडामांसाची स्त्री आहे. माझी अवस्था काय होत असेल, कल्पना कर. एक बाकी खरं— मला कधी कधी हे पशुपक्षी वात्सल्याच्या संदर्भात माणसापेक्षाही मोठे वाटू लागतात. जिवाच्या आकांतानं जोपासना करणारे हे प्राणी मात्र पिल्लं मोठी झाली की त्यांच्याकडून काडीचीही अपेक्षा करत नाहीत. त्यांना मुक्तपणे जीवन जगू देतात. दाणा-दाणा टिपून भरवणारे पक्षी पिल्लं मोठी झाली, त्यांच्या पंखांत बळ आलं की, त्यांना सोडून देतात गगनात आकाशभरारी घेण्यासाठी. पण माणूस मात्र फार स्वार्थी. तो अपत्याकडून अपेक्षा करू लागतो अन् दुःखाच्या गर्तेत स्वतःच स्वतःला लोटून देतो....."

"याज्ञसेनी, कुठून शिकलीस गं हे सगळं तत्त्वज्ञान?"

“सत्यभामे, ह्याला कशाला शिक्षण लागतं? हे तर जगण्याचे प्रवाह आहेत! तुला मी सांगत होते की, माझ्यातली आई सर्वात दुर्दैवी आहे. अगं सत्यभामे, अंगणात खेळणाऱ्या बाळाच्या खोड्या, त्याच्या बाळलीला पाहताना काय आनंद होतो! ह्या आनंदाला काही उपमा देता येईल? पण सत्यभामे, मी मात्र पाच पुत्रांची आई असूनही वांझोट्या स्त्रीचं जीवन जगत आहे. माझ्या आयुष्यातील ही अतिशय खेदाची गोष्ट आहे. विश्वातील कोणत्याही स्त्रीच्या नशिबी हे दुःख येऊ नये, असं वाटतं सत्यभामा. चालायचंच. अजून काय काय वाढून ठेवलंय भावी जीवनात; कळत नाही. जे वाट्याला आलं ते भोगावं, एवढंच मी आता ठरवलेलं आहे.”

माझ्या या बोलण्यावर सत्यभामा काही तरी विचार करत असावी. आम्ही दोघीही काही वेळ शांत बसलो. पण सत्यभामेला खूप काही विचारायचंय, असे तिच्या चेहऱ्यावरून दिसत होतं. काही वेळानं सत्यभामेनं विचारलं, “याज्ञसेनी, खरंच तुझं दुःख अनंत आहे. वात्सल्याच्या वेदना कळतात मला. तुझ्या जीवनात किती मोठे बदल होत गेले. पांचालाधिपतींना तुझ्याकडे पाहून किती दुःख होत असेल! एवढ्या मोठ्या प्रमाणावर विवाह झाला; तू सुखात राज्य करशील, ही सर्वांची इच्छा... पण झाले उलटेच. ह्या वनवासात सारखं दऱ्याखोऱ्यांतून फिरण्याचा तुला खूप त्रास होतो का गं?”

“हे बघ सत्यभामा, तुला आताच सांगितलं की, सर्वांत मोठं दुःख म्हणजे मुलं माझ्याजवळ नसणं; बाकी हा वनवासच आहे. त्यामुळं वनवासातील सुख-दुःख मी सहन करते. अगं सत्यभामे, माझा जन्मच मुळी कल्माषीच्या वनराईत झाला. त्यामुळे मला निसर्गाची जन्मतःच ओढ आहे. कधी कधी वनवासात येणारी अस्मानी संकटं तापदायक असतात, पण मी ती धिटाईने सहन करते. खाण्यापिण्याचा तर त्रास होतोच. तापसी जीवन जगण्याची मला सवय आहे. अगदी पाण्यावर राहून उपवास करण्याची ही माझी तयारी आहे. पण खरं सांगू सत्यभामे, निसर्ग माणसाइतका वाईट कधीच नसतो गं! मला माझ्या आजपर्यंतच्या जीवनात माणसानं अधिक त्रास दिला. तेव्हा वनवासाची भीती मला नाही; पण ज्या कारणासाठी वनवास भोगावा लागतो, ते कारण वाईट आहे. हं, आता हे खरं आहे की, लोकांना वाटतं— सम्राज्ञीपद भोगलेली याज्ञसेनी वनवासाचे कष्ट सोसत आहे, तर थोडाबहुत त्रास होणार. मी सम्राज्ञी असून मला असा वनवास का, याचं मला दुःख आहे. याहीपेक्षा हलाखीचं जीवन मी वनात जगू शकते. पण ज्या कारणांसाठी मला वनवास भोगावा लागत आहे, ती कारणं आठवली की, दुःख माझ्याकडे विनासायास चालून येते.”

''बरोबर आहे तुझे याज्ञसेनी. तुझ्यासारखी स्त्री शोधूनही सापडणार नाही. किती संकटांची मालिकाच मालिका आहे! वस्त्रहरणाचा प्रसंग आठवला, तर आजही अंगावर काटा उभा राहतो. वस्त्रहरणाच्या वेळी तुझी काय मन:स्थिती झाली असेल! कसा सहन केलास गं हा अपमान?''

''सहन नाही करणार, तर काय करणार? माझ्यासमोर दोनच पर्याय होते— जे घडतंय ते निमूटपणं सहन करणं किंवा आत्महत्या करणं. आत्महत्याही केली असती गं सत्यभामे, पण ह्या लेकरांचे चेहरे समोर येऊ लागले म्हणून निर्णय बदलला. पण कोणत्याही स्त्रीच्या जीवनात असा प्रसंग येऊ नये. तो जीवघेणा प्रसंग आठवला की, आजही मरणकळा येतात. माता गांधारीने श्रीकृष्णाचा संदर्भ देऊन परिणामांची जाणीव दिली नसती तर माझं त्या दिवशी काय झालं असतं, कुणास ठावूक? म्हणून तर गांधारी नि कृष्णाशी आयुष्यभर कृतज्ञ राहावे वाटते.''

''पितामहांसारखे बलाढ्य वीरही शांत बसतात, म्हणजे काय याज्ञसेनी?''

''कसले बलाढ्य अन् कसचे काय? माणसाचं खुजेपण लपून राहत नाही. खरं म्हणजे, पितामह वस्त्रहरण थांबवू शकले असते. कुणाचे कुठे हितसंबंध गुंतलेले असतात, हे कळतच नाही. मला पितामहांकडून फार मोठी अपेक्षा होती, पण त्यांचेही पाय मातीचेच...''

''युधिष्ठिर असा का वागला; कळत नाही.''

''युधिष्ठिरच सगळ्या दु:खाचं मूळ आहे. बाकी पांडवही त्याचीच री ओढणारे. पण काही व्यक्तींनी वस्त्रहरण टाळण्याचा खूप प्रयत्न केला. यश-अपयश हे आपल्या हाती नसते; पण त्यांचे प्रयत्न पाहून मला त्यांच्यासमोर सदैव नतमस्तक व्हावं, असं वाटतं.''

''अशा व्यक्ती कोण कोण आहेत गं याज्ञसेनी?''

''राजमाता गांधारी, विदुरकाका, विकर्ण आणि श्रीकृष्ण.''

''श्रीकृष्ण तर तिथे नव्हता ना?''

''नसेलही. पण त्याच्या नावाने तर प्रकरण थोडक्यात थांबले; अन्यथा या दुष्ट दुर्योधन-दु:शासनानं माझं काय काय केलं असतं; कळत नाही.''

''याज्ञसेनी, मी नेहमी विचार करते— तुझं वैवाहिक जीवन कसे असेल?''

''बऱ्याच स्त्रियांना पडणारा हा प्रश्न आहे. माझं वैवाहिक जीवन इतर स्त्रियांसारखं नाही ना! त्यामुळे कशी करत असेल ही पाच जणांसोबत संसार किंवा असं विचारायचं असेल की ह्या पाचांसोबत संसार करताना तुझा अनुभव

काय— असंच विचारायचं ना तुला?''

''तसं नाही गं याज्ञसेनी... कुणाचा कालखंड कसा जातो, हे विचारायचं आहे.''

''पाचांपैकी तुला कोण जास्त आवडतं, असंचं विचारायचं आहे ना तुला?'' मी असे विचारल्यावर सत्यभामा गडबडली. म्हणाली, ''तसं नाही गं.....''

''अगं सत्यभामे, सरळसरळ विचारायचं. मला त्यात काही वाईट वाटत नाही.''

''असं विचारायला नको होतं का याज्ञसेनी?''

''विचार ना. विचारायला काय हरकत आहे? हे बघ, एकत्र कुटुंबपद्धती ही आपली संस्कृती आहे. त्याच पद्धतीने मी पार्थाच्या गळ्यात वरमाला टाकली; अर्थात पार्थनेही पण जिंकलेलाच होता. वाटलं, आता विवाह पार्थाशीच होईल. पण पुढं तर सगळं वेगळंच घडलं. ते तुला माहितीच आहे. पण मी केवळ कुंतीमातेच्या आग्रहाखातर ह्या सर्व गोष्टींना तयार झाले. असे झाले, तरी माझं नितळ प्रेम केवळ पार्थावरच होतं. पण पार्थाने पुढे त्रागा काय करून घेतला, तीर्थयात्रेला काय गेला, अनेक स्त्रियांशी विवाह काय केला... यानंतर पार्थ माझ्या नजरेतून हळूहळू उतरू लागला. त्याच्या सहवासाची प्राणप्रिय ओढ कमी झाली. ह्या प्रवासातच भीमाच्या निरागस प्रेमाने मला आकृष्ट केले. भीम मला सर्व पांडवांत सर्वच दृष्टींनी जवळचा वाटू लागला.''

केवळ भीमामुळेच हा वनवास मी सोसत आहे. मध्यंतरी तर मला पार्थाचा सहवास नकोसा झाला होता.''

''अगं बाई, खरं का?'' सत्यभामेनं आश्चर्यानं विचारलं. ''होय, अगदी खरं आहे. पण त्यात आता थोडासा फरक पडला आहे. परवाच तो तीर्थयात्रेला जाऊन आला आहे. वस्त्रहरणात आपण शांत बसलो, याचा त्याला पश्चात्ताप होऊ लागला आहे. माझ्यावर झालेल्या अन्यायाने व्यथित होतो आहे अन् विशेष म्हणजे, कौरवांना जागा दाखवून देण्याची भाषा करू लागला आहे. त्यामुळे पार्थाने माझ्या मनात काही प्रमाणात का होईना, स्थान निर्माण केले आहे.''

''याज्ञसेनी, एक महत्त्वाचा प्रश्न विचारावं म्हणते. माझी द्विधा अवस्था झाली आहे. विचारावं, का विचारू नये— काय करावं?''

'' निःसंकोच विचार. मी तुला पूर्वीच सांगितले आहे.''

''याज्ञसेनी, पाच पतींना मुठीत ठेवणे किती कठीण असते! मला तरी

एक शंका येते—''

"कोणती?''

"पाच पतींना वश करण्यासाठी तू काही जारण-मारण मंत्र-तंत्र किंवा जादूटोणा तर करीत नाहीस ना?''

हा प्रश्न मला विचारत असताना सत्यभामा खूप अवघडली होती. मला तिचे हसू आले अन् वाईटही वाटले. श्रीकृष्णाच्या पट्टराणीने मला अशी दुराचारी स्त्री समजावे? मी क्षणभर बोलले नाही. एक दीर्घ प्रश्वास सोडला. सत्यभामा पुन्हा गडबडली अन थोड्याशा भयानेच म्हणाली, "राग आला का गं याज्ञसेनी?''

"राग आला नाही, पण वाईट वाटलं. दुराचारी स्त्रियांचा मार्ग मला विचारतेस, याचं वाईट वाटलं.''

"अगं बाई, क्षमा कर हं याज्ञसेनी.''

"असू दे. मी माझ्या पतींना आपल्या मुठीत कशी ठेवते, ते तर तुला सांगणारच आहे; परंतु त्यापूर्वी एक महत्त्वाची गोष्ट सांगते. तुझ्या परमभाग्याने श्रीकृष्णासारखा पती तुला मिळाला आहे; तेव्हा असं काही चेटूक श्रीकृष्णाच्या बाबतीत करू नकोस... कारण कोणताही पती— ज्याला आपली पत्नी आपल्यावर मंत्रतंत्राचा प्रयोग करीत आहे, असे वाटते, तेव्हा त्या पतीला आपल्या घरात पत्नी वावरत नसून जिवंत साप वावरतो आहे, असे वाटते... लक्षात ठेव...''

सत्यभामेने माझं हे बोलणं ऐकून माझे दोन्ही हात पकडले. ती घाबरली होती. मी तिला धीर दिला. तिला समजुतीच्या स्वरात सांगितलं, "हं, आता ऐक मी माझ्या पाच पतींना माझ्या मुठीत कशी ठेवते? मी काम, क्रोध, अहंकार यांना नेहमी दूर ठेवते. पांडवांच्या इतर स्त्रियांशी मी सलोख्याने राहते. वस्त्रहरणाच्या पूर्वी तर पतीचे मन शांत कसे राहील याचा विचार मी अहोरात्र करीत असे.''

"आणि आता?'' मध्येच सत्यभामेनं विचारलं.

"आता माझीच मन:स्थिती अनेक वेळा थाऱ्यावर राहत नाही. वस्त्रहरणामुळे माझ्या जीवनात फार मोठ्या प्रमाणावर उलथापालथ झाली आहे. मला कधी कधी कमालीचा राग येतो अन् ह्या रागाचा बळी ठरतो विशेषत: युधिष्ठिर आणि नंतर पार्थ! पण एक महत्त्वाचे सांगते सत्यभामे, पाच पतींशिवाय एकही परपुरुष माझ्या मनाला कधीच शिवत नाही; मग तो कुणीही असो— सुंदर नि धनसंपन्न मनुष्य असो, गंधर्व असो, की देव असो. हे महत्त्वाचं सूत्र माझ्या जीवनात मला सहज प्राप्त झाले आहे. घराचे घरपण टिकवण्यात हे फार महत्त्वाचे तत्त्व आहे.''

“किती महत्त्वाचं तत्त्व सांगितलंस याज्ञसेनी!”

“सत्यभामे, अजून पुढे ऐक— मला अजून बोलायचे आहे. आज मी पतींना त्यांच्या चुकांबद्दल धारेवर धरते, याचा अर्थ मी भांडकुदळ आहे आणि पतींचा सन्मान करणारी नाही असा होत नाही; माझ्यामध्ये एक भोळीभाबडी, संसारात रमणारी अन् पतिव्रता स्त्री मूलत: आहे. पतीचं भोजन झाल्याशिवाय मी कधीच भोजन करीत नाही. पती निद्राधीन झाल्यावरच मीही निद्रेच्या अधीन होते. ते जेव्हा बाहेरून येतात तेव्हा त्यांना आसन-पाणी देते, घर अतिशय स्वच्छ ठेवते, आळस न येऊ देता पतीला अनुकूल असे आचरण करते. पती जेव्हा मुक्कामी नसतात, तेव्हा मी अनुलेपनादी देहसंस्कार वर्ज्य करून व्रतस्थ राहते. कुलाचार, पूजाविधी, श्राद्ध, साधुपुरुष, ऋषी-मुनींचा आदर हे सर्व निष्ठेने करते. आणि एक महत्त्वाचे सांगते सत्यभामा—”

“सांग—सांग.” सत्यभामा लक्ष देऊन ऐकत होती.

“माझे पती स्वभावाने सात्त्विक, मृदू, सत्यशील आणि सद्धर्माचे आचरण करणारे आहेत, याची मला खात्री आहे. तरीही आपल्या हातून वेडेवाकडे घडू नये, म्हणून मी पतींना क्रुद्ध झालेले विषारी साप समजते!”

“अगं बाई! असं का?”

“अशी भीती अंत:करणात राहिली की भीतीने का होईना, आपण तत्पर राहतो म्हणून. हे भाग्यवती सत्यभामे, अवधान, अविरत सेवा आणि अनन्य तत्परता यांच्या योगाने मी माझ्या पतींना मुठीत ठेवते आणि महत्त्वाचे म्हणजे, पृथ्वीतुल्य कुंतीमातेची मी कधीच निंदा करीत नाही, आणि सत्यभामे, त्यांना मुठीत ठेवते म्हणजे त्यांना खेळवत नाही; तसेच त्यांच्या हातची बाहुली म्हणूनही मी कधी जगलेही नाही. मी सदैव स्वत्व जपत आले.”

माझं बोलणं ऐकून सत्यभामा खूपच प्रभावित झाली. आपण असा प्रश्न विचारायला नको होता, असं तिला वाटलं. माझा हात हाती घेत ती म्हणाली, “याज्ञसेनी, विश्वातील तमाम स्त्रियांनी तुझा आदर्श ठेवावा, अशीच तुझी दिनचर्या आहे. याज्ञसेनी, खरेच तू खूप मोठी आहेस. याज्ञसेनी, मी तुला शरण आले आहे— मला क्षमा कर.”

“अगं, क्षमा करण्यासारखं काही नाही. तुझा प्रश्न स्वाभाविक होता. शेवटी एकच सांगते— क्रोध आणि अहंकार यांचा सदैव त्याग करून मी संसारात रममाण होते; तूही अशीच होत राहा.” सत्यभामेसोबत मी बराच वेळ बोलत होते. अगदी उत्तररात्रीपर्यंत आमच्या गप्पा चाललेल्या होत्या. ह्या संवादातून

माझी नि सत्यभामेची चांगली मैत्री झाली. शेवटी तिच्या लक्षात आलं की व्रतवैकल्ये, तीर्थस्नाने, जारण-मारण किंवा कामशास्त्रातील भोगकौशल्य हे उपाय पतींना सुखावण्यासाठी तकलादू ठरतात; तर सदैव त्यागच महत्त्वाचा असतो.

श्रीकृष्ण-सत्यभामेचा मुक्काम काम्यकवनात बऱ्याच दिवसांपासून होता. आता लवकरच ते काम्यकवन सोडून द्वारकेकडे जाणार होते. मला श्रीकृष्णाशी बोलायचे होते. होणाऱ्या संभाव्य युद्धाबद्दल त्याच्याशी चर्चा करावयाची होती. श्रीकृष्णाला याची जाणीव झाली असावी. एका माध्यान्ही श्रीकृष्णाने वेळ काढला. म्हणाला, ''याज्ञसेनी, आता लवकरच द्वारकेकडे निघावे म्हणतो. काम्यकवनात मुक्काम बराच लांबला आहे. जाण्यापूर्वी तुझेही मानस समजून घ्यावे, म्हणून आलो आहे. वनवास, अज्ञातवासाविषयी तुझं काय मत आहे? पुढील काय कार्यक्रम ठरवले आहेत?''

''मी कोण कार्यक्रम ठरवणार? सल्ला देणारा श्रीकृष्ण आणि कार्यक्रम ठरवणारे रथी-महारथी पांडव.''

''म्हणजे तुझा राग अजून गेला नाही तर?''

''राग कसला कृष्णा, जन्मोजन्मींचे पाप ह्या जन्मी मी भोगते आहे....''

''पांडवांना मी सल्ला देणे तुला आवडत नाही का?''

''आवडते. दु:ख त्याचं नाही; माझ्या जीवनाची ससेहोलपट तू गांभीर्याने घेत नाहीस, याचं दु:ख आहे.''

''मी काय करावं, असं तुला वाटतं याज्ञसेनी?''

''तुझ्याशिवाय युधिष्ठिराचं पान हलत नाही. त्याला एकदा युद्धप्रवण कर. पार्थ अस्त्रविद्यानिपुण होऊन आला आहे. त्याच्या पराक्रमाविषयी मी तुला सांगणे योग्य नाही. त्याच्या पाठीशी भीम आहे आणि माझा सखा म्हणून या सगळ्यांचा पाठीशी तुला राहावंच लागेल. कौरवांशी युद्ध करणं, हा एकच पर्याय आता शिल्लक आहे.''

''याज्ञसेनी, गृहीत धर. समजा— मी मध्यस्थी केली अन् कौरव तुमचे अर्धे राज्य तुम्हाला द्यायला तयार झाले, तर मग तुम्ही सुखाने राज्य करा. कशाला युद्धाच्या भानगडीत पडायचे?''

''श्रीकृष्णा, कौरव तुला एवढे सरळ वाटले का? अरे, वस्त्रहरणाच्या प्रसंगी तू असायला हवं होतंस; मग त्यांच्या निर्दयतेची परिसीमा तुला कळली असती. तू कर, खुशाल प्रयत्न कर. माझ्या तुला शुभेच्छा आहेत. पण कौरवांनी

अमान्य केलंच तर ह्या पांडवांना प्रोत्साहन दे. आमच्या वतीने तू प्रत्यक्ष युद्धात उतरावंस, अशी माझी इच्छा नाही; पण तुझ्या सद्भावना तर आमच्या पक्षाकडून राहतील याची मला खात्री आहे. तुझ्याकडून फार अपेक्षा आहेत रे श्रीकृष्णा!''

''याज्ञसेनी, तुझं दुःख मला का कळत नाही? पण मी विचार करतोय. युद्ध झालंच तर आपला विजय निश्‍चित आहे; पण त्या युद्धाचे चटके आपल्यालाही सोसावे लागतील, याची तुला कल्पना आहे ना?''

''वस्त्रहरणाचे जीवघेणे चटके सोसलेत श्रीकृष्णा त्या चटक्यांपुढे इतर चटके कमीच वेदनादायी असतील. त्या उन्मत्त दुर्योधनाचा पराभव एकदा मला पाह्यचाय. ज्या हाताने माझ्या वस्त्राला स्पर्श करण्याची हिम्मत केली, ते दुःशासनाचे हात पांगळे झालेले पाह्यचे आहेत. पांडवांच्या पायांखाली चिरडलेला शकुनी मला पाह्यचा आहे आणि आयुष्यभर माझ्याशी उभं वैर धरणाऱ्या कर्णाला माझं मोठेपण कळल्याचा दिवस मला पाहायचा आहे...''

''कर्णाला अल्प शिक्षा कशासाठी याज्ञसेनी?''

''खरं सांगू श्रीकृष्णा? कर्णाविषयी माझ्या अंतःकरणात एक कोपरा सदैव जागा असतो. कर्ण आणि माझ्यातल्या भावबंधाचा मी विचार करते, मी आत्मपरीक्षण करते. कर्णाएवढ्या पराक्रमी, बलाढ्य वीराचा अपमान मी करायला नको होता, असं वाटते. माझी ही चूक गृहीत धरूनच पुढे कर्णाच्या सर्व चुकांवर मी पांघरूण घालत आले. कर्ण पराभूत होणं, ही गोष्ट माझ्यासाठी महत्त्वाची नाही; तर माझ्याविषयीच्या रागाने, गैरसमजाने मलिन झालेले त्याचे अंतःकरण— सांदी-कोपरे एकदा स्वच्छ व्हावेत... नितळ व्हावेत! श्रीकृष्णा, बस्स, यापुढे माझी काही अपेक्षा नाही.''

''याज्ञसेनी, तू आता निश्‍चिंत राहा. माझ्यावर विश्‍वास ठेव. सगळं काही तुझ्या मनासारखं होईल. ठरल्याप्रमाणे अज्ञातवासात जा. तिथे सावध राहा. तू चिंता करण्याचे कारण नाही. हे पाचही पती तुझ्या पाठीशी आहेत.''

''श्रीकृष्णा, मी सम्राज्ञी व्हावं, म्हणून तुला हे सर्व सांगत नाही. सम्राज्ञीपणाचा मला मोह कधीच नव्हता; पुढंही राहणार नाही. पण वस्त्रहरणापासून माझ्या देहाची आग होत आहे. ही आग शांत करण्यासाठी कौरवांना त्यांची जागा दाखवली पाहिजे. एकदा कौरवांचा निःपात झाला की, मी वर्षानुवर्षे सुखेनैव वनवासात राहायला तयार आहे.''

''ठीक आहे. मी लागतो कार्याला. उद्या आम्ही द्वारकेसाठी प्रस्थान करणार आहोत. शांत चित्ताने राहा. मी तुझ्या पाठीशी आहे. तुझी मुलं द्वारकेतच

आहेत. काही सांगायचंय त्यांना?''

"तू पाठीशी असल्यावर मी मुलांची चिंता करत नाही. पण श्रीकृष्णा, गेल्यावर एक कर— माझ्या पाचही मुलांच्या डोक्यावर हात फिरव माझ्या वतीने. त्यांना सांग की, याज्ञसेनी नावाच्या अभागी मातेनं तुमची खूप आठवण काढली आणि सांग आम्ही लवकरच....''

मला पुढे बोलता येईना. श्रीकृष्णालाही भरून आले. मात्र, श्रीकृष्णाने दिलेल्या आधाराने मी सुखावले. मुलांची आठवण हृदय पिळवटून टाकते. काय करावं; कळत नाही. मी खूप बोलले होते. जरा भोवळ आल्यासारखे झाले. श्रीकृष्णाला निरोप देऊन मी दर्भासनावर पडले. थकवा आला होता. पण श्रीकृष्णाशी संवाद झाल्याने मोकळे-मोकळेही वाटत होते.

आता जरा वातावरण तयार होत होते. पण कौरवही काही कमी नाहीत; त्यांचं काय चाललं आहे, याकडेही लक्ष देणं आवश्यक आहे. मी विचार करीतच राहिले.

दुसऱ्या दिवशी सकाळी सत्यभामा-श्रीकृष्णासह आम्ही सर्व जण एकत्र बसलो. पुढची दिशा ठरवण्यात आली. काल एवढं बोलणं होऊनही श्रीकृष्ण अजूनही मध्यस्थी करण्याच्या मन:स्थितीत होता. यासंदर्भात मी आज काही बोलायचे नाही, असे ठरवले. चर्चा पूर्ण झाल्यावर श्रीकृष्ण-सत्यभामेचा निरोपादाखल सन्मान करण्यात आला. भोजन झाले. सर्व पाहुणचार घेऊन श्रीकृष्ण सत्यभामेसह द्वारकानगरीकडे निघाला. वेळोवेळी संदेश देण्याचे ठरले होतेच.

श्रीकृष्ण निघून गेल्यावर नेहमीप्रमाणं काम्यकवनात औदासीन्य पसरलं. काही दिवस शांततेत गेले. काही महिन्यांनंतर अज्ञातवास सुरू होणार होता. आता शेवटच्या दिवसांत दक्ष राहणे आवश्यक झाले होते. बारा वर्षं वनवासातील उर्वरित दिवस शांततेत जगण्याचे आम्ही ठरवले होते; पण तसं करू दिल्यास त्यांना कौरव कसं म्हणता येईल! कौरव आमच्या मागावरच होते. वनवासातही आम्ही एवढ्या आनंदाने राहतो, हे कौरवांना सहन होईना आणि विशेष म्हणजे पार्थाने तपश्चर्या करून प्रचंड अस्त्रविद्या प्राप्त केली, ही गोष्ट दुर्योधनाला फारच लागली. पार्थाची ही प्रगती ऐकून तो भ्रमिष्टासारखा करू लागला म्हणे. मूळचाच वाईट असलेला दुर्योधन अजून काहीतरी वाईट करणार, याविषयी माझ्या मनात शंका नव्हती आणि झालेही तसेच.

घोषयात्रेचे निमित्त करून द्वैतवनात कौरव दाखल झाले. एकीकडे निरोप असा पाठवला की, महाराज धृतराष्ट्रांच्या आदेशाप्रमाणे आम्ही पांडवांचे क्षेमकुशल

विचारण्यासाठी येणार आहोत. पण हे निखालस खोटं होतं, याची आम्हाला जाणीव होती. खरं म्हणजे पांडवांचे कसे हाल होताहेत, हे पाहण्यासाठी येत होते. आम्हाला खिजवण्यासाठी आपल्या वैभवाचं प्रदर्शन करीत कौरव द्वैतवनात आले. सोबत शस्त्र-अस्त्रांसह सैनिक होते. द्वैतवनामध्ये गंधर्वांची सेनाही कार्यरत होती. कौरवांचे मस्तवाल सैन्य गंधर्वांवर चालून गेले. गंधर्व व कौरवांचे भीषण युद्ध झाले. कौरवांचा दारुण पराभव झाला. त्याहीपेक्षा महत्त्वाची घटना म्हणजे, गंधर्वांनी दुर्योधनाला पकडून बंदिस्त केले.

गंधर्व काही दुर्योधनाला सोडायला तयार नव्हते. मग काही कौरव आमच्या आश्रमात आले. त्यांनी युधिष्ठिराला अभिवादन करून गंधर्वांशी तह करण्याची विनंती केली. युधिष्ठिराने त्यांचे म्हणणे शांतपणे ऐकून घेतले; पण भीम कसला ऐकून घेतो! तो कौरवांना म्हणाला, ''लाज नाही वाटली रे आमच्याकडे मदत मागायला? साध्वी याज्ञसेनीचं वस्त्रहरण करून तिला आयुष्यभर दुःखाच्या खाईत लोटलंत तुम्ही आणि आता आमच्याकडूनच मदतीची अपेक्षा करताय? खरं म्हणजे, तुम्ही आम्हाला खिजवण्यासाठी आलात. वनवासातील आमचे हाल बघून त्याचा एक आसुरी आनंद घेण्याच्या उद्देशाने तुम्ही द्वैतवनात आलात; पण तुमचा अति उन्माद अन् मस्ती नियतीलाही सहन झाली नाही. जा, परत जा. आम्ही दुर्योधनाला सोडवण्यासाठी येणार नाही. आम्हाला देशोधडीला लावणाऱ्या दुर्योधनाला आम्ही का सोडवायचे?'' भीम क्रोधित होऊन बोलत होता. त्याचे बोलणे मला आवडले. स्वत्व जपणारा पुरुष म्हणजे भीम. भीमाचं बोलणं ऐकून कौरव माना खाली घालून उभे राहिले. त्यांची दयनीय अवस्था पाहून मला मात्र आनंद झाला; पण तसे मी दाखवले नाही. दाखवले, तर ते त्या धर्ममुनी युधिष्ठिराला आवडले नसते. कौरव लाजेने अधोवदन होते. नेहमीप्रमाणे युधिष्ठिराला त्यांची दया आली. तो भीमाला म्हणाला, ''भीमा, तू पार्थासमवेत जा. गंधर्वांचा पराभव करा अन् दुर्योधनाची मुक्तता करा.''

''अजिबात जाणार नाही. कौरवांनी आपलं काय वाईट करायचं शिल्लक ठेवलंय, म्हणून त्यांना मुक्त करायचं? दुर्योधन अनायासे बंदिगृहात गेलाच आहे, तर बसू द्या त्याला तिथेच.''

''भीमा, असे बोलू नकोस. काही झाले तरी आपला भाऊच आहे तो. त्याला आपण सोडवले नाही, तर महाराज धृतराष्ट्रांना काय वाटेल?''

''काही का वाटेना! विचार कर, कौरवांऐवजी आपण संकटात असे सापडलो असतो तर केली असती का मदत यांनी?''

“भीमा, बरोबर आहे. तुझी त्यांनी मदत केली नसती. हाच तर फरक आहे कौरव आणि पांडवांमध्ये. त्यांनी चूक केली म्हणून आपणही करायची का? तूच सांग...” युधिष्ठिर परोपरीने पार्थ व भीमाची विनवणी करत होता. शेवटी भीमार्जुन तयार झाले. ह्या सबंध प्रकरणात मी मौन धारण केले होते.

पांडव द्वैतवनात गेले. पार्थापुढे गंधर्वांचा काय टिकाव लागतो! लवकरच गंधर्व पराजित झाले. दुर्योधनाची मुक्तता झाली. खरं म्हणजे, तेव्हा तरी दुर्योधनाचे डोळे उघडायला हवे होते. पण सरळ झाला, तर दुर्योधन कसला? पांडवांनी आपल्याला सोडवले याचा कृतज्ञभाव तर त्याच्याकडे नव्हताच; उलट पांडवांसमोर आपणास लज्जित व्हावे लागले, म्हणून तो वैफल्यग्रस्त झाला. निघाले होते पांडवांचा अपमान करायला; पण घडले उलटेच!

-०-०-०-

- ९ -

नियतीने उलटे घडवले म्हणून ठीक; अन्यथा कौरव आमचा अपमान करण्यासाठीच येत होते. दुर्योधन परत गेला, पण कृतज्ञतेचा एक शब्दही हस्तिनापुराहून आला नाही. आम्ही तशी अपेक्षाही केली नव्हती. आता काम्यकवनात थोडे दिवस राहावयाचे होते. अज्ञातवास सुरू होणार होता. वनवासातील उर्वरित दिवस तरी शांततेत जातील, असे वाटले होते. पण छे! याज्ञसेनीचा जन्मच अशांतता भोगण्यासाठी झाला आहे, असे वाटते. एक संकट संपले रे संपले तोच दुसरे संकट दत्त म्हणून दारावर हजर! याज्ञसेनी नावाच्या ह्या स्त्रीची सदैव परीक्षाच घेण्याचे दैव बहुधा ठरवत असेल.

काम्यकवनातील अशीच एक घटना घडली. सगळेच पांडव शिकारीच्या निमित्ताने वनात गेलेले होते. आश्रमात भीतीचे काही कारणही नव्हते. शेजारी धौम्यऋषींचा आश्रम असल्याने मला कधी भीतीही वाटत नव्हती. त्या दिवशी भोजन करून सर्व पांडव काम्यकवनात गेले होते अन् मी आश्रमातल्या अंगणात फेरफटका मारत होते. कोवळे ऊन होते. शीतल वारा वाहत होता. एकूण निसर्गच बोलका होता. अंगणात मी सहज भटकत होते.

एवढ्यात एक पुरुष आश्रमाच्या अंगणात आला. राजघराण्याचा खानदानी रुबाब त्याच्या व्यक्तिमत्त्वात होता. आश्रमाच्या अंगणात अगदी माझ्या जवळ येत म्हणाला, "देवी, आम्ही तहानेने व्याकूळ झालो आहोत; आम्हाला पाणी मिळेल का?" मी आतून पाणी आणले. त्यांना आसनस्थ होण्यास सांगितले. पाणी पिऊन झाल्यावर मी त्यांना विचारलं, "आपला परिचय काय? इकडे येण्याचे प्रयोजन काय?"

"मी सिंधू देशाचा सम्राट जयद्रथ. महापराक्रमी राजा बृहद्रथाचा मी पुत्र आहे. इकडे मादकनगरीकडे—अर्थात राजा शल्याकडे एक विवाह बोलणीसंदर्भात जात आहोत. इथे आश्रम दिसला; पाणी प्यावे, जरा विश्रांती घ्यावी आणि जावे, म्हणून इकडे आलो."

"आपण दु:शलेचे यजमान आहात. अनायासे संधी आलीच आहे. आपली एवढी सेवा केली, तर माता गांधारीलाही किती आनंद होईल! या, बसा. विश्रांती घ्या. माझे पती आता परततीलच. आपलं स्वागतच आहे."

"पण देवी, आपण कोण आहात?"

"मी याज्ञसेनी—. पांडवांची पत्नी. पांडव शिकारीनिमित्त काम्यकवनात गेले आहेत; एवढ्यात येतीलच आपण विश्राम करावा."

"आपण पांचाली आहात होय! म्हणून तर इकडून जाताना आपल्या व्यक्तिमत्त्वाचा सुगंध काम्यकवनात दरवळत होता. व्वा! तुम्हाला पाहून खूप आनंद झाला."

"धन्यवाद."

"याज्ञसेनी, एक विचारू का?"

"बोला ना—"

"हा युधिष्ठिर कुठे गेला? ज्याला आपल्या प्रिय पत्नीलाही आनंदात ठेवता आले नाही."

युधिष्ठिराविषयी असं बोललेले मला अजिबात आवडले नाही. पण मी काही बोलले नाही. जयद्रथासमवेत काही सैनिकही होते. मी शांत बसून राहिले. मी शांत बसलेली पाहून जयद्रथ जरा अधिकच बोलू लागला. म्हणाला, "याज्ञसेनी, पृथ्वीतलावर तुझ्याइतकी सुंदर स्त्री नाही. एवढं असून एखादं सम्राज्ञीपद भोगण्याचे सोडून ह्या दरिद्री पांडवांच्या आश्रमात कशासाठी राहतेस?"

"नाही, पांडव दरिद्री नाहीत. त्यांच्याइतके शूर वीर पुरुष पृथ्वीतलावर सापडणे अशक्य आहे. पण सध्या त्यांचे ग्रह योग्य नाहीत. मी चांगल्या दिवसांची प्रतीक्षा करीत आहे."

"याज्ञसेनी, पांडवांना चांगले दिवस येतील, असे वाटते का तुला? ते कधीच येणार नाहीत. त्यामुळे तुझे हे ऐन तारुण्यातले दिवस वाया कशाला घालवतेस? ह्या अपयशी पांडवांची सोबत तू सोडून दे. युधिष्ठिराएवढा बावळट राजा मी बघितला नाही."

"आता फार झाले जयद्रथा. माझ्या पतींना कुणी नाव ठेवले, तर ते मला अजिबात आवडणार नाही. युधिष्ठिराएवढा धर्माने आचरण करणारा राजा विश्वात कुठेच सापडणार नाही."

"कुठेच नाही?" असे म्हणत जयद्रथ मोठ्याने हसला. मी त्याच्या चेहऱ्याकडे बघितलं. जयद्रथाची लक्षणे चांगली दिसत नव्हती. वासनेने बरबटलेले त्याचे डोळे मला शिकारी कुत्र्यासारखे वाटले. त्याची नियत बरोबर नव्हती. हा आश्रमातून कधी एकदा निघून जाईल, असे वाटू लागले. तो हसत-हसत माझ्या जवळ आला. म्हणाला, "याज्ञसेनी, मी तुझ्याकडे बघितलं अन् वाटलं, स्वर्गातली रंभा इथे काम्यकवनात उतरली आहे की काय! विधात्याने तुला एवढं चांगलं शरीर असं रानावनात दिवस काढायला दिलं नाही. चल, तुझा मी योग्य तो सन्मान करीन. सोडून दे हे काम्यकवन अन् चल माझ्यासोबत."

"अहो, पण कुठे?" माझा आवाज चढलेला होता.

"सिंधू देशाची तुला मी सम्राज्ञी करेन. सम्राट जयद्रथाची महाराणी म्हणून तुझा जयजयकार होईल!"

"मूर्खा...! कुणाशी बोलतोस याचे भान तरी तुला आहे काय? आत्ता माझे पाच पराक्रमी पती येतील, तर तुला पळता भुई थोडी होईल."

"कशाचे पराक्रमी पती? अगं याज्ञसेनी, डोकं शांत ठेवून विचार कर. विवाहापासून यांनी किती संकटं आणली तुझ्यावर? अशा पतींजवळ राहण्यापेक्षा तू आत्महत्या केली तरी योग्य झालं असतं. युधिष्ठिरासारख्या भित्र्या पतीजवळ राहण्यापेक्षा सिंधू देशाची सम्राज्ञी का होत नाहीस?"

"जयद्रथा, खबरदार जर पुन्हा एक शब्दही युधिष्ठिराविषयी बोलशील तर! तो एक संयमी, धर्माचे आचरण करणारा, उदार अंत:करणाचा अन् स्थितप्रज्ञ राजा आहे. आता यापुढे पांडवांविषयी अपशब्द काढलास, तर याद राख!" माझा आवाज चढला होता. त्याचे अंगरक्षक सावधपणे उभे होते.

"याज्ञसेनी, पुन्हा एकदा सांगतो— असा मूर्खपणा करू नको. चल, तुला स्वर्गसुख देईन. ह्या भिकाऱ्यांचा त्याग कर." भिकारी म्हटल्याबरोबर मात्र माझा तोल गेला. बोलत जवळ येत असलेल्या जयद्रथाच्या गालावर माझी एक सणसणीत चपराक बसली. जयद्रथाचा चेहरा गोरामोरा झाला. त्याने माझा हात धरला. म्हणाला, "हे मूर्ख स्त्री, तू येतेस माझ्यासोबत, की करू अपहरण तुझे?"

"माझे काय अपहरण करतोस! हे दुष्टा, थांब; माझे पती येऊ देत. माझा भीम येऊ दे, माझा पार्थ येऊ दे. तुझे राई-राईएवढे तुकडे नाही केले, तर मी नावाची याज्ञसेनी नाही."

"फार मस्ती आली का तुला?" असे म्हणत जयद्रथाने मला पकडले. आता तर त्याचे साथीदारही माझ्याकडे येऊ लागले. आपल्या साथीदारांना

जयद्रथ म्हणाला, ''अरे, पकडा हिला. ही तसं ऐकणार नाही. हिला घाला रथात अन् चला घेऊन!'' सर्व जण माझ्याकडे येऊ लागले. जयद्रथाला एक जोराचा हिसका देऊन मी ओरडले, ''ऋषिवर्य, वाचवा मलाऽऽ'' असे म्हणत मी धौम्यऋषींच्या येण्याची वाट न पाहता धावत त्यांच्या आश्रमाकडे गेले. पुरोहित धौम्यऋषी ध्यानमग्न अवस्थेत होते. ''ऋषिवर्यऽ ऋषिवर्यऽऽ'' म्हणत मी त्यांच्या पायाशेजारी पडले. धौम्यऋषींनी डोळे उघडून बघितलं. माझ्याकडे पाहत ते म्हणाले, ''काय झालं बाळ?''

''ऋषिवर्यऽ ऋषिवर्य...'' मला सांगताही येत नव्हते, मी घाबरले होते. एवढ्यात दुष्ट जयद्रथ व त्याचे साथीदार धावत आले. मी ऋषिवर्य धौम्यांना बिलगले. म्हणाले, ''ऋषिवर्य, मला वाचवा. हे दुष्ट लोक माझं अपहरण करीत आहेत.'' धौम्यऋषींनी मला जवळ घेतलं अन् मोठ्याने म्हणाले, ''खबरदार जर कुणी पुढे पाऊल टाकाल तर! हा धौम्यऋषींचा आश्रम आहे. मागे सरा सगळे.''

ऋषींचा आवाज ऐकून क्षणभर जयद्रथही घाबरला. सर्व जण थोडेसे मागे सरले. पण तशाही अवस्थेत जयद्रथ म्हणाला, ''सोडा याज्ञसेनीला, ती आता माझी महाराणी होणार आहे. सिंधू देशाची सम्राज्ञी होणार आहे— सोडा तिला.''

''जयद्रथा, पुन्हा सांगतो, मागे हो'' पण जयद्रथ आता पाय रोवून तिथेच उभा राहिला. त्याच्या लक्षात आले, एकटे धौम्यऋषी काय करणार आहेत? त्याने आपल्या साथीदारांना सांगितले, ''धरा रे याज्ञसेनीला आणि टाका रथात. काय करणार आहे हा म्हातारडा?'' जयद्रथाने असे म्हणताच त्याचे तीन-चार साथीदार मला ओढण्याचा प्रयत्न करू लागले. धौम्यऋषींनी मला सोडवण्याचा निकराचा प्रयत्न केला पण त्या मस्तवाल गुंडांपुढं धौम्यऋषींचे काही चालले नाही. जयद्रथाने धौम्यऋषींना ओढून ढकलून दिले. ऋषी खाली पडले. माझ्या प्रतिकाराला न जुमानता जयद्रथाची माणसं मला अक्षरश: फरफटत नेत होती. त्यांनी मला रथात टाकलं. रथ धावू लागला. मी मागे बघितलं. 'थांब जयद्रथा, थांब जयद्रथा' म्हणत धौम्यऋषी धावत येत होते. रथ वेगाने पुढे जात होता अन् धौम्यऋषी हळूहळू मागे पडत होते. रथामध्येही जयद्रथ मला सारखं सांगत होता की, पांडवांचा नाद सोडून दे; तू माझी सम्राज्ञी झालीस तर सर्व सुखे तुझ्या पायाशी लोळण घेतील. हे सम्राज्ञीपद सोडून वनवासात कशाला जगतेस? जयद्रथ बोलत होता. मी ऐकत होते. आता मी त्याच्याशी वाद घालत नव्हते. कुठला प्रतिकार करत नव्हते. मी शांतपणे रथात बसून होते. माझी दृष्टी मात्र मागे रस्त्याकडे होती. धौम्यऋषी त्याही परिस्थितीत धावत येत होते, पण खूप मागे पडत होते. त्यांची आकृती हळूहळू लहान-लहान होत गेली.

एका क्षणी गुरुवर्य धौम्यऋषी दिसेनासे झाले. रिकाम्या रस्त्याकडे पाहत जयद्रथ म्हणाला, ''पडला मागे म्हातारा! उगी मध्येच लुडबुड करत होता.'' मी जयद्रथाच्या चेहऱ्याकडे बघितलं. त्याच्या चेहऱ्यावर विजयाचा उन्माद होता. त्याचे ओरडणे, शिव्याशाप देणे आता थांबले होते. तो आता माझ्यापुढे गयावया करू लागला. मी संवेदनाहीन प्रेतासारखी रथात बसून होते. माझे डोळे मात्र दाही दिशांचा वेध घेत होते. कुणी सांगावं— एखादं वेळी माझे भीमार्जुन धावत येतील अन् मला ह्या संकटातून सोडवतील... मी अधीरतेने सर्वदूर पाहतच राहिले.

स्त्रीचं सुंदर असणंसुद्धा तिला शापच असतो. माझ्या देहानेच तर जयद्रथाला वेड लावले ना! निसर्गाने स्त्रीला दिलेला हा शाप तर नाही? मी हतबल होऊन बसले. क्षणभर वाटलं, आपण पार्थासोबत तीर्थयात्रेला गेलो असतो, तर किती बरे झाले असते! मला आज शस्त्र-अस्त्रविद्या अवगत असती, तर जयद्रथाला आतापर्यंत मी बंदिस्त करून टाकलं असतं. मी विचार करत बसले. आता थोड्या वेळात पांडव आश्रमात परततील... पहिल्यांदा भीम 'याज्ञसेनीऽ याज्ञसेनीऽऽ' म्हणत आश्रमात जाईल. मी त्याला दिसणार नाही. तो पहिल्यांदा घाबरणार नाही, पण इकडे-तिकडे पाहील. सरस्वतीच्या डोहावर जाऊन पाहून येईल. मग धावत परत येईल आणि धौम्यऋषींच्या आश्रमात जाईल. तिथे त्याला ऋषीवर दिसणार नाहीत. मग मात्र भीम सैरभैर होईल. पार्थ तर धनुष्य-बाण घेऊन तत्काळ तयार होईल. पण त्यांना कसे कळेल की, माझं अपहरण जयद्रथानं केलं आहे म्हणून? नकुल-सहदेव तसे हुशार आहेत. ते परिसर पाहतील, त्यांना रथांच्या चाकाच्या खुणा नक्कीच दिसतील; मग सगळेच युधिष्ठिराच्या आज्ञेने इकडे येतील. पण शिकारीवरून ते लवकर येतील ना? खरं म्हणजे, त्यांची परतायची वेळ होऊन गेली आहे. मी मनोमन परमेश्वराची प्रार्थना करू लागले. जयद्रथ म्हणाला,

''याज्ञसेनी, मागे काय पाहतेस? कुणाची वाट पाहतेस?''

''... ...'' मी चकार शब्द बोलत नव्हते.

''पांडव येतील, असं वाटतं का तुला? ते शक्य नाही. समजा आले, तरी माझ्यापुढे ते टिकणार नाहीत. तेव्हा पांडवांचा विचार डोक्यातून काढून टाक. याज्ञसेनी—'' असे म्हणत त्याने माझ्याकडे बघितले. मी काहीच बोलले नाही. मी त्याच्याकडे पाहतही नव्हते. माझी दृष्टी सातत्याने मागील रस्त्याचा कानोसा घेत होती. जयद्रथ पुढे बोलत होता. मी यांत्रिकपणे त्याचे बोलणे ऐकत होते.

''याज्ञसेनी, तुझ्यात काय कमी आहे, म्हणून तू हा वनवास भोगतेस? खरं

सांगू का? तुझी वनवासातील अवस्था पाहूनच मला तुझी दया आली अन् वाटलं, हिला आपण आपली पट्टराणी करून घ्यावं. तेव्हा तू आता आनंदाने हे सम्राज्ञीपद स्वीकार कर. तुला कसलाच त्रास होणार नाही. हजारो दासी तुझ्या सेवेसाठी असतील. आता तू केवळ वैभवात लोळणार आहेस. काम्यकवन व द्वैतवनातले जीवन हे काय जीवन आहे? एका सम्राटाची तू मुलगी... तुझ्याएवढी सुंदर स्त्री अजून जन्मायची आहे. तुझ्या व्यक्तिमत्त्वातील सुगंध हा तुला मिळालेला उपजत व अभिजात ठेवा. अशा सगळ्या स्वर्गसुख देणाऱ्या गोष्टी तुझ्याकडे असताना असं वनवासात भिकाऱ्याचे जीवन कशाला जगतेस? पण आता चिंता करू नकोस; मी तुझ्यासोबत आहे. सम्राज्ञीपद घेऊन उर्वरित आयुष्य सुखाने जग. याज्ञसेनी, हा जयद्रथाचा शब्द आहे. मी तुला सुखात ठेवीन. सुखाशिवाय इतरत्र कोणताही विचार तू करू नकोस...''

जयद्रथाची बडबड चाललेलीच होती. मी तिकडे विशेष लक्ष देत नव्हते. रथाचा वेग आता मंद झाला होता. हळूहळू जयद्रथाची चिंताही आता कमी झालेली होती. आपण आता खूप दूर आलेलो आहोत; आता इकडे पांडव पोहोचणे शक्य नाही, याची त्याला खात्री झालेली होती. त्याला वाटले, आता याज्ञसेनी आपलीच झालेली आहे! त्याची बडबड मात्र चालूच होती. मी तर मौन धारण केले होते. मागे रस्त्यावर अगदी खूप लांबपर्यंत मी नजर टाकत राहिले. मला आत्मविश्वास होता, पांडव नक्कीच येतील म्हणून. परत मी क्षितिजाकडे लांबवर रस्त्यावर दृष्टी ठेऊन होते. काही अस्पष्ट ठिपके अन् धूळ मला लांबून दिसत होती. कुणी तरी वेगाने इकडे येत आहे, याची मला खात्री झाली. मी सावध होतेच; पण आता मात्र माझी दृष्टी अधिकच तीक्ष्ण झाली. जीव ओतून, डोळ्यांत प्राण आणून मी त्या ठिपक्यांकडे पाहत होते. ठिपके थोडे-थोडे मोठे होऊ लागले. जयद्रथ मात्र पूर्णत: बेसावध होता. आकाशाकडे पाहत व्यर्थ बडबड करीत होता. मला वश करण्याचा त्याचा अखंड प्रयत्न चाललेला होता. त्याचे लक्ष मात्र ठिपक्यांकडे नव्हते. हळूहळू ठिपक्यांनी मानवी रूप धारण केलं. माझी खात्री झाली— ते पांडवच होते!

माझ्या आनंदाला सीमा राहिली नाही. माझ्या चेहऱ्यावर आनंदाचा प्रसन्न भाव पसरला. जयद्रथ माझ्याकडे पाहून बोलत असल्यामुळे माझ्या चेहऱ्यावरचा आनंद त्याच्या लक्षात आला. त्या मूर्खाला वाटले, व्वा! आपले बोलणे याज्ञसेनीला पटत असले पाहिजे. तो पुन: पुन्हा माझी स्तुती करत होता. पांडवांचे रथ आता खूपच जवळ आले होते. त्यांचा वेग पाहता ते लवकरच पोहोचतील याची मला खात्री होती.

मानवी आकृत्या आता जवळ-जवळ येत होत्या. मी निरखून पाहत होते. अगदी समोर भीम होता, मागे पार्थ व इतर पांडव. मी त्यांना ओळखलं. मला आकाश ठेंगणे झाले. तरीही अजून हे जयद्रथाच्या गावीही नव्हतं. आता पांडव कशाला येतील, असेच त्याला वाटले, म्हणून तो चिंतामुक्त झालेला होता. माझा प्रसन्न चेहरा पाहून त्याला वाटले की, याज्ञसेनीही आता आपली महाराणी व्हायला तयार झाली आहे. आळसावलेल्या अवस्थेत जांभई देत जयद्रथ म्हणाला, ''मग काय याज्ञसेनी, सिंधू देशाची महाराणी होणार आहेस ना?''

''महाराणी तर होणार आहे; पण पांडवांचीच! तिकडे पाहा नराधमा, कोण येत आहे!'' जांभईसाठी उघडलेले तोंड तसेच वासून त्याने मागे रस्त्याकडे नजर टाकली. ते पांडव आहेत, ह्याचीही खात्री त्याला झाली असावी. तो ताड्कन रथामध्ये उभा राहिला. धनुष्य-बाण घेऊन तयार झाला. त्याने आपल्या साथीदारांना सावध केले. म्हणाला, ''अरे सर्व तयार व्हा. पांडव आलेले आहेत. त्यांचा पराभव केल्याशिवाय आपल्याला याज्ञसेनीला घेऊन जाता येणार नाही.'' त्याचे सर्व सैनिक खडबडून सतर्क झाले. धावाधाव सुरू झाली. जयद्रथ सर्वांना सूचना देऊ लागला.

सर्व तयारी होईपर्यंत तर पांडव येऊन पोहोचलेही अन् पार्थाचा पहिला बाण सूं ऽऽ सूं ऽऽ करत आला अन् जयद्रथाच्या रथाच्या एका चाकाचा अक्षरश: चुरा झाला. रथाचे घोडे खिंकाळले. ते कसेही उधळू लागले. रथ मोडला. घोडे रथापासून दूर झाले. मी जमिनीवर कोसळले. जयद्रथही जमिनीवर पडला, पण लगेच सावरून हाती धनुष्य घेऊन तो उभा राहिला. एकीकडे पांडव अन् दुसरीकडे जयद्रथ व त्याचे साथीदार यांच्यात युद्ध सुरू झाले. जयद्रथही त्वेषाने उठून लढू लागला.

भीमाने दुरूनच गर्जना केली, ''अरे दुष्टा जयद्रथा, आता तिथेच थांब— तुला जिवंत जाळल्याशिवाय राहणार नाही!'' भीमाचा आवाज त्या वनातील कानाकोपऱ्यात दुमदुमला. भीमाच्या आवाजाने पक्षी सैरभैर झाले, अवकाशात उडू लागले. बाणांचा वर्षाव होऊ लागला. जयद्रथाचे बाण हवेतल्या हवेत निष्क्रिय करण्याचे काम पार्थाचे बाण करू लागले. मी विवाहानंतर पहिल्यांदाच पार्थाचा बाणवर्षाव पाहत होते. पार्थाकडे पाहून अभिमानाने माझे मन भरून येत होते मी पाहत होते. पार्थामधला पराक्रम, चपलता आणि अदम्य आत्मविश्वास. भीतीचा लवलेशही चेहऱ्यावर नाही. तपश्चर्या पूर्ण करून अस्त्रविद्यापारंगत आलेल्या पार्थाला जयद्रथाचा पराभव करायला फारसा वेळ लागला नाही. जयद्रथाच्या रथाचे

घोडे चौफेर उधळले गेले. जयद्रथाचे सर्व सैन्य वाट नेईल तिकडे सैरावैरा धावू लागले. पार्थाच्या एका बाणाने जयद्रथाचे धनुष्य मोडून पडले अन् जयद्रथ एकाकी पडला.

मी म्हणाले, "जयद्रथा, कळला का पांडवांचा पराक्रम?" पण जयद्रथ पलायनाच्या तयारीत होता; तो ऐकण्याच्या मन:स्थितीमध्ये होता कुठे? त्याने इकडे-तिकडे बघितले. त्याचे सैन्य पळून गेले होते. रथाचे घोडे इकडे तिकडे दिसत होते. जयद्रथाला त्याचे मरण दिसू लागले. एकदा पांडवांकडे अन् एकदा माझ्याकडे पाहून त्याने धूम ठोकली. तो पळून जात आहे, हे लक्षात आल्यावर भीमार्जुनही त्याच्या पाठीमागे लागले. जयद्रथ पुढे अन् भीमार्जुन मागे धावू लागले. मला विश्वास होता— आता भीमार्जुन जयद्रथाला पकडून आणतीलच.

युधिष्ठिर, नकुल, सहदेव माझ्याजवळ आले. युधिष्ठिराचा चेहरा चिंताक्रांत झालेला होता. त्याने माझ्याकडे बघितले. म्हणाला, "याज्ञसेनी, ह्या वृक्षाखाली थोडा विश्राम कर. भीमार्जुन जयद्रथाला पकडून आणतीलच. थोडा विश्राम करून आपण आश्रमाकडे निघू या."

"ऋषिवर्य धौम्यमहाराज कुठे आहेत?" मी सचिंत विचारले.

"कुशल आहेत. चिंता करू नकोस. त्यांनीच आम्हाला सर्व सांगितले. हा मार्ग त्यांनीच दाखवला, म्हणून तर आम्ही तत्काळ येऊ शकलो. ते रस्त्यातच एका वृक्षाखाली विश्राम घेत आहेत. जाताना आपण सोबत घेऊन जाऊ."

शेजारी असलेल्या एका वृक्षाखाली आम्ही विश्रांती घेतली. थोड्या वेळाने भीमार्जुनाने जयद्रथाला बांधून आणले. माझ्या आणि युधिष्ठिरासमोर उभे करून भीमाने विचारले,

"जयद्रथा, याज्ञसेनीला पळवून नेण्याची तुझी हिम्मतच कशी झाली?" असे म्हणत त्याने जयद्रथाला माझ्या पायांकडे ढकलले. जयद्रथ पडला. भीमाच्या माराने तो आधीच गर्भगळित झाला होता. मी काही बोलले नाही. जयद्रथाकडे तुच्छतापूर्वक दृष्टी टाकून फक्त हसले. भीमाने जयद्रथाचे केस पकडून त्याला उभं केलं अन् एक ठोसा लगावला. जयद्रथ युधिष्ठिराच्या पायांजवळ पडला. त्याने युधिष्ठिराचे पाय धरले. म्हणाला, "महाराज युधिष्ठिर, एक वेळ क्षमा करा. माझ्या हातून अक्षम्य प्रमाद घडला आहे." त्याने युधिष्ठिराचे पाय धरले. मी आळीपाळीने युधिष्ठिर अन् जयद्रथाकडे पाहत होते. माझ्या लक्षात आले— जयद्रथाच्या चेहऱ्यावरचा पश्चात्ताप प्रामाणिक नव्हता. पुन्हा संधी मिळाल्यास असेच नीच कर्म करायला तो मागेपुढे पाहणार नाही, याची मला खात्री होती.

भीमाने माझ्याकडे बघितले. त्याला माझ्या अंत:करणातील भाव कळले असावेत. जयद्रथाचे केस धरून त्याला उभं करत भीम म्हणाला, ''कसली क्षमा? दुष्टांसाठी क्षमा नसते; त्यांच्यासाठी शिक्षा हीच त्यांची क्षमा असते. चल, उठ अन् मरणाला तयार हो.''

भीमाचे सडेतोड बोलणे मला आवडले. पण मला युधिष्ठिराची चिंता होती. त्याचा उदारमतवाद कुठे आडवा येतो की काय, असे वाटत होते. पार्थही जयद्रथाला ठार करण्याच्याच तयारीत होता. भीमार्जुनाचा मानस जयद्रथाला कळला असावा. तो मट्‌कन खाली बसला अन् युधिष्ठिराचे पाय धरून मोठ्याने रुदन करू लागला. युधिष्ठिरही पहिल्याइतका कठोर राहिला नाही, याची मला जाणीव झाली; म्हणून मी युधिष्ठिराला म्हणाले, ''क्षमा वगैरे काही नाही; याचा गुन्हा अक्षम्य आहे. याला ठार केलेच पाहिजे. याज्ञसेनीचे अपहरण करण्याची हिम्मत त्याने केलीय अन् देवतुल्य धौमऋषींना लत्ताप्रहार केले. ह्या विषारी सापाला ठेचून काढा. ह्याला क्षमा करण्याची चूक करू नका.'' माझ्या बोलण्याचा परिणाम युधिष्ठिरावर झाला नाही, याचे मला दु:ख झाले. युधिष्ठिर अजून तरी काही बोलत नव्हता.

पार्थ म्हणाला, ''भीमा, आता उशीर नको. याला आता क्षणार्धात यमसदनाला पाठवून देऊ या.'' असे म्हणत पार्थाने जयद्रथाला पकडले. मात्र युधिष्ठिर म्हणाला, ''थांबा. ह्याला मारू नका; तो शरण आला आहे. त्याला अभय द्या.''

''युधिष्ठिरा, ही चूक... .''

''थांब याज्ञसेनी. मी सांगतो तसे करा. भीमा, त्याने शरणागती पत्करली आहे. पहिल्यांदा त्याला मुक्त करा.'' भीम शांतच होता. त्यालाही युधिष्ठिराचा निर्णय आवडला नाही. पण युधिष्ठिराचा निर्णय पक्का होता. त्यामुळे भीमाने जयद्रथाला मुक्त केले. जयद्रथा पुन्हा एकदा क्षमा मागत तो युधिष्ठिराला म्हणाला, ''महाराज युधिष्ठिर, मी आपले उपकार कधीच विसरणार नाही. आपण मला जीवदान दिलेत. मी पश्चात्तापाने अस्वस्थ झालो आहे. मी आता मन:शांतीसाठी गंगेकडे जाणार आहे. गंगाद्वारी तप करणार आहे. असले दुष्कृत्य मी पुन्हा कधीच करणार नाही. मी आपली, सर्व पांडवांची, धौम्यऋषींची आणि याज्ञसेनीची क्षमा मागतो... येतो मी—'' असे म्हणत जयद्रथ गंगाद्वाराकडे निघून गेला.

मला तर युधिष्ठिराचा खूप राग आला होता. काय करावे; कळत नव्हते. भीमार्जुनालाही राग आला होता, पण त्यांनी काही तो व्यक्त केला नाही, जयद्रथ खूप

लांबवर गेल्यावर युधिष्ठिर म्हणाला, ''जयद्रथाची चूक होती. चूक झाली, हे त्याने कबूलही केले आहे. ह्या प्रसंगातून कदाचित त्याच्यात परिवर्तन होईल, म्हणून त्याला अभय दिले.''

''पण युधिष्ठिरा, जयद्रथ हा क्रूर, विश्वासघातकी आणि कपटी राजा म्हणून प्रसिद्ध आहे. त्याच्या बोलण्यावर कशाला विश्वास ठेवायचा?'' भीम म्हणाला.

''हे बघ भीमा, मृत्यू समोर दिसू लागला की माणूस खरे बोलू लागतो. तो शरण आला आहे. जो मेला आहे, त्याला मारण्यात काही अर्थ आहे का? आपली संस्कृती महान आहे. आता तो तप: श्चरणाला जाऊन बसणार असेल, तर त्याला जीवदान दिले पाहिजे. त्याला योग्य ती शिक्षा आपण केली आहे. दुसरा एक फार महत्त्वाचा संदर्भ तुम्ही सगळे विसरून चाललेला आहात. आज आपण जयद्रथाला ठार केलं, तर उद्या दु:शला काय म्हणेल? काही झालं तरी दु:शला ही आपली बहीण आहे, हे विसरता येणार नाही. म्हणून त्याला जीवदान देणे आवश्यक होते.'' युधिष्ठिर त्याचे नेहमीचे तत्त्वज्ञान सांगू लागला. मला युधिष्ठिराचे बोलणे फारच पोकळ वाटू लागले. त्याचे बोलणे असह्य झाले तेव्हा मात्र मला राहवले नाही. म्हणाले, ''युधिष्ठिरा, बंद कर आता हे प्रवचन! खूप झाले तत्त्वज्ञान ऐकून! आणि कशाला शास्त्राच्या गोष्टी करतोस? शास्त्राचा कधी डोळस अभ्यास केलास का? संग्रामात अशी भाषा करणे तुला शोभत नाही. अरे, शत्रू संग्रामात येऊन प्राणांची भिक्षा मागू लागला तरी त्याला जिवंत सोडू नये, असे शास्त्र सांगते. आजचे तुझे वर्तन शास्त्राच्या विरोधात आहे.''

माझे बोलणे युधिष्ठिराने नेहमीप्रमाणे मनावर घेतले नाही. तो काही बोललाही नाही. पण माझी नाराजी त्याला कळली असावी. थोड्या विश्रांतीनंतर आम्ही काम्यकवनात आमच्या आश्रमाकडे निघालो. जयद्रथाला सोडून दिले, ही गोष्ट मात्र माझ्या काळजात दु:खाचे घर करून गेली. रस्त्यातच आम्हाला धौम्यऋषी भेटले. आम्ही सर्वांनी त्यांना अभिवादन केले. त्यांना सोबत घेऊन आम्ही आश्रमात आलो. जयद्रथाला जीवदान दिले, ही गोष्ट धौम्यऋषींनाही आवडली नाही. तरीही युधिष्ठिर जीवदानाचा पुरस्कारच करीत राहिला.

जयद्रथाचा प्रसंग घडल्यापासून मला आता काम्यकवनात थांबणे नकोसे झाले होते. आता मी ठरवून टाकलं होतं— युधिष्ठिराशी वाद घालायचा नाही. पदरात पडेल ते जगणं आपलं, म्हणून गोड करून घ्यायचे. खरं म्हणजे, जयद्रथ शरणागती प्रसंगी श्रीकृष्ण उपस्थित हवा होता. त्याने कदाचित युधिष्ठिराचे मन वळवले असते; पण आता काही इलाज नव्हता. जे झाले, ते झाले. आज सोडून दिलेला जयद्रथ एक

दिवस सापासारखा जेव्हा पांडवांवर चालून येईल, तेव्हा युधिष्ठिराचे डोळे उघडतील. जयद्रथ म्हणे गंगाद्वारी तपश्चर्येसाठी जातोय! तपश्चर्या करण्याइतपत चांगले गुण आहेत का त्याच्यात? आणि युधिष्ठिराने खुशाल विश्वास ठेवावा त्याच्यावर? जाऊ द्या. झालं-गेलं विसरून जायचं ठरवलं मी. वनवासाचे कमी दिवस उरले होते. उर्वरित दिवस द्वैतवनात जाऊन काढावेत, असे मला वाटू लागले. मी माझा विचार पांडवांना बोलून दाखवला. त्यानुसार लवकरच द्वैतवनात जायचे ठरले. वनवासातील उर्वरित दिवस द्वैतवनात घालवले की, आम्ही अज्ञातवासात जाणार होतो. अज्ञातवास म्हणजे एक परीक्षाच होती. खरं म्हणजे, खरी परीक्षा अज्ञातवास संपल्यावरच सुरू होणार आहे, हेही मला कळत होते.

द्वैतवनात येऊन आता आठवडा लोटलेला होता. अज्ञातवासाची तयारी चाललेली होती. पांडव आता दिवसदिवस बाहेर जात नसत. कुणीतरी आश्रमात थांबतच असत. काम्यकवनात जयद्रथाचा प्रसंग घडल्यापासून आता सर्व जण सावध झाले होते. मीही आश्रमाचा आणि सरस्वती नदीचा परिसर याव्यतिरिक्त कुठे लांब जात नव्हते. बारा वर्षांच्या ह्या वनवासाने मला खूप गोष्टी शिकवल्या होत्या. ह्या वनवासाने चांगलेच भाजून काढले होते आणि वनवासच कशाला; अगदी विवाहापासूनच खरा वनवास सुरू झाला आहे, असे भासत होते! विवाह -वस्त्रहरण -जयद्रथ अपहरण या सर्व घटनांमधून मला खूप काही शिकायला मिळालं. आता काही दिवस शिल्लक राहिलेले आहेत. दिवस मोजत आम्ही अज्ञातवासाची वाट पाहत होतो.

एका सकाळी मी सरस्वतीच्या किनारी गेले. स्नान आटोपल्यावर नदीवर प्रसन्न वाटते, म्हणून मी बसले. बराच वेळ झाला. मला काही परत जावंसं वाटत नव्हतं. मागील एक-एक घटना आठवू लागल्या. आयुष्याचे सिंहावलोकन करत गेले. इतिहासाचे अवलोकन माणसाला समृद्ध करीत असते. एकटीच होते. तेव्हा सरस्वतीशीच संवाद साधत बसले. खरं म्हणजे, नदीचं आणि स्त्रीचं एक नातं असावं. सागराला पुरुषांची नावं असतील, पण नद्यांना मात्र स्त्रियांचीच नावे आहेत. आता ही सरस्वती. सरस्वती नाव कशामुळे पडले, कुणास ठावूक? पण नदीमध्येही स्त्रीचं भावविश्व असतंच. एका दगडावर बसून मी नदीच्या पात्रात पाय सोडले. पाणी उबदार होतेच. पाण्याशी खेळत बराच वेळ बसले असते, पण मागून आवाज आला— "याज्ञसेनी ऽऽ याज्ञसेनीऽऽ" भीम आला होता. तरी मला वाटलंच— आता कुणी तरी येईल! भीम जवळ आला. "काय झालं याज्ञसेनी, इतका उशीर का झाला?"

“बोलत बसले होते.”

“कुणाशी?”

“नदीशी.”

“अरे व्वा! नदीही बोलते वाटतं तुझ्याशी. बरोबर आहे. तुझं व्यक्तिमत्त्वही तसंच आहे म्हणा.”

“का आलास?”

“तू बराच वेळ आली नाहीस... म्हणून जीव कासावीस झाला... म्हणून आलो.”

“माझ्यासाठी जीव कासावीस होतो?”

“अगदी...! हा काय प्रश्न विचारायचा आहे का याज्ञसेनी?”

“जयद्रथाने मला उचलून नेले, तेव्हा नाही झाला जीव कासावीस? दु:शासनाने वस्त्र फेडले, तेव्हा नाही झाला जीव कासावीस? दुर्योधनाने उघडी मांडी दाखवली, तेव्हा नाही जीव झाला कासावीस? घटकाभर सरस्वतीतीरावर बसले, तर म्हणे झाला जीव कासावीस!”

“याज्ञसेनीऽऽ याज्ञसेनीऽऽ, अगं, किती टोमणे मारतेस हे? तुझ्या प्रत्येक प्रश्नाला माझ्याकडे उत्तर आहे आणि एकदा अज्ञातवास संपू दे; तुझ्या सगळ्याच ॠणांतून मुक्त नाही झालो, तर नावाचा भीम नाही!”

भीमाला उगीच बोलले, असे मला क्षणभर वाटले.

“अजून किती दिवस वाट पाहावी लागेल भीमा?” मी पायाने नदीच्या पाण्याशी खेळत अन् दृष्टी आकाशाकडे ठेवत विचारलं.

“याज्ञसेनी, आता फार दिवस नाही. अज्ञातवास तर संपू दे.”

“अज्ञातवासाचीच मला भीती वाटते भीमा.”

“भीम असल्यावर कसली भीती?”

“भीम असूनही जयद्रथ आला होताच ना?”

“मग त्याला शिक्षा मिळाली ना?”

“कसली शिक्षा? युधिष्ठिराने जीवदान दिलेच की!”

“आता काय करावं? युधिष्ठिराने दु:शलाचं महत्त्वाचं कारण सांगितलं होतं ना, त्यामुळं.”

“माझ्यापेक्षा तुम्हाला दु:शला महत्त्वाची आहे का? आणि तूही युधिष्ठिराच्या म्हणण्याला दुजोरा देत जयद्रथाला सोडून दिलंस.”

“काय करावं...?”

"काय करावं म्हणजे? भीमा, खरं सांगू? माझ्यावर कुणाचं प्रेमच नाही मुळी. त्या चारांचेही नाही अन् तुझंपण नाही. शेवटी मी पाच आऱ्यांचं चाकच ना? जिकडे उतार मिळेल, जिकडे दिशा नेईल तिकडे घरंगळत जावं... बरोबर आहे तुझे."

"याज्ञसेनी, किती टाकून बोलतेस? तुझे बोलणे म्हणजे शब्दबाणच! हे शब्दबाण किती घायाळ करतात मला... माझ्या पहाडी छातीवर अनेकांचे बाण पांगळे होतात; पण तुझे शब्दबाण फारच घायाळ करतात..."

मी भीमासोबत बराच वेळ बोलत होते. त्याला शेवटी म्हणाले, "भीमा, अज्ञातवासात मात्र माझ्यावर थोडं लक्ष ठेव. तुझ्यावर माझा जरा जास्तच हक्क आहे. पुन्हा जयद्रथासारखा प्रसंग येऊ नये. युधिष्ठिराचं काही खरं नाही अन् अज्ञातवास संपल्याबरोबर मला मुलांचं दर्शन घडव. त्यांना भेटण्यासाठी जीव तळमळतो बघ."

"ठीक आहे." असे म्हणत भीमाने आश्वासन दिले. आम्ही आश्रमात आलो. सर्व जण आमची वाटच पाहत होते. मला बघून सर्व जण निश्चिंत झाले. जयद्रथ प्रकरण घडल्यापासून पांडव आता फारच सावध झाले होते. हे एवढी माझी काळजी करतात, या कल्पनेने मीही सुखावून जात होते.

आमची अज्ञातवासाची चांगलीच तयारी झाली होती. विराटनगरीत जाण्यासाठी कधी निघायचं, कुठपर्यंत मिळून जायचं, कोणकोणत्या रूपात दाखल व्हायचं, वेशभूषा कशी असावी, आणीबाणीत भेटण्याचं स्थळ कोणतं असावं... याची सविस्तर चर्चा सुरू झाली. अज्ञातवासातील नाटकाची आम्ही चांगलीच रंगीत तालीम घेतली. वनवासातील आता काही शेवटचे दिवस शिल्लक राहिले होते. पाच पांडव आणि मी— आम्ही आता परस्परांची खूप काळजी घेत होतो. आता सर्व ब्रह्मवृंदांना निरोप द्यावा लागेल. माझीही आता चांगलीच मानसिक तयारी झाली होती. आता द्वैतवन सोडून जावे लागणार होते. द्वैतवन आणि काम्यकवनाने आम्हा सर्वांना चांगलेच सांभाळले होते. ही दोन्ही वने सोडावी लागणार, म्हणून हुरहूर लागलेली होती. अशी सगळी आवराआवर चालू असताना अजून एक संकट द्वैतवनात चालून आले..

एका माध्यान्ही आम्ही सर्वजण आश्रमाच्या अंगणात गप्पा करत बसलो होतो. ह्या बोलण्यात पुन्हा अज्ञातवासाचीच चर्चा होती. एवढ्यात एक ऋषी धावत आश्रमात आले. त्यांच्याकडे पाहून त्यांच्यावर काहीतरी संकट कोसळले आहे, हे जाणवत होते. आश्रमात आल्याबरोबर आम्ही सर्वांनी त्यांना अभिवादन केले. अभिवादन स्वीकारत ऋषिवर्य म्हणाले, "युधिष्ठिरा, मला तुम्हा सर्व पराक्रमी

वीरांची तातडीची मदत हवी आहे.''

''बोला ऋषिवर्य...'' युधिष्ठिर नम्रतेने म्हणाला.

''इथून जवळच माझा आश्रम आहे. आश्रमातील अंगणात एक मोठे पिंपळाचे झाड आहे. ह्या झाडाला अरणी आणि मंथा नावाची अग्नी उत्पन्न करण्याची लाकडे मी टांगून ठेवत असतो.''

''बरं, मग काय झाले त्याचे?'' मध्येच युधिष्ठिराने विचारले

''आता काही वेळापूर्वी वनामधून एक हरिण तिथे आले आणि ते झाडाच्या बुंध्याला डोके घासू लागले. त्यावेळी अरणी-मंथा यांना बांधलेली दोरी त्याच्या शिंगात अडकली. त्यामुळे हरिण बुजले अन् अरणी-मंथा घेऊन पळू लागले. ते सैरावैरा पळू लागले. काही काळ मी पाठलाग केला, पण ते काही मला सापडत नव्हते. आता मला चिंता आहे की, अरणी-मंथा नसल्यामुळे आश्रमात मी अग्नी कसा निर्माण करू? यासाठी मला तुम्हा सर्व पांडवांची मदत हवी आहे.'' ऋषींचे बोलणे ऐकून स्वभावतःच परोपकारी असलेल्या युधिष्ठिराला त्यांची दया आली. लगेच तो सर्व भावांना म्हणाला, ''चला, सर्व जण व्हा तयार. आपण या गुरुदेवांना त्यांची अरणी अन् मंथा मिळवून देऊ—'' असे म्हणत त्याने परत गुरुदेवांना विचारले, ''ते हरिण कोणत्या दिशेला गेले महाराज?''

''हे इकडे गेले—'' असे म्हणत ऋषींनी उत्तरेकडे बोट दाखवले. म्हणाले, ''चला, मी येतो सोबत तुमच्या आणि दाखवतो.'' सर्व पांडव शस्त्रास्त्रांसह लगेच तयार झाले. ऋषीसोबत आता निघणार की युधिष्ठिराच्या लक्षात आले की, आपण सर्वजण गेल्यावर याज्ञसेनीजवळ कोण राहील? जयद्रथाचे प्रकरण घडल्यापासून सर्व पांडव मला सोडून गेले, असे कधी झाले नव्हते. तेव्हा त्याची मनःस्थिती माझ्या लक्षात आली. त्याचे रेंगाळणे भीमाच्याही लक्षात आले. भीम लगेच म्हणाला, ''आपण याज्ञसेनीजवळ नकुल-सहदेवाला ठेवून जाऊ.''

पण मी लगेच म्हणाले, ''चिंता करू नका माझी. आपण सर्वजण गेलात तर ऋषींची अरणी-मंथा सापडेल. माझी काळजी करू नका; मी निवांत बसेन आणि तुम्ही सर्व एकत्र आल्यावर हरणाचा माग काढून त्याला जेरबंद करायला तुम्हाला कितीसा वेळ लागणार आहे? जा तुम्ही.'' युधिष्ठिराला माझे बोलणे पटले असावे. त्याने सर्वजण जाण्याचा निर्णय घेतला अन् ऋषींसोबत ते सर्व निघून गेले.

मी आश्रमात फेऱ्या मारू लागले. तशी मी निश्चिंत होते. जयद्रथासारखे प्रकरण नेहमी थोडेच घडते? दुसरी गोष्ट म्हणजे, पांडव काही फार मोठ्या

कामगिरीवर गेले नाहीत. साध्या हरणाची गोष्टच केवढी... एकटा पार्थ गेला असता तरी चाललं असतं. पण सर्वजण गेल्यामुळे हरणाचा सर्व दिशेने शोध घेता येईल अन् हरिण लवकर सापडेल. त्यामुळे ऋषींच्या अरणी-मंथा त्यांना प्राप्त होतील अन् घटकाभरामध्ये पांडव आश्रमात परत येतील, असा विचार करीत मी आश्रमात फेऱ्या मारू लागले. मला आता वेध लागले होते द्वारकेचे. श्रीकृष्णाने परवाच सांगितलं होतं की, माझी पाचही मुलं द्वारकेतच आहेत म्हणून. कधी एकदा अज्ञातवास संपतो अन् कधी एकदा द्वारकेला जाऊन बाळांना मिठी मारीन, असे मला झाले होते. 'अज्ञातवास संपला की, आपण द्वारकेला जाऊ', असं मी पांडवांना सांगितलेलं होतं. त्यांनी ते मान्यही केलं होतं. मुलांची भेट अन् श्रीकृष्णाचा सहवास ह्या सर्व गोष्टी आम्हा सर्वांनाच आनंद देणाऱ्या होत्या. काही दिवस श्रमपरिहार म्हणून द्वारकेला मुक्काम करायचा, नंतर श्रीकृष्णाच्या सल्ल्यानेच पुढची दिशा ठरवायची, असे आमचे ठरले होते. मी हा सगळा विचार करत अंगणात फेऱ्या मारत होते. एक घटका होऊन गेली होती, पण पांडव अजून आले नव्हते. येतील एवढ्यात— बाहेर गेलेल्या माणसाला थोडासा उशीर लागतोच, अशी मी मनाची समजूत घातली अन् परत आश्रमात इकडे-तिकडे रेंगाळू लागले.

सूर्य पश्चिमेकडे कलत होता. आश्रमातील झाडांच्या सावल्या उत्तरोत्तर लांबू लागल्या. पांडव अजून परत आले नव्हते. दोन घटका संपल्या, तीन घटका संपल्या... अजून पांडव येईनात, तेव्हा मात्र काळजीने माझ्या काळजात प्रवेश केला. खरेच तो ऋषी होता, की कुणी मायावी राक्षस होता, याचा विचार करू लागले. नुकतंच जयद्रथ प्रकरण घडून गेलं आहे. संकटे पाठीमागे लागली की, हात धुऊनच लागतात. तसे तर काही विपरित घडले नसेल? तसा मायावी राक्षस असता, तर परत इथे आश्रमात प्रगट झालाच असता किंवा जे काही घडले, ते कळले असतेच. तो ऋषीच असला पाहिजे. पांडवांसमोर काही तरी मोठी अडचण निर्माण झाली असली पाहिजे, म्हणून यायला उशीर होतोय. येतीलच एवढ्यात ते... मी मनाची समजूत घालीत होते. पण मधूनच मला अस्वस्थ व्हायचे. खरंच, पांडवांच्या जिवाला काही धोका तर नाही ना... पांडवांचे काही बरे-वाईट तर झाले नसेल? 'मन चिंती ते वैरी न चिंती' म्हणतात, या म्हणीचा खरा अर्थ मला आता कळू लागला. पांडवांचं काही बरं-वाईट झालंच तर? आश्रमाच्या झाडावर एक चिमणा-चिमणीची जोडी चिवचिवत होती. त्यांचं चिवचिवणं एरवी किती गोड वाटायचे, पण आता ते कर्कश वाटू लागले. आता मला चांगलीच चिंता लागली होती. मला तहान लागली नव्हती, पण माझा घसा कोरडा पडत होता. आता तर कातरवेळ होत आली. सायंकाळ तर

मुळातच उदास असते. मी आश्रमाच्या बाहेर आले अन् वाटलं, मोठ्याने ओरडावं— म्हणावं, "भीमाऽऽ भीमाऽऽ भीमाऽऽ" असं केलं, तर नक्कीच माझा आवाज भीमाला ऐकू जाईल. ओरडावंसं वाटलं, पण ओरडले नाही.

दिशादिशांतून हळूहळू अंधार सरपटत येत होता— अजगरासारखा... अन् माझ्या हातापायांतले बळ जाऊ लागले. काय झालं असेल पांडवांना? मी मनोमन परमेश्वराची प्रार्थना करू लागले तरीही मन शांत होईना. मी येरझारा मारू लागले. मानसिक आंदोलने एवढी वाढली की, हातापायांस कापरे भरू लागले. दिवेलागण होत आली होती. मी आश्रमात गेले. दीपप्रज्वलित केले. अंगणात आले. अंगणात सांजदिवा लावला. त्या प्रकाशपर्वाला नमस्कार केला. आकाशाकडे हात करून परमेश्वराला अंत:करणपूर्वक नमस्कार केला अन् अंगणात येरझारा मारू लागले. परमेश्वराला माझे आर्त कळले असावे. रस्त्याकडे कुणी तरी येत असल्याचे दिसू लागले. पांडवच असतील, का अजून कुणी? मस्तकात भीतीची एक कळ येऊन गेली. मी डोळे मोठे करून पाहू लागले. आकृत्या हळूहळू स्पष्ट होत गेल्या. पांडव आले होते. माझी अवस्था लहान मुलासारखी झाली होती. पांडवांकडे पाहून मी एवढंच म्हटलं, "का उशीर झाला तुम्हाला?" मला पुढे बोलता येईना. कंठातून आवाज निघेना. डोळ्यांत पाणी आलं. अंगणातल्या झाडाला मी मिठी मारली अन् हमसाहमशी रडू लागले. क्षणभर कुणीच काही बोलत नव्हतं. काही वेळाने माझ्या खांद्याला एका प्रेमळ हाताचा स्पर्श झाला. पाहते, तर भीम होता अन् काय आश्चर्य! त्याचेही डोळे ओले झाले होते. म्हणाला, "घाबरलीस याज्ञसेनी?"

"हं—"

"झाला थोडा उशीर. काय झालं, ते सांगू नंतर. तू आता शांत हो."

मीही 'काय झालं?' याची फारशी चौकशी केली नाही. सगळे सुखरूप आले, याचाच अधिक आनंद होता. पांडव थकून आले होते. ते स्नान करून तयार होऊ लागले. मी त्यांच्या भोजनाची तयारी केली. आज भोजनसमयी विशेष संवाद झाला नाही. भोजनोत्तर आश्रमाच्या अंगणात आम्ही सर्व निवांत बसलो. चंद्र थोडासा वर आलेला होता. आज चांदणेही चांगले पडले होते. मी फक्त अवकाश निरखीत राहिले. मी काही विषय काढला नाही. शेवटी युधिष्ठिरानेच विषय काढला. म्हणाला,

"याज्ञसेनी, आज आम्हा सर्वांवर फार मोठे संकट आले होते... पण परमेश्वराच्या कृपेने म्हण, की पूर्वसंचित म्हण— त्या संकटातून सुटका झाली. एवढा उशीर झाल्यामुळं मात्र तुझी सदैव चिंता लागलेली होती."

“माझी अवस्था काय झाली असेल युधिष्ठिरा?”

“बरोबर आहे तुझे. पण मी काय सांगतो— ऐक तर खरं!”

“हं सांग. आता सविस्तर सांग.”

“इथून त्या ऋषीने आम्हाला हरिण गेल्याची दिशा अन् हरणाच्या पावलांचे ठसे दाखविले.”

“मग ऋषी कुठे गेले?”

“प्रारंभी ते आमच्या मागून येत होते. पण आम्ही सर्वांनी वेग वाढवल्यावर ते मागे पडले. ते मागे पडले अन् आमची चुकामूक झाली. पुन्हा काही ऋषी आतापर्यंत भेटलेच नाहीत.”

“ऋषी होते, का कुणी मायावी...?”

“कुणास ठावूक! त्यांची पुन्हा भेट झाली नाही, एवढे मात्र खरे.”

“मग पुढे काय झाले? सापडले का हरिण?”

“नाही. पण ते एक-दोन वेळेस आम्हाला दिसले.”

“पण तेच हरिण होते का?”

“अगदी तेच! त्याच्या शिंगावर अरणी आणि मंथाचा दोर लटकलेला होता, हे आम्ही प्रत्यक्ष बघितले.”

“मग ऋषी खराखुरा असेल.”

“तेच तर कळत नाही. तसे असल्यास मग ऋषी परत भेटायला पाहिजे होते ना?”

“बरं जाऊ दे. मग हरणाचे पुढे काय झाले?”

“आम्ही शरसंधान करीत होतो, पण हरिण चांगलेच हुलकावणी देऊ लागले. पार्थाने तर विशेष प्रयत्न केले, पण हरिण काही सापडेना.”

“एवढे चपळ हरिण असेल का— जे हरिण पार्थाच्या दृष्टीलाही सापडत नाही? काही तरी मायावी प्रकरण असले पाहिजे.”

“याज्ञसेनी, मला तीच शंका आली. मग आम्ही हट्टाने पेटून उठलो. पाठलाग करून करून थकून गेलो, पण हरिण काही सापडेना. शेवटी थकून बसलो एका झाडाखाली. म्हटलं, जरा विश्रांती घ्यावी अन् मग पुन्हा शोध घ्यावा हरिणाचा...”

“मग?”

“मग काय— विश्रांतीसाठी बसलो तर सगळ्यांनाच प्रचंड तहान लागलेली. माझ्या लक्षात आलं, सगळ्यांनाच तहानेने व्याकूळ केले आहे. मी नकुलाला

म्हटले की, कुठे पाणी मिळते का याचा शोध घे. मग नकुल त्याच झाडावर गेला. उंचावर जाऊन त्याने बघितले. त्याला एक छोटेसे सरोवर दिसत होते. तो खाली आला, म्हणाला, 'मी पाणी घेऊन येतो' अन् लगेच निघाला. आम्ही त्याची प्रतीक्षा करू लागलो. बराच वेळ झाला तरी नकुल येईना. मला चिंता लागली. मी सहदेवाला पाठवलं. आता दोघेही परत येईनात. यात चांगल्या दोन घटका गेल्या. मी अस्वस्थ होऊ लागलो, हे पार्थाच्या लक्षात आलं. पार्थ धनुष्य बाण घेऊन तयारीनिशी गेला. आता मात्र चिंता नाही; पार्थ पाणी घेऊन येईल अन् त्या दोघांनाही घेऊन येईल, म्हणून मी निश्चिंत झालो अन् काय आश्चर्य! पार्थही परत येत नव्हता.''

''अगं आई गं! मग?''

''मग शेवटी भीम गेला. मी भीमाला सांगितलं, फार उशीर करू नकोस. काय ते लवकर कळव. भीम गेला. पुन्हा तेच. भीमाची वाट पाहून मी थकून गेलो. आधीच आम्ही तहानेने व्याकूळ झालो होतो. मला तर ही चिंता स्वस्थ बसू देत नव्हती. मी आता भीमाची वाट पाहण्याचे सोडून दिले अन् मी लगेच निघालो. वाटेत काही अपशकुन झाले. त्यामुळे तर मी खूप घाबरून गेलो. आम्ही जेथे विश्रांतीसाठी थांबलेलो होतो, तेथून जवळच्या अंतरावरच ते सरोवर असल्याने मी घाईघाईने पोहोचलो तर...''

''तर काय?'' मी श्वास रोखून विचारलं

''तर याज्ञसेनी, हे चौघेही तिथे सरोवराच्या काठावर मूर्च्छित होऊन पडलेले.''

''आई ऽऽगं... मग?'' मला दरदरून घाम आला होता. मी चांगलीच घाबरलेली होते.

''मग काय—'' युधिष्ठिर पुढे सांगू लागला— ''मी ह्या चौघांच्या जवळ जाऊन पाहतो, तर सर्व मूर्च्छित पडलेले. मी पहिल्यांदा नकुलाजवळ गेलो. नकुलाला हात लावणार, एवढ्यात त्या सरोवरावरून एक आवाज घुमत आला— युधिष्ठिरा थांबऽऽ''

''कुठून आला आवाज?''

''कुठून आला— कळत नव्हते, दिसतही नव्हते; पण आवाज स्पष्ट येत होता.''

''मग काय झालं?''

''आवाज आला— युधिष्ठिरा, थांब. या सरोवराचा मी धनी आहे. माझ्या प्रश्नांची उत्तरे दिल्याशिवाय इथे कुणीही पाणी पिऊ शकत नाही आणि

इथून पाणी नेताही येणार नाही. तुझ्या भावांनी भलतेच साहस केल्यामुळे ते मूर्च्छित होऊन पडले आहेत.''

"केवढा कसोटीचा प्रसंग होता! मग पुढे?''

"मग मी विचारलं, तू कोण आहेस? तेव्हा आवाज आला— मी बगळा आहे. तुझ्या भावांनी संकटाला हकनाक आमंत्रण दिलं. त्यांनी माझ्या प्रश्नांची उत्तरे दिली असती, तर पाणी पिऊ शकले असते. पण स्वत:वर फाजील विश्वास ठेवून मस्तवालपणे पाणी पिऊ लागले अन् मूर्च्छित होऊन पडले. तुझीही अवस्था अशीच होईल. तेव्हा लक्षात घे. हे मी ऐकले अन् हा एक बगळा नावाचा पक्षी आहे, याच्यावर माझा विश्वास बसेना. मी पाण्याला हात लावण्याचा मोह टाळला.

"बरे झाले युधिष्ठिरा, संयम तर ठेवलाच पाहिजे. मग पुढे काय केलंस तू?''

"मी त्या बगळ्याला म्हणालो, तू कोणी सामान्य बगळा नाहीस किंवा तू नि:संशय पक्षीही नाहीस. तुझ्याकडे काही तरी दिव्य सामर्थ्य असले पाहिजे; त्याशिवाय माझ्या पराक्रमी बंधूंची अशी अवस्था होणार नाही. तेव्हा हे महापुरुषा, माझी तुला विनंती आहे, की तुझे खरे रूप सांग.''

"मग?''

"मग माझा नम्रपणा पाहून तो बगळा थोडासा द्रवला. म्हणाला, युधिष्ठिरा! तू फार सज्जन आणि नम्र राजा दिसतोस. तुझा तर्क बरोबर आहे. मी कुणी बगळा नाही किंवा कोणताही पक्षी नाही. अद्‌भुत शक्ती असलेला मी एक यक्ष आहे. हा जलाशय माझा आहे. या जलाशयावर माझीच सत्ता आहे. मी विचारलेल्या प्रश्नांची समाधानकारक उत्तरे न देता तू पाण्याला स्पर्श करशील, तर तुझीही अवस्था तुझ्या भावांसारखीच होईल. त्याचे हे बोलणे ऐकून मी हे प्रकरण जरा गांभीर्याने घेतले. मी विचार करू लागलो. इथे विवेक, संयम, सौजन्य, सहिष्णुता कामाची आहे.''

"आणि हे गुण तर तुझ्यात जरा अधिकच आहेत युधिष्ठिरा— होय की नाही?'' माझ्या बोलण्यातील खोच त्याच्या लक्षात आली असावी. युधिष्ठिर हसला. म्हणाला, "याज्ञसेनी, गमतीचा भाग सोडून दे पण परिस्थिती खूप गंभीर होती. हे चौघेही मरणासन्न अवस्थेत पडलेले. माझी काय अवस्था झाली असेल ह्याची कल्पना कर, म्हणजे तुला कळेल.''

"बरोबर आहे. महाराज युधिष्ठिर... पुढे काय झालं?''

"मी त्या यक्षाला नम्रतेने म्हणालो, यक्षा!... जिथे तुझी सत्ता आहे, तिथे

तुझ्या परवानगीशिवाय काही ढवळाढवळ करता येत नाही. असे केल्यास तो अधर्म होईल. माझ्या चारही बंधूंनी ही फार मोठी चूक केली आहे. मी त्यांच्या वतीने तुझी क्षमा मागतो. तुझी जी काही अट आहे, ती मला मान्य आहे. तू प्रश्न विचार. मी माझ्या पात्रतेप्रमाणे तुला उत्तर देईन. तुझे समाधान होईलच, हे सांगता येणार नाही. पण मी प्रामाणिकपणे उत्तरे देण्याचा प्रयत्न करीन. मी माझ्याविषयी अधिक बोलत नाही, कारण स्वत:ची प्रशंसा करणारे पढतमूर्ख असतात. मी सरोवराच्या पाण्याच्या थेंबालाही स्पर्श करणार नाही. तेव्हा आता प्रश्न विचार आणि मी उत्तरे देऊ शकलो, तरच मी ह्या सरोवरातील पाणी माझ्या बंधूंना प्यायला देईन. नंतरच मी पाणी प्राशन करीन.''

''मग काय म्हणाला यक्ष?''

माझ्या अशा विनयशील बोलण्याने यक्षाचे मन द्रवले. तो म्हणाला, युधिष्ठिर तू मोठा सत्पुरुष दिसतोस. मी त्याला धन्यवाद दिले अन् प्रश्न विचारायची विनंती केली. त्याचा पहिला प्रश्न होता. सूर्य उगवण्यास कोण कारणीभूत होते? मी उत्तर दिलं —ब्रह्म! सूर्यास ब्रह्म उगवावयास लावते. पुढं त्यानं विचारलं— माणूस कशामुळे विद्वान होतो? मी उत्तर दिले— माणूस श्रवणामुळे विद्वान होतो.''

''व्वा! किती खरे उत्तर दिले. पुढे कोणता प्रश्न विचारला?''

''पुढचा प्रश्न होता. मोठेपणा कशामुळे मिळतो? मी उत्तर दिले, तपाने आणि परिश्रमाने मोठेपणा मिळतो.''

''तपाची तुझी संकल्पना काय आहे युधिष्ठिर? रानावनात जाऊन ऋषी-मुंनींसारखे खडतर तप की काय?'' मी मध्येच युधिष्ठिराला विचारले

''तसं नाही. याज्ञसेनी, यक्षाला मी जे 'तपाने' म्हणून उत्तर दिले, हे सर्व-सामान्यांसाठी आहे. त्याची व्याख्या अशी आहे— उच्च, उदात्त ध्येयाच्या प्राप्तीसाठी सर्वस्व पणाला लावून अपार परिश्रम करण्यास निरलसपणे सिद्ध असणे आणि कार्यप्रवण होणे, म्हणजे 'तप' होय.''

''युधिष्ठिर, ही तपाची व्याख्या मला आवडली खूपच... पुढचा प्रश्न कोणता होता?''

''यक्षाने विचारले, माणसाला खरा सहायक कोण? मी उत्तर दिले— धैर्य... धैर्यच माणसाचा खरा सहायक आहे. माझे हे उत्तर यक्षाला फारच आवडले. तो म्हणाला— युधिष्ठिर, अगदी बरोबर आहे. अंत:करणात धैर्य असेल, तर माणूस कोणत्याही परिस्थितीत ताठ उभा राहून संकटाला विश्वासाने

तोंड देऊ शकतो. पण धैर्याची वसती सन्मार्गावर असते. लगेच त्याने दुसरा प्रश्न विचारला— पृथ्वीपेक्षाही अधिक गौरवास्पद कोण आहे? मी उत्तर दिले— पृथ्वीपेक्षाही अधिक गौरवास्पद माता आहे.''

''व्वा! युधिष्ठिर! पृथ्वीपेक्षाही अधिक गौरवास्पद माता असते. किती खरे उत्तर आहे हे!'' मला मी माता असल्याचे लक्षात आले अन् मुलांची आठवण झाली. माझ्यातल्या पोरक्या वात्सल्याची मला कीव आली. मी तर फक्त मुलांना जन्म दिला; त्यांचं संगोपन नाही केलं. मुलांच्या आठवणीने व्याकूळता आरपार रंध्रारंध्रात पसरली. त्याच भावावस्थेत मी युधिष्ठिराला कापऱ्या स्वरात विचारलं, ''युधिष्ठिरा, मी एक प्रश्न विचारू का?''

''विचार ना याज्ञसेनी...''

''जी आई फक्त फक्त मुलांना जन्म देते, पण संगोपन करू शकत नाही; अशी आईसुद्धा पृथ्वीपेक्षा मोठी असते का युधिष्ठिरा?'' माझे डोळे भरून आले होते.

''याज्ञसेनी, कशाला विचारतेस असले प्रश्न? मला का तुझे दुःख कळत नाही. तू विश्वास ठेव— एकदा का अज्ञातवास संपला की, तुझी-मुलांची भेट होईलच!'' युधिष्ठिराने माझी समजूत काढली. मी दुःखातून बाहेर आले. मला यक्षप्रश्न आवडत होते अन् यक्षप्रश्नांमध्ये युधिष्ठिरही चांगलाच रमलेला होता. त्याचा उत्साह कायम ठेवत मी विचारलं, ''युधिष्ठिर, ते जाऊ दे. आज ना उद्या आपला वनवास संपेलच. मला आता सांग, पुढे तुझ्यात आणि यक्षात काय संवाद झाला? यक्षाचा पुढचा प्रश्न काय होता? अन् त्याला तू काय उत्तर दिलेस?''

युधिष्ठिर पुढे बोलू लागला, ''पुढे यक्षाने प्रश्न विचारला की, आकाशापेक्षाही श्रेष्ठ कोण आहे? मी उत्तर दिले— आकाशापेक्षाही श्रेष्ठ पिता आहे. त्याने विचारले, माणसाच्या दैवाने लाभलेला खरा सखा कोण? मी उत्तर दिले— भार्या. याज्ञसेनी, माझ्या उत्तराने यक्ष उत्तरोत्तर समाधानी होत होता. दुसरा एक महत्त्वाचा प्रश्न यक्षाने विचारला.''

''कोणता प्रश्न?''

''त्याने विचारले, गवतापेक्षाही विपुल प्रमाणात काय उगवते? मी उत्तर दिले— गवतापेक्षाही विपुल प्रमाणात चिंता उगवते.''

''किती खरं आहे हे युधिष्ठिर!'' मी एक दीर्घ श्वास सोडला अन् परत युधिष्ठिराचे अवलोकन करू लागले. युधिष्ठिर बोलू लागला, ''मग मला यक्षाने प्रश्न विचारला की, मरणाऱ्याने कुणाशी मैत्री करावी? मी उत्तर दिले, मरणाऱ्याने

दानधर्माशी मैत्री करावी.''

''युधिष्ठिरा, ह्या प्रश्नाचे व उत्तराचेही मला नीट आकलन झाले नाही. म्हणजे, मरणासन्न माणसाचा मित्र दानधर्म होतो, म्हणजे नेमकं काय?''

''हे बघ याज्ञसेनी, दान हे सत्कर्म असल्याने ते जिवाची दुर्गती होऊ देत नाही. पण ते दानही तेवढेच नितळ असावे. दान देताना कर्तव्याची भावना असावी. परोपकार करतो, या अहंकाराने दान देणे चांगले नाही. मृत्यूनंतर आपल्यासोबत काहीही येत नाही. वैभव, धन सगळं दारातच राहतं... गाई-म्हैशी गोठ्यातच राहतात... पत्नी-आप्तेष्ट स्मशानापर्यंत येतात आणि आयुष्यभर ज्या देहाचे आपण लाड करतो, तो देह चितेत जळून जातो. म्हणून दानधर्माची भावना जिवाला सद्गती देते. आता तुझ्या लक्षात आलं असेल की, दानधर्म हा मरणासन्न माणसाचा मित्र आहे.''

''बरोबर आहे तुझे. पुढचा यक्षाचा प्रश्न कोणता होता?''

''यक्षाने विचारले, जीवनात अत्यंत सुखकारक गोष्ट कोणती आहे? मी उत्तर दिले, जीवनात चारित्र्यसंपन्नता ही अत्यंत सुखकारक गोष्ट आहे. यानंतर यक्षाने अत्यंत महत्त्वाचा प्रश्न विचारला. माणसाच्या उपजीविकेत सर्वांत अधिकतम आधार कुणाचा असतो? मी उत्तर दिले, माणसाच्या उपजीविकेत सर्वांत अधिकतम आधार पर्जन्याचा असतो. पुन्हा यक्षाने प्रश्न विचारला, माणसाच्या जीवनात श्रेष्ठ प्रकारचे धन कोणते? मी सांगितले, माणसाच्या जीवनात ज्ञान हेच श्रेष्ठ प्रकारचे धन आहे. यक्षाचा पुढचा प्रश्न होता— मानवी जीवनात सगळ्यात उत्तम लाभ कोणता? मी उत्तर दिले, आरोग्य. माझ्या उत्तराने यक्ष संतोष पावत होता. तो प्रश्न विचारू लागला अन् मी शांतपणे उत्तर देऊ लागलो. मग शेवटी...''

युधिष्ठिराला मधेच थांबवीत मी विचारले, ''यक्षाने एवढेच प्रश्न विचारले का?''

''नाही, अजून खूप विचारले. काही निवडक प्रश्न तुला मी सांगितले आहेत.''

''असं का? सगळेच सांगू नकोस; पण अजून काही निवडक प्रश्न सांग ना—''

पुढचे काही प्रश्न युधिष्ठिर सांगू लागला, ''मग यक्षाने एक प्रश्न विचारला, जीवनात सर्व सुखांमध्ये उत्तम सुख कोणते? मी उत्तर दिले, तृप्तता हे सर्व सुखांमध्ये उत्तम सुख आहे. पुढचा प्रश्न होता, सगळ्यात श्रेष्ठ धर्म कोणता? मी उत्तर दिलं, अहिंसा आणि दया हाच श्रेष्ठ धर्म होय.''

''अजून काही महत्त्वाचे प्रश्न सांग युधिष्ठिरा—''

''पुढे यक्षाने विचारले, श्रेष्ठ क्षमाशीलता कशाला म्हणावे? मी उत्तर दिले,

सर्व प्रकारची द्वंद्वे न वैतागता सोसणे हीच श्रेष्ठ क्षमाशीलता आहे. नंतर त्याने विचारले, लाज कशाला म्हणावे? मी सांगितलं, अनुचित कर्मापासून दूर राहण्याला लाज म्हणावे."

"युधिष्ठिरा दंभाविषयी काही विचारले का? मूर्खपणाविषयी काही प्रश्न विचारले का?"

"हं, विचारले ना! मी लगेच सांगितलं, धार्मिकता मिरवणे म्हणजे दंभ होय आणि जो नास्तिक असतो, जो सृष्टीच्या निर्मात्याविषयी शंका व्यक्त करतो, त्याला मूर्ख समजावे."

"व्वा! दोन्ही उत्तरे चांगली तर आहेतच आणि खरीही आहेत."

"याज्ञसेनी, प्रश्न खूप विचारले. काही चांगल्या प्रश्नांची आपण चर्चाही केली आहे. आता एक महत्त्वाचा अन् शेवटचा प्रश्न सांगतो. यक्षाने विचारले, अक्षय नरक किंवा सदैव नरकवासच कोणाला प्राप्त होतो?"

"मग युधिष्ठिरा, याचे तू काय उत्तर दिले?"

"मी सांगितले की, जवळ संपती असतानाही जो दानही देत नाही वा तिचा उपभोगही घेत नाही, उलट माझ्याजवळ काही नाही असे सांगतो; तो अक्षय नरकाला जातो."

"युधिष्ठिरा, या सर्व प्रश्नांची उत्तरे देणे किती अवघड होते. पण किती शांतपणे अन् सहज उत्तरे तू दिलीस! खरं म्हणजे, या सर्व भावंडांना तू जीवदान दिले आहेस. असो. प्रश्नांची उत्तरे देणं झाल्यावर पुढं काय झालं?"

"माझी उत्तरं ऐकून यक्ष संतुष्ट झाला."

"खरं सांगू का युधिष्ठिरा, प्रथम मला माफ कर... पण खरा युधिष्ठिर मला आजच कळला. तुझ्यामध्ये बुद्धिमत्ता, विद्वत्ता, सत्यनिष्ठा इ. सद्‌गुण सहज प्रकट होतात. हे सर्व गुण पाहून युधिष्ठिरा, तुला मी अभिवादन करते" अन् नकळत युधिष्ठिरापुढे माझे हात जोडले गेले. भीमार्जुन, नकुल, सहदेवही प्रभावित झाले. ते मूर्च्छित असल्यामुळे त्यांनाही ही यक्षप्रश्नांची उत्तरे ऐकता आलेली नव्हती. मी परत युधिष्ठिराला विचारलं,

"यक्ष पुढं काय म्हणाला?"

युधिष्ठिर सांगू लागला, "यक्ष समाधानी झाल्याचे पाहून मला आनंद झाला. म्हणाला— युधिष्ठिरा, आता खुशाल या सरोवरातील पाणी प्यायला हरकत नाही. पाहिजे तर घेऊनही जा. हा यक्ष तुझ्यावर प्रसन्न आहे. तू खूप तहानलेला आहेस, हे तुझ्या चेहऱ्यावरून कळते. या सरोवराचे पाणी अतिशय मधुर

आहे. सर्व द्वैतवनात शोधूनही सापडणार नाही, एवढे गोड पाणी इथे आहे. पिऊन घे अन् तृप्त हो. त्याचे बोलणे ऐकले, पण मी काही पाण्याला स्पर्श केला नाही. तेव्हा यक्ष माझ्याकडे पाहतच राहिला. त्याने विचारलं, काय झालं युधिष्ठिरा, तू पाणी का पीत नाहीस? मी म्हटलं, माझे भाऊ अजूनही तहानेने व्याकूळ आहेत. आता तर ते मूर्च्छितच आहेत. ते तहानेने व्याकूळ असताना मी पाणी पिऊन तृप्त होणे माझ्या धर्मशास्त्रात बसत नाही. माझं हे बोलणं ऐकून यक्ष आणखीनच प्रभावित झाला. मग मी आणि यक्षाने मिळून त्या सरोवरातले शीतल पाणी नकुलाच्या चेहऱ्यावर टाकलं. हळूहळू नकुलाने डोळे उघडले. तो पूर्ण शुद्धीवर आला. त्याला त्याच सरोवरातलं मधुर पाणी पाजलं. मग सहदेव, मग पार्थ अन् शेवटी भीम— असं सर्वांना शुद्धीवर आणून त्यांना पाणी पाजलं. सर्वांत शेवटी पाणी पिऊन मीही तृप्त झालो. सर्वजण शुद्धीवर आल्यावर यक्षाने आमचा अतिशय प्रेमाने निरोप घेतला. या सर्व बंधूंकडे पाहून माझे हृदय भरून आले. मी सर्वांना प्रेमालिंगन दिले. सर्वांच्या डोळ्यांतून आनंदाश्रू वाहू लागले आणि आम्ही इथे सर्वजण परत आलो. याज्ञसेनी, म्हणूनच आम्हास यायला उशीर झाला.''

युधिष्ठिराने ही सर्व घटना सांगितली. एका फार मोठ्या संकटातून युधिष्ठिराने सर्वांना वाचवले होते. या प्रसंगापासून माझा युधिष्ठिरावरचा रोष बऱ्यापैकी कमी झाला. रात्री आम्ही द्वैतवनातील आश्रमात शेवटचा मुक्काम केला. आता वनवासाची बारा वर्षं संपली होती. ठरल्याप्रमाणे उद्या विराटनगरीला निघायचे... उद्या द्वैतवनातील आश्रम सोडायचा होता. अंत:करणाला उगीचच हुरहूर लागलेली होती.

मत्स्य देशात निघण्यापूर्वी आम्ही सर्व ब्रह्मवृंदांना निरोप दिला. एक वर्षानी पुन्हा भेटण्याचे अभिवचन देऊन आम्ही निघालो. निघताना आमचे नि ब्रह्मवृंदाचेही डोळे पाणावले होते. भेटीगाठी व निरोपादाखल बोलणे झाल्यावर आम्ही द्वैतवनातील आश्रम सोडला. आमचा प्रवास सुरू झाला.

मजल-दरमजल करीत आम्ही मत्स्य देशाकडे निघालो. प्रवास आणि तोही दऱ्याखोऱ्यातून, हा नित्याचाच झाल्याने प्रवासाचा फार थकवा आला नाही. नाही तर विवाहापासून येनकेन प्रकारे वनवास चालूच आहे. सप्तपदीची सात पावले टाकल्यानंतर आठवं पाऊल वनवासाच्या प्रांतात पडलं, ती पावलं आजतागायत वनवासामध्ये पडतच आहेत.

मत्स्यदेशाची राजधानी विराटनगरी म्हणजे आमच्या अज्ञातवासाचे केंद्र ठरले. अज्ञातवासाचे एक वर्ष कधी एकदा संपून जाईल, असे झाले होते.

संकटाची तर मालिकाच चालू आहे, पण वनवासात आवृत्त अधिकार तरी होता. त्यामुळे उघडपणे किमान चर्चा तरी करता येत होती. आता आपलं व्यक्तिमत्त्व लपवून ठेवायचे होते. फार अवघड प्रकरण होते. त्याचीच चिंता आम्हा सर्वांना होती. पण आम्ही सर्व जण सुखरूप बाहेर पडू, असेही वाटत होते. यक्षप्रश्न प्रसंग घडल्यापासून युधिष्ठिराकडे पाहण्याचा माझा दृष्टिकोन बदललेला होता. युधिष्ठिराचा संयम, समयसूचकता, शास्त्राचा अभ्यास, सहिष्णुता, विनयशीलता आणि धर्माचरण मला पहिल्यांदाच कळले. युधिष्ठिर नसता तर उर्वरित पांडवांचे काय झाले असते, याची कल्पनाही करवत नाही. यक्षप्रश्नात युधिष्ठिराविषयी माझ्या अंत:करणात ममत्व निर्माण झाले. आपण युधिष्ठिरला खूप त्रास दिला, याची आत्मपीडाही झाली. यक्षप्रश्नाचे वेळी युधिष्ठिराच्या कर्तृत्वामुळे त्याच्या सर्व दोषांवर पांघरुण घालावे, असे वाटू लागले. युधिष्ठिर नेहमीच अगदी स्थितप्रज्ञासारखा वागू लागतो. विवाहापासूनच्या युधिष्ठिराचा मी वेगवेगळ्या दृष्टिकोनातून विचार करू लागले. त्याची वेगवेगळी रूपं दिसू लागली. आजचंही रूप वेगळंच.

आज अज्ञातवास सुरू झाला आहे. आम्ही आता मत्स्यदेशात पोहचलो. विराटनगरीच्या बाहेर स्मशानभूमीत शमी वृक्षाचे एक मोठे झाड होते. त्या शमी वृक्षावर पांडवांनी आपली सर्व शस्त्रे लपवून ठेवली. अज्ञातवासातलं प्रत्येकाने आपापलं नवं रूप घेतलं. युधिष्ठिर झाला कंक नावाचा ब्राह्मण. युधिष्ठिर अगदी ब्राह्मणासारखा दिसू लागला. त्याच्याकडे पाहून मला आमच्या विवाहाची आठवण झाली. त्या दिवशी युधिष्ठिर असाच दिसत होता. सर्व पांडव ब्राह्मणवेशात होते, पण माझे लक्ष मात्र पार्थानेच वेधून घेतले होते. आज अज्ञातवासात प्रवेश करताना फक्त युधिष्ठिर ब्राह्मणाच्या वेशात आहे. युधिष्ठिराने आपला दैनंदिन वेश बदलून तो कंक ब्राह्मणाच्या वेशात उभा राहिला. ते पाहून मला हसायला आले. ते युधिष्ठिराच्या लक्षात आले. त्याने विचारले, "काय झाले याज्ञसेनी?"

"तुला ह्या वेशात पाहून दोन प्रसंगांची आठवण झाली."

"कोणकोणत्या?"

"पहिला प्रसंग म्हणजे विवाहासाठी तुम्ही जमलेले सर्व पांडव."

"अन् दुसरा?"

"दुसरा म्हणजे तुझ्या द्यूतक्रीडेनंतरचे माझे वस्त्रहरण!"

आईऽऽगंऽ! हे आठवलं अन् छातीत एक कळ उठली. ते ऐकून युधिष्ठिराचा चेहराही पडला, हे माझ्या लक्षात आले. मी त्याला म्हणाले, "युधिष्ठिरा, तू

आता द्यूतक्रीडेची आवड असणारा कंक नावाचा ब्राह्मण झाला आहेस. एकदा द्यूतक्रीडेत पराभूत होऊन वस्त्रहरण घडवलेस, दुसऱ्यांदा द्यूतक्रीडेत हरलास अन् वनवास घडवलास; आता तिसऱ्यांदा द्यूतक्रीडा खेळून पुढं काय वाढून ठेवलं असेल, याचा विचार मी करू लागले आहे.'' युधिष्ठिर काहीच बोलला नाही; पण त्याची मान खाली वाकलेली मी बघितली. त्याच्या चेहऱ्यावरच्या पश्चात्तापाच्या छटा पाहून आपण उगीच बोललो, असे मला वाटले. पण असं का होतं; मला कळत नाही. हा विषयच आता काढायचा नाही, असं मी वारंवार ठरवते; पण द्यूतक्रीडेचा संदर्भ कुठे निघाला की, काळीज कुरतडणारी वेदना आत कुठून प्रवेश करते— कळत नाही. पण आज बोलायला नको होते, असे वाटले. मी युधिष्ठिराजवळ जाऊन एवढंच म्हणाले, ''क्षमस्व.'' युधिष्ठिराच्या चेहरा हळूहळू उजळू लागला. आता विराटनगरीत प्रवेश करायला युधिष्ठिर म्हणजे कंक नावाचा ब्राह्मण तयार झाला होता.

भीमसेन 'बल्लव' नावाचा कुशल पाकशास्त्रज्ञ झाला होता. आचाऱ्याच्या वेशात भीम कसातरीच दिसत होता. आचाऱ्याचा वेश धारण करून निरागस भीम माझ्यापुढे येऊन उभा राहिला. म्हणाला, ''याज्ञसेनी, कसा दिसतोय मी?'' मी हसून म्हटले, ''काय बल्लवजी, सगळ्या विराटनगरीचा स्वयंपाक तू एकटाच करणार आहेस, असं वाटतं?''

''हो— हो, करेन की! पण मी आचारी झालो, हे चांगले झाले ना?''

''भीमा, तू आचारी झालास, हेच चांगले झाले; अन्यथा अज्ञातवासातील वर्षभरात तुला अर्धपोटी राहावं लागलं असतं.''

''कसं काय?''

''तुझा आहार किती आहे भीमा! तुझा आहार खरा म्हणजे दोघींनीच ओळखलाय.''

''कुणी कुणी?''

''एक माता कुंतीदेवी अन् दुसरी मी— याज्ञसेनी.''

''बरोबर आहे तुझे याज्ञसेनी.''

''विवाह झाल्याबरोबर मला माता कुंतीदेवीने तुझ्या आहाराविषयी सांगितलं. तुझ्या पूर्ण आहाराची काळजी विवाहापूर्वी कुंतीमाताच घेत असे अन् ती आई होती. नंतर कुंतीमाता मला म्हणाली, याज्ञसेनी, भीमाच्या भोजनसमयी तू त्याची माता होत जा. अन् खरंच सांगते भीमा, तू भोजन करताना मी तुझी माता होऊनच तुला वाढते.'' भीमाला गम्मत करण्याची ऊर्मी आली असावी. दोन्ही हात जोडून तो

म्हणाला, "नमस्कार माते!" सर्व जण हसू लागले. वातावरणात एक प्रकारचा मोकळेपणा आला होता.

पार्थाची वेशभूषा पाहून विचित्र स्त्रीरूप पाहिल्याचा भास होऊ लागला. पार्थ बृहन्नडा झालेला होता. राजेलोकांचे आणि राजस्त्रियांचे मनोरंजन करणे, हे काम तो करणार होता. राजदरबारातील मनोरंजन, संगीत, नृत्य इ. कला जोपासणे, तसेच सांस्कृतिक ठेवा जतन करणे, ललित कलांचे उपक्रम राबवणे इ. कार्य बृहन्नडा करणार होती. पार्थ बृहन्नडा झाला. त्याच्याकडे बघितले अन् मला वाईट वाटले. एवढा मोठा विश्वविख्यात धनुर्धर... कोणत्या वेशात त्याला विराटनगरीत दाखल व्हावे लागत आहे! हा वनवास अन् अज्ञातवासाने काय काय हाल केले आहेत. बृहन्नडा झालेल्या पार्थाकडे बघावंसुद्धा वाटत नव्हते, पण मी ते चेहऱ्यावर दाखवले नाही. पार्थाला गमतीने म्हटले, "पार्था, तुला राणीवस्यात काम करायचे आहे. तिथे तुझी स्त्रियांशी गाठ पडणार आहे. मागचा आपला अनुभव पाहता... सांभाळून बरं का?"

"याज्ञसेनी, मी काही एवढा वाईट नाही, बरं का? अन् आपण अज्ञातवासात आहोत याची मला पूर्ण जाणीव आहे. चिंता करू नकोस. तसं काही होणार नाही आणि तूही सोबत राहणारच आहेस ना; मग तुला का प्रश्न पडला?"

"तसं नाही. माझं काय सांगणं आहे..." असे म्हणत मी पार्थाला मागच्या तीर्थयात्रेची आठवण दिली. पार्थाने बृहन्नडेला मात्र चांगला न्याय दिला. अभिनयाच्या प्रांतातही तो धर्नुधराएवढा श्रेष्ठ ठरला. नकुलाने ग्रंथिक हे नाव धारण केले. तो अश्व परीक्षक झाला. नाही तरी नकुलाला अश्वारोहणाची विशेष आवड होती. अश्वांची सेवासुद्धा तो मनोभावे करायचा. त्याला त्याच्या आवडीचे काम मिळणार होते. सहदेव झाला तंतिपाल. नकुलाला जशी अश्वपरीक्षेची आवड होती, तशी सहदेवाला गोपरीक्षेची आवड होती. खऱ्या अर्थाने तो गोपाल होता. विराटराजाच्या दरबारात तो हे काम करणार होता.

शेवटी मी झाले सैरंध्री. अंत:पुरातील परिचारिका होण्याचे मी ठरवले. इथली महाराणी सुदेष्णा हिला नटण्या-थटण्याची विशेष आवड होती, हे मला कळले होते. तेव्हा राजस्त्रियांच्या अंत:पुरात परिचारिकेचे काम मला करायचे होते. विराटनगरीत अज्ञातवासामध्ये पांडवांना माझीच काळजी वाटत होती. तसे काही संकट आल्यास सांकेतिक भाषेत परस्परांना आपण कळवायचं, असं आम्ही ठरवलं होतच. माझी सैरंध्रीची वेशभूषा मला कशी दिसत असेल, याचाच मी मनाशी विचार केला. आता एकवस्त्रा राहणं आवश्यक झालं होतं. सैरंध्रीची वेशभूषा म्हणजे एक वस्त्र धारण

करणं आणि केस मोकळे सोडून त्याला एक शेवटी गाठ मारणं. खरं म्हणजे, रजस्वला असतानाच मी एकवस्त्रा राहत असे. इतर वेळी उत्तरीय घेत असे. आता सैरंध्री झाल्याने उत्तरीय घेता येत नव्हते. थोडा संकोच वाटत होता. पण आता अज्ञातवास असल्याने हे करणं आवश्यक होतं. म्हटलं, जाऊ द्या; याच परिस्थितीमध्ये एकवस्त्रा म्हणून काढू दिवस. मी माझ्या मनाची समजूत घातली. नाही तरी नियतीनेच आपल्याला विवस्त्र करायचं ठरवलं आहे; तेव्हा काय करणार? एकवस्त्रा राहण्याची एकदा सवय पडली की, मग काही वाटणार नाही. मी सैरंध्रीची वेशभूषा केल्यावर मी स्वत:लाच निरखलं. वस्त्र ठीकठाक केले. केस एकदा झटकले, ते एका ठिकाणी करून एका बाजूला गाठ मारली अन् उजवीकडे झाकून ठेवले. वेशभूषा झाल्यावर मी पार्थापुढे उभी राहिले. त्याला विचारलं, ''पार्था, कशी दिसते सैरंध्री?''

''याज्ञसेनी, सैरंध्रीच्या रूपातही तू छान दिसतेस. आम्ही मात्र सगळे गबाळे आणि विचित्र दिसतोय. पण तू मात्र ह्या रूपातही चांगली दिसतेस.'' पार्थाच्या बोलण्याने मी सुखावले. युधिष्ठिर म्हणाला, ''याज्ञसेनी, मला तुझीच चिंता आहे. काही संकट आलं, तर पहिल्यांदा भीमाला कळव किंवा पार्थाला कळव. ह्या दोघांची भेट घ्यायला तुला कुणाचा मज्जाव होणार नाही आणि स्वत:ला सांभाळ. दुसरे म्हणजे, सबंध राजवाड्यात सांगून टाक की, तुझा पाच गंधर्वांशी विवाह झाला असून त्यांचं सारखं माझ्याकडे लक्ष राहते. हे अज्ञातवासाचं एक वर्ष बघता-बघता निघून जाईल...'' युधिष्ठिरानं सर्वांना उपदेश केला आणि सर्वांनी परस्परांना शुभकामना दिल्या.

पहिल्यांदा युधिष्ठिरांनी आम्हा सर्वांचा निरोप घेतला. अंगावर स्वच्छ, पांढरेशुभ्र धोतर घातलेला कंक नावाचा हा ब्राह्मण खरा युधिष्ठिर आहे, हे कळतही नव्हते. त्याच्या काखेत सोंगट्या व फासे पाहून कुणीही ओळखले असते की, ह्याला द्यूतक्रीडेची आवड आहे म्हणून. युधिष्ठिर गेला अन् काही वेळाने भीम जाण्यास निघाला. आचारी झालेल्या भीमाने काळे रंगविलेले वस्त्र नेसले होते. हातामध्ये पळी, कालथा व सुरा घेऊन विराटनगरीत जाण्यासाठी तो सज्ज झालेलाच होता. ''येतो मी—'' असे म्हणत भीम ताडताड चालत निघून गेला. भीम गेल्यावर घटकाभराने मी निघाले. मी एकवस्त्रा होते अन् तेही वस्त्र मळलेले होते. आपण सैरंध्रीच दिसावं, आपणास कुणी ओळखू नये, याची मी पुरेपूर काळजी घेत होते.

मी विराटनगरीतील राजा विराटाच्या दरबारात पोहोचले. मी सैरंध्री म्हणून ओळखच करून दिली, महाराणीची भेट घेतली. महाराणीला अभिवादन केले अन् येण्याचे प्रयोजन सांगितल्याने महाराणी सुदेष्णेने मला विचारले, ''बोल, काय

सांगायचे तुला?''

''महाराणी, मी सैरंध्री. परिचारिकेचं उत्कृष्ट काम करते. दासीचंही काम करते. आपली सेवा करण्याची इच्छा आहे.''

''तू कोण? तुझा विवाह झाला का?''

''विवाह झाला ना महाराणी. माझे पाच पती गंधर्व आहेत. त्यांचं सतत माझ्याकडं लक्ष असतं, त्यामुळं मला कुणाची भीती नाही. माझं रक्षण ते सतत करत असल्यामुळे माझी चिंता कुणाला करण्याचे कारण नाही.'' माझं परखड अन् आत्मविश्वास असलेलं बोलणं ऐकून राणी सुदेष्णा क्षणभर काही बोललीच नाही. ती मला पाहत राहिली. माझे मोकळे केस, एका बाजूला त्यांची बांधलेली गाठ, ते उजवीकडे टाकलेले, मी परिधान केलेले मळलेले एकवस्त्र... राणी सुदेष्णा पाहत होती. तिच्याकडे पाहत मी आर्जवयुक्त स्वरात म्हणाले, ''महाराणी, मिळेल ना मला काम?'' माझ्याकडे बारकाईने पाहत एक दीर्घ प्रश्वास टाकत महाराणी सुदेष्णा म्हणाली, ''सैरंध्री, तोच तर विचार करतेय की— काय करावं? तू परिचारिकेचे उत्कृष्ट काम करशील, याविषयी माझ्या मनात शंका नाही; पण तुला देवाने दिलेले सौंदर्य अद्‌भुत आहे. तुझ्या देहाचा श्यामवर्णी रंग अद्वितीय आहे अन् तू आल्यापासून तुझ्या व्यक्तिमत्त्वाचा अभिजात अन् प्रसन्न गंध इथे दरवळतोय. तुझे डोळे पंकज पाकळीसारखे असून ते तेवढेच तेजस्वी अन् भव्य आहेत. तुझ्या काळ्या कुरळ्या आणि लांब केसांचा हेवा मलाही वाटतोय! एवढंच काय सैरंध्री, तुझी सूक्ष्म हालचालही अतिविलोभनीय आहेत. तुझी देहबोली तर तुझ्या सौंदर्याचे रहस्य असावे, असे वाटते. म्हणूनच विचार करतेय— तुला इथं ठेवावं, का ठेवू नये? तुझ्यासारखे पराकोटीचे मादक लावण्य मी माझ्या उभ्या आयुष्यात पाहिले नाही. मला वाटते तुला पाहून स्त्रियाही मोहित होतात; तिथे पुरुषांची अवस्था काय व्हावी? तू जर राजा विराटाच्या दृष्टीस पडलीस, तर तू मत्स्यदेशाची महाराणी होशील अन् मला दासी व्हावे लागेल. तेव्हा तू आल्या पावली परत जा— इथे क्षणभरही तू थांबू नकोस.''

महाराणी सुदेष्णेने माझ्या उपजत सौंदर्याची जी स्तुती केली, त्याने मी खरं म्हणजे खूपच सुखावले होते. पण तिने दासी म्हणून ठेवून घ्यायला नकार दिल्याने मी चांगलीच धास्तावले होते. अशा अवस्थेत बाहेर कुठे जावे? हा खडतर अज्ञातवास आहे. मी सचिंत उभी राहिले. हात जोडून उभी राहिले. म्हणाले, ''महाराणी, दया करा. आपणासारख्या वैभवशाली, दयाळू, देवभक्त,

प्रजेवर दया करणाऱ्या सम्राज्ञीजवळ दासी म्हणून काम करण्यास माझ्या गंधर्व पतीने अनुज्ञा दिली आहे. मला इतरत्र काम करण्यास ते परवानगी देणार नाहीत, याची मला खात्री आहे. म्हणून म्हणते, मला परत पाठवू नका. माझ्यावर दया करा. माझ्या हातून कोणतेच वाईट कर्म घडणार नाही, याची मी तुम्हाला खात्री देते.''

बहुधा सुदेष्णाराणीला माझी दया आली असावी. ती क्षणभर थांबून म्हणाली, ''ठीक आहे, कामाला लाग. काम समजून घे.'' त्यांनी एका दासीला सांगून मला अंत:पुरात पाठवले. मला हायसे वाटले.

विराटराजाला साजेसा त्याचा राजवाडा होता. दासीने मला कामाचे स्वरूप, कामाच्या वेळा, महाराणी व इतर मान्यवर स्त्रियांच्या आवडी-निवडी याविषयी माहिती सांगितली अन् सगळा राजवाडा फिरवून दाखवण्यासाठी मला सोबत घेऊन निघाली. पहिल्यांदा मी महाराणीचा महाल बघितला. महाराणीचा महाल स्वच्छ, नीटनेटका अन् सुशोभित केलेला होता. राणीचा महाल बघितल्यावर आम्ही पाकशाळेत गेलो, तर तिथं भीम दिसला. व्वा! म्हणजे भीम कामाला लागलेला होता तर! पळी, कालथा व सुरा घेऊन भीमाने आचाऱ्याचे काम सुरू केले होते. दासीने ओळख करून दिली, हा बल्लव आहे. फार मोठा पाकशास्त्रज्ञ आहे. आजच तो इथे कामाला आला आहे. मी भीमाकडे बघून स्मित केले अन् भीमही हसला. पण त्याचे हसणे नेहमीच नव्हते. त्याच्या हसण्यात ढगांचा प्रचंड गडगडाट असायचा. चला, माझी एक चिंता मिटली. आता युधिष्ठिराचे काय चालले आहे, हे पाहावे लागेल. पाकशाळेतून आम्ही इतर महत्त्वाच्या राजस्त्रियांच्या महालात गेलो. दासीने मला सर्व फिरून दाखविले. तिथून आम्ही महाराज विराटाच्या राजमहालात आलो. जाताना दासीने सांगितले— आपण आता महाराज विराटराजाच्या महालात चाललेलो आहोत; सांभाळून चल. आम्ही मुख्य दालनात आलो, तर महाराज विराट आणि युधिष्ठिर द्यूतक्रीडा खेळण्यात मग्न झालेले होते. युधिष्ठिराची व माझी नजरानजर झाली. मूकपणे आम्ही परस्परांना कुशलतेचे समाचार दिले. बाहेर आल्यावर मी दासीला मुद्दाम विचारलं,

''हे द्यूतक्रीडा खेळणारे दोघे कोण आहेत?''

''एक सम्राट विराट, तर दुसरा कंक नावाचा ब्राह्मण आहे. आजच राजवाड्यात आला आहे. नवीन आहे.''

''महाराज कोणते अन् ब्राह्मण कोणता?'' मी अज्ञानाचे पांघरुण घालून विचारले.

''हे बघ— ज्याच्या अंगावर भरजरी कपडे होते अन् जे द्यूतक्रीडा खेळताना

वरसुद्धा पाहत नव्हते, ते राजे विराट आणि शुभ्र धोतर घातलेला अन् अतिसभ्य दिसणारा कंक ब्राह्मण होय.''

''हा कंक ब्राह्मण विराटनगरीमधलाच आहे का?''

''नाही गं सैरंध्री, तो परदेशी पाहुणा. आजच इथे आला आहे. विराट राजाला द्यूतक्रीडेची अतिशय आवड आहे, हे कुणी तरी त्याला सांगितले असावे. तो काही दिवसांसाठी इथे आला असावा.'' दासी बोलत होती. नंतर दासीने मला नृत्यशाळा, संगीतशाळा, कलामंडळ दालन, प्रसाधनगृह सर्व दाखवले. मग राणी सुदेष्णेच्या महालात सोडून दासी तिच्या तिच्या कामाला निघून गेली. मी महाराणी सुदेष्णेला नमस्कार केला नि कामाला लागले.

मला आता पार्थ, नकुल व सहदेवाची चिंता लागलेली होती. एव्हाना पार्थ राजवाड्यात आलाही असेल. सांजवेळेपर्यंत नकुल-सहदेवही दाखल होतीलच. सगळ्यांना कामं मिळावीत, म्हणजे झालं. मग चिंता करण्याचे काही कारण नाही. सायंकाळ झाली. मला वाटलं, गोशाळा, तबेला अन् नृत्यशाळेकडे एक चक्कर मारावी अन् पार्थ, नकुल, सहदेव आलेत का— ते पाहावे. पण मी गेले नाही. म्हटलं, पहिलाच दिवस आहे, एवढं फिरणं कदाचित राणी सुदेष्णेला आवडणार नाही. म्हणून मी निर्णय बदलला. रात्री मात्र मला झोप आली नाही. मी सारखी ह्या कुशीवरून त्या कुशीवर वळत राहिले. एक तर ह्या तिघांची चिंता होतीच, शिवाय हे अज्ञातवासाचं वर्ष सहजासहजी अन् सुखाने पूर्ण होईल का नाही? का विघ्न येतील? अज्ञातवासात जर आम्हाला कुणी ओळखलं, तर पुन्हा बारा वर्षांचा वनवास अन् एक वर्षाचा अज्ञातवास. कौरव तर अगदी टपून बसलेले होते. त्यांचे काही गुप्तहेर तर मत्स्यदेशात नसतील? मला उगीच भीती वाटत होती. शेवटी प्रयत्नपूर्वक डोक्यातील सगळ्या चिंता मी बाजूला काढून टाकल्या. उत्तररात्री केव्हा तरी मी झोपेच्या अधीन झाले.

-०-०-०-

- १० -

पहाटे-पहाटे मी लवकरच उठले. रात्रीचे जागरण झाल्यामुळे पहाटे लवकर उठावेसे वाटत नव्हते, पण मी आळस झटकून कामाला लागले. माझ्यावर सोपवलेली कामे मी भराभर उरकली. नंतर सुदेष्णा राणी उठली. तिची वेणीफणी, उटणे लावून सुगंधी स्नान सगळं झाल्यावर सुदेष्णाराणी माझ्या कामावर एकदम खूश झाली. मी पहाटे लवकर उठते, सूर्योदयापूर्वी माझं स्नान आटोपलेले असते; मग मी कामाला लागते, हे सर्व त्यांच्या कानावर गेलंच होतं आणि आता तर तिची मी प्रत्यक्ष सेवा केली होती. राणी सुदेष्णेच्या लक्षात आलं की, सैरंध्री इतर परिचारिकांसारखी सर्वसामान्य नाही, तर ती एक असामान्य स्त्री असली पाहिजे. राणीने मला बोलावलं, माझ्या डोक्यावरून हात फिरवला व म्हणाली, ''सैरंध्री, खरंच तू खूप गुणी आहेस.'' मला बरं वाटलं. लगेच ती म्हणाली, ''सैरंध्री, एक काम कर—''

''बोला महाराणी.''

''राजकन्या उत्तरेच्या महालात जा.''

''जी.''

''तिला तयार कर आणि उत्तरेला नृत्यशाळेत सोडून ये.''

मला खूप आनंद झाला, पण मी तसं दाखवलं नाही. वाटलं, नृत्यशाळेत पार्थ आला असेल तर भेट होईलच. मी लगेच म्हणाले, ''जी महाराणी, जाते मी.''

''हे बघ— उत्तरेला म्हणावं, बृहन्नडा नावाची एक फार मोठी कलावंत तिला नृत्याची कला शिकवण्यासाठी आली आहे. हे सांगून तिला नृत्यशाळेत बृहन्नडेकडे घेऊन जा. उत्तरेचा परिचय करून दे. ती तिथे कलेचे शिक्षण घेत राहील, मग तू परत ये.''

''ठीक आहे महाराणी.'' असे म्हणत मी उत्तरेच्या महालाकडे निघाले. पार्थ आला आहे, हे तर आता महाराणीकडून कळलेच होते. चला, छान झाले. आता

पार्थाची भेटही होईल. आता चिंता फक्त नकुल-सहदेवाची होती. ते पण त्यांच्या कामाला लागले असतीलही. मी विचार करत-करत उत्तरेच्या महालात पोहोचले. राजकन्या उत्तरा सुस्वरूप होती. तिला नृत्य आणि संगीताची विशेष आवड होती. कदाचित त्यामुळेच पार्थाला तत्काळ नोकरी मिळाली असेल. तिला मी तयार केले. आजपासून आपल्याला नृत्य शिकता येईल, म्हणून तीही आनंदात होती. राजकन्या उत्तरेला घेऊन मी नृत्यशाळेत आले, तर समोरच पार्थ उभा होता. तो उत्तरेची वाटच पाहत होता. अंगावर बृहन्नडेचा पोशाख होता. स्त्रियांचे सगळे दागिने अंगावर होते. कानामध्ये कुंडलं घातलेली होती. मनगटावर आणि बाहूंवर शंखाच्या कवचाचे दागिने घातलेले होते. डोक्यावरचा केशसंभार खांद्यावर मोकळा सोडलेला होता. चेहऱ्यावर एका कलावंताची प्रभा पसरलेली होती. माझ्याकडे पाहून समाधानाची छटा त्याच्या चेहऱ्यावर येऊन गेली. मी गेले म्हणाले,

"मी सैरंध्री."

"मी बृहन्नडा."

"आणि ही राजकन्या उत्तरा—" उत्तरेने पार्थाला विनयाने अभिवादन केले. मी पार्थाला म्हटलं, "महाराणी सुदेष्णा यांनी राजकन्या उत्तरेला नृत्यशाळेत सोडायला सांगितल्यावरून मी आले होते. येते मी."

"या." पार्थानेही हात जोडले. त्याचे डोळे मला विचारत होते— तू कुशल आहेस ना? माझे उत्तरही त्याला कळले असेल.

उत्तरेला सोडून मी अश्वशाळेकडे गेले; तर ग्रंथिक झालेला व चाबूकस्वाराचा पोशाख केलला नकुल दिसला. तो घोड्याला खरारा करत होता. अतिशय निष्ठेने तो ते काम करत होता. खरेच श्रमप्रतिष्ठा शिकावी तर ह्या ग्रंथिककडून, असे मला वाटले. मी त्याला बघितलं; त्यानेही मला पाहिले. ही क्षणाची मूकभेट घेऊन मी गोशाळेकडे गेले, तर सहदेव गोपालाच्या वेशात होता. सहदेवाचा तंतिपाल किती सहजपणे झाला होता! त्याची फक्त दृष्टभेट झाली नि लगेचच मी महाराणीच्या महालाकडे निघाले. उगी कुणी बघू नये आणि कुणाला शंका येऊ नये, हे पांडव आहेत म्हणून. मी तिथे क्षणभरही थांबले नाही. सहदेवालाही याची कल्पना होतीच. मी घाईघाईने महालाकडे निघाले. सर्व पांडवांना पाहून माझे मन शांत झाले होते. आपले अज्ञातवासाचे वर्ष आता बघता-बघता पूर्ण होईल, असे वाटत होते. मी महाराणीच्या महालात पोहोचले, तर महाराणी सुदेष्णा निवांत बसलेल्या होत्या. मला आता त्यांच्या भोजनाची व्यवस्था करायची होती. मी गेल्याबरोबर त्यांनी विचारलं, "काय झालं सैरंध्री?"

“महाराणी, राजकन्या उत्तरेस तयार केलं अन् नृत्यशाळेत तिला सोडून आले.”

“बृहन्नडेची भेट झाली?”

“होय. राजकन्येची तिच्या ओळख करून दिली अन् मी परत आले. महाराणी, भोजनाची व्यवस्था करू का?”

“करशील ना! आता घाई नाही. तू इकडे ये.”

मी महाराणी जवळ बसत विचारलं, “आज्ञा महाराणी.”

“सैरंध्री, अगं, फार गुणी दासी आहेस तू. मी कालपासून पाहतेय— तुझ्याएवढी गुणी दासी मी आतापर्यंत बघितली नाही. तुझ्याशी आता जरा बोलायचं आहे.”

“आज्ञा महाराणी!” माझ्या छातीत धस्सं झालं. वाटलं, सुदेष्णा मला कामावरून काढून टाकते का काय?

“आज्ञा वगैरे काही नाही... पण कालपासून एक रुखरुख लागून राहिली. खरं म्हणजे, दासी म्हणून ठेवल्यावर तुझ्या काही अपेक्षा आहेत का, हे विचारायला हवे होते. पण मी तुझ्या रूपाकडे पाहून तुझ्या दैवी रूपाचाच विचार करू लागले अन् विचारायचं विसरून गेले. सांग— तुला माझ्याकडून काय अपेक्षा आहेत?”

“महाराणी, मला जास्त काही नको. दोन वेळा पोटापुरतं अन्न द्या. मी एकव्रत आहे. फक्त उष्टे अन्न देऊ नका. अजून एक विनंती आहे, महाराणी.”

“बोल.”

“पादप्रक्षालनाची माझ्याकडून अपेक्षा करू नका. माझ्या पाचही गंधर्व पतींना हे आवडत नाही, म्हणून विनंती आहे.”

“सैरंध्री, ठीक आहे. तुला ह्या राजवाड्यात सन्मानानं वागवलं जाईल. उष्टं अन्न देणार नाही अन् तुझ्याकडून पादप्रक्षालनाची अपेक्षाही करणार नाही. झालं ना समाधान?” महाराणी सुदेष्णेपुढे अभिवादन करीत मी म्हणाले, “आभारी आहे. महाराणी. मी ही मुळात चतुर आहे. सतर्क आहे. आपणास न आवडणारी एकही कृती माझ्याहातून घडणार नाही, याची मी ग्वाही देते. मी सदैव सावध राहीन.”

“हुशार आहेस गं सैरंध्री. मी काही अपेक्षा व्यक्त करण्याच्या अगोदरच सगळं काही सांगून टाकतेस.”

महाराणी सुदेष्णा उठली. तिने माझ्या खांद्यावर हात ठेवला. एखाद्या जवळच्या सखीला आपली सुख-दु:खं सांगावीत त्या पद्धतीने महाराणी माझ्याशी हितगुज करू लागली. दोन दिवसांत एवढा विश्वास संपादन करता आला,

याचा मलाही आनंद झालेला होताच. आम्ही गप्पा करत-करत महालाच्या मुख्य दालनात येरझारा मारत होतो. राणी बोलत होती अन् मी ऐकत होते. कुणी तरी फार जवळचं माणूस आपल्याला भेटलं आहे, असं महाराणी सुदेष्णेला वाटत होतं. ती म्हणाली, ''सैरंध्री, भले तू परिचारिका असलीस, तरी तू मला माझ्या सखीसारखी वाटतेस.''

''आभारी आहे, महाराणी...''

''संकोच करत जाऊ नकोस. हवं-नको ते मुक्तपणे सांगत जा. मला तुझी मोठी बहीण समज.'' मला फार आनंद झाला. आता तर हे वर्ष लवकरच संपून जाईल, असे वाटत होते. एका वर्षानंतर जेव्हा मी याज्ञसेनी आहे, हे सुदेष्णेला कळेल, तेव्हा तिला काय वाटेल, याचा विचार मी करू लागले. आम्ही बराच वेळ संवादात घालवला. मग महाराणी सुदेष्णेच्या भोजनाची व्यवस्था करण्यात मी गुंतले.

महाराणी सुदेष्णेच्या दुःखाची कारणं मी शोधून काढली. आपल्याकडून तिला काडीचेही दुःख होऊ नये, ह्याची मी काळजी घेणार होते. ह्याबाबत मी अतिशय दक्ष होते. पहिलं महत्त्वाचं पथ्य मी हे पाळलं की, शक्यतो विराटराजासमोर आपण जायचे नाही. चुकून कधी गेलोच तर सांभाळून राहायचं. विराटाची वक्र नजर आपल्यावर पडणार नाही, ह्याची काळजी घ्यायची अन् त्याची दृष्टी आपल्यावर पडावी, असं कोणतही वर्तन आपल्या हातून घडू नये, याची मी पुरेपूर काळजी घेणार होते. त्या दृष्टीने मी सततच सतर्क राहत होते.

राजमहालात येऊन आम्हाला काही दिवस लोटले होते. सर्व काही सुरळीत चाललेले होते. परिस्थिती पाहून आमच्या गुप्त भेटीगाठी होत होत्या. हे वर्ष असंच सुरळीत जावं, कोणतीही बाधा येऊ नये, यासाठी मी विराटराजाच्या राजवाड्यातील सर्वच गोष्टींचा बारकाईने अभ्यास करू लागले. हा अभ्यास एकदा झाला की मग संकटकाळी, आणीबाणीमध्ये कसे वागावे, हे कळते. म्हणून मी बरेच दिवस विराटनगरीच काय, सबंध मत्स्यदेशाचा इतिहास व भूगोलाचा अभ्यास केला. ह्या सर्व गोष्टींचा अभ्यास करून पांडवांनाही नेहमी सावध करीत असे. कुठे कसे वागावे याविषयी आमचा सुसंवाद घडत होताच. एक-दीड महिना अभ्यास केल्यावर मी निष्कर्ष काढला की, विराटराजाकडून आम्हाला कोणत्याही प्रकारचा त्रास होणार नव्हता. विराटराजा पापभीरू, सरळमार्गी व रसिक माणूस होता; पण दुर्दैवाने तो पराक्रमी नव्हता.

मत्स्यदेशाला सुरक्षित ठेवण्यासाठी म्हणून विराटराजाने राणी सुदेष्णाचा

भाऊ कीचक याला बोलावून घेतले होते. कीचक हा बलाढ्य, पराक्रमी व चतुर होता; पण अतिशय कामातूर अन् कपटी होता. विराटानंतर मत्स्यदेश गिळंकृत करण्याचा त्याचा मानस होता. कीचकाचा हा दुष्टपणा राजा व राणी दोघांनाही माहीत होता. पण देशाच्या सुरक्षिततेसाठी हे दोघेही त्याची मर्जी संपादन करीत असत. कीचकाच्या प्रसन्नतेवर मत्स्यदेशाचे भविष्य अवलंबून असल्याने राजा विराटाने त्याला प्रधान सेनापती केले होते. कीचकाकडे सामर्थ्य असले तरी विवेक, सहिष्णुता, नम्रता, विनयशीलता इ. गुणांचा अभाव होता.

अशा मत्स्यदेश नावाच्या चांगल्या राष्ट्राला कीचक नावाचे ग्रहण लागले होते. मी ही सर्व माहिती घेतली अन् एकेक पांडवाला गुप्तपणे भेटून कीचकापासून सावध राहायला सांगितले. कीचकाने जर आपल्याला ओळखले, तर आपला अज्ञातवास पूर्ण होणार नाही; पुन्हा वनवासाचे चक्र सुरू होईल. मी कल्पना दिल्यामुळे सर्व जण कीचकापासून सावध राहू लागले. मी तर कीचकाच्या दृष्टीसही पडू नये, याची पुरेपूर काळजी घेत होते.

अज्ञातवासातील दिवस बरे चालले होते. प्रत्येक जण आपापल्या ठिकाणी निष्ठेने काम करत होता. राजवाड्यातील माणसांचे स्वभाव आता आम्हा सर्वांनाच कळले होते. कीचक आणि त्याची काही दुष्ट माणसं यापासून आपण सर्वांनीच दूर राहायचं, हे ठरवलं असल्यामुळे त्याचा काही उपद्रवही होणार नव्हता. राजवाड्यातील अनेक वयोवृद्ध माणसांकडून मी विराटनगरीचा इतिहास गोळा केला. मत्स्यदेशावर काही शत्रूंचा डोळा होताच, पण ह्या देशाला खरा धोका कीचक आणि अनुकीचकांकडून होता. एक दिवस मी भीमाला गुप्तपणे गाठलं. म्हणाले, "भीमा, कसे काय चाललेय तुझे आचारीपण?"

"छान! अन् तुझे सैरंध्रीपण?"

"तेही छान. पण भीमा, माझ्या मनात हल्ली एक विचार येतोय—"

"काय, सांग याज्ञसेनी—"

"सैरंध्री म्हण. कुणी ऐकेल!"

"हं, बोल सैरंध्री."

"अज्ञातवासात अतिशय जिकिरीचं काम आपण विराटनगरीत पार पाडतोय."

"मग?"

"मला वाटते, विराटनगरीचं फार मोठं ऋण आपल्यावर आहे."

"आहे ना. कधी वेळप्रसंगी हे ऋण आपण फेडूनही टाकू."

"पण कसे?"

“याज्ञसेनी... क्षमा कर हं सैरंध्री. आता आपला अज्ञातवास संपला की आपण राजे होणार. मग विराटराजाला कधी गरज पडली, तर आपण आहोत ना!”

“ते तर खरंच भीमा, पण ह्या मत्स्यदेशाची मी कुंडली मांडलीय.”

“ती कशी?”

“हे बघ, मत्स्यदेशाला दोन शत्रूंकडून धोका आहे.”

“कोणकोणत्या?” भुवया उंचावत भीमाने विचारले.

“एक राजा मल्लोजित आणि दुसरा त्रिगर्तांचा राजा सुशर्मा या दोन शत्रूंकडून.”

“वेळ आलीच, तर त्यांचा पण पराजय करून विराटाच्या ऋणातून मुक्त होऊ.”

“भीमा, अजून एक मोठा अंतर्गत शत्रू विराटाला आहे अन् तो विषारी सापासारखा अत्यंत घातक आहे.”

“कोण आहे तो?”

“कीचक अन् त्याचे साथीदार.”

“हो, बरोबर आहे. राजा विराटाने हा विषारी साप पोसलेला आहे. पण ह्या अस्तनीतल्या निखाऱ्यांना काहीही करता येत नाही. कीचक म्हणजे महादेवाच्या पिंडीवरचा विंचू आहे.”

“भीमा, वेळ पडली, तर महादेवाच्या पिंडीला नमस्कार करून विंचवाचा समाचार घ्यावा लागतो.”

“किती धोरणी अन् चतुर आहेस तू याज्ञसेनी! खरं म्हणजे, तू पुरुष व्हायला हवं होतंस. आम्ही कुणीही काढू शकलो नाही, एवढी माहिती तू काढली आहेस.”

“भीमा, काढली ह्यात काही विशेष नाही. पण आता सतर्क राहावं लागतं. हा अज्ञातवास आहे. भीमा, रात्र वैऱ्याची आहे. सावध राहावं लागतं अन् जागंही राहावं लागतं; तेव्हा कुठे ह्या अज्ञातवासातून आपण सुखरूप बाहेर पडू.”

मी थोडा वेळ भीमाशी चर्चा केली अन् लगेच निघाले. अज्ञातवास चाललाय याची मला जाणीव होती. निवांत गप्पा मारता येणार नाहीत, याची काळजी घेणे आवश्यक होते. म्हणून भीमाचा निरोप घेऊन मी लगेच निघाले. महाराणीच्या महालात यायला मला फारसा वेळ लागला नाही. विराटनगरीतील जनजीवन सुरळीत चालू होते. पण याच काळात दोन मोठी संकटं मत्स्यदेशावर आली. पहिलं संकट म्हणजे, राजा मल्लोजितने मत्स्यदेशावर हल्ला केला. तेव्हा विराटराजाने एक तातडीची बैठक घेतली. त्या बैठकीत बल्लव झालेल्या भीमाने मल्लोजितशी युद्ध करण्याची परवानगी मागितली. राजाने ती दिली. बल्लवाने मल्लोजितचा पराभव

केला. मला यात आश्चर्य वाटले नाही. पण त्या दिवसापासून बल्लव राजाचा खास विश्वासातील वीर झाला. पण बल्ल्वाच्या पराक्रमाने राजा आश्चर्यचकितही झाला.

नंतर काही महिन्यांनी दुसरी घटना घडली. त्रिगर्तांचा सुशर्मा हा राजा— त्याने मत्स्यदेशावर स्वारी केली. तेव्हा कंक, बल्लव, बृहन्नडा, ग्रंथिक आणि तंतिपाल सर्वांनी मिळून सुशर्माचा पराभव केला. तेव्हापासून हे सर्व जण राजाच्या मर्जीतले ठरले होते. ह्या पाचही जणांचा राजाला आधार वाटू लागला. आता अज्ञातवासाचे दिवस सुखात जातील, असे वाटत होते... पण तसे घडले नाही. ही वादळापूर्वीची शांतता होती, हे माझ्या लक्षातच आले नाही. नाही तरी याज्ञसेनी अन् सुखाचे दिवस हे सूत्र कधी जमलेच नाही.

विराटनगरीत काही महिने बरे गेले; पण दुर्दैवाने ज्या गोष्टींची मला भीती वाटते, त्याच गोष्टी मला गाठतातच. याज्ञसेनीच्या जीवनात पुन्हा चिंतेचा प्रवास सुरू झाला. आपलं प्रारब्धच असं आहे; त्याला कोण काय करणार? एक दिवस मी महाराणी सुदेष्णेच्या महालात बसले होते. मुख्य दालनात महाराणी येण्याची मी वाट पाहत होते. महाराणी सुदेष्णेची वेणीफणी मला करायची होती. एवढ्यात महालात अचानक कीचक आला. कीचकाला मी ओळखलं. मी त्याला अनेक वेळा दुरून बघितलं होतं. पण सहेतुकपणे मी त्याच्यासमोर जात नव्हते. तो महालात आल्याबरोबर मी चट्कन उभी राहिले. म्हणाला,

''महाराणी सुदेष्णा कुठे आहेत?''

''आत आहेत— येतीलच एवढ्यात.''

''तू कोण?''

''मी सैरंध्री दासी.'' मी अभिवादन करत म्हटले.

''सैरंध्री?... दासी?'' कीचकाने मला नखशिखांत न्याहाळले. क्षणभर थांबून म्हणाला, ''विश्वास बसत नाही, तू दासी आहेस म्हणून!'' मी काही बोलले नाही. शांतचित्ताने खाली मान घालून उभी राहिले. तोही शांत होता. पण माझ्याकडे पुन:पुन्हा पाहत होता. तो स्तब्ध उभा राहिल्याचे पाहून मी हळूच त्याच्याकडे बघितलं तर त्याची नजर मला अगदी गिधाडाची नजर वाटली. वाटलं, ह्याच्या नजरेतून तोफगोळे उडत आहेत अन् माझ्याकडे येत आहेत. मी गडबडले. पण त्या राक्षसाची नजर मात्र माझ्या देहावरून फिरत होती. तो सारखं पाहत होता. काही तरी बोलायचे म्हणून मी म्हणाले, ''बसा नं— मी महाराणींना बोलावते...''

''अंऽऽऽ... काय म्हणालीस?'' कीचक भानावरच नव्हता. जणू काही

स्त्रीदेह प्रथमच पाहत होता! मी पुन्हा म्हणाले,

"बसा. महाराणींना बोलावू का?"

"हं— हं, बोलावून आण आणि कीचकमहाराज आलेत, म्हणून सांग. मला ओळखतेस ना तू? मी या राज्याचा सरसेनापती आहे."

"असं होय!" असं म्हणत मी ओळखत नाही असं दाखवलं अन् आत राणीकडे धावत गेले. त्यांना सांगितलं, "महाराणी, कीचक आले आहेत."

"अगं बाई, तू कशाला त्याच्यासमोर गेलीस? अगं, स्त्री हे त्याचं मर्मस्थान आहे. जनावर आहे अगदी तो ह्याबाबतीत. सैरंध्री, हे काही चांगलं झालं नाही. बरं जाऊ दे. तू मद्याचे दोन ग्लास घेऊन ये. मी बोलत बसते त्याच्याशी." असं म्हणत महाराणी मुख्य दालनात गेली. थोड्या वेळाने मी मद्याचे दोन ग्लास घेऊन मुख्य दालनात आले, तर महाराणी सुदेष्णा आणि कीचकाच्या गप्पा चाललेल्या होत्या. मी मद्याचे ग्लास त्यांच्यासमोर ठेवले. कीचकाने मद्याचा ग्लास घेत महाराणीस विचारले, "ही नवीन दासी आली आहे वाटतं?"

"हो नवीनच आहे. सैरंध्री."

"हं, आताच तिनं सांगितलं. काही विशेष प्रसंग असला तर मी कळवत जाईन— सैरंध्रीला माझ्या महालात पाठवत जा."

"अरे बाबा, ही इतर दासीसारखी सर्वसामान्य दासी नाही. ही गंधर्वपत्नी आहे. काही अपरिहार्य परिस्थितीत ही इथे राहिली आहे. ती फक्त माझ्याकडेच दासी म्हणून काम करते. इतरत्र काम केलेलं तिच्या गंधर्व पतींना आवडत नाही."

"नेहमी नाही; कधी तरी काही विशेष कार्यक्रम असेल, तरच मी कळवीन. ही खूपच कार्यकुशल दिसते, म्हणून म्हणतो मी..."

"तिला पाठवता येणार नाही. तिच्याऐवजी इतर कुणाला तरी पाठवीन." पण कीचक ऐकण्याच्या मन:स्थितीमध्ये नव्हता "बघ, प्रयत्न कर—" असे म्हणत तो महालाच्या बाहेर पडला. तो बाहेर गेला अन् महाराणी सुदेष्णा मट्कन मंचकावर बसली. म्हणाली, "सैरंध्री, अगं, ह्या दुष्ट राक्षसासमोर कशाला आलीस? हा नराधम आता तुला सुखाने राहू देणार नाही."

माझ्या काळजात धस्स झालं. मी सुदेष्णेला म्हणाले, "महाराणी, मला त्याची जाणीव होतीच; म्हणून आजपर्यंत मी टाळत आले. पण आज ते कोणतीही पूर्वसूचना न देता इथे आले अन् मी समोरच बसलेले होते. त्यामुळं असं झालं."

''ठीक आहे. चिंता करू नकोस. आपण ह्यातून काही तरी मार्ग काढू. नाही तरी तुझे पराक्रमी गंधर्व पती आहेतच. त्यांचीही त्याला भीती घालता येईल.'' महाराणी सुदेष्णेने माझी समजूत घातली, पण तीही घाबरलेलीच होती, हे माझ्या लक्षात आलं. मीही विचार करू लागले. इतके दिवस सुरळीतपणे चाललेले होते; आता मात्र खूप सावध राहावं लागेल, असं वाटत होतं. मी मनाची तयारी करतच होते. मी आता संधीची वाट पाहत होते. हे सगळं आता पांडवांना सांगावं लागणार होतं. मी विचार केला— सगळ्यांना सांगण्यापेक्षा भीमालाच सांगावं. आणीबाणीच्या प्रसंगी धावून येणारं एकच व्यक्तिमत्त्व— ते म्हणजे भीम.

एक दिवस मी धावपळीतच भीमाची भेट घेतली. त्याला ह्या घटनेची कल्पना दिली. भीम म्हणाला, ''याज्ञसेनी, कीचकाच्या महालाकडे अजिबात फिरकायचं नाही अन् असं काही घडणार आहे, याची साधी शंका जरी आली तरी मला तत्काळ कळव आणि.....'' भीम थोडा वेळ थांबला अन् म्हणाला, ''काही चिंता करू नकोस. मी आहे ना तुझ्या पाठीशी!''

मी भीमाचा निरोप घेऊन परतले. त्याला भेटल्यावर मात्र मला धीर आला होता. मी दैनंदिन कामात व्यग्र राहू लागले. काही दिवस गेले. मला वाटले, पुन्हा निरोप आला नाही; त्या अर्थी कीचक आता विसरला असेल. पण कसचे काय! एक दिवस महाराणी सुदेष्णा मला म्हणाली,

''सैरंध्री, कीचकाचे फारच निरोप येताहेत. कसे करायचे?''

''महाराणी, मला त्या दुःखाच्या खाईत कशाला लोटताय?''

''अगं सैरंध्री, इतके दिवस मी कसे तरी टाळत आले आहे. पण आता मात्र कीचक हट्टाला पेटला आहे. दडपशाहीने, सामर्थ्याने किंवा अनुनयाने तू वश होत नाहीस, हे पाहून हा माणूस तत्काळ जबरी करायला मागे-पुढे पाहत नाही. तेव्हा हळूहळू, त्याच्या कलानेच त्याला समजावून सांगू. तुझ्या गंधर्व पतींचा पराक्रम सांग. तेव्हा त्याच्या समाधानासाठी एकदा जाऊन ये. नाही तर तो आजकाल माझ्यावरच रागावू लागला आहे. माझ्यासाठी एकदा जाऊन ये.''

''मी काही जाणार नाही महाराणी!'' मी निश्चयाने म्हणाले.

''हे बघ सैरंध्री, मी तुला समजून घेऊ शकते. पण ह्या बाबतीत माझी फार कुचंबणा होऊ लागली आहे. ह्या राज्याच्या सगळा डोलारा कीचकाच्या पराक्रमावर उभा असल्यानं मला त्यालाही नाराज करता येत नाही अन् तुझ्या पातिव्रत्याकडे बघून तुलाही तिकडे पाठवायची इच्छा होत नाही. काय करावे, तूच सांग? आता ह्यातून काय मार्ग काढावा?''

"महाराणी, कीचकाला तुम्ही सांगा. म्हणावं, तिचे गंधर्व पती खूप पराक्रमी आहेत. ते काही स्वस्थ बसणार नाहीत "

"खूप सांगितलं गं सैरंध्री... मला का एवढं समजत नाही? पण तो ऐकायलाच तयार नाही. आज परत त्याचा निरोप आला आहे की, माझ्याकडेच उंची मद्य देऊन सैरंध्रीला पाठवून दे."

"मला भीती वाटते महाराणी कीचकाची. मी काही जाणार नाही..." मी गयावया करू लागले.

"हे बघ सैरंध्री, माझी तुला विनंती आहे बाई. हे राज्य सांभाळण्यासाठी, ह्या राज्याच्या भल्यासाठी मी तुझ्यापुढे पदर पसरते. फक्त एकदा आज मद्य घेऊन त्याच्याकडे जा अन् ..."

"नाही— नाही. काय सांगताय हे महाराणी?"

"अगं, पुढं ऐकून तर घे."

"हं, सांगा."

"तिथं जाऊन तू फक्त एक करायचं— त्याला मद्य देऊन परत यायचं. याशिवाय त्याने काही जबरी करायचा प्रयत्न केलाच, तर त्याला तुझ्या गंधर्व पतींची भीती घाल, म्हणजे तो काही करणार नाही."

महाराणी सुदेष्णा फारच गयावया करू लागली. तिच्यासाठी मी जाण्यास तयार झाले. सुदेष्णेच्या चेहऱ्यावरही चिंता आरपार पसरली होती. एक तर वेळ दिवसाची होती. त्यामुळं काही भीती नव्हती अन् फारच काही जबरी करू लागला, तर धावत भीमाकडे जायचे ठरवून मी राणीसाठी म्हणून जायला तयार झाले.

हातात मद्य घेऊन मी कीचकाच्या महालात प्रवेश केला. विविध सुगंधांचा दर्प नाकात गेला. हा नखशिखान्त सुगंधाने बरबटलेला होता. मला पाहताच त्याचा चेहरा उजळून निघाला. म्हणाला, "ये— ये, सैरंध्री, ये. मी तुझीच वाट पाहत होतो. ये. अगं, काय हे दासीचा वेश परिधान केला आहेस? तुझ्यासाठी मी ही उंची वस्त्रं आणून ठेवली आहेत; ती परिधान कर आणि आजपासून तू दासी नाहीस, तर मत्स्यदेशाचा सरसेनापती कीचकाची तू राणी होणार आहेस. ये, इकडं ये. संकोच करू नकोस."

मी त्याच्याकडे बघितलं. त्याच्या देहात वासनेचं भूत नाचत होतं. त्या वासनांध राक्षसाकडे बघून मी सावध पवित्रा घेतला, मी म्हणाले, "महाराज, मी सैरंध्री आहे; मी स्वत्वधारिणी आहे. मी व्यभिचारिणी नाही. माझे पाच गंधर्व पती

पराक्रमी आहेत. आपला हा विचार त्यांना कळला, तर ते तुमच्यावर आक्रमण करतील, पर्यायाने ते मत्स्यदेशावर आक्रमण होईल; तेव्हा अशी विषाची परीक्षा घेऊ नका महाराज.''

''सैरंध्री, तुला माहिती नसेल की, मी किती पराक्रमी आहे ते? त्या गंधर्वांच्या नादी कशाला लागतेस? मी त्यांचा क्षणात पराभव करीन. आता तू माझी पत्नी होण्यास तयार हो. सोडून दे दासीपद. मी महाराणी सुदेष्णेलाही सांगितलं आहे. तुझ्या सगळ्या इच्छा मी पूर्ण करणार आहे. आता नाही म्हणू नकोस.'' कीचकाला आता कशाचेही भान राहिले नव्हते. तो हळूहळू माझ्याकडे येऊ लागला. मी आता घाबरले होते.

पुन्हा एकदा हात जोडून विनंतीवजा मी म्हणाले, ''असे करू नका कीचकमहाराज, याचे भयानक परिणाम होतील. मी त्या दासींपैकी नाही.'' मी विनवणी करीतच राहिले अन् मागे सरकत राहिले.

पण कीचकाच्या अंगात आता राक्षस संचारला होता. तो क्रूरपणे माझ्याकडे येत ओरडला, ''हे सैरंध्री, तू ऐकतेस का नाही? आता कुठलाच विरोध करायचा नाही. विरोध करशील, तर मग बलात्काराशिवाय पर्याय नाही.''

''आई ऽऽ गं'' मी आकाशाकडे हात करून म्हणाले, ''हे प्रभो, कशासाठी स्त्रीचा जन्म दिलास रे बाबा! वाचव ह्या संकटातून!'' मी भीतीने अन् रागाने थरथरत होते. एवढ्यात कीचकाने माझ्या देहावर झडप घातलीच. वाटलं, आता हा अजगर मला गिळून टाकणार. मी जिवाच्या आकांताने ओरडले— ''हे प्रभो . . . . हे प्रभोऽऽ'' पण माझी हाक महालाच्या बाहेरही जात नव्हती. शेवटी जेवढी शक्ती आहे, तेवढी एकवटून जिवाच्या आकांताने मी कीचकाला ढकलून दिले. वासनेने अपंग झालेला कीचक बेसावध होता. तो धाड्कन खाली पडला मात्र. मी वायुवेगाने बाहेर पडले. ''धावा ऽ धावा ऽऽ'' म्हणत मी विराटराजाच्या सभेकडे गेले. मी धावू लागले अन् माझ्यामागे कीचक धावू लागला. राजवाड्यातील सर्वजण हे पाहत होते. मी एवढ्या वेगात होते की, कीचक मला पकडू शकला नाही. मी सभेत गेले. विराटराजाला अभिवादन करून म्हणाले, ''महाराज, मला न्याय पाहिजे.''

''तू कोण आहेस?'' विराटाने मला विचारले.

''मी सैरंध्री— महाराणी सुदेष्णा यांची परिचारिका, दासी... नराधम कीचक माझ्याशी अतिप्रसंग करत आहे. त्याने माझा विनयभंग केला आहे. कीचकाला शिक्षा करा महाराज... मला न्याय द्या.'' मी असे बोलेपर्यंत कीचक

येऊनही पोहोचला. त्याने सभेचे सगळे रीतीरिवाज मोडून माझे केस धरले. मला भुईवर पाडले. माझ्या कमरेत एक लाथ मारली. "आई ऽऽ गं" म्हणत मी किंचाळले. सगळी सभा तटस्थ होऊन पाहत होती. माझ्या दुर्दैवाने युधिष्ठिर तिथेच बसून होता, पण तोही काही करू शकला नाही. कीचकाने विराटराजाकडे ढुंकूनही न बघता परत एकदा मला लाथ मारली. थुंकला अन् निघून गेला. मी विव्हळत निपचित पडले. कुणीही शब्द काढायला तयार नव्हते. विराटराजा माझ्याकडे फक्त पाहत राहिला. मी स्वत:ला सावरत उठले. आहे तेच एक वस्त्र नीट करून मी उभी राहिले. म्हणाले, "विराटमहाराज, मला फक्त एक सांगा की, मत्स्यदेशाचे राजे आपण आहात की तो नराधम कीचक आहे?" मी उत्तराची वाट पाहत थांबले. त्यांच्याकडून काहीही उत्तर आले नाही. मला वस्त्रहरणाच्या प्रसंगाची आठवण आली. नारीजन्म हा शाप आहे, याची पुन्हा एकदा खात्री झाली. मला तिथे क्षणभरही थांबावेसे वाटत नव्हते. मी निघाले. तत्काळ महाराणी सुदेष्णेकडे आले. तोपर्यंत त्यांनाही घटना कळली होती. मीही धावतच आपलं दासीपण विसरून तिच्या कुशीत शिरले. म्हणाले, "महाराणीऽऽऽऽ"

"समजले गं सारे सैरंध्री मला!" मला जवळ घेत महाराणी सुदेष्णेने माझं सांत्वन केलं. मी तिच्याकडे बघितलं. तिचेही डोळे पाणावले होते. तिच्या वेदना मला कळत होत्या. काय करणार? तिचाही नाइलाज होता. सुदेष्णेने मला थोपटत झोपवलं. मला कसली झोप लागते! माझ्या सर्वांगाला आग लागली होती. पण मी झोप आल्याचे नाटक केले. थोड्या वेळाने सुदेष्णा माझ्याजवळून निघून गेली. हां-हां म्हणता, ही घटना सगळ्या विराटनगरीला कळली. मी संधीची वाट पाहत होते. संधी मिळताच मी पार्थाकडे गेले. पार्थ नुकताच नृत्यशाळा बंद करत होता. म्हटलं,

"पार्था, कळले ना?"

"हो, कळलं याज्ञसेनी. हे खूप वाईट झालं."

"किती थंडपणे बोलतोस पार्था!" माझा पारा चढलेलाच होता.

"मग काय करू? बृहन्नडा म्हणून माझे हात बांधलेले आहेत अन् पुन्हा हा अज्ञातवास. पण तू काळजी करू नकोस. एक दिवस मी कीचकाला त्याची जागा दाखवून देईन."

"एक दिवस? अरे, ह्या अपमानाने क्षणाक्षणाला माझं सर्वांग पेटत चाललं आहे. पेटून-पेटून माझा हा देह जळून जाईल अन् पार्था, तू एक दिवसाची भाषा करू लागला आहेस! काय तुझा पुरुषार्थ? खरा पुरुष असशील तर कीचकाने उद्याचा सूर्य

बघू नये, असे काहीतरी कर.''

''याज्ञसेनी, तू सैरंध्री अन् मी बृहन्नडा आहे, याचे तुला भान आहे ना? पुन्हा आपण अज्ञातवासात आहोत, याचेही भान तुला असावे. थोडा धीर धर. आता थोडे दिवस बाकी आहेत. हा प्रश्न फार नाजूक आहे. मी योग्य वेळी युधिष्ठिराबरोबर चर्चा करून नंतर काही तरी निर्णय घेईन, तोपर्यंत शांत राहा.''

''बसा आयुष्यभर चर्चाच करत बसा!'' मी फणकाऱ्याने उठले. माझ्या अंगाचा दाह अजून वाढलेलाच होता. आता आशेचा एकच किरण होता— भीम. मी मुदपाकशाळेत धावत गेले. भीम एकटाच होता. चला, चांगले झाले. मी धावतच भीमाच्या गळ्यात पडले. भीमाला काही सांगायची गरज पडली नाही. त्याला सगळे समजले होते. तो म्हणाला, ''याज्ञसेनी, त्या दुष्ट कीचकाला उद्याचा सूर्य दिसणार नाही. आता एक कर—''

''त्यासाठी काय करायचं, ते सांग भीमा.''

''तुला एक विनंती आहे. तू माझ्यासाठी एक कर—''

''एक नाही, लाख करेन. वेळ आल्यास माझा जीवही देईन; पण कीचकाला उद्याचा सूर्य दिसता कामा नये!''

''याज्ञसेनी, तू येईपर्यंत मी सर्व विचार करून ठेवला आहे.''

''भीमा, कीचक मेल्याशिवाय माझ्या अंगाचा दाह कमी होणार नाही. बघ माझे अंग किती जळत आहे!'' मी भीमाचा हात हाती घेतला. तो माझ्या चेहऱ्यावर, गळ्यावर अन् मस्तकावर फिरवला.

''याज्ञसेनी, मला का समजत नाही हे सगळे? मी आता काय सांगणार आहे, ते तू नीटपणे ऐक.''

''हं सांग.''

''आता तू तत्काळ कीचकाकडे जा.''

''अगं आई गं ऽऽऽ''

''ऐकून तरी घेणार आहेस ना?'' भीम रागावला होता.

''हं, सांग.''

''आता तू कीचकाकडे जायचे, त्याची क्षमा मागायची अन् म्हणायचे की, झालं-गेलं विसरून जा. 'माझं चुकलं' म्हणायचं अन् आज सायंकाळी उशिरा नृत्यशाळेत या. म्हणजे आपल्याला भेटता येईल, असं म्हणायचं.''

''मग पुढे?''

''एवढं बोलून तू निघून ये. पुढं काय करायचं, ते सांगतो.'' भीमाची ती

तळमळ बघून मी सुखावले. माझी तगमग काही अंशी कमी झाली. भीमाच्या सांगण्याप्रमाणे मी तत्काळ कीचकाच्या महाली गेले. महालातील शयनगृहात कीचक मद्य घेऊन अस्ताव्यस्त लोळत होता. मला बघून त्याला आश्चर्य वाटले. मी बहुधा लाथ का मारली, ह्याचा जाब विचारायला आली असेल, असे त्याला वाटले. तो एकटाच बसलेला होता. मी त्याच्यासमोर जाऊन उभी राहिले. तो दरडावून म्हणाला, ''का मारली लाथ, हे विचारायला आलीस ना ?... हो, मारली... मला इथे कोण विचारणार आहे? विराट हा नावापुरता राजा आहे; खरा राजा मी आहे. तक्रार करूनही विराटाने काहीच केले नाही ना? महाराणी सुदेष्णेचा भाऊ कीचक हाच इथला खरा राजा आहे. बोल, काय विचारायचे आहे?''

''महाराज, माझे चुकले, म्हणून तर तुम्ही लाथ मारली मला. क्षमा करा...'' कीचक माझ्याकडे पाहतच राहिला. पहिल्यांदा त्याचा विश्वासच बसला नाही की, हे सर्व सैरंध्री बोलत आहे! हातातला प्याला मेजावर ठेवत त्याने मला विचारले, ''सैरंध्री, खरे बोलतेस तू हे सगळं?''

''कीचकमहाराज, अगदी खरं बोलते. परत एक विनंती करायला आले आहे.''

''सैरंध्री, विनंती कशाला; आदेश सांग. मी तुझा दास व्हायला तयार आहे!''

''नको. नको महाराज, माझा दास तुम्ही होणं म्हणजे पातकच की ते. मी एक विनंती करण्यासाठी मुद्दाम आले आहे—''

''बोल सैरंध्री, बोल—'' अतिउत्साहाने व अधीर होऊन कीचक म्हणाला. मी इकडे-तिकडे पाहत हळू आवाजात म्हणाले, ''कीचकमहाराज, आज सायंकाळी अंधार पडल्यावर आपण नृत्यशाळेत या. मी तयार होऊन तिथे येते. आपण तिथे भेटू. झालं-गेलं विसरून जा. कटू क्षण मीही विसरून जाते. मग येता ना सायंकाळी नृत्यशाळेत?''

कीचकाचा चेहरा प्रफुल्लित झाला. त्याने स्वत:ला फार भाग्यवान समजले असावे. तो म्हणाला, ''सैरंध्री, जरूर येईन. तुला मी सुखात ठेवीन. विराटराजाच्या माघारी ह्या नगरीचा राजा मीच होणार आहे अन् तू महाराणी होशील. बस्स, तू आणि मी!'' असे म्हणत तो उठला.

मी लगेच म्हणाले, ''बसा-बसा; उठू नका. इथे आलेले कुणाला कळायच्या अगोदर मी येथून जाते. रात्री मात्र जरूर या बरं का; विसरू नका.''

''जरूर येतो. तूपण न विसरता ये.''

''येते मी—'' म्हणत मी झपाझप पावले टाकीत परत मुदपाकशाळेत आले. भीमाला काम झाल्याचे सांगितले. भीम म्हणाला, ''मी तिथे लवकरच

जाऊन पोहोचलेला असेन. तू थोडी उशिरा ये. कीचकाचा लोळागोळा झालेले पाहयचे ना तुला?''

''त्या क्षणाची आतुरतेने मी वाट पाहत आहे!''

''मग आता इथून निघ अन् सायंकाळी नृत्यशाळेत ये.''

''येते मी.'' असं म्हणत मी महाराणी सुदेष्णेच्या महालात निघून आले. सुदेष्णा माझ्याच शोधात होती. मला बघितल्याबरोबर तिला हायसे वाटले, ''अगं सैरंध्री, कुठे गेली होतीस? मी तुला केव्हाची शोधते आहे!''

''महाराणी, राजवाड्याच्या वाटिकेत गेले होते. बसले, घटकाभर विसावा घेतला अन् आले.''

''अगं, दुपारी तुला छान झोप लागली होती; मग वाटिकेत केव्हा गेलीस? मला तुझी उगी काळजी वाटत होती गं सैरंध्री.''

''काळजी करू नका महाराणी. जे नशिबात आहे, ते मी भोगत आहे. महाराणी, दुपारी तुमचा प्रेमळ स्पर्श झाला अन् मला झोप लागली... अन् महाराणी, मला एक स्वप्न पडले.''

''काय पडले गं स्वप्न सैरंध्री?''

''माझे पाचही गंधर्व पती माझ्या स्वप्नात आले होते.''

''आणि काय म्हणत होते?''

''म्हणत काहीच नव्हते. 'सैरंध्री, शांत हो— सैरंध्री, शांत हो'. एवढंच म्हणत होते.''

''अगं बाई! तुझ्या गंधर्व पतीना हे प्रकरण कळले की काय?''

''बहुधा कळलं असेल; अन्यथा असे माझ्या स्वप्नात येत नाहीत ते.''

''सैरंध्री, काही विपरीत घडू नये, म्हणजे झालं.''

''अजून काय विपरीत व्हायचे राहिले आहे महाराणी? भर सभेत कीचकाने मला लाथा मारल्या; ह्यापेक्षा अजून विपरीत काय घडणार?''

''सैरंध्री, कळते बाई तुझं दु:ख. पण काय करावं? निदान तू तरी मला समजून घे, म्हणजे झाले.''

''मी समजून घेतेय. महाराणी—'' सुदेष्णेनं माझी खूप समजूत घातली. मीही समजल्याचे नाटक केले. आज सुदेष्णेने माझ्यासाठी खूप वेळ दिला. प्रदीर्घ गप्पा झाल्यावर तिन्हीसांजेला सुदेष्णा महालात निघून गेली. मी इतर दासींबरोबर दैनंदिन कामे करू लागले. माझे हात काम करीत होते; पण मन मात्र कधी एकदा सायंकाळ होते, याची वाट पाहत होते.

एकदाची दिवेलागण झाली अन् आता कीचकाच्या जीवनाचीही रात्र झाल्याचे माझ्या लक्षात आले. मी तातडीने कुणाच्या लक्षात येणार नाही, याची काळजी घेत नृत्यशाळेत पोहोचले, तर भीम तिथे येऊन दाखल झाला होता. माझ्या शरीराचा दाह होतच होता. कीचक मेल्याशिवाय हे पेटलेलं मन शांत होणार नव्हतं. माझ्या देहाची अभिलाषा धरल्यावर काय फळ मिळते, हे आता कीचकाला कळेलच. भीमाने स्त्रीवेश धारण केला होता. त्याच्याकडे पाहून मला हसू येत होते. नृत्यशाळेत अंधाराचा फायदा घेऊन मी कीचक येण्याची वाट पाहू लागले.

फार काळ वाट पाहावी लागली नाही. कीचक आला. भीम स्त्रीवेशात होता अन् अंधारही होता. ''सैरंध्रीऽ सैरंध्रीऽऽ'' म्हणत कीचक भीमाजवळ गेला. भीम काहीच बोलला नाही. ''सैरंध्री आता महाराणी होणार... कीचकाची राणी होणार'' असे म्हणत कीचकाने भीमाशी चाळे सुरू केले. वासनेने आणि अति मद्य पिऊन शुद्ध हरपलेल्या कीचकाला प्रारंभी काही कळले नाही. नंतर त्याला लक्षात येऊ लागले की, ज्या व्यक्तीशी आपण चाळे करत आहोत, तो स्त्रीचा देह नसून कुण्या तरी बलदंड पुरुषाचा आहे! कीचकाची सगळी नशा उतरली. तो ओरडला, ''कोण आहे!?''

भीम म्हणाला, ''सैरंध्रीचा गंधर्व पती!'' भिमाने त्याचे केस धरले अन् म्हणाला, ''सैरंध्री वश होत नाही म्हणून भर सभेत तिला लाथ मारणारा तुझा पाय कुठे आहे? राक्षसा, भोग आता त्याचे फळ'' असे म्हणत त्याचे दोन्ही पाय धरून उलटे केले. कीचकही त्वेषाने उठला अन् तोही भीमावर तुटून पडला. कीचकही बलशाली होता. कीचक प्रतिकार करतोय, हे पाहून भीमाची शक्ती शतपटीने वाढली. भीमाच्या व्यक्तिमत्त्वाचे असेच गणित आहे. शत्रूकडून जसजसा प्रतिकार वाढत जातो तसतशी भीमाची शक्ती वाढत जाते. दोघांचं तुंबळ युद्ध सुरू झालं. भीमाचा रुद्रभीषण अवतार पाहून मीही थक्क होऊन गेले. ''तुला सैरंध्री पाहिजे काय...? हे घे...'' असे म्हणत भीमाने ठोसे लगावणे सुरू केले. कीचकही प्राणपणाने लढत होता. या दोघांच्या द्वंद्वयुद्धात नृत्यशाळेला जणू भूकंपाचे हादरे बसत होते. ह्या द्वंद्वात भीमाच्या एका जबरदस्त ठोशामुळे कीचक कोसळला. त्याचा फायदा भीमाने घेतला अन् त्याला उठूच दिले नाही. तो पुरता घायाळ झाला. कीचकाची प्रतिकारशक्ती संपल्यावर भीम ओरडला, ''सैरंध्रीऽ सैरंध्रीऽऽ इकडे येऽ'' मी धावत गेले. म्हणाला, ''सैरंध्री, मार लाथ ह्या राक्षसाला... संकोच करू नकोस, मार.'' भीमाचा आवाज एवढा होता की, क्षणभर मीही घाबरले अन् कसलाही विचार न करता कीचकाच्या कमरेवर एक

लाथ मारली. कीचकाने अर्धवट डोळे उघडून माझ्याकडे पाहिले. कीचक मरणासन्न अवस्थेत म्हणाला, ''सैरंध्री, शक्य झाल्यास मला माफ कर.'' असे म्हटल्यावर भीमाने लत्ताप्रहार सुरू केला. भीमाच्या चार-पाच लाथा खाऊन कीचकाने प्राण सोडला.

कीचकाचा प्राण गेल्यावर भीम म्हणाला, ''याज्ञसेनी, कोणत्याही नराधमाकडून मग तो कुणीही असो वासनेने बरबटलेल्या हाताचा स्पर्श तुला झाल्याबरोबर मला फक्त सांगत जा... कीचकाची जी गत झाली... तीच त्याचीही होईल!'' असे म्हणत त्याने कीचकाचे प्रेत पकडले. प्रेत आगटीकडे नेत म्हणाला, ''याज्ञसेनी, ये— इकडे ये अन् उजेडात कीचकाचे एकदा हाल बघून घे.'' मी प्रेताच्या मागे-मागे गेले. आगटीचा प्रकाश कीचकाच्या छिन्नविच्छिन्न प्रेतावर पडला. त्या प्रकाशात कीचकाचे प्रेत पाहून माझ्या अंगाचा दाह कमी झाला. ''भीमाऽऽ'' असे म्हणत मी भीमाच्या गळ्यात पडले. भीमाविषयी हृदयात आरपार कृतज्ञता भरून आली. भीमाने मला थोपटले. म्हणाला, ''थांब क्षणभर अन् मगच जा.'' भीम परत कीचकाच्या प्रेताजवळ गेला. प्रेतावर थयाथया नाचू लागला. त्याने त्या प्रेताचे एकेक अवयव तोडले. ते त्याच्या पोटात खुपसले अन् भीमाने कीचकाचा लोळागोळा केला. अजून काय काय केले असते, कुणास ठाउक? मीच त्याला थांबवलं. म्हणाले, ''भीमा, एवढा दीर्घ द्वेष नको. त्याला जबर शिक्षा मिळाली आहे. चल लवकर! लक्षात आहे ना— तू बल्लव आहेस अन् मी सैरंध्री. चल, आपण लवकर निघू या.''

आम्ही दोघे नृत्यशाळेच्या द्वारापर्यंत आलो. परस्परांचा निरोप घेताना भीम म्हणाला, ''आता सगळीकडे ही बातमी जाऊ दे की, माझ्या गंधर्व पतीने कीचकाची ही अवस्था केली आहे, म्हणजे यापुढे तुझ्या केसालाही धक्का लागणार नाही. येतो मी—'' असे म्हणत भीम नावाचे वादळ मुदपाकशाळेत निघून गेले.

नृत्यशाळेतून मी सरळ महाराणीच्या महालात आले. कीचकाने लाथ मारल्यापासून मी तोंडात पाणी पण घेतले नव्हते. मला खूप भूक लागली होती. वाटत होतं की, वर्षानुवर्षांपासून मी भुकेली आहे! आज राणीला भेटायचं नाही, असं ठरवलं. जेवण केलं अन् अंथरुणावर अंग टाकलं मात्र... मला कधी झोप लागली; कळलेच नाही. झोपेसाठी मला काही तळमळावं लागलं नाही. घटकाभरापूर्वी एक फार मोठी घटना घडली, हे माझ्या स्वप्नातही नव्हतं. पण आज कीचकाने लाथ मारल्यापासून ते सायंकाळी नृत्यशाळेत जाईपर्यंत जे-जे भेटले, त्यांना मी सांगत आले की, आता कीचकाचं काही खरं नाही. माझे गंधर्व पती कीचकाला

जिवंत ठेवतील, असं वाटत नाही. काल दिवसभर विराटाच्या राजवाड्यात माझी अन् कीचकाचीच चर्चा होती. उद्या कोणती चर्चा होणार, हे केवळ मला अन् भीमालाच ठाउक होते. आता मात्र झोपेनेच मला कुशीत घेतले होते.

पहाटेच मला एका दासीनं येऊन उठवलं. ती घाबरलेली होती. म्हणाली, "सैरंध्री, उठ! अगं, लवकर उठ... घात झाला!"

"कसला घात झाला?" मी शांतपणे विचारलं.

"अगं, तुझ्या गंधर्व पतीनं कीचकाला ठार केलं आहे!"

"असं होय!" चेहरा निर्विकार करत मी म्हटलं.

"अगं, एवढी थंड काय बसलीस? चल, लवकर उठ; तुला महाराणी सुदेष्णाने बोलावले आहे."

"चल, हो पुढे... मी आलेच मुखमार्जन करून." दासी गेली. मी सर्व स्नानादी विधी आटोपून सावकाश महाराणीकडे गेले. महाराणी सुदेष्णा चिंतित चेहरा करून बसलेल्या होत्या. मला पाहताच त्या म्हणाल्या, "सैरंध्री, कळले ना तुला हे सगळे?"

"कळले ना महाराणी— आताच दासीने सांगितले."

"तुला एक प्रश्न विचारू का सैरंध्री?"

"विचारा नं महाराणी." माझा संयत स्वर होता.

"सैरंध्री, हे सगळं तुला माहीत असेलच. तू मनावर घेतलं असतंस, तर कदाचित कीचक वाचलाही असता..."

"महाराणी, मी इथे आल्यापासून सगळ्यांना सांगते की, पाच गंधर्व पती अतिशय पराक्रमी असून ते सतत माझ्यावर लक्ष ठेवून असतात. अगदी प्रारंभी ह्याची कल्पना मी आपणासही दिलेली होती. नंतर कीचकमहाराजांनी माझी अभिलाषा धरल्यावर त्यांनासुद्धा हे सगळं मी नम्रपणे सांगितले होते; पण त्यांनी मनावर घेतलं नाही. मी विरोध केल्यावर भर सभेत त्यांनी मला लाथ मारून अपमानित केले. तरीही मी सर्व विसरले होते. सायंकाळी मी सहज नृत्यशाळेकडे फेरफटका मारण्यासाठी गेले, तर कीचक तिथे माझा पाठलाग करत आले. मी नम्रपणे त्यांना परिस्थिती समजावून सांगितली. पण कीचक ऐकायलाच तयार नव्हते. दडपशाहीने त्यांनी माझ्या देहाला स्पर्श केला मात्र... एवढ्यात माझा गंधर्व पती अचानक तिथे आला. त्या दोघांचे द्वंद्व तिथे सुरू झाले अन् मी मात्र घाबरून क्षणाचाही विलंब न लावता परत आले अन् परत आल्यावर खूप थकवा

आला होता. मला लगेच झोप लागली. पुढं काय झालं, हे मात्र मला माहीत नाही महाराणी.''

''रात्री मला हे सगळं प्रकरण सांगायला पाहिजे होतंस सैरंध्री.''

''महाराणी, मला क्षमा करा. कालच्या दिवसभरात मी जे काही सोसलं, त्यानं माझं मन सैरभैर झालेलं होतं. खरं म्हणजे, मलाच आत्महत्या करण्याचा मोह होऊ लागला होता. वाटलं, आपल्याला न्याय देणारं कुणीच नाही. आपणही नाही महाराणी आणि स्वत: विराटमहाराजांसमोर हे सगळं घडलं असताना महाराजांनी मला न्याय दिला नाही. तेव्हा तर मी अगदी सुन्न झाले. माझा गंधर्व पती अन् कीचकाची लढाई सुरू झाली अन् मग मला पुन्हा चिंता लागली. दिवसभर चिंता होतीच अन् ही दुसरी चिंता. अशा अवस्थेत मी भांबावून गेले महाराणी. आले अन् काय करावं— हा विचार करता-करता मला भोवळ आली अन् मला कधी झोप लागली, ते कळलेच नाही. त्यानंतर आताच दासीने मला उठवले.''

''सैरंध्री, कीचकाला ठार केल्यामुळे मत्स्यदेशाचे किती नुकसान झाले, याची तुला जाणीव आहे का? तुझ्यासारख्या एका दासीमुळे हा माझा प्रिय मत्स्यदेश अडचणीत आला आहे. आता ह्याला काय मार्ग आहे— तूच सांग.''

''महाराणी, आपली आज्ञा असेल, तर एक मार्ग आहे.''

''कोणता मार्ग सैरंध्री?''

''माझे पाचही गंधर्व पती अतिशय शूर आहेत. हे राष्ट्र जेव्हा जेव्हा अडचणीत येईल, तेव्हा तेव्हा मी माझ्या पाचही पतींना पाचारण करेन आणि ह्या राष्ट्राला ते संकटातून मुक्त करतील.'' माझ्या बोलण्यावर सुदेष्णा काही बोलली नाही, पण ती शांतपणे काहीतरी विचार करू लागली. मी तिच्या मनाचा अंदाज घेण्याचा प्रयत्न करू लागले. काही क्षण असेच गेले अन् महाराणीच्या महालाबाहेर खूप गोंधळ ऐकू येत होता. सुरुवातीला हा गोंधळ कमी होता. नंतर नंतर तो खूप वाढू लागला. त्या गोंगाटाने उग्र रूप धारण केले, तेव्हा राणीने एका दासीला बाहेर काय गोंधळ चालला आहे, हे पाहून येण्यास सांगितले. दासी बाहेर जाऊन आली. म्हणाली,

''महाराणी, अनुकीचक थांबले आहेत.''

''किती आहेत?''

''शंभर-दीडशेच्या आसपास असतील.''

''काय म्हणणं आहे त्यांचं? कशासाठी एवढा गोंधळ घालत आहेत?''

“ते सैरंध्रीला बाहेर पाठवण्याची मागणी करीत आहेत...”

“कशासाठी?”

“कीचकवधाचा जाब विचारण्यासाठी.”

“ह्यात माझा काय दोष आहे.?” मध्येच बाणेदारपणे मी विचारलं.

“हे बघ, त्यांना म्हणावं— कुणी तरी प्रमुखांनी इथं येऊन माझ्याशी बोला. सैरंध्रीही इथं आहे. तेव्हा बाहेर उगाच गोंधळ घालू नका म्हणावं.”

महाराणीचा निरोप घेऊन दासी बाहेर गेली. महाराणीच्या आज्ञेप्रमाणे पाच-सहा अनुकीचक महालामध्ये आले. त्यांनी महाराणीला अभिवादन केले. महाराणी म्हणाली, “बोला, काय म्हणायचं आहे तुम्हाला?”

एक अनुकीचक म्हणाला, “महाराणी, कीचकाला रात्री सैरंध्रीच्या गंधर्वपतीने ठार मारले आहे. कीचक मेल्यामुळे आमचं तर नुकसान झालेलंच आहे; शिवाय मत्स्यदेशाचा पराक्रमी सरसेनापती मेल्यामुळे मत्स्यदेशाचे फार मोठे नुकसान झाले आहे... तेव्हा या घटनेला कोण कारणीभूत आहे? तर सैरंध्री. तेव्हा आता आम्ही कीचकाच्या मृतदेहाबरोबर सैरंध्रीलाही जाळणार आहोत. तेव्हा सैरंध्रीला आमच्या ताब्यात द्या.”

अनुकीचकाचे बोलणे ऐकून माझ्या देहावर शहारे आले वाटलं, आता हे लोक मला खरंच जिवंत जाळणार आहेत की काय? पण मी घाबरले नाही. परिस्थितीचा गांभीर्याने विचार केला. पांडवांचं बारीक लक्ष कीचकवधानंतर असेलच. मला जाळायचा प्रयत्न केला, तर पांडव कसे गप्प बसतील? विशेषत: भीम तर नक्कीच स्वस्थ बसणार नाही. त्यामुळे मी घाबरले नाही. पण अनुकीचकाचे बोलणे ऐकून सुदेष्णा मात्र नखशिखान्त हादरली. आता काही तरी वाईट घडणार, असे तिला वाटू लागले असावे.

ती म्हणाली, “हे बघा, असे काही करू नका. झाले तेवढे नुकसान पुरे झाले; अजून संकट वाढवू नका. जा तुम्ही सगळे अन् कीचकाचा अंत्यविधी आटोपून घ्या.”

महाराणी अनुकीचकांना बोलेपर्यंत बाहेरील उर्वरित अनुकीचक आत धावून आले. सगळे ओरडू लागले. महाराणीला म्हणाले, “आम्ही ऐकणार नाही. सैरंध्रीला आमच्या ताब्यात द्या. कीचकाबरोबर तिलाही आम्ही अग्नी देणार आहोत.” गोंधळ खूप वाढला. अनुकीचकांचा समूह चांगलाच बिथरला होता. कुणीही ऐकण्याच्या मन:स्थितीमध्ये नव्हते. महाराणीला काही निर्णय घेता येत नव्हता.

एवढ्यात मीच मोठ्याने ओरडले, “थांबाऽऽ शांत व्हा! माझ्या प्रश्नाचं उत्तर

द्या.'' माझा आवाज ऐकून सगळे अनुकीचक शांत झाले. मी म्हणाले, ''मला जिवंत जाळण्याचा प्रयत्न केल्यास त्याचे काय परिणाम होतील, याचा विचार केला आहे का?''

''काही विचार केला नाही. तुला शिक्षा झालीच पाहिजे... तुला जिवंत जाळलेच पाहिजे.'' कुणीतरी एक जण ओरडत होता. मी सर्वांना शांत करीत म्हणाले, ''कीचकांनी मला लाथ मारली, तर माझ्या गंधर्व पतीने त्याचे काय हाल केले; माहीत आहे ना? एवढा पराक्रमी असून कीचकाचे हे हाल झाले; तेव्हा मला जिवंत जाळण्याचा प्रयत्न केलात, तर तुमचे काय हाल होतील ह्याचा विचार केला आहे का?'' क्षणभर कुणी काही बोललं नाही. माझी बाजू घेत सुदेष्णा म्हणाली, ''बरोबर आहे सैरंध्रीचे. कशाला विषाची परीक्षा घेताय? जा सगळे जण परत अन् कीचकाचा अंत्यविधी आटोपून घ्या.''

''आम्ही जाणार नाही. आमचा कीचक गेला आहे, तेव्हा आमच्या जगण्यालाही अर्थ नाही. आम्ही मेलो तरी बेहत्तर; पण सैरंध्रीला आता जिवंत जाळल्याशिवाय सोडत नाही!'' कुणी तरी तावातावाने बोलत होता. तो पुढे म्हणाला, ''चला रे— बघत काय बसलात? पकडा सैरंध्रीला अन् टाका बांधून तिलाही कीचकाबरोबर... जिवंत जाळू या!'' आणि सगळेजण माझ्याकडे धावत आले. मला त्यांनी पकडलं, फरफटत बाहेर आणलं आणि मला बांधून कीचकाच्या मृतदेहाबरोबर घेऊन जाऊ लागले. मी हंबरडा फोडला, पण कुणीही मला सोडवायला येत नव्हते.

कीचकाची अंत्ययात्रा निघाली, त्याबरोबर माझीही जिवंत अंत्ययात्रा निघाली. हे कसले भागधेय? माझ्याकडे कुणाचेच लक्ष नाही. पांचालनरेशाची लाडकी पांचाली, इंद्रप्रस्थनगरीची सम्राज्ञी, ऐन उमेदीचे दिवस वनवासात घालवणारी याज्ञसेनी, कृष्णा जिचा सखा आहे अशी द्रौपदी... प्रतिविंध्य, सुतसोम, श्रुतकर्मा, शतानिक नि श्रुतसेन ह्या राजकुमारांची आई... पार्षती, पराक्रमी दृष्टद्युम्नाची बहीण... पंडूराजाची सून... तिची जिवंत अंत्ययात्रा आज निघाली आहे! विराटनगरीच्या हमरस्त्यावर माझे हात बांधलेले आहेत, माझे विपुल काळे कुरळे केस कुणी पकडले आहेत! माझा देह आज फरफटत चाललेला आहे! भीम नेहमी म्हणतो— याज्ञसेनी, तुझे सौंदर्य अलौकिक आहे! आज ह्या सौंदर्याचे काय होतेय, हे भीमाला कळले असेल ना? मला कुणी मानिनी म्हणतं, कुणी तेजस्विनी म्हणतं, कुणी पतिव्रता म्हणतं, तर कोणी पंडिता म्हणतं; आज मात्र मी एक सामान्य स्त्री झाले! एवढंच नाही, तर विराटनगरीत भर रस्त्यावर माझ्या देहाची ही विटंबना

होऊ लागली आहे.

अंत्ययात्रा स्मशानभूमीत आली. एकशे पाच अनुकीचक आता हर्षाने ओरडत होते. एक जण म्हणाले, "सैरंध्री, आता तयार हो. तुलासुद्धा कीचकासोबत जळावे लागणार!" त्याचे वाक्य पूर्ण होते न होते तोच कृतांतरूपी भीम नभगर्जना करीत आला अन् सुरू झाला त्याचा नरमेध यज्ञ. एकेका अनुकीचकाला पकडून मुंगीला चिरडून टाकावे तसे भीम त्या अनुकीचकाला चिरडून ठार मारू लागला. स्मशानभूमीत एकच कल्लोळ उठला. अनुकीचक पळून जाऊ लागले; पण भीमाच्या तावडीतून ते थोडेच सुटणार होते? एकशे पाच अनुकीचकांना ठार मारूनच भीमाने सुटकेचा श्वास सोडला. व्वा भीमा... केवढा तुझा पराक्रम! भीमाने मला बंधनातून मुक्त केले. अग्नी पेटवलेलाच होता. यज्ञात समिधा टाकव्यात तसाच कीचकासोबत एक-एक अनुकीचक अग्नीत पडू लागला. अग्नी भडकला. अग्नीसमाधी कीचकाच्या सर्व परिवाराला मिळाली.

भीम माझ्याजवळ आला. म्हणाला, "याज्ञसेनी, तुझ्यावर कोणतही संकट येवो; हा भीम आता स्वस्थ बसणार नाही... परिणामाची पर्वा करणार नाही." मी भीमाकडे बघितले आणि त्या कुंतीपुत्राकडे पाहून माझ्यात कृतज्ञतेचे भरते आले. मला पहिल्यांदाच कुंतीमातेचा हेवा वाटला. अतिशय कृतज्ञतेने मी म्हणाले, "भीमा, पुढच्या जन्मी मला तुझी आई व्हायला आवडेल..." भीमाच्या चेहऱ्यावर अपरंपार समाधान पसरले होते...

कीचकाचा निर्वंश झाला, ही बातमी विराटनगरीत पोहोचायला वेळ लागला नाही. आता तर सैरंध्रीच्या गंधर्व पतींची भीती खुद्द विराटराजालाच वाटू लागली. सैरंध्रीला आता कुणाची भीती उरली नाही.

मी राजरोसपणे सुदेष्णेच्या महालात गेले. सुदेष्णेला सर्व हकीकत सांगितली. माझ्या गंधर्व पतींचा पराक्रम ती आ वासून ऐकू लागली. पण आता सुदेष्णाही खूप घाबरलेली होती. कीचकाचा निर्वंश झाल्यामुळे विराटराजाने एक तातडीची सभा बोलावली. त्यासभेत कीचकाच्या वधाबद्दल दुःख व्यक्त करण्यात आले. सभेतील अनेक मान्यवरांनी विराटराजाला सल्ला दिला की, या सगळ्या घटनांच्या मुळाशी सैरंध्री आहे; तेव्हा सैरंध्रीला महाराणी सुदेष्णाच्या दासीपणातून मुक्त करावे व तिला मत्स्यदेश सोडून जायला सांगावे. राजा विराटांनाही हा विचार पटला. त्यांनी हा विचार सुदेष्णेच्या कानावर टाकला.

आता अजून हे एक संकट समोर दत्त म्हणून उभे राहिले. आता अज्ञातवास संपायला केवळ १२ दिवस शिल्लक राहिलेले होते. हे उर्वरित बारा दिवस

आमच्यासाठी फार महत्त्वाचे होते. माझ्यासमोर प्रश्न पडला की, आता काय करावे? सुदेष्णा महाराणीलाही वाटत होते की, मला मुक्त करावं. पण त्यांना माझ्या गंधर्वपतीची भीती मनात बसली होती. तेव्हा होता होईल तेवढे माझ्याशी जमवून घेत मला हाकलून देण्याचा तिचा विचार होता. आता विराटराजाच्या दरबारात केवळ माझीच चर्चा होती. माझी कशी एकदा हकालपट्टी होईल, हाच भीषण प्रश्न मत्स्यदेशासमोर होता.

यासंदर्भातच राजा विराट आणि महाराणी सुदेष्णा यांनी एकत्र बसून मला बोलावून घेतलं अन् दोघांनीही मला नम्रपणे सांगितलं की, मत्स्यदेशाच्या हितासाठी म्हणून मी निघून जावं. त्यांचं बोलणं ऐकून मी हात जोडून उभी राहिले. म्हणाले, ''महाराज आणि महाराणी, आपण माझी एक मागणी मान्य करावी, अशी विनंती आहे.''

''काय विनंती आहे सैरंध्री?'' महाराणीने विचारले, ''महाराणी, आपल्या व महाराजांच्या आज्ञेप्रमाणे मी हा मत्स्यदेश सोडून लवकरच जाणार आहे. कीचकवध झाल्यावर मला सोडून जावं लागेल, हे मी गृहीत धरलंच होतं. ह्या संदर्भात आजच मी माझ्या गंधर्व पतींशी चर्चा केली आहे. मला फक्त इथे तेरा दिवस राहण्याची अनुज्ञा द्या. तेरा दिवसांनंतर माझे पाचही गंधर्व पती येऊन मला घेऊन जाणार आहेत. माझ्यामुळे आपणा दोघांना जो त्रास झाला, त्याबददल मी क्षमा मागते. आणि दुसरं महत्त्वाचे एक अभिवचन देते की, जेव्हा केव्हा मत्स्यदेशावर संकट येईल, तेव्हा तेव्हा मी माझ्या पाचही गंधर्व पतींना साह्यासाठी पाठवून देईन. यापुढे माझ्याकडून कसलाही त्रास मी होऊ देणार नाही. तेव्हा परत एकदा विनंती आहे की, इतके दिवस तुमच्या आश्रयाने राहिले; आता केवळ तेरा दिवसांसाठी मला राजवाडा सोडायला सांगू नका.''

महाराज विराट आणि महाराणी सुदेष्णेने मला तेरा दिवस थांबायला आनंदाने परवानगी दिली. मला आनंद झाला. त्या दोघांचा निरोप घेऊन मान्य परतले.

ते परवानगी देतील, याविषयी माझ्या मनात शंका नव्हती. कारण माझ्या गंधर्व पतीमुळे माझं उपद्रवमूल्य फारच वाढलं होतं. तेव्हा स्वत: होऊन तेरा दिवसांनी जाते म्हणते तर बरं झालं, असं त्यांना वाटलं. त्याचाच किती आनंद त्या दोघांना झाला. त्या दिवसापासून महाराणी सुदेष्णा मला सन्मानाने वागवू लागली. मी तिची दासी आहे, हेच ती विसरून गेली होती. पण कीचक मारला गेल्यामुळे आता आपले कसे होईल, हीच चिंता त्या दोघांना लागलेली होती.

कीचक मारला गेला आहे, ही बातमी देशविदेशांत पोहोचली. विराटराजाची सर्व मदार कीचकावर असल्याने आता विराट एकाकी झाला होता. ह्या संधीचा लाभ घेण्यासाठी शत्रुराष्ट्र आता रणांगणांवर उतरण्याची भाषा करू लागले. अशी वार्ता कानावर आली की, मुळातच भित्रा असलेला राजा विराट अजून घाबरून जात असे. मला आता एकच चिंता होती— ह्या बारा दिवसांत आपल्याला कुणी ओळखू नये. नाहीतर पुन्हा वनवास, अज्ञातवास नशिबी यायचा. कीचकवधाची बातमी हस्तिनापुरातही पोहोचली. कीचकाला मारणारा गंधर्व होता, म्हणून दुर्योधनही बिनधास्त झाला. पण कीचक मेल्यामुळे विराटाची शक्ती कमी झाली, तेव्हा युद्ध करून विराटांचा पराभव करावा, असे दुर्योधनाला वाटत होते. दुर्योधनाने त्याचे अनेक गुप्तहेर विविध देशांत पाठवले होते, पण आमचा काही एक पत्ता अजूनही कौरवांना लागलेला नव्हता.

भीमाविषयीचा कृतज्ञताभाव सदैव माझ्या मनात रेंगाळतच राहिला. कीचकाला, अनुकीचकांना कुणी ठार मारले याविषयीची यत्किंचितही माहिती युधिष्ठिर, पार्थ, नकुल नि सहदेवाला नव्हती. प्रत्येकजण यासंदर्भात वेगवेगळे तर्क करीत होते. भीमाविषयीचे माझे प्रेम उत्तरोत्तर वृद्धिंगत होत चालले. युधिष्ठिराविषयी माझ्या मनात प्रेमाची भावना शेष नव्हतीच, पण पार्थाविषयीही आता पूर्वीचे प्रेम उरले नव्हते. पण पार्थाला कीचकवधाचे फारच कुतूहल होते. कीचकाचा वध याज्ञसेनीच्या प्रेरणेनेच झालेला आहे, याविषयी त्याच्या मनात शंका नव्हती; पण हा वध कुणामार्फत झाला, हे त्याला कळले नव्हते. ह्याचा शोध घेण्यासाठी एक दिवस पार्थाने मला गाठले. म्हणाला, ‘‘याज्ञसेनी, आपला अज्ञातवास आता संपत आलेला आहे. आपले दुःख, दैन्य सगळं संपणार आहे. आता याज्ञसेनी सुखाने राहणार आहे.’’

त्याला मध्येच थांबवत मी म्हणाले, ‘‘पार्था, जिला युधिष्ठिरासारखा पती मिळाला, तिच्या जीवनात मृगजळ होऊन सुख येते. कसले सुख आणि कसली शांती!’’ माझा संताप अनावर झाला होता. मी संतापाच्या भरात युधिष्ठिराला टाकून बोलता-बोलता पार्थालाही त्याची जागा दाखवून दिली. माझं रागावून बोलणं पार्थ शांतपणे ऐकत होता. ऐकून घेणार नाही तर काय— त्याच्याही खूप चुका आहेतच ना? तो माझा अनुनय करत होता. त्याची अवघडलेली अवस्था पाहूनही माझी त्याच्याविषयीची प्रेमभावना जागृत झाली नाही. तो हसण्याचे नाटक करीत होता.

तो हसत म्हणाला, ‘‘सैरंध्री, तू कीचकापासून कशी मुक्त झालीस?

कीचकाला शिक्षा कुणी दिली? मला जाणून घ्यायचे आहे की, कीचकाला आणि अनुकीचकांना कुणी ठार केले? कीचकाला ठार करणे साधी गोष्ट नव्हे. तेव्हा कुणाकडून हे काम करवून घेतलेस, ते सांग ना सैरंध्री.'' पार्थ जसजसा लडिवाळपणे बोलू लागला तसतसा माझा रागाचा पारा चढू लागला.

मी म्हणाले, ''पार्था, तुझं काही नातं आहे का माझ्याशी? बृहन्नडा होऊन सुखात अंत:पुरात बसल्यावर, माझ्या दु:खाची जातकुळी तुला कळणार नाही अन् तो युधिष्ठिर नावाचा महान तत्त्वज्ञ बसला आहे द्यूतक्रीडा खेळत विराटराजाबरोबर. मग सैरंध्रीचं काय दु:ख आहे, याचा दोघांनी कधी विचार केला आहे का?''

''सैरंध्री, ऐकून तरी घेशील?''

''काही ऐकून घ्यायचे नाही. विवाहाच्या पहिल्या दिवसापासून आजपर्यंत तुम्ही मला काय सुख दिलंत, याचा कधी विचार केलात? अरे, विवाहाच्या पहिल्या रात्री मी दर्भासनावर झोपले, तेव्हापासून जी दु:खाची मालिका सुरू झाली ती अजून संपायला तयार नाही. तुमचा तरी काय दोष म्हणा! जिथे नियतीच याज्ञसेनीच्या मागे हात धुऊन लागली आहे, तुमच्याकडून तरी काय अपेक्षा करावी? आता एकच विनंती आहे— तुम्ही माझ्यासाठी काही करू नका; फक्त माझ्या आयुष्याची होणारी पडझड शांतपणे पाहत राहा. मी माझ्या प्राक्तनाच्या नावाने रडत बसते.''

मी रागावल्यामुळे पार्थ शांतपणे ऐकून घेत होता. माझ्या रागाचा रोख युधिष्ठिर व पार्थाकडे असल्याने, कीचकाचा वध भीमाने केला, हे ओळखण्यास पार्थास वेळ लागला नाही. कीचकाला कुणी मारले, हा प्रश्न पार्थाने परत विचारला नाही. माझे रागावणे मात्र त्याला जिव्हारी लागलेले होते.

अज्ञातवासातले उर्वरित तेरा दिवस मला तेरा वर्षांसारखे वाटू लागले. तेरा दिवस संपण्याची वाट पाहत विराटनगरीत दिवस काढणे, एवढेच आमच्या हाती होते. सुदेष्णा आता माझ्याशी सावधपणे वागत होती. पूर्वीसारखे आता मोकळे वातावरण राहिले नव्हते. राजवाड्यात मला कुठलेच बंधन नव्हते, पण बांधल्यासारखे मात्र वाटत होते. मी परमेश्वराजवळ एवढीच प्रार्थना मनोमन करत होते की, राहिलेले हे दिवस सुरळीतपणे पार पडावेत. पण नेहमी मी ज्याची इच्छा करते, अगदी त्याच्याविरुद्ध ठरते. अजून एक संकट विराटनगरीव आले.

कीचकाला ठार केले, ही बातमी देशविदेशांत पसरली तशी ही बातमी हस्तिनापुरातही जाऊन धडकली होती. गंधर्वाने कीचकाचा काटा काढला, याचा दुर्योधनाला खूप आनंद झालेला होता. कारण विराटाला जिंकून मत्स्यदेश

ताब्यात घेण्याचे स्वप्न दुर्योधन बघत होता. ते साकार करण्यासाठी दुर्योधनाने मत्स्यदेशावर चढाईचे नियोजन केले. ही चढाई दोन प्रकारे करण्याचे त्याने ठरवले. पहिल्या प्रकारात कौरवसेनेचा एक भाग त्रिगर्तावर हल्ला करेल. तिथे मत्स्यदेशाचे पशुधन सुरक्षित आहे. ते पशुधन लुटण्याचा प्रकार सुरू झाला की, मत्स्यदेशाच्या सेनेचे लक्ष तिकडे जाईल; मग त्याच वेळेस विराटनगरीवर कौरवांचा हल्ला होईल, असे नियोजन दुर्योधनाचे होते. त्याला खात्री होती की, कीचक मारला गेल्यामुळे आता मत्स्यदेश जिंकणे अवघड नाही.

आमचा अज्ञातवास संपत आला अन् नेमका त्याच वेळी कौरवांनी त्रिगर्तावर हल्ला केला. कौरवांच्या सेनेपुढे मत्स्यदेशाचे सैन्य टिकाव धरू शकले नाही. कौरव विजयी तर झालेच; शिवाय त्यांनी विराटराजाला बंदिस्त केले. विराटराजाच्या मदतीसाठी पार्थ सोडून सर्व पांडव गेले. बृहन्नडेच्या वेषात पार्थ असल्यामुळे तिथे जाणे सयुक्तिकही नव्हते. त्रिगर्तावर घनघोर लढाई झाली. कंक, बल्लव, ग्रंथिक आणि तंतिपाल झालेल्या पांडवांनी कौरवांचा पराजय केला आणि विराटराजाला मुक्त केले. ह्या चौघांविषयी विराटाने कृतज्ञता व्यक्त केली आणि हीच वेळ साधून उर्वरित कौरवांनी विराटनगरीवर हल्ला केला. विराटराजा तिकडे गुंतल्यामुळे विराटनगरात राजकुमार उत्तर होता. उत्तर लढायला लगेच तयार झाला; पण त्याच्या रथाचे सारथ्य करण्याला कुणीच तयार नव्हते, हे मला कळले. मी विचार केला— आता चांगलीच संधी आहे. बृहन्नडेच्या वेषात पार्थ आहे... अज्ञातवासही संपलेला आहे... तेव्हा पार्थाला सारथ्य करायला सांगावे, हा विचार माझ्या मनात आला. मी तत्काळ पार्थाकडे गेले. त्याला सर्व समजावून सांगितलं. ह्या संधीचे सोने करायला सांगितले आणि कौरवांनी आता ओळखले तरी बिघडत नाही, कारण अज्ञातवास संपलेलाच होता, हेही स्पष्ट केले. पार्थ म्हणाला, ‘‘पण राजकुमार उत्तर माझं सारथ्य स्वीकारायला तयार होईल का?’’

‘‘होईल. समजा नकारच देत असेल, तर त्याला सांगून टाक तुझं खरं रूप.’’

‘‘मग?’’

‘‘मग काय, कसलीच चिंता करायची नाही. नाही तरी अज्ञातवास संपलेला आहेच. यानिमित्ताने कौरवांना धडा शिकवण्याची संधी तुला मिळालेली आहे.’’ पार्थाला मी चांगलं पटवून दिलं. पार्थ तयार झाला. त्याने उत्तर राजकुमारच्या रथाचं सारथ्य करण्याचे ठरवले अन् ते कौरवांशी लढाईसाठी निघाले.

त्रिगर्ताहून वार्ता येत होत्या. कंक, बल्लव, ग्रंथिक नि तंतिपाल यांनी फार मोठा पराक्रम केला आहे. ते ऐकून सुदेष्णाला फार आनंद झाला होता. मी आणि सुदेष्णा बोलत बसलो होतो. सुदेष्णेने दिलेली तेरा दिवसांची मुदत उद्या संपणार होती. म्हणाली, ''सैरंध्री, तुझे गंधर्व पती कधी येणार आहेत?''

''आज संध्याकाळी किंवा उद्यापर्यंत येतील.''

''सैरंध्री, मत्स्यदेशावर काही संकट आलेच, तर तुझे गंधर्व पती मदत करतील ना?''

''निश्चितच महाराणी, आपण निश्चिंत राहावं.''

''कीचक गेल्यापासून मला मत्स्यदेशाची चिंता लागली आहे. आता आजचे त्रिगर्ताचे संकट कंक आणि बल्लवाने परतून लावले. त्या बिचाऱ्यांचे फार मोठे ऋण मत्स्यदेशावर आहेत.''

''हा पराक्रम कंक नि बल्लवाने केला महाराणी?''

''अगं, हो. केवढं आश्चर्य आहे हे! कंक तर एक साधा ब्राह्मण अन् बल्लव तर आपला मुदपाकखान्यातील आचारी आणि त्यांच्या जोडीला हे ग्रंथिक व तंतिपाल.''

''हे ग्रंथिक आणि तंतिपाल कोण आहेत महाराणी?''

''अगं, ग्रंथिक म्हणजे आपल्या अश्वशाळेचा प्रमुख. अश्वपरीक्षा करावी तर ग्रंथिकानेच; पण ग्रंथिक एवढा पराक्रमी वीर आहे, हे आताच कळले— त्रिगर्ताच्या रणभूमीवर!''

''आणि हा तंतिपाल कोण?''

''सैरंध्री, हा पण तसा साधाच माणूस. पण त्यानेही आजच्या लढाईत मोलाची कामगिरी बजावली. तंतिपाल म्हणजे आपला गोपाल. मत्स्यदेशाचं गोरक्षण तंतिपालाच्या हाती. पण गोरक्षण करणारे हे हात रणांगणावरही तरबेज आहेत, हे पहिल्यांदाच कळलं.''

''मत्स्यदेशासाठी फार मोठा पराक्रम केला मग ह्या लोकांनी!''

''अगं होय, म्हणून तर मी आता ठरवलंय—''

''काय ठरवलंय महाराणी?''

''या सर्वांच्या गुणांची कदर करून त्यांचा योग्य तो सन्मान करण्याचा सल्ला मी महाराजांना देणार आहे.''

कीचकाच्या निधनाने हतबल झालेली सुदेष्णा त्रिगर्ताच्या विजयाने बरीच सावरलेली दिसत होती. त्रिगर्तावर विजयाचे निशाण फडकले, पण राजकुमार

उत्तरचा निरोप अजून आलेला नव्हता. ती काळजी सुदेष्णेला लागली होती. उत्तरसुद्धा विजयीच होऊन येणार होता, याची मला जाणीव होती. जिथे पार्थ आहे, तिथे पराजय आसपासही फिरकत नाही, हे ह्या सुदेष्णेला कुणी सांगावे?

काही घटका पार पडल्या अन् निरोप आला की, राजकुमार उत्तरने विजयश्री संपादन केली आहे नि हा विजयी वीर राजधानीकडे येत आहे. ह्या निरोपाने विराटनगरीमध्ये जल्लोष सुरु झाला. उत्तर आणि त्याच्या विजयी सेनेच्या स्वागताची जय्यत तयारी सुरु झाली. कंक, बल्लव, ग्रंथिक नि तंतिपाल तर अगोदरच महाराजा विराट व महाराणी सुदेष्णा यांच्या हृदयसिंहासनावर विराजमान झाले होते; आता बृहन्नडानेही ते स्थान प्राप्त केले होते. त्रिगर्ताहून विजयी सेना तर परतली होतीच; आता उत्तरही येणार होता. उत्तराच्या विजयाची वार्ता राणी सुदेष्णाच्या कानावर पडली मात्र... महाराणी सुदेष्णेला पराकोटीचा आनंद झाला. ही वार्ता सांगण्यासाठी राणी सुदेष्णेने मला बोलावून घेतले. मला पाहताच हर्षोन्मादाने ती माझ्या गळ्यात पडली. एखाद्या सखीप्रमाणे म्हणाली, "सैरंध्री, मत्स्यदेशामध्ये आज परम भाग्याचा दिवस उगवलेला आहे! राजकुमार उत्तरही विजयी होऊन परतत आहे. पुत्र असावा तर उत्तरसारखा" तिचे बोलणे ऐकून मला हसायला येत होते. खरा पराक्रम तर पार्थाचा होता, हे या बिचारीला माहीत नव्हते. अज्ञानाने ती उत्तराच्या पराक्रमाच्या कल्पितकथा सांगू लागली. मीही काहीतरी भव्य दिव्य ऐकतेय असे नाटक करू लागले.

विराटनगरीमध्ये स्वागताची भव्य तयारी झालेलीच होती. आजच्या राजदरबाराला विशेष महत्त्व प्राप्त झाले होते. कीचकाच्या अनुपस्थितीमध्ये एवढा मोठा विजय मत्स्यदेश पहिल्यांदाच पाहत होता. राजपीठावर महाराज विराट, राजकुमार उत्तर आणि त्यांच्याजोडीला कंक, बल्लव, बृहन्नडा, ग्रंथिक आणि तंतिपाल विराजमान झालेले होते. महाराज विराटाने त्रिगर्ताच्या लढाईचे वर्णन करून कंक, बल्लव, ग्रंथिक अन् तंतिपालाच्या शौर्यगाथा सांगितल्या. अन् राजकुमार उत्तराचेही ते कौतुक करू लागले तेव्हा राजकुमार उत्तर ताडकन उभा राहिला. म्हणाला, "महाराज मला काही बोलायचे आहे."

"बोला राजकुमार", महाराज विराट म्हणाले

"हा विजय माझा नसून बृहन्नडाचा आहे. बृहन्नडाने माझे सारथ्यच केले नाही तर ह्या युद्धात कौरवांना त्यांची जागा दाखवून विजयश्री खेचून आणली. महाराज, आम्ही स्वत:ला भाग्यवान समजतो की बृहन्नडेचा पराक्रम आम्ही प्रत्यक्ष बघितला आहे आणि महाराज, ह्या राजदरबारामध्ये आता मी फार महत्त्वाची घोषणा

करणार आहे. ही घोषणा ऐकून मत्स्यदेशाची माती पुलकित झाल्याशिवाय राहणार नाही. ... .'' असे म्हणत उत्तर क्षणभर थांबला. उत्तर आता कोणती घोषणा करणार आहे. हे मला माहीत होते. अज्ञातवास संपलेला होताच. उत्तराची घोषणा ऐकण्यासाठी सगळा राजदरबार कानाच्या ओंजळी करुन तयार झाला होता. राजदरबारात आम्ही बसलेलो होतो. महाराणी सुदेष्णा बसलेली होती अन् मी तिची दासी सैरंध्री तिच्या पाठीमागे तिच्या सेवेसाठी उपस्थित होते. आता उत्तराची घोषणा ऐकून सुदेष्णेची काय अवस्था होईल ह्याचा मी विचार करू लागले. सगळा राजदरबार स्तब्ध झाला होता अन् महाराज विराट म्हणाले, ''राजकुमार उत्तर! सांगा कोणती घोषणा आहे.?'' राजकुमार थोडं पुढं होऊन राजदरबाराकडे पाहत म्हणाला, ''ह्या लढाईत मत्स्यदेशाला विजयाच्या शिखरावर बसवणारे महायोद्धे आहेत कंक, बल्लव, बृहन्नडा, ग्रंथिक आणि तंतिपाल.'' उत्तराची ही घोषणा ऐकून राजदरबारामध्ये टाळ्यांचा कडकडाट झाला. राजदरबार शांत झाला की राजकुमार उत्तर उर्वरित घोषणा करताना म्हणाला, ''पण मत्स्यदेश वासियांनो, हे खरे कोण आहेत आपणास माहीत आहे, का?'' क्षणभर कुणीच काही बोलले नाही. लगेच राजकुमार उत्तर कंकाच्या खांद्यावर हात ठेवून म्हणाले, ''हा कंक नसून हे आहेत पांडुपुत्र महाराज युधिष्ठिर. . . दुसरा हा बल्लव. . . हा बल्लव नसून गदायुद्ध निपुण पराक्रमी योद्धा भीम आणि मत्स्येदशवासियांनो, पुढची घोषणा करताना मला अत्यानंद होत आहे. आता मी बोलणार आहे बृहन्नडेविषयी. . . बृहन्नडा म्हणजे दुसरे तिसरे कुणी नसून महायोद्धा पार्थ होय...'' पार्थाचे नाव घेतल्या बरोबर त्या विराट सभेत आनंदाचे वातावरण तयार झाले. पुढे उत्तर म्हणाला, ''आज माझ्यासोबत हा पार्थ नसता तर मी आणि महाराज विराटसुद्धा बंदिवान झालो असतो. आजचा पार्थाचा पराक्रम पाहून सारी सृष्टीही क्षणभर अचंबित झाली असेल. कौरवसेनेला सळो की पळो करून सोडणाऱ्या पार्थाचे उपकार आम्हाला कधीच विसरता येणार नाहीत...'' विराटनगरीचा दरबार कौतुकाने पार्थाकडे पाहत होता.

मी दरबारात सर्वत्र दृष्टी टाकली. विजयश्रीचे उधाण सगळीकडे दिसत होते. मी हळूच सुदेष्णेकडे दृष्टी टाकली. तिच्या चेहऱ्यावर पार्थाविषयीचे अपार अभिनंदनभाव दिसत होते. मी हळूच विचारलं,

''महाराणी, हे तर आश्चर्यच आहे! पार्थासारखा विश्वयोद्धा तुमच्या राजवाड्यात बृहन्नडा म्हणून कार्यरत होता?''

''खरंच सैरंध्री, आम्ही भाग्यवानच!''

पुढे उत्तर बोलू लागला "हे नगरवासीयांनो, हा ग्रंथिक आणि तंतिपाल म्हणजे नकुल नि सहदेव आहेत, हे आपण ओळखले असेलच. आणखी एक फार महत्त्वाची उद्घोषणा मी करणार आहे...ही उद्घोषणा ऐकून आपणा सर्वांना पराकोटीचा आनंद होणार आहे...ऐका ही घोषणा— महाराणी सुदेष्णादेवीच्या तत्पर सेवेमध्ये जी सैरंध्री उभी आहे, तिच्याविषयीची आहे. ती सैरंध्री नसून ती आहे सम्राज्ञी याज्ञसेनी..."

माझे नाव उच्चारताच सभेमध्ये पुन्हा एकदा टाळ्यांचा कडकडाट झाला. महाराणी सुदेष्णेची अवस्था क्षणभर सैरभैर झाली... क्षणभर तिला काही सुचेना. ती उठली अन् माझ्याजवळ येत माझ्या खांद्यावर हात टाकत ती एवढंच म्हणाली,

"महाराणी याज्ञसेनी..." सुदेष्णेला पुढे बोलवेना. तिचे डोळे डबडबले. मला कुशीत घेत सुदेष्णा म्हणाली, "मला माफ करशील ना महाराणी याज्ञसेनी....?" सुदेष्णेला चांगलेच गहिवरून आले होते. तिच्या डोळ्यांतील आसवं माझ्याविषयीचा कृतज्ञभाव सांगून गेली. सुदेष्णेने मला मिठीच मारली. राजदरबारही हे दृश्य पाहून भारावून गेला होता.

काही क्षणाने उत्तर पुन्हा बोलू लागला, "मत्स्यदेशवासीयांनो, हे पांडव आणि याज्ञसेनी मागील वर्षापासून विराटनगरीत अज्ञातवासात होते. कालच त्यांचा अज्ञातवास संपलेला आहे. आजपासून हे मत्स्यदेशाचे अतिथी आहेत. आपला यथाशक्ती पाहुणचार घेऊन ते आपला निरोप घेणार आहेत."

राजदरबारामध्ये आमच्या नावाचा जयघोष सुरू झाला. कितीतरी वेळ जयघोष झाल्यानंतर राजदरबार विसर्जित करण्यात आला.

कालची सैरंध्री मी, आता सम्राज्ञी याज्ञसेनी होऊन विराटनगरीत पाहुणचार घेत होते. माझ्या सेवेत दासदासी तर होत्याच, पण प्रत्यक्ष सुदेष्णा स्वत: लक्ष घालून कमी-अधिक पाहत असे. अज्ञातवास संपला, ही वार्ता हां-हां म्हणता देशोदेशी पोहोचली. महाराज विराट नि महाराणी सुदेष्णा यांना आता कीचकवध कुणी केला, हे कळून चुकले होते. त्या दोघांना आता आमचा फार मोठा आधार वाटत होता. पांडवांशी झालेल्या मैत्रीने ते कीचकवधाचे दु:ख विसरून गेले. अज्ञातवासानंतर सबंध विराटनगरी माझ्याकडे कुतूहलमिश्रित नजरेने पाहत होती.

आता काही दिवसांनंतर आम्हाला निघायचे होते. भविष्याची एक हळुवार आशादायी झुळूक मनाला स्पर्शून गेली. काय दडलं असेल भविष्याच्या पोटात; कळत नव्हते. आज एकाकी वाटू लागले अन् श्रीकृष्णाची आठवण झाली. वाटलं, श्रीकृष्ण काही तरी मार्ग यातून काढेलच की! थोडे बरे वाटले; पण अंत:करण भीतिमुक्त होत नव्हते. ही भीती कशाची आहे, कळत नव्हते. मी

विचारांच्या तंद्रीतच होते. एवढ्यात महालात पार्थ येत असल्याचा निरोप आला. मी सावरून बसले.

पार्थ मुळातच प्रसन्न. आता तर ह्या विजयाने त्याच्या व्यक्तिमत्त्वाला झळाळी प्राप्त झाली होती. त्याचे आगमन झाले. मी त्याचे स्वागत करीत म्हटले, ''पार्था, विराटराजा तुझ्यावर फारच प्रसन्न आहे.''

''कालच्या लढाईचा परिणाम, दुसरे काय!''

''कसा झाला कालचा संघर्ष...कौरवांसोबत?''

''याज्ञसेनी, प्रारंभी तर राजकुमार उत्तर पळ काढण्याच्या तयारीत होता.''

''का?'' मी हसून म्हटले.

''कौरवांची अफाट सेना बघितली अन् म्हणाला— चला, माघार घ्या. मी युद्ध करणार नाही.''

''मग?''

''त्याला सांगितलं की, मी पार्थ आहे म्हणून.''

''मग?''

''मग काय, पहिल्यांदा त्याचा विश्वासच बसेना.''

''मग कसा बसला विश्वास?''

''त्याला घेऊन मी त्या शमी वृक्षाकडे गेलो...जिथे आपण शस्त्रे ठेवली होती. . . त्याला सर्व इतिहास कथन केला. अज्ञातवासाचे वर्ष संपले आहे...वगैरे वगैरे सर्व समजावून सांगितले. शमी वृक्षावरून शस्त्रे काढून दाखवली, तेव्हा कुठे त्याचा विश्वास बसला अन् त्याने युद्धासाठी संमती दिली.''

''पुढे?''

''पुढे काय— सुरू झाले घनघोर युद्ध. एक वर्षाच्या विश्रांतीनंतर ताजातवाना होऊन मी लढू लागलो अन् कौरवांचे सैन्य सैरावैरा धावू लागले...''

''तुला ओळखलं का पार्था, कौरवसेनेने?''

''अजिबात नाही.''

''चला, चांगलंच झालं. जे होते, ते चांगल्यासाठीच म्हणावं. कौरवांनी चढाई केली नसती, तर तुम्हा सर्वांचा पराक्रम विराटनगरीला कळला नसता. आता एकच चिंता आहे पार्था–''

''कसली?''

''आता कौरव आपणास कसे वागवतील?''

''कसे वागवतील? त्याची कोण पर्वा करणार आहे! आमचं राज्य आम्हाला

पाहिजे; नसेल तर युद्ध करून घेऊ. आम्ही काही भीक मागत नाही...'' पार्थ आवेशाने बोलत होता. त्याचा हा आत्मविश्वास व दृढनिश्चय पाहून मी मनोमन सुखावले. पार्थ बराच वेळ आवेशपूर्ण संवाद करीत होता. बऱ्याच वेळानंतर पार्थ परतला.

मी महालात बसून विचार करत होते. वातायनाच्या वरच्या झरोक्याकडे माझी दृष्टी गेली. एक चिमणी आपल्या पिलांना भरवीत होती अन् आज अचानक मला माझ्या पाचही मुलांची प्रचंड आठवण आली. मला कसे तरीच होऊ लागले. किती तरी दिवसांत मुलांची आपण आठवणही केली नाही, ही अपराधीपणाची भावना मनात घर करून बसली.

अशात तर माझ्या डोक्यात सतत युद्धाचाच विचार असतो. वाटतं, माझी पाचही मुलं ह्या युद्धात खूप पराक्रम करतील...आपल्या वडिलांसारखाच पराक्रम करून त्यांनी विजय मिळवून द्यावा, ही माझी त्यांच्याकडून अपेक्षा होती. मी किती वेड्यासारखी अपेक्षा करते! ह्या मुलांच्या संगोपनासाठी मी काहीच केलं नाही अन् उलट त्यांच्याकडून ह्या खूप अपेक्षा...हे बरोबर नाही...माझ्या स्वार्थीपणाबद्दल माझी मलाच लाज वाटली. मला ही चिमणी माझ्यापेक्षा थोर वाटू लागली. ही चिमणी आज आपल्या पिल्लांना दाणे भरवत आहे. मी विचार करू लागले...

ही चिमणी ह्या बदल्यात पिलांकडून काय अपेक्षा करते? ही चिमणी पिलांना भरवत जाईल. त्यांच्या पंखांत बळ येईपर्यंत त्यांना भरवणं, हा तिचा धर्म. एकदा ही पिलं मोठी झाली की, अवकाशात आपले स्वत्व शोधीत भरारी घेणार. ती भरारी पाहून ह्या चिमणीला कोण आनंद होणार! पण चिमणी आता पिलांकडून कसलीच अपेक्षा करत नाही आणि आपण माणसे मात्र...जाऊ दे... पण आज मी मुलांच्या आठवणीने व्याकूळ झाले होते. अशा व्याकूळ होण्याच्या पाठीशी एक सबळ कारणही होते. त्या चिमणीकडे पाहून मला आज पुष्पवाटिकेतील पार्थने केलेल्या घारीच्या पिलांची शिकार आठवली. घारीच्या डोळ्यांसमोर झालेली तिच्या पिलांची शिकार अन् घारीचं सैरभैर होऊन व्याकूळ होणं...सारं सारं आठवलं. मला कसे तरीच झाले. वाटलं, आता मला भोवळ येणार. मी सावरून बसले. एवढ्यात महाराणी सुदेष्णा आली. माझ्या चेहऱ्यावरून तिला वाटले, मी आजारी असेन.

माझ्याजवळ बसत ती म्हणाली, ''महाराणी, बरं नाही का?''

''महाराणी कशाला म्हणतेस मला. आपलं नेहमीप्रमाणं सैरंध्री म्हटलंस तरी

चालेल.''

''असं कसं? महाराणी याज्ञसेनीच्या हातून सेवा करून घेतली, याचंच आज मला दु:ख होत आहे.''

''असं काही वाटून घ्यायचं नाही. उलट, आम्हीच आपले कृतज्ञ आहोत; अज्ञातवासात आम्हाला आधार दिलात म्हणून.''

माझ्या आणि सुदेष्णेच्या गप्पा चांगल्याच रंगल्या होत्या. पण माझ्या लक्षात आले की, सुदेष्णेला मला काहीतरी विचारायचे आहे. पण ती संकोच करीत होती. शेवटी मीच तिला बोलते केले. म्हटलं, ''महाराणी, काही विचारायचे असेल तर नि:संकोच विचार. मला आपली धाकटी भगिनी समज किंवा कन्या समज.''

''हे बघ महाराणी याज्ञसेनी, तुम्हा सर्वांचं खरं रूप कळल्यापासून मला तुमचा फार मोठा आधार वाटतोय. मत्स्यनगरी आता भयमुक्त झाली आहे. केवळ पांडवांमुळेच आम्हाला हा विजय प्राप्त झाला आहे. तेव्हापासून माझ्या अंत:करणातील अनामिक भीती नाहीशी झाली आहे. वाटतं, ही भीती कायमची निघून जाण्यासाठी आपल्यात काही तरी नवं नातं निर्माण व्हावं...''

''पण ह्यासाठी काय करता येईल महाराणी?'' मी सुदेष्णेला विचारले.

''एक चांगला मार्ग आहे...पण आपण सर्वांनी त्याला परवानगी दिली तर!''

''कोणता?''

''आमची कन्या उत्तरा आता उपवर झालेली आहे.''

सुदेष्णेने हा प्रस्ताव ठेवल्याबरोबर माझ्या डोळ्यांसमोर तरुण झालेल्या प्रतिविंध्याचा चेहरा उभा राहिला. वाटलं, प्रतिविंध्याला उत्तरा शोभून दिसेल. उत्तरा पांडवांची राजस्नुषा म्हणून जर आली, तर चांगलेच होईल. सुदेष्णेचा विचार मला आवडला. मी लगेच म्हणाले, ''विचार चांगला आहे महाराणी. मी पांडवांशी चर्चा करते.''

''ह्या नात्यामुळं मत्स्यदेश सुरक्षित राहील अन् आपलं प्रेम शतगुणित होईल.''

''बरोबर आहे.'' सुदेष्णा बराच वेळ माझ्याशी बोलत होती. अज्ञातवासातल्या घटनाप्रसंगी सांगत वेळ कसा गेला, कळलेच नाही; पण ह्या गप्पांमध्येही मला प्रतिविंध्य आणि उत्तरेचा चेहरा आलटून-पालटून दिसू लागला. ह्या विषयावर आता पांडवांशी तत्काळ बोलणे आवश्यक होते.

दुसऱ्या दिवशीच एका निवांत प्रहरी मी सर्व पांडवांना माझ्या प्रासादात बोलावून घेतले. पांडवांसमोर मी हा विषय काढला. म्हटलं, ''सुदेष्णेकडून आपल्यासाठी चांगला प्रस्ताव आहे. त्यासाठी मी सर्वांना बोलावून घेतलं आहे.''

“कोणता प्रस्ताव?” मध्येच भीमाने विचारले.

“आपल्यामध्ये आणि मत्स्यदेशामध्ये काही तरी नातेसंबंध निर्माण व्हावा असं त्यांना वाटतं.”

“मग त्यासाठी काय करता येईल?” पार्थाने विचारले.

“काल सुदेष्णा येऊन मला भेटून गेली. तिला वाटतं, राजकन्या उत्तरा ही आपली राजस्नुषा व्हावी.”

“व्वा, चांगलं आहे की!” भीम म्हणाला.

“नाही तरी आता प्रतिविंध्य तरुण झालेला आहेच. त्याच्या विवाहाचा विचारही आपणास करायचा आहे. तेव्हा मला वाटतं, हा प्रस्ताव आपण स्वीकारायला प्रत्यवाय नसावा.” एवढा वेळ गप्प बसलेला युधिष्ठिर क्षणभर माझ्याकडे पाहत म्हणाला, “याज्ञसेनी, प्रस्ताव चांगलाच आहे. कुंतीमातेच्या कानावर हे टाकू अन् आपण इथे असेपर्यंत विवाह उरकून घेऊ.” युधिष्ठिराचे बोलणे ऐकून मला खूप आनंद झाला. वाटलं, परत एकदा सैरंध्री व्हावं अन् धावत जावं सुदेष्णेकडे आणि हा वृत्तांत सांगावा. पण आता आपण इथले सन्माननीय अभ्यागत आहोत, हे लक्षात आले. प्रतिविंध्य उत्तरेच्या विवाहाचे मनोराज्य मी रंगवत असतानाच पार्थ थोड्याशा कठोर शब्दांत म्हणाला, “कुंतीमातेला कळवण्याआधी माझी एक इच्छा आहे. त्याचा विचार व्हावा.”

“कोणती इच्छा?” युधिष्ठिराने विचारले.

“मला वाटतं, राजकन्या उत्तरेचा विवाह अभिमन्यूशी व्हावा.”

“ते कसे काय?” —भीम.

“उत्तरा ही अतिशय चाणाक्ष नि सर्वांगसुंदर राजकन्या आहे. अध्ययनप्रक्रियेमध्ये तिला मी चांगले ओळखले होते. तेव्हा अशा कन्येसाठी खरं म्हणजे अभिमन्यूच अनुरूप वर होईल. तेव्हा उत्तरेचा विवाह अभिमन्यूशी झाला, तरच चांगले होईल.”

पार्थाचा हा विचार ऐकून मला धक्काच बसला. काय माहीत; असे का झाले? खरं म्हणजे पाचही पुत्रांइतके माझे प्रेम अभिमन्यूवरही होते. तरीही पार्थाचे विधान एखाद्या तीरासारखे माझ्या काळजात घुसले. मी लगेच म्हणाले, “पार्था, प्रतिविंध्य आणि सुतसोम हे दोघेही अभिमन्यूपेक्षा वडील आहेत, ह्याची जाणीव आहे ना तुला?”

“होय आहे...तरीही...” पार्थ जरा कठोर शब्दांत बोलत होता. त्याचे बोलणे ऐकून भीम तर अवाक् झाला. युधिष्ठिराची स्थितप्रज्ञ नजरही पार्थामध्ये काही तरी

शोध घेऊ लागली. नकुल-सहदेव बिचारे शांतपणे हा विसंवाद ऐकत होते. मीही जरा आत्ममग्न झाले. माझे अभिमन्यूवरचे प्रेम वरवरचे तर नाही? नसेल... खरेच माझे अभिमन्यूवर निस्सीम प्रेम आहे. मग पार्थाने अभिमन्यूसोबतच उत्तरेचा विवाह करण्याचे ठरवल्यावर मला अस्वस्थ होण्याचे काही कारण नव्हते कळत नाही, असे का? सगळे मनाचे खेळ आहेत, झालं. मी थोडासा विचार केला, अभिमन्यू-उत्तरेच्या विवाहास आम्ही सर्वांनी आनंदाने संमती दिली. अभिमन्यू विवाहाच्या निमित्ताने सर्व आज विराटनगरीकडे येऊ लागले अन् एक दिवस बातमी आली की, माझी पाचही मुलं विराटनगरीकडे निघाली आहेत. माझ्या आनंदाला पारावार राहिला नाही.

ठरलेल्या वेळी मुलं आली. पहिल्यांदा ते माझ्या महालात आले. दासीचे औक्षण झाल्यावर ते माझ्याकडे आले. पहिल्यांदा प्रतिविंध्याने माझ्या पायांवर डोके ठेवले. त्याला कुरवाळताना त्याचे स्थितप्रज्ञ डोळे पाणावले. माझ्या डोळ्यांत तर आसवांची गर्दीच झाली होती. नंतर पुढे आला सुतसोम. सुतसोम भेटला. केवढा धिप्पाड झाला होता! अगदी भीमाची प्रतिकृतीच. श्रुतकर्माच्या चेहऱ्यावर आत्मविश्वास दिसत होता पार्थासारखा. शतानिक नि श्रुतसेन ही मुलंही तरुण झाली होती. किती मोठ्ठी झाली होती ही मुलं! माझ्यातल्या वात्सल्याला उधाण आले होते. एखाद्या पक्षिणीनं आपल्या पिलांना पंखाखाली घ्यावं, तसेच मी सर्व मुलांना कुरवाळीत होते. पक्षिणीची आठवण झाल्याबरोबर मला पुन्हा पुष्पवाटिकेतील घार आठवली अन् काळजात चर्रऽऽ झाले. ह्या मुलांचं काही बरे-वाईट तर होणार नाही ना? एका अनामिक भीतीने मला ग्रासले होते. ही भीती मी मनातून काढून टाकण्याचा प्रयत्न करीत मुलांच्या भोजनव्यवस्थेकडे स्वत: लक्ष घालण्यासाठी भोजनगृहाकडे निघाले. खूप दिवसांनंतर आज मुलांना भरवावयाचे होते.

अभिमन्यू-उत्तरेचा विवाह विराटनगरीत अतिशय थाटामाटात पार पडला. अनेक राजे-महाराजे ह्या विवाह सोहळ्यास उपस्थित होते. सात्यकी, बलदेव नि श्रीकृष्णसुद्धा उपस्थित होता. आता पांडवांसोबत विराटराजाची शक्तीही सहभागी झाली होती. हे सगळं कौरवांसाठी चिंताजनक होतं. आता आपलं राजवैभव परत मिळायला पाहिजे, असं मला तीव्रतेने जाणवू लागले. आता खूप सोसून झाले होते. आता काही तरी सोक्षमोक्ष लावणे आवश्यक होते.

एकंदर काय, तर आयुष्यातील आणीबाणीच्या वळणावर आम्ही उभे होतो. ह्यासंदर्भात एक दिवस आम्ही सर्व जण ह्या परिस्थितीचा विचार करण्यासाठी एकत्र आलो. अशा आणीबाणीच्या प्रसंगी श्रीकृष्णाचा सल्ला घ्यायचा असं

आम्ही सर्वांनी ठरवलं, श्रीकृष्णाला बोलावून घ्यायचं. मागे द्यूतक्रीडेप्रसंगी आम्ही त्याला न बोलावण्याची चूक केली होती, आता मात्र श्रीकृष्णाला संदेश पाठवण्याची आवश्यकता नव्हती. योगायोगाने श्रीकृष्ण आता विराटनगरीतच होता.

-०-०-०-

- ११ -

आता काहीतरी निर्णय घेणे आवश्यक होते. आमचे पिताश्री महाराज द्रुपदांनाही निरोप पाठवला. अनेक राजे-महाराजे विराटनगरीतच होते.

पांडवांचा पक्ष न्यायाचा आहे, अशी भूमिका घेणाऱ्या अनेक राजांनाही निमंत्रित करण्यात आलं. महाराज द्रुपदांनाही शांततेने मार्ग निघाला, तर हवंच होतं. किती तरी राजे-महाराजे ह्यावर विचारविमर्श करीत होते. श्रीकृष्णालाही शांततेचा मार्गच हवा होता. पण कौरवांच्या प्रतिसादाविषयी तो साशंक होता. श्रीकृष्णाबरोबर यथासांग चर्चा झाल्यावर आम्ही कौरवांकडे निरोप पाठवला. आमचा वनवास नि अज्ञातवास संपलेला आहे; कृपया आमचे अर्धे राज्य आम्हाला द्यावे. एवढा निरोप घेऊन महाराज द्रुपदांनी राजपुरोहितासोबत कौरवांकडे प्रस्ताव पाठवला. आम्ही स्वस्थ बसलो; काय उत्तर येणार याची वाट पाहत अन् त्यावर विचार करत मतमतांतरे होऊ लागली. चांगलंच चर्वण झालं होतं. शेवटी अपेक्षेप्रमाणेच उत्तर आलं. राजपुरोहिताच्या प्रस्तावावर टोलवाटोलवीचे उत्तर देऊन दुर्योधनाने प्रस्ताव फेटाळला होता. आता शेवटचा प्रयत्न श्रीकृष्णाने करावा, असं ठरलं; पण श्रीकृष्णशिष्टाईही असफल झाल्यावर मात्र आशेचा कुठलाच किरण दिसत नव्हता. आता महायुद्ध अटळ होते. पुन्हा राजादिकांची सभा झाली. आमचा पक्ष न्यायाचा असल्याने अधिकाधिक राजे आमच्या बाजूने येण्यास इच्छुक होते. पण काही कौरवांकडेही जाण्याच्या तयारीत होते. चर्चेची पहिली फेरी झाली अन् श्रीकृष्णासहित सर्व राजे-महाराजे परतले.

आमच्याकडून आणि कौरवांकडून आता युद्धाची चांगलीच तयारी सुरू झाली होती. दुर्योधनाचे श्रीकृष्णाकडे जाणे-येणे बरेच वाढले होते. श्रीकृष्णाची भूमिका पक्षपाती असू नये, असा दुर्योधनाचा आग्रह होता. श्रीकृष्णाची मदत तर दोन्ही पक्षांना हवी होतीच. मला मात्र सतत वाटत होते, श्रीकृष्ण आपलाच आहे. कौरवांनाही वाटे,

श्रीकृष्ण आपलाच आहे. कुणाचा होता श्रीकृष्ण? कळत नाही. आम्ही विचाराच्या तंद्रीतच होतो. श्रीकृष्णाने मात्र हा प्रश्न चुटकीसरशी सोडवला. युद्ध अटळ आहे, हे कळल्यावर श्रीकृष्णाने दुर्योधन नि पार्थाला बोलावून घेतले. पार्थ तातडीने गेला अन् हर्षोल्हासासह परत आला. मी लगेचच पार्थाची भेट घेऊन विचारलं,

"काय सांगितलं श्रीकृष्णाने? दुर्योधन आला होता का?"

"हो, दुर्योधन आला होता. आम्हा दोघांना बोलावून श्रीकृष्णानं सांगितलं— हे बघा, मला हे दोनही पक्ष सारखेच आहेत. त्यामुळे स्वाभाविकपणे मला दोघांनाही मदत करणे अगत्याचे आहे. तेव्हा एकीकडे माझी शस्त्रपारंगत अशी विशाल सेना, तर दुसरीकडे मी स्वत:... तेव्हा ह्या दोन्हींपैकी कोण काय स्वीकारणार, ते तुम्हीच ठरवा."

"मग काय म्हणाला दुर्योधन?" जरा अधीरतेनं मी विचारलं.

"दुर्योधनाने लगेच विशाल सेनेची मागणी केली."

"मग श्रीकृष्ण काय म्हणाला?"

"श्रीकृष्णाने मला विचारले, तुला हे मान्य आहे का? मी 'हो' म्हटल्यावर श्रीकृष्णाने मला परिस्थितीची परत जाणीव करून दिली."

"कोणत्या परिस्थितीची पार्था?"

"हेच की, श्रीकृष्ण ज्या पक्षाकडून राहील, तो केवळ नामधारी राहील. कारण श्रीकृष्ण हातात शस्त्र धरणार नाही."

"मग तू काय म्हटलंस पार्था?"

"मी म्हटलं— श्रीकृष्णा, तू हातात शस्त्र नाही धरले तरी चालेल; पण तू आमच्यासोबत असावास."

"व्वा! छान केले पार्था. मग काय म्हणाला श्रीकृष्ण?"

"झालं, प्रश्न सुटला. श्रीकृष्णाची विशाल सेना मिळाल्याचा आनंद सोबत घेऊन दुर्योधन निघून गेला अन् मी केवळ श्रीकृष्ण आपल्या पाठीशी आहे, हे पराकोटीचे समाधान घेऊन परतलो." पार्थाने सगळा वृत्तांत सांगितल्यावर मी माझ्या महाली लगेच आनंदाने परत आले.

खरं म्हणजे, श्रीकृष्ण हे फार मोठे गूढ होते. श्रीकृष्णानं दोघांनाही खूश केल होतं. विशाल सेना आपणास मिळाली; नि:शस्त्रधारी श्रीकृष्ण आपणासाठी काय करणार होता, असे दुर्योधनास वाटले व तो आनंदी होऊन परतला. तसेच पार्थास वाटले की, ही शस्त्र-अस्त्रधारी विशाल सेना घेऊन काय करायचे? मी

एवढा पराक्रमी आहे की, काही घटकांमध्ये ह्या सेनेला मी पराभवाची चव चाखायला लावीन. मला त्याची चिंता नाही. सुदैवाने श्रीकृष्ण आमच्या पक्षाकडे आहे. जिकडे श्रीकृष्ण, तिकडे विजय...जिकडे श्रीकृष्ण, तिकडे धर्म— भले तो हाती शस्त्र घेत नसला तरी! ह्याच आनंदात पार्थही परतला. दुर्योधनालाही आनंद—पार्थालाही आनंद. एका दगडात दोन पक्षी कसे मारावेत, हे श्रीकृष्णाकडून शिकावं. श्रीकृष्ण आनंद वितरित करण्याचे केंद्र ठरला होता. माझ्या डोक्यात मात्र एक प्रश्न आता अनुत्तरित राहिला. श्रीकृष्णा, ही आनंद वाटण्याची जादू तुला कशी रे साधली? मी विचारमग्न होते. येता-येता मी पार्थाला एक गमतीदार प्रश्न विचारला होता. नि:शस्त्रधारी श्रीकृष्ण ह्या महायुद्धात नेमकं काय करणार आहे.? त्यावर पार्थाने दिलेलं उत्तर ऐकून मी रोमांचित झाले. पार्थ म्हणाला, "श्रीकृष्ण माझ्या रथाचं सारथ्यं करणार आहे." पार्थाला भाग्यशालीच म्हटलं पाहिजे— त्याला सारथी म्हणून प्रत्यक्ष श्रीकृष्ण मिळाला होता.

आता युद्धतयारी अंतिम टप्प्यात आलेली होती. विराटनगरीमधील आमची बडदास्त मात्र अतुलनीयच होती. वेळ काढून श्रीकृष्ण एक दिवस मला भेटण्यासाठी आला. त्याच्या यथोचित स्वागतानंतर मी मुद्द्याचा प्रश्न विचारला, "श्रीकृष्णा, ह्या लढाईत विजय कोणाचा असेल?"

"याज्ञसेनी, ते तर युद्ध संपल्यावरच कळेल."

"मी गांभीर्यपूर्वक हा प्रश्न विचारला आहे श्रीकृष्णा–"

माझ्या आवाजातील रोष लक्षात घेऊन श्रीकृष्ण म्हणाला, "आपला पक्ष न्यायाचा, धर्माचा नि सत्याचा असल्याने विजय आपणास मिळणार; पण..."

एक नि:श्वास सोडत कृष्ण बोलायचे थांबला.

"पण काय? श्रीकृष्णा..."

"विजय मिळणार; पण समाधान मिळेल की नाही, ह्याविषयी मी साशंक आहे."

"ते कसे काय? मला नाही समजले?"

"सूडाग्नीने पेटलेल्या महायुद्धात सत्याचा विजय निश्चित होतो; पण ह्या महायुद्धाच्या वडवानलात समाधान होरपळून जाण्याची शक्यता आहे."

"श्रीकृष्णा, तत्त्वज्ञान सांगू नकोस. समाधान मिळो अगर न मिळो; पण माझ्यावर झालेल्या अन्यायाचे परिमार्जन झालेच पाहिजे. दुर्योधन-दु:शासनाने माझ्या वस्त्रास हात घातला, तेव्हापासून सर्वांग होरपळते आहे. त्याला तू सूड म्हण, की अजून काही...पण कौरवांचा पराभव पाहण्यासाठी माझे डोळे आसुसले

आहेत श्रीकृष्णा. ...श्रीकृष्णा, तू मला समजून का घेत नाहीस?...'' माझा तोल जात होता. श्रीकृष्णाने ते ओळखले. श्रीकृष्णाने माझी समजूत घातली व शेवटी म्हणाला, ''याज्ञसेनी, तुझ्या इच्छेप्रमाणेच होईल; चिंता करू नकोस.''

श्रीकृष्ण माझ्याशी बराच वेळ युद्धनीतीवर बोलत होता. युद्धातले बारकावे सांगताना आपला विजय निश्चित आहे, हा आत्मविश्वास त्याच्या चेहऱ्यावर दिसत होता. बऱ्याच वेळानंतर श्रीकृष्णाने माझा निरोप घेतला.

मी विचार करत होते...खरेच का हा सूडाग्नी असेल? आपला विजय होऊनही श्रीकृष्ण म्हणतो तसे आपल्याला समाधान मिळाले नाही तर? मग कौरवांनी तरी माझी एवढी विटंबना का करावी? सूड असो, की अजून काही; जोपर्यंत कौरववृत्ती चिरडल्या जात नाहीत तोपर्यंत माझे धगधगणारे मन शांत होणार नाही. विराटनगरीत आजकाल माझ्या डोक्यात युद्धाव्यतिरिक्त अन्य विचारच येत नव्हता. आता काही दिवस विराटनगरीत राहून मग मला उपलव्यनगरीत जायचे होते. युद्ध सुरू झाले की, मी दासदासींसह उपलव्यनगरीत वास्तव्य करणार होते. युद्धासंदर्भात चर्चा करण्यासाठी अनेक हितचिंतक, राजे-महाराजे यांची वर्दळ विराटनगरीत होती.

अभिमन्यू-उत्तरा विवाहबद्ध झाल्याने अभिमन्यू तर सध्या विराटनगरीतच पाहुणचार घेत होता. अभिमन्यू, प्रतिविंध्य, सुतसोम, श्रुतकर्मा, शतानिक, श्रुतसेन हे सगळे युवकही आता युद्धाच्या तयारीला लागले. कौरवांकडूनही युद्धतयारीच्या बातम्या येत होत्या.

धृतराष्ट्रांनीही मध्यस्थीचे नाटक केले. त्यांनी संजयामार्फत निरोप पाठवला. निरोप काय? तर म्हणे, आम्ही युद्ध करू नये. आणि गम्मत म्हणजे, त्याबदल्यात ते आम्हाला इंचभरही भूमी देणार नाहीत. मी संजयाला म्हटलं, ''आता आम्हालाही युद्ध नको वाटतं; पण त्यासाठी कौरवांनी दोन गोष्टी कराव्यात—''

''कोणकोणत्या?'' संजयाने विचारले.

''पहिली गोष्ट म्हणजे दुर्योधन-दु:शासनादी कौरवांनी जाहीर सभा घेऊन माझी माफी मागावी.''

''आणि दुसरी?''

''दुसरी अट ही की, हस्तिनापूरचे अर्धे राज्य नाही दिले तरी चालेल; पण किमान पक्षी वकास्थळ, कुशस्थळ, कान्यकुब्ज, माकान्दी आणि वार्णावत इ. भूमी आम्हाला परत करावी.''

''हे अशक्य आहे देवी याज्ञसेनी.''

"का अशक्य आहे.?"

"मी निरोप घेऊन येणारा साधा दूत आहे मला कोणताच निर्णय घेता येणार नाही."

"तू कुठला निरोप घेऊन आला आहेस संजया?"

"फक्त पांडवांनी युद्ध करू नये, एवढाच."

"संजया, मग आमचाही निरोप घेऊन जा. म्हणावं— ह्या दोन अटी मंजूर असतील तर युद्ध होणार नाही, अन्यथा युद्ध अटळ आहे." संजय गेला. मला खात्री होती— माझ्या दोन्ही अटी कौरवांना मान्य होणाऱ्या नव्हत्या. तेव्हा युद्ध तर अटळ होतेच.

श्रीकृष्णाची एक गोष्ट मात्र मला निश्चितच आवडली नाही. मध्यस्थी करण्यासाठी पांडवांचा प्रतिनिधी म्हणून श्रीकृष्ण हस्तिनापुरात गेला, तेव्हा कर्णाचे मन वळवण्यासाठी त्याने माझे प्रलोभन दाखवले. ही खंत मी श्रीकृष्णाजवळही बोलून दाखवली.

श्रीकृष्ण पांडवांचा प्रतिनिधी म्हणून गेल्यावरही दुर्योधनाने अगोदरचाच पाढा वाचला. म्हणाला म्हणे, सुईच्या अग्रावर बसेल एवढीही भूमी मी देणार नाही. ही दर्पोक्ती ऐकून श्रीकृष्णाने परिणामाची जाणीवही करून दिली होती. पण तो नराधम श्रीकृष्णाचेही ऐकणार नाही, हे मला माहीत होते. बोलणी फिस्कटल्यावर श्रीकृष्ण कर्णाकडे गेला अन् पहिल्यांदा तो ज्येष्ठ पांडव आहे, ह्याची जाणीव त्याला करून दिली अन् पांडवपक्ष घेण्यास सांगितले. पण दुराग्रही कर्ण काही ऐकायला तयार नव्हता. श्रीकृष्णाने मग कर्णाला कुंतीमातेकडेही नेऊन सत्य परिस्थिती कथन केली. पण मी शब्दाला जागणार आहे, असा आव आणत कर्ण ऐकण्यास तयार नव्हता; तेव्हा श्रीकृष्णाने शेवटचे माझे...याज्ञसेनीचे, अस्त्र काढले अन् सांगितले की त्या पाचही पांडवांबरोबर याज्ञसेनी पण तुझी होणार आहे. पण व्यर्थ! कर्णाने काहीच दाद दिली नाही. प्रत्यक्ष श्रीकृष्णानेही प्रलोभन म्हणून याज्ञसेनीचा वापर करावा? श्रीकृष्णाचे हे वर्तन मला अजिबात आवडले नाही. पण आता श्रीकृष्णाशीही फार बोलून उपयोगाचे नव्हते. तो युद्धबांधणीमध्ये व्यग्र होता. कृष्णाचे कौरवांनी ऐकले नाही, तेव्हा आता दोन्ही पक्षांकडून युद्धाची जय्यत तयारी सुरू झाली. दोन्ही पक्ष अनेक राजे-महाराजे यांना आपल्याकडे वळवण्यासाठी प्रयत्न करीत होते.

कुरुक्षेत्राच्या विस्तीर्ण युद्धभूमीवर युद्धाचा पहिला सूर्य उगवला. मी

दासदासींसह उपलव्यनगरीत वास्तव्याला आले. न्यायाची बाजू म्हणून आमच्या बाजूला देशोदेशींचे राजे येऊन मिळाले होते. छेपीनगरीचे महाराज धृष्टकेतू, मगधनगरीचे जरासंधपुत्र युयुत्सेन, दशार्णनगरीचे हिरण्यवर्मा, राजा कुंतिभोज, काशीनरेश सात्यकी, विराटनगरीचे राजे विराट, शिखंडीदादा असे किती तरी राजे-महाराजे आमच्या बाजूने उभे राहिले. कौरवांच्या बाजूने राजा रुक्मी, शल्यपुत्र रुक्मरथ, पितामह भीष्माचार्य, आचार्य द्रोण, द्रोणपुत्र अश्वत्थामा, राजा भगदत्त, शकुनी, राजा शल्य, अधिरथ कर्ण, जयद्रथ, निगर्दनगरीचा राजा गर्दपती; तसेच मालवा छेदक, प्रातिपेय, कम्बोज इ. नगरींचे राजे उभे राहिले. सैनिक, घोडदल, हत्ती यांच्यामुळे कुरुक्षेत्रावर धुळीचे ढग जमा झाले होते.

मी दासदासींसह उपलव्यनगरीत राहू लागले, तरी माझे सगळे ध्यान कुरुक्षेत्रावर होते. सूर्यास्त झाला की युद्धविराम होणार होता. यानंतर दिवसभराची इत्थंभूत माहिती मला मिळण्याची मी व्यवस्था केली होती. युद्धाचा दिवस उजाडला नि काय माहीत; माझी सारी अस्वस्थताच संपून गेली. तहानेने व्याकूळ झालेल्या पांथस्थाला समोर केवळ पाणी पाहूनच क्षणभर तहान भागल्याचा आनंद व्हावा, तसेच मला झाले. युद्ध सुरू झाल्यावर खरं म्हणजे, माझा खूपच गोंधळ उडेल, असे वाटत होते; पण झाले मात्र उलटेच. मी उपलव्यनगरीत अशा थाटात वावरत होते की, जशी काही आज पांडवांना विजयश्रीच माळ घालणार आहे!

पण पहिल्याच दिवशी एक वाईट वार्ता कानावर पडली. दोन्ही बाजूंचे सैन्य समोरासमोर उभे ठाकले. शंख फुंकले गेले. सारी सृष्टी स्तब्ध होऊन ह्या महायुद्धाकडे पाहावी, असा हा प्रसंग. पण ऐनवेळी पार्थ म्हणे फारच भावविवश झाला अन् त्यानं सांगितलं की, आम्हाला अर्धे राज्य नको, आम्हाला काहीच नको, आम्ही युद्ध करणार नाही. कारण काय तर म्हणे, गुरू द्रोणाचार्य, पितामह भीष्माचार्य, बंधुश्रेष्ठ कौरव यांच्याविरुद्ध संघर्ष कसा करायचा? वा! रे पार्था! काय तुझी भावविवशता-दुर्योधन दु:शासनाने माझ्या वस्त्राला हात लावला, माझे केस धरून जनावरासारखे ओढले; तेव्हा पार्थ एवढा भावनाविवश झाला नाही. मला हे समजल्यावर पार्थाचा प्रचंड राग आला. म्हटलं, एवढं सगळं जुळून आलेलं असताना आज पार्थ असे का वागतो? शेवटी श्रीकृष्णाने बोधामृत पाजले म्हणे अन् पार्थ युद्धासाठी तयार झाला. यासाठी श्रीकृष्णाचे विशेष आभार मानले पाहिजेत.

एका सूर्यास्ताच्या युद्धविरामानंतर माझ्या आग्रहावरून पार्थ मला भेटायला

आला. प्रश्नांची सरबत्ती करूनच त्याचं मी स्वागत केलं. त्याने भावनाविवश होऊन युद्धाला नकार दिला होता, हे मला अजिबात आवडले नव्हते. पार्थ निरुत्तर झाला म्हणाला, ''याज्ञसेनी, माझी चूक होती.''

''कशामुळे एवढा भावनाविवश झालास रे पार्था?''

''याज्ञसेनी...वाटलं, हे सगळे आप्तस्वकीय आहेत. यांच्यासोबत लढून यांचा पराभव करून काय मिळवायचे? तर, अर्धे राज्य! मला वाटले, सोडून द्यावं हे राज्य. ज्यांनी हातात धनुष्य धरून प्रत्यंचा ओढायला शिकवली, त्यांच्याच विरोधात लढावं? ज्या पितामहांनी हस्तिनापुराच्या राज्यासाठी आपलं आयुष्य पणाला लावलं त्यांच्यावर ह्या हातांनी बाणांचा वर्षाव केला, तर? वाटलं...आपले हे हात झडून जातील...'' पार्थ परत भावनाविवश होऊन बोलत होता. व्याकूळ होऊन त्यानं आपलं बोलणं थांबवलं.

मी म्हणाले, ''पार्था, कौरवांनी माझ्या अब्रूची लक्तरं वेशीवर टांगली, तेव्हा एवढा भावनाविवश तू झाला नाहीस; अन् एवढा व्याकूळही झाला नाहीस; आणि आताच एवढं कसं काय?'' मला चांगलाच राग आलेला होता. माझा चढलेला आवाज पाहून पार्थानं क्षमेची याचना केली. म्हणाला, ''जाऊ दे ना याज्ञसेनी, आता तर मी युद्धात चांगली कामगिरी करू लागलो आहे ना? युद्धात माझ्या हातून बाणांचा वर्षाव सुरू झाला की, कौरवसेना सैरावैरा धावू लागते. कित्येक भुईसपाट होतात. हे सर्व पाहून माझा सारथी झालेला श्रीकृष्णही आनंदी होतो...'' पार्थ भरभरून बोलत होता. कधी स्वत:विषयी तर कधी कृष्णाविषयी.

युद्धामध्ये पांडवांना विजय मिळू लागल्याने मीही पार्थाविषयीचा राग मनातून काढून टाकला. मग पार्थ युद्धातल्या दैनंदिन गमती सांगू लागला, तेव्हा मी त्याला मूळपदावर आणत विचारलं , ''पार्था, जेव्हा तू युद्ध करणार नाहीस, असं म्हटल्यावर श्रीकृष्ण काय म्हणाला?''

''याज्ञसेनी, श्रीकृष्ण जे काही बोलला— असं तत्त्वज्ञान मी पहिल्यादांच ऐकलं. अखिल विश्वात एवढं चांगलं तत्त्वज्ञान कुठेच मिळणार नाही, असे वाटते.''

''असं! काय काय सांगितलं श्रीकृष्णानं?''

''याज्ञसेनी, ते तत्त्वज्ञान मला केवळ युद्धप्रवण करण्याएवढं मर्यादित नाही. श्रीकृष्णाचं तत्त्वज्ञान सर्वांनी पाळलं, तर अखिल विश्वाचे कल्याण झाल्याशिवाय राहणार नाही, हे मी खात्रीने सांगतोय.''

''काय काय म्हणाला श्रीकृष्ण? कशी झाली युद्धाची सुरुवात–एकदा सविस्तर सांग ना?'' मी ऐसपैस बसत पार्थाला विचारलं अन् पार्थानं महायुद्धाच्या

पूर्वीचा प्रसंग माझ्यासमोर उभा केला. तो सांगू लागला. "काय सांगू याज्ञसेनी, तो दिवस मोठा विचित्रच होता, असं म्हणावं लागेल. कुरुक्षेत्रावर आम्ही आणि कौरव युद्धासाठी परस्परांसमोर उभे राहिलो. खड्‌गे परजली होती. शस्त्रे लखलखू लागली. मी श्रीकृष्णाला माझा रथ मध्यभागी नेऊन उभा करण्यास सांगितले."

"ते कशासाठी?"

"मला पाहायचे होते की, माझ्याशी युद्ध करण्याच्या पात्रतेचे कोण कोण आहेत?"

"मग?"

"मग श्रीकृष्णाने काही क्षणातच माझा रथ मध्यभागी नेऊन उभा केला. मी कौरवांकडे बघितले. ते सर्व जण युद्धासाठी अतिशय उतावीळ झालेले होते. मी हळूहळू कौरवपक्षात सामील झालेले राजे-महाराजे, रथी-महारथी यांच्याकडे दृष्टी टाकली. मला एकेक महाभाग दिसू लागले. पितामह भीष्म, आचार्य द्रोण, मामा शल्य, भ्राता दुर्योधन...दिसू लागले. भीष्म, द्रोण, शल्य यांच्याकडे पाहून क्षणभर माझ्या अंत:करणात कालवाकालव झाली. नंतर मी आपल्या सैन्याकडे दृष्टिक्षेप टाकला. तिथेही मरण्या-मारण्याच्या प्रबळ इच्छेने आतूर झालेले अभिमन्यू, प्रतिविंध्य, सुतसोम, श्रुतकर्मा, शतानिक, श्रुतसेन, महाराज द्रुपद आणि अन्यही अतिथी राजे मला दिसू लागले...अन् काय सांगू याज्ञसेनी, हे सर्व पाहताक्षणीच मी गलितगात्र झालो!"

"मग?"

"पुढे काय— मी व्यथित स्वरात हे सर्व श्रीकृष्णाला सांगितलं. माझ्यापुढे दोन्ही पक्षांत स्वजनच दिसत होते. कुठे काका, तर कुठे पुत्र; कुठे सखे, तर कुठे सोयरे. या सर्वांना ठार मारून मिळणार काय, तर अर्धे राज्य. या सर्व आप्तांना ठार मारून त्रिभुवनाचे राज्य जरी मला मिळाले तरी काय उपयोग? हे सर्व थांबलं पाहिजे, असे मला वाटू लागले."

"म्हणजे युद्ध थांबवावं, असं तुला वाटू लागलं?"

"होय याज्ञसेनी. मला साधे उभेसुद्धा राहवत नव्हते; तर लढावं कसं? माझी गात्रे शिथिल झाली अन् घशाला कोरड पडली. माझ्या हातून धनुष्य गळून पडू लागले. मी ह्या कौरवपक्षातील सर्व आप्तांना ठार मारणार नाही, हे महापाप मी करणार नाही; त्यापेक्षा कौरवांनी मला ठार मारलं तरी चालेल, असं श्रीकृष्णाला म्हणत मी माझे गांडीव खाली ठेवले."

"हाय रे देवा!... मग पुढे काय झाले पार्था?" कपाळावर हात मारत मी

म्हणाले,

"श्रीकृष्णालाही याचे खूप आश्चर्य वाटले."

"काय म्हणाला श्रीकृष्ण?"

"म्हणाला, अरे पार्था! पराक्रमी वीराला ऐन युद्धभूमीवर अशी दुर्बुद्धी सुचत नसते. दुर्बलासारखा असे हातपाय काय गाळतोस? चल ऊठ, कठोर हृदय कर अन् युद्धाला तयार हो. श्रीकृष्ण पोटतिडकीने बोलत होता. माझी अवस्था श्रीकृष्णाने चांगलीच ओळखली होती. मग श्रीकृष्णाने जे मार्गदर्शन केले, त्यातूनच मी सावरलो. खरं सांगतो याज्ञसेनी, हे मार्गदर्शन अखिल विश्वाला मार्ग दाखवणारे आहे. श्रीकृष्णाचे उपकार या जन्मी मी फेडणे शक्य नाही."

"काय मार्गदर्शन केले श्रीकृष्णाने?"

"श्रीकृष्ण म्हणाला— पार्था, ज्यांच्यासाठी शोक करू नये त्यांच्यासाठी तू शोक करतो आहेस आणि कसला मृत्यू नि कशाचे जगणे? अरे, जेवढ्या सहजपणे मनुष्य आपल्या शरीरावरून जुनी वस्त्रे काढून त्यावर नवीन वस्त्रे परिधान करतो, तेवढ्या सहजपणे आत्मा देहांतर करीत असतो. जन्म-मरण ही प्रक्रिया अव्याहतपणे चालू राहणार आहे. क्षत्रियाला युद्धाइतके सुखावह दुसरे काहीच नसते. युद्धात विजयी झालास, तर स्वर्गीय राज्य तुला मिळेल आणि युद्धात मृत्यू आला, तर स्वर्गलाभ होतो, हे शास्त्रच सांगते. पार्था, तू आता द्वैतातीत हो. सौख्य आणि दुःख, विजय आाणि पराजय, प्रगती आणि अधोगती याच्या पलीकडे जाऊन विचार केल्याशिवाय तुला सत्य कळणार नाही. पार्था, फलाची इच्छा केली की, तुला स्थितप्रज्ञ होता येणार नाही. केवळ कर्म करीत राहणे तुला जमले की, मगच तुला धर्माचा साक्षात्कार कळेल. मला वाटते पार्था, तुला स्थितप्रज्ञ होता आले पाहिजे. आणि माझी खात्री आहे की, तुला लवकरच स्थितप्रज्ञ ही अवस्था प्राप्त होईल...श्रीकृष्ण बोलत होता. याज्ञसेनी, अन् काय सांगू...वाटत होतं की, सारखे ऐकत राहावे."

"पुढे काय म्हणाला श्रीकृष्ण— सर्व सांग पाहू पार्था."

"पुढे मीच त्याला काही प्रश्न विचारू लागलो."

"काय विचारलं?"

"हेच की— वारंवार स्थितप्रज्ञ, स्थितप्रज्ञ हा शब्द कानावर पडत होता; तेव्हा मी श्रीकृष्णाला विचारलं की, ही स्थितप्रज्ञ अवस्था कशी असते?"

"मग काय म्हणाला श्रीकृष्ण?"

"श्रीकृष्ण म्हणाला, जो आपल्या आत्मस्वरूपाचे चिंतन करतो व तिथे

समाधानी होतो, मनातील सर्व व्यवहारांकडे तटस्थपणे पाहतो, मनातील वासनांचा त्याग करतो; अशा पुरुषाला स्थितप्रज्ञ असे म्हणतात. काय सांगू याज्ञसेनी...असे बोलत-बोलत श्रीकृष्णाने मला कर्मयोग आणि ज्ञानयोग समजावून सांगितला, स्वधर्म समजावून सांगितला अन् स्वधर्माचे आचरण करता-करता मृत्यू जरी आला तरी तो श्रेष्ठच असतो, हे समजावून सांगत असताना मी श्रीकृष्णाला एक विचारलं याज्ञसेनी—''

''काय विचारलंस?''

''श्रीकृष्णा, बऱ्याच वेळा ही विद्वान माणसेही पापकर्मास का प्रवृत्त होतात?''

''तेव्हा काय म्हणाला श्रीकृष्ण?''

''श्रीकृष्ण म्हणाला— पार्था, ती नावाचीच विद्वान असतात. काम आणि क्रोध यांच्या आहारी जाऊन ती पापकर्मास प्रवृत्त होतात. माणसाचे काम आणि क्रोध नष्ट झाले की— मनात सद्‌बुद्धीचा प्रकाश पडतो. तेव्हा कोणत्याही नातेवाइकाच्या, मित्राच्या किवा स्वत:च्या मृत्यूविषयी माणसाने उदासीन असले पाहिजे. जन्म -मृत्यू ही प्रक्रिया अव्याहतपणे चालू राहणार आहे. तुझे आजपर्यंत अनेक जन्म झालेले आहेत आणि माझेही झालेले आहेत. माझं तर असं आहे— पार्था, मी पृथ्वीवर वारंवार जन्मत असतो नि मरत असतो. जेव्हा जेव्हा पृथ्वीवर अधर्म राज्य करू लागतो, जेव्हा जेव्हा धर्माला ग्लानी येते; तेव्हा तेव्हा धर्माचा पुनरुद्धार करण्यासाठी, संतांचं रक्षण करण्यासाठी नि दुष्टांचं निर्दालन करण्यासाठी मी युगायुगांत अवतीर्ण होत असतो. तेव्हा पार्था, कर्माचा त्याग केल्यास योगी होतो. इथे याज्ञसेनी, श्रीकृष्णाने हे केवळ चिरंतन तत्त्वज्ञान सांगितले आहे; होय की नाही?''

''पार्था, तू खरंच भाग्यवान आहेस, की श्रीकृष्णासारखा सारथी मित्र तुला मिळाला. तू हे सर्व सांगताना हे सारं ऐकत राहावं, असं वाटतं. श्रीकृष्णाच्या तोंडून ऐकणं म्हणजे एक अपूर्व योग असेल. पुढे काय बोलला श्रीकृष्ण?''

''श्रीकृष्ण बोलत होता अन् मी विचारत होतो. प्रश्न विचारून मी श्रीकृष्णाला भंडावून सोडत होतो.''

''अजून काय विचारलंस पार्था?'' माझी उत्सुकता शिगेला पोहोचली होती. म्हणून मी विचारलं,

''याज्ञसेनी, मी श्रीकृष्णाला माझ्या मनाच्या चंचलतेविषयी विचारलं; तर श्रीकृष्ण म्हणाला— पार्था, नित्याभ्यास आणि वैराग्य हे चंचलता थांबवण्यासाठी

महत्त्वाचे घटक ठरतात.

"याज्ञसेनी, श्रीकृष्ण एवढ्यावरच थांबला नाही तर ब्रह्म, अध्यात्म, ज्ञान, विज्ञान, यावर सविस्तर मार्गदर्शन करून मग हिमालय, कपिल, वज्र, सिंह, गरुड, श्रीराम, व्यास, सूर्यमंडल इ. वर श्रीकृष्णाने विस्तृत विवेचन केले. जिथे जिथे म्हणून अतिउच्चतेचा प्रत्यय येईल तिथे तिथे म्हणून श्रीकृष्णाच्या रूपाचा आविष्कार असेल, असेही सांगितले. याज्ञसेनी, अजून एक प्रसंग मी सांगितला तर तुलासुद्धा आश्चर्य वाटेल."

"कोणता प्रसंग पार्था?"

"मी श्रीकृष्णाला विचारलं की, जिथे श्रेष्ठत्वाचा प्रत्यय येतो तिथे तुझ्या रूपाचा आविष्कार होत असेल, तर तुझे ते अभिरूप मला दर्शव ना? असे म्हणताच श्रीकृष्ण म्हणाला पार्था, हे अभिरूप म्हणजे विश्वरूप होय. हे विराट दर्शन पाहून तू घाबरून जाशील. पण मी आग्रह सोडला नाही याज्ञसेनी, अन् काय सांगू याज्ञसेनी...श्रीकृष्णाने आपले मुख उघडले अन् विश्वरूप दाखवलं. मी भीतीने कोलमडून गेलो. बापरे! त्या विराट रूपाचं वर्णनही करता येणार नाही याज्ञसेनी!"

"पार्था, कसे होते ते विश्वरूप— एकदा सविस्तर सांग ना."

"याज्ञसेनी, माझ्या आग्रहावरून श्रीकृष्णाने विश्वरूप दाखवले. पहिल्यांदा मला त्याने दिव्य दृष्टी दिली आणि मग श्रीकृष्णाचे विश्वरूप माझ्या दृष्टीसमोर उभे राहिले. काय सांगावं याज्ञसेनी, हे सांगण्यासाठी माझी वाणी दुबळी ठरेल. हजारो हात, पाय, डोळे, असलेली एक महाकाय प्रतिमा डोळ्यांसमोर उभी राहिली. साऱ्या आसमंताला कवेत घेणारं ते अद्‌भुत रूप पाहून मी भयविव्हल झालो. वाटलं, हे विश्वरूप आता चराचराला गिळंकृत करते की काय! मी तर पूर्णत: भयभीत झालेलो होतो. त्याच अवस्थेत मी त्या विश्वरूपाला विचारलं— हे युगपुरुषा, तू कोण आहेस? ते विश्वरूप म्हणालं, मी सर्वभक्षक काळ आहे. या माझ्या विश्वपुरुषाचा तू एक सूक्ष्मतम भाग आहेस. तेव्हा, आता ऊठ आणि मी म्हणतो तसे कर. मी तर भयचकितच झालो होतो. तू म्हणशील तसे करायला मी तयार आहे, असं म्हणत मूळ रूपात प्रकट होण्याची मी श्रीकृष्णाला विनंती केली."

"मग काय झालं पार्था?"

"मग माझ्या प्रार्थनेवरून श्रीकृष्ण मूळ रूपात प्रकट झाला. माझी भावावस्था त्याला चांगलीच कळली होती. शेवटी श्रीकृष्ण मला म्हणाला— पार्था,

फलअभिलाषेचा त्याग करून सातत्याने विहित कर्म करत जा. हाच ईश्वरभक्तीचा सर्वोत्तम मार्ग होय. मला शरण ये आणि निःशंक मनाने युद्धाला तयार हो. आता तरी पार्था, तू मोहरहित झालास ना? असे विचारल्यावर मी क्षणभर थांबलो. श्रीकृष्णाचे विराट रूप पाहिल्यापासून त्याच्याकडे बघण्याची माझी दृष्टीच बदललेली होती. मी श्रीकृष्णाला अभिवादन करत म्हटले— हे विश्वनायका, मी आता पूर्णतः मोहरहित झालेलो आहे. माझे मन आता कातळ पाण्याइतके स्वच्छ झालेले आहे. श्रीकृष्णा, इथून तू जे काही सांगशील, केवळ त्याच मार्गाने जाईन, अन् याज्ञसेनी, काय सांगू— त्या क्षणी श्रीकृष्णाने मला आलिंगन दिले. माझ्या जीवनातील सर्वांत महत्त्वाचा तो क्षण होता...'' पार्थ भरभरून बोलत होता अन् मी ऐकत होते. शेवटी श्रीकृष्णाच्या उपदेशाला अनुसरून पार्थ युद्धाला तयार झाला. श्रीकृष्णाचे माझ्यावर केवढे उपकार झाले! श्रीकृष्ण भेटल्याबरोबर त्याच्या चरणांवर डोकं ठेवण्याचा मोह मला होऊ लागला. पार्थ माझ्याशी काही तरी बोलतच होता. माझे मन मात्र श्रीकृष्णाला मनोमन अभिवादन करत होते.

महायुद्ध सुरू झाल्यापासून मी थोडी शांत होते. कौरवांनी माझ्यावर केलेल्या अन्यायापासून अंगात वेदनेची एक ज्वाला निरंतर पेटलेली होती. ती आता हळूहळू शांत होत होती. खरं म्हणजे, अजून काही पांडवांचा निर्णायक विजय झालेला नव्हता; तरीही मला कशामुळे शांत-शांत वाटत होते, कळत नव्हते. माझ्या विचित्र मानसिक स्थितीचे मलाच कुतूहल वाटत होते. माझी मीच विस्मयचकित होत होते. युद्धविरामानंतर दररोज सायंकाळी उपलव्यनगरीत मला युद्धाचा इतिवृत्तांत कळत होता. ज्या दिवशी युद्धात पांडवपक्षाची हानी झाली असे कळायचे, तेव्हा क्षणभर मी खिन्न व्हायचे; पण हे दुःखाचे सावट लवकरच निघून जायचे. काय माहीत— मला विश्वास होता की, ह्या महायुद्धात पांडवांचाच विजय होईल. ह्या महायुद्धात पांडवांच्या बाजूने बरे-वाईट दिवस येत होते; पण युद्ध सुरू झाले, ह्या कल्पनेनेच मी खूप आनंदी झाले होते. एक-एक दिवस जाऊ लागला आणि बऱ्या-वाईट गोष्टी कानावर पडू लागल्या. कौरवपक्षाच्या वीरांचे मरणे मला सुख देऊ लागले, तर पांडव पक्षाच्या पराभवाने मी खचून जाऊ लागले. एक दिवस सूर्यास्ताच्या वेळी युद्धविरामानंतर एक वाईट बातमी आली.

अभिमन्यू चक्रव्यूहात अडकला...ह्या बातमीने मी कोसळलेच. जयद्रथाचा लत्ताप्रहार अभिमन्यूच्या काळजाला अधिक लागला होता. अभिमन्यूच्या कोवळ्या काळजाची सल दुसऱ्या दिवशीच संपली. अभिमन्यू पार्थाचा फारच लाडका होता. अभिमन्यूला लत्ताप्रहार झाल्याने पार्थ कासावीस झाला, व्याकूळ झाला.

पार्थाने शपथ घेतली. दुसऱ्या दिवशीच्या सूर्यास्तापर्यंत जयद्रथाचा वध केला नाही, तर अग्निकाष्ठ भक्षण करणार म्हणून! पार्थ आणीबाणीच्या प्रसंगी असेच निर्णय घेतो. बऱ्याच वेळा त्याचा तोल गेलेला असतो. श्रीकृष्ण पाठीशी आहे म्हणून बरे; अन्यथा, पार्थाचे काही खरे नव्हते. श्रीकृष्णाने सूर्य झाकण्याची किमया केली; नंतर हा सूर्य नि हा जयद्रथ, अशी किमया करून दाखवली म्हणून पार्थ वाचला अन् त्याला जयद्रथाला मारता आले. एकंदरच, आता श्रीकृष्णाशिवाय महायुद्ध हा विचारच अस्वस्थ करून सोडतोय. ह्या महायुद्धाच्या यज्ञकुंडात अभिमन्यूची आहुती पडली. खरंच सांगते, खूप दु:ख झालं. सुभद्रेची अवस्था तर शब्दातीत होती. तिला अनेकांनी खूप धीर दिला.

ह्या महायुद्धात असे सुख-दु:खाचे संमिश्र प्रसंग घडत होते. महायुद्धाची एक सायंकाळ मात्र माझ्या चिरकाल स्मरणात राहिली. सबंध पृथ्वीतलावर ह्या प्रसंगाची चर्चा झाली, पुढेही होत राहील. चंद्र-सूर्य असेपर्यंत हा प्रसंग चर्चेत राहील. महायुद्धातला हा महत्त्वाचा प्रसंग म्हणजे, भीमाने केलेला दु:शासनाचा वध होय. दु:शासनाचा वध करून सायंकाळी भीम मला भेटायला आला. इतिहासात सुवर्णाक्षरांनी लिहावयाचा हा प्रसंग होता. त्या दिवशी सूर्यास्तानंतर भीम युद्धभूमीवरून परस्पर मला भेटायला आला...आहे त्या अवस्थेत! त्याचे हात रक्ताने माखलेले होते. कपडे रक्ताने चिंब होते. पण चेहऱ्यावर मात्र स्वर्गीय आनंद दिसत होता. हातातील गदा उंचावत भीम म्हणाला, ''याज्ञसेनी, माझ्याकडे पाहून तुला काय वाटते?''

''तुझ्या चेहऱ्यावर स्वर्गीय आनंद आहे भीमा म्हणजे...आज काही तरी नक्कीच मोठा विजय झाला असला पाहिजे.''

''कोणता विजय असेल, सांग पाहू?'' भीमाच्या चेहऱ्यावर विजयश्री दिसत होती.

''कौरवांच्या सेनापतीचा वध झाला का?''

''नाही.''

''कर्णाचा वध झाला का?''

''नाही''

''मग दुर्योधन...''

''नाही–नाही याज्ञसेनी, भीमाच्या ह्या बलशाली हातांनी दु:शासन नावाच्या नराधमास यमसदनी पाठवले.''

''आई ऽऽ गं! खरं सांगतोस भीमा?'' मी ओरडले. मी आनंदाने वेडी

होते की काय, असे वाटत होते आणि भीम तर हातात गदा घेऊन लहान मुलासारखा नाचत होता. त्याच्या जीवनातील तो अत्यानंदाचा क्षण होता.

मी विचारले, "भीमा, सविस्तर सांग ना?" त्याच्याविषयीची कृतज्ञता माझ्या डोळ्यांतून वाहू लागली.

"याज्ञसेनी, तुला दु:शासनाने विवस्त्र केले...त्या नराधमाने हे नीचकर्म कुणाच्या सांगण्यावरून केले? तुला आठवते?"

"हो— हो...चांगलेच आठवते. हे नीचकर्म कर्णाने करायला लावले होते. मी एक दीर्घ प्रश्वास सोडत भीमाशी बोलत होते. आजही वस्त्रहरणाचा प्रसंग मला जसाचा तसा आठवतोय. मी रजस्वला... मी एकवस्त्रा... जाऊ दे— मी मनाची समजूत घातली. पण तो प्रसंग काही मनातून जात नव्हता. चौदा वर्षांपूर्वीची घटना आता क्षणापूर्वीच घडली आहे, एवढी ताजी होऊन ती माझ्या मनात घर करून बसली आहे. एक विलक्षण जीवघेणी कळ माझ्या छातीत चमकली. भीमाच्या बोलण्याकडे माझे लक्ष नव्हते, हे त्याला कळले असावे. त्याने माझा हात हाती घेत विचारलं, "याज्ञसेनी, ऐकतेस ना— मी काय बोलतो ते?"

"हो— हो. सांग भीमा...तू सांगत होतास ना? ते नीच कर्म दु:शासनाने कर्णाच्या सांगण्यावरून केले."

"अगदी बरोबर आहे. अगं याज्ञसेनी, दु:शासन मुळात निर्बुद्ध, विवेकशून्य आणि गावंढळ होता. पण ह्या सांगकाम्याने कर्णाचे ऐकून तुझ्या वस्त्राला हात लावण्याची हिम्मत केली. पण काय सांगू याज्ञसेनी— स्वत:ला अतिशय बुद्धिमान आणि पराक्रमी समजणाऱ्या कर्णासमक्ष आज मी दु:शासनाचा वध केला!"

"कर्णासमोर? कर्ण काहीच करू शकला नाही? व्वा! पराक्रमी भीमा, तुझा विजय असो."

"फक्त कर्णच नाही; तर अश्वत्थामा, आचार्य कृप, दुर्योधनासारख्या पराक्रमी वीरांसमोर दु:शासनाच्या नरडीचा घोट घेतला."

"नरवीर भीमा, तू धन्य आहेस!" माझ्या डोळ्यांत आंनदाश्रू उभे राहत होते. मी पुढे भीमास विचारले,

"अंत्यसमयी काय म्हणाला रे दु:शासन? त्याच्या चेहऱ्यावर पश्चात्तापाची काही भावना होती का?"

"अशा चांडाळाला कधीच पश्चात्ताप होत नसतो याज्ञसेनी...पण याज्ञसेनी, एका गोष्टीसाठी आज मी स्वत:वरच आनंदी आहे. माझा मला अभिमान वाटतो."

''कोणत्या गोष्टीसाठी?''

''मी एकट्याने— केवळ एकट्याने— दु:शासनाला चिरडून टाकले— सर्वांसमक्ष! कोवळ्या अभिमन्यूला ठार मारण्यासाठी मात्र हे सामूहिक पद्धतीने अभिमन्यूवर वार करत होते. त्यांत द्रोणाचार्य होते, कृपाचार्य होते, दुर्योधन, कृतवर्मा, अश्वत्थामाही होता. ह्या सगळ्यांनी आमच्या परोक्ष अभिमन्यूला ठार मारले. ह्यात कसला आलाय पुरुषार्थ? मी तर आज कौरवपक्षातील सर्व वीरांना आव्हान दिले होते...दु:शासनाला ठार करणार, हे जाहीर सांगितले होते. पण ह्यांपैकी कुणीही दु:शासनाला वाचवू शकले नाही. माझ्या रुद्रावतारापुढे सगळेच घाबरले होते. माझ्याशी लढण्याची एकाचीही हिम्मत होत नव्हती. तुझ्या वस्त्रहरण प्रसंगाचा एक-एक क्षण मी आठवत होतो अन् दु:शासनावर तुटून पडत होतो. अक्षरश: ओरडत होतो. माझ्या आवाजाने सारे रणांगण प्रभावित झाले होते.''

''खरा वीर शोभतोस भीमा तू ह्या महायुद्धामध्ये. तुझी पहिल्यांदाच दु:शासनाशी गाठ पडली वाटते?''

''तसा मी प्रयत्न केला असता, तर कदाचित त्याची यापूर्वीही गाठ पडली असती अन् कधीचाच मी त्याच्या नरडीचा घोटही घेतला असता!''

''मग?''

''मी तसा सहेतुक प्रयत्न केलाच नाही याज्ञसेनी. मी कर्ण सेनापती होण्याची वाट पाहत होतो. ज्या कर्णाचे ऐकून दु:शासनाने तुझ्या वस्त्राला हात लावला, त्या दु:शासनाला कर्ण सेनापती असतानाच मला यमसदनाला पाठवायचे होते. योगायोगाने ती संधी मला मिळाली.''

''कसे...कसे झाले भीमा, तुझे अन् दु:शासनाचे युद्ध?'' माझे तन-मन आनंदाने बेहोष झाले होते.

''याज्ञसेनी, तो भ्याड माझ्याशी काय युद्ध करणार होता! तसा त्याने प्रयत्नही केला, पण टिकला नाही माझ्यासमोर. प्रथम धनुष्य बाणाने माझ्यावर तो चालून आला. मीही उत्तर दिले. पण त्याला पाहताच मला तुझे वस्त्रहरण आठवले अन् मी पेटून उठलो. मी माझी गदा हाती घेतली. गदायुद्धासाठी त्याला सावधही केले. मी दु:शासनाच्या रथाकडे गदा एवढ्या ताकदीने फेकली की, त्याच्या रथाचे सारथी तर ठार झालेच, शिवाय गदा चुकवता-चुकवता दु:शासन भूमीवर कोसळला. मी तर त्याच्या कोसळण्याचीच प्रतीक्षा करीत होतो. तो कोसळला नि मी त्याला ताब्यात घेतले. सिंहाने पंजात एखाद्या उंदराला पकडावे तसे मी त्याला ताब्यात घेतले. तो माझ्या ताब्यात आला अन् मला किती आनंद

झाला म्हणून सांगू द्रौपदी!''

"किती आनंद झाला भीमा?'' झालेला आनंद मलाही लपवता येत नव्हता.

"त्या आनंदाच्या भरात मी एवढ्या आवेशाने ओरडलो की, त्या आवाजाने अनेक सैनिकांची शुद्ध हरपली, असे म्हणतात. दुःशासनाच्या बखोटीला मी पकडले अन् याज्ञसेनी, मला द्यूतप्रसंगाची आठवण झाली.''

"तुला काय काय आठवले भीमा?''

"तू रजस्वला होतीस, ते आठवले...तुला दुर्योधन-दुःशासनाने दिलेला भयंकर क्लेष आठवला...आम्ही सर्व बंधू किती केविलवाणे झालो होतो, ते आठवले, तुझ्या चेहऱ्यावरचा म्लान भाव आठवला...सगळे सगळे आठवले याज्ञसेनी. किती सांगू?''

"मग पुढे काय झाले?''

"मग काय, माझ्या संतापाला सीमा राहिली नाही. माझ्यातला क्रोधाग्नी उत्तरोत्तर भडकू लागला. दुःशासनाला एका हातात पकडून दुसरा हात मी वर केला अन् द्रोणाचार्य, कृपाचार्य, कृतकर्मा, अश्वत्थामा, कर्ण, दुर्योधन यांच्या नावाने मोठ्याने ओरडलो. म्हणालो— अरे, पराक्रमी पुरुषांनो! दुःशासन आता माझ्या ताब्यात आहे. ह्या दुष्ट दुःशासनाला आता मी ठार मारणार आहे. कुणामध्ये सामर्थ्य असेल, तर त्याने दुःशासनाचे संरक्षण करावे. दुःशासनाला मारून मी कुरुकुलाला लागलेले ग्रहण मिटवणार आहे— माझी ऐतिहासिक प्रतिज्ञा पूर्ण करणार आहे. असे बोलत मी दुःशासनाच्या मानगुटीला पकडले सिंहाने कोल्ह्याला पकडावे तसे. काय सांगू याज्ञसेनी, माझ्या क्रुद्धपणाला सीमा नव्हती!''

"शाब्बास भीमा... ह्यालाच पुरुषार्थ म्हणत असतील! बोल पुढे काय झाले?''

"मी दुःशासनाला जमिनीवर लोळवले. ह्या प्राणांतिक वेदना त्याला सहन होईनात. माझ्या लाथांनी त्याचा देह लोळागोळा होऊ लागला...''

भीम बोलत होता आणि माझ्या मनात आनंदाचे कारंजे थुई-थुई नाचू लागले. वस्त्रहरणापासून कायम त्रास देणारी वेदनेची ठसठस हळूहळू कमी होऊ लागली. मी निरतिशय आनंदाने भीमाला विचारलं, "मग दुराचारी दुःशासन अशा अवस्थेत तुझ्यापुढे प्राणांची भीक मागत असेल, नाही भीमा? खूप गयावया करत होता का तो?''

"वेडी आहेस याज्ञसेनी. तो कुलकलंक गयावया करेल होय? मृत्यूसमयीही तो नराधम मोठा विचित्र वागला.''

"कसा वागला दु:शासन...?"

"मृत्यूचे दार त्याच्यासाठी खुले करीत मी त्याला विचारले— सांग दु:शासना, द्यूतप्रसंगी आम्हा वीर भावंडांना तूच बैल म्हणाला होतास ना? तो निर्लज्जपणे म्हणाला, हो, मीच तुम्हाला बैल म्हणत होतो. मी त्याला परत विचारले— सांग दु:शासना, याज्ञसेनीची वेश्या अशी संभावना तूच केली ना? तो म्हणाला— हो-हो, याज्ञसेनीला आम्ही वेश्या म्हटलं. मी त्याला परत विचारलं, आता सांग दु:शासना याज्ञसेनी रजस्वला असताना तिच्या वस्त्राला हात घालण्याचे नीच काम तूच केले ना? तो म्हणाला, हो, ते पराक्रमी काम मीच केले..."

"मग तू काय म्हणालास भीमा?"

"अगं याज्ञसेनी, मी कुठे बोलण्याच्या मन:स्थितीमध्ये होतो! त्याच्या अशा बोलण्याने माझ्या क्रोधाचा पारा वरचेवर चढत होता. मी चांगलाच भडकलो होतो. तशाच अवस्थेत मी त्याला परत विचारले— सांग दु:शासना, त्या वेळी याज्ञसेनीचे केस तू पकडले होतेस ना? तो काही सामान्य स्त्रीचा केशसंभार नव्हता. राजसूय यज्ञामध्ये अवभृत स्नानाने याज्ञसेनीचा केशसंभार पवित्र झाला होता— असे तिचे पवित्र केस तू कोणत्या हाताने धरून ओढले होतेस? सांग दुष्ट-नीच माणसा, आता सांग...याज्ञसेनी, मी हे बोलत कुठे होतो; अक्षरश: ओरडतच होतो. तो दुष्टही माझ्याप्रमाणे ओरडत होता."

"ओरडत काय म्हणत होता?"

"म्हणाला— होय, याज्ञसेनीचे पवित्र केस मी ह्याच हाताने ओढलेत. तो हात माझ्याकडे करत तो परत म्हणाला, हाच तो हात भीमा, हा हात सहस्रोसहस्र गाईंचे दान करणारा हा हात आहे. प्रसंगी क्षत्रियांचाही अंत करणारा हा हात आहे. भीमा, हा हात हत्तीच्या सोंडेप्रमाणे पुष्ट आहे...आणि...आणि..." भीम बोलता-बोलता थांबला. तो काहीतरी लपवत होता.

"अडखळू नकोस भीमा, सांग आणि तो पुढे काय म्हणाला? याज्ञसेनीने हे सगळे ऐकण्याची तयारी केली आहे. सांग..."

"आणि तो हात माझ्याकडे करत म्हणाला भीमा, याज्ञसेनीसारख्या स्त्रियांच्या घाटदार आणि परिपुष्ट स्तनांचे मर्दन करणारा हा हात आहे...याच हाताने मी तिचे केस ओढले. एका दमात भीमाने हे सांगून टाकले आणि मी एक दीर्घ श्वास घेतला. क्षणभर थांबले. दीर्घ श्वास सोडत परत विचारले, "सांग भीमा, पुढे काय झाले? "

"काय सांगू याज्ञसेनी, दु:शासन असे म्हणता क्षणी मी एवढा प्रक्षुब्ध झालो की, माझे हात शिवशिवू लागले अन् डोळे अंगार ओकू लागले. मी त्याच्याशी बोलणे थांबवले अन् मी मोठ्याने गर्जना केली. ही गर्जना एवढी मोठी होती की, सारा आसमंत हादरला अन् मी दु:शासनाला दोन्ही हातांनी घट्ट आवळून धरले आणि मोठ्ठ्याने म्हणालो की, ज्या हाताने दुष्ट दु:शासनाने याज्ञसेनीचे केस धरले, तो दुष्ट हात मी आता खांद्यापासून उपटून काढणार आहे. कुणात हिम्मत असेल, तर दु:शासनाला वाचवायला पुढे या. कुणीच पुढे आले नाही. दु:शासना, आता तुला भीमाची शक्ती कळेल, असे म्हणत मी दु:शासनाचा तो हात उपटून काढला आणि एका क्षणात त्याला यमसदनी पाठवले. त्याच्या प्रेतावर पाय देऊन मी उभा राहिलो. याज्ञसेनी, तुझे वस्त्रहरण होताना चौदा वर्षांपूर्वी मी प्रतिज्ञा केली होती...आठवले तुला याज्ञसेनी?"

"हं...!" माझ्या कंठातून आवाज येत नव्हता.

"मागच्या चौदा वर्षांत एकही दिवस असा गेला नाही की, ज्या दिवशी मला त्या प्रतिज्ञेची आठवण झाली नाही; ती प्रतिज्ञा आता मला पूर्ण करायची होती. माझ्या हातातील धारदार खड्गाने मी प्रथम दु:शासनाचे शिर धडावेगळे केले. दु:शासनाची छाती फोडली आणि प्रतिज्ञा खरी करण्यासाठी मी दु:शासनाच्या छातीतील उष्ण रक्त पिऊ लागलो. काय सांगू याज्ञसेनी...त्या रक्ताची चव अप्रतिम होती! विश्वामध्ये कोणत्याही मद्याला अशी चव असणे अशक्य होते. विश्वातील कोणताही रस एवढा मधुर असू शकत नाही. गोरस, दूध-दही, नवनीतापेक्षाही दु:शासनाचे रक्त मधुर होते. ते रक्त अमृतापेक्षाही मधुर होते. एवढंच काय, याज्ञसेनी, आईच्या स्तनातील दूधही एवढे मधुर नसेल! मी ते रक्त पिऊन आपली प्रतिज्ञा खरी केली अन्..." भीम बोलतच राहिला. त्याच्या ह्या वादळी बोलण्याने माझे मन सैरभैर झाले. मला मूर्च्छा आल्यासारखे झाले, म्हणून मी माझी मान भीमाच्या खांद्यावर ठेवली. भीमाने मला सावरले. विचारले, "काय झाले याज्ञसेनी?"

"काही नाही भीमा, माझी गात्रे शिथिल झाली होती अन् डोळे भरून आले होते..."

"तू रडतेस याज्ञसेनी? हे दु:खाश्रू आहेत की आनंदाश्रू?"

"अंऽऽऽ..." मला बोलता येईना. मला थोपटत भीम पुढे बोलतच होता. मी स्वत:ला सावरलं अन् भीमाला विचारलं, "मग पुढे काय झाले भीमा?"

"मी खूप खूप निराश झालो याज्ञसेनी."

"कशामुळे?"

"माझा राग अजूनही शांत झाला नव्हता. मला आता काहीच करता येत नव्हते. तो मेला होता, तरीही माझा क्रोधाग्नी भडकतच होता. आता दु:शासनाला मला काहीच करता येत नव्हते. मृत्यूनेच दु:शासनाचे रक्षण केले होते, म्हणून मी निराश झालो होतो "

"पुढे काय झाले भीमा?" मी अडखळल्या स्वरात बोलत होते.

"पुढे काय होणार? मी बेभान झालो होतो अन् दु:शासनाच्या त्या प्रेताशीच भांडत होतो."

"काय बोलत होतास त्या प्रेताशी?" माझे मन खूपच हळवे झाले होते.

"मी म्हटलं, हे अधर्मपुरुषा पाहिलंस ना— आता तुझी छाती फोडून मी तुझे उष्ण रक्त प्राशन केले आहे. नीट पाहा आणि परत एकदा आम्हाला गाय... गाय...असे म्हण बघू दु:शासना...मी दु:शासनाच्या प्रेतासमोर नाचू लागलो. हे पाहून सगळे सैनिक सैरावैरा धावू लागले. खरे सांगू याज्ञसेनी—"

"सांग...सांग भीमा—" या क्षणी भीम मला विश्वातला सर्वश्रेष्ठ माणूस वाटला.

"याज्ञसेनी... दु:शासन मारला गेला, तो क्षण म्हणजे माझ्या आयुष्यातील सर्वांत आनंदाचा क्षण होता; आनंदाची ती चरणसीमा होती..." भीम बोलतच होता...बोलतच होता. त्याच्याकडे पाहून हसावे की रडावे, हेच मला कळत नव्हते. मात्र, अंत:करणातील ठसठसणारी जखम शांत झाली होती.

रोज नवनव्या बातम्या येत होत्या. दु:शासनानंतर कौरवपक्षातील एकेक रथी-महारथी कोसळू लागले. विजयाच्या खूप बातम्या येत होत्या— किती तरी...पण जेवढा आनंद दु:शासनवधाचा झाला, तेवढा आनंद पुन्हा झाला नाही. महायुद्ध आता चांगलेच रंगात आले होते. ह्या काळात मी सूर्यास्ताची अधीरतेने वाट पाहत असे. कधी एकदा सूर्यास्त होतो अन् मला रणांगणावरच्या घडामोडी कधी कळतात, असे होऊ लागले. प्रत्येक दिवसाची नवनवी कहाणी घडत चाललेली होती. कधी अभिमन्यू गेला, तर कधी जयद्रथवध; कधी द्रोणाचार्यवध, तर कधी कर्णवध! अनेक रथी-महारथी रणांगणात कामी येऊ लागले...पण द्रोणाचार्यवध आणि कर्णवधाचे दूरगामी परिणाम झाले. कर्णवधाच्या वेळी धर्म-अधर्माचा संदर्भ आला. कर्णाच्या रथाचे चाक जमिनीत रुतले होते. शस्त्रविरहित अवस्थेत ते रुतलेले चाक काढताना पार्थाने शरसंधान साधले.

कर्णाने हा अधर्म असल्याचा कांगावा केला होता; पण कृष्णाने त्याला भीक घातली नाही आणि पार्थाला प्रोत्साहन दिले. कर्ण अवघडलेल्या स्थितीत असताना पार्थाने वार करून कर्णाला यमसदनी पाठवले, हे मला कळले आणि माझ्या ह्रदयात आनंदाची एक लकेर उमटली. माझ्या विटंबनेचा प्रसंग डोळ्यांसमोर उभा राहिला. कर्णवधाने माझ्या मनाचा एक ठणकणारा कोपरा शांत झाला.

द्रोणाचार्यांचा वध हा ह्या युद्धातील महत्त्वाचा प्रसंग होता. आचार्य द्रोणांचा वध म्हणजे पार्थाची कर्तव्यपूर्ती होती. ह्या वधाने माझ्या भावस्थितीवर फारसा परिणाम झाला नाही, पण पितृवधाने अश्वत्थामा मात्र प्रचंड दुखावला गेला. त्यांच्या अंत:करणात सूडाचा वणवा आता चांगलाच प्रज्वलित झाला होता. त्याच्या सूडभावनेने मी चांगलीच अस्वस्थ झाले होते. द्रोणाचार्यवधाचा धक्का अश्वत्थाम्याला सहन होत नव्हता. द्रोणाचार्यवधाच्या बाबतीत विश्वासघात झाला याची जेव्हा अश्वत्थाम्याची खात्री झाली; तेव्हा सूडभावनेने पेटलेल्या अश्वत्थाम्याने अवघ्या पांडववंशाचा अंत करण्याची प्रतिज्ञा केली. भीष्मप्रतिज्ञेला जसे महत्त्व, तितकेच महत्त्व, अश्वत्थाम्याच्या प्रतिज्ञेलाही आहे, हे मला चांगलेच अवगत असल्याने माझ्या चिंतेत ही आणखीन एक भर पडली. अश्वत्थामा पांडवांचा निर्वंश तर करणार नाही ना? माझ्या मनात शंकेची पाल चुकचुकली. पण कृष्ण आपल्या पाठीशी आहे, ही भावना धीर देत होती. ह्या भावनेमध्येच मी युद्धाच्या प्रत्येक दिवसाचे सिंहावलोकन करीत होते.

पार्थाने कर्णाचा वध केला, ही बातमी कळल्यावरही दुःशासनवधाइतका आनंद मला झाला नाही. कर्णाचा वध करून आल्यावर पार्थाने माझ्यासमोर पराक्रमाचा इतिहास ठेवला पण भीमाच्या हातून; दुःशासनवध हा माझ्या आयुष्यातील अत्युच्च आनंदाचा क्षण होय. राजा शल्याचा वधही महत्त्वपूर्ण होता. पांडवांच्या विजयाचा वारू उधळतच होता. ज्यांनी-ज्यांनी प्राणांतिक वेदना दिल्या, त्या सर्वांचीच परतफेड पांडव फार चांगल्या पद्धतीने करीत होते. मला त्याप्रमाणे आनंदही होत होता. पण कधी कधी अश्वत्थाम्याची प्रतिज्ञा आठवली की, मग अस्वस्थ होत होते. श्रीकृष्णाच्या आधाराच्या आठवणीने धीरही वाटत होता. भीमाविषयी मात्र माझ्या मनात अपार कृतज्ञतेची भावना होती. ज्या पद्धतीने त्याने दुःशासनाला यमसदनी पाठवले, त्याच पद्धतीने त्याने अनेक कौरवांना यमसदनी धाडले. दुर्योधनाचे तर खूपच हाल झाले. पांडवांना एकामागून एक विजय प्राप्त होऊ लागला. शल्याचा वध झाल्यावर कृपाचार्य, अश्वत्थामा अन् कृतवर्मा हे तीनच योद्धे उरले होते अन् स्वत: दुर्योधन... दुर्योधनाला पराजय दिसू लागला.

दुर्योधनाने पळ काढायचे ठरवले. दुष्ट, दुराचारी माणसे खूप भित्री असतात, हेच खरे! सुदर्शाचा वध झाल्यावर दुर्योधनाच्या सारथ्याचाही वध झाला.

मग मात्र दुर्योधन एकाकी पडला. त्याने आपल्या रथावरून उडी मारली अन् मैदान सोडून पळू लागला. हा सविस्तर वृत्तांत मला भीमानेच सांगितला. दुर्योधन रण सोडून जातानाचा प्रसंग सांगताना भीम एवढा हसत होता की, यापूर्वी तो एवढा हसला नसेल! दुर्योधन मग एका तळ्यात लपून बसला. दुर्योधनाला कित्येक दिवस पाण्यात बुडून राहता येत असे. ही अलौकिक शक्ती त्याला प्राप्त झाली होती. तळ्याइतकी सुरक्षित जागा त्याला दिसली नाही. हे सगळं भीमाकडून ऐकल्यावर मी भीमाला विचारलं, "दुर्योधन पळून गेल्यावर रणांगणावर काय परिस्थिती होती?"

"काय सांगावं याज्ञसेनी, कौरवसेनेची दाणादाण उडाली. वाट नेईल तिकडे ते पळत सुटले. कृपाचार्य, अश्वत्थामा अन् कृतकर्मा यांनी संजयला सोबत घेऊन दुर्योधनाची भेट घेतली. युद्धात उतरण्याची विनंती केली; पण दुर्योधन आता चांगलाच थकला होता. त्याने युद्धात न उतरण्याचा निर्णय घेतला."

"मग...?"

"मग काय, युद्धविराम झाला. तलावामध्ये त्यांची ही चर्चा चालू असताना वर काही शिकारी थांबलेले होते. दुर्योधन इथे लपून बसलेला आहे, हे त्यांना कळले होते. त्यांनी लगेच हा निरोप युधिष्ठिराकडे पोहोचवला. आम्ही सगळे त्या तलावाकडे पोहोचलो. युधिष्ठिराने दुर्योधनाला आवाहन केले."

"काय आवाहन केले?"

"हेच की, हस्तिनापूर हे राज्य कुणाचे, हा निर्णय अजून झालेला नाही; तेव्हा युद्ध करण्यास तयार हो."

"मग दुर्योधन काय म्हणाला?"

"तो युद्ध करायला तयार झाला; पण म्हणे, मला काही दिवस विश्रांती घेऊ द्या. पण युधिष्ठिराने ऐकले नाही. युधिष्ठिराने सांगितले, आज युद्ध झालेच पाहिजे. पण दुर्योधनाचे सगळेच स्नेही युद्धात मारले गेले होते. आता तो कुणाच्या जिवावर युद्ध करणार होता? पण दुर्योधनाची मस्ती मात्र यत्किंचितही कमी झालेली नव्हती याज्ञसेनी!"

"ती कशी काय?"

"अशा अवस्थेत तो म्हणतो कसा— मला आता हस्तिनापूर हे राज्यच नको आहे. हे भ्रष्ट आणि नष्ट झालेले राज्य युधिष्ठिरा तूच घेऊन टाक. अशा

दरिद्री देशाचा राजा तूच हो युधिष्ठिरा...''

"मग युधिष्ठिर काय म्हणाला?''

"या वेळेस युधिष्ठिर फार चांगले बोलला. तो म्हणाला, ह्या महायुद्धात सगळ्या रथी-महारथींना वीरगती प्राप्त झाली आहे. लाखो सैनिकांच्या बायकांचे कपाळ पांढरे झाले आहे. हजारो संसार उद्ध्वस्त झाले आहेत. हा नरमेध यज्ञ असा आता थांबणार नाही. काही तरी सोक्षमोक्ष लागला पाहिजे आणि हे हस्तिनापूर नष्ट-भ्रष्ट का असेना— ते मला पराक्रमाने हवे आहे; दान म्हणून नको...'' युधिष्ठिर असे बोलल्यावर मग मात्र दुर्योधन गयावया करू लागला. तो म्हणाला, "मी पराक्रमी वीर आहे. मी एकटाच अनेक शत्रूंचा मुकाबला करू शकतो; पण मी आता खूप थकून गेलो आहे. माझा एकही स्नेही उरलेला नाही आणि माझ्याकडे आता शस्त्रे-अस्त्रेही उरली नाहीत. तरीही काही हरकत नाही. हस्तिनापूरवर माझे प्रचंड प्रेम आहे; तेव्हा परत एकदा मी लढणार आहे. पांडव जर एक-एक करून माझ्याशी युद्ध करणार असतील, तर मी युद्धापासून मागे हटणार नाही. मला हस्तिनापूरला वाचवले पाहिजे. मग तो युद्धासाठी तयार झाला. मलाही कधी एकदा दुर्योधनाच्या नरडीचा घोट घ्यावा, असे झाले होते.''

"युधिष्ठिर काय म्हणाला भीमा?''

"युधिष्ठिराने दुर्योधनाला शस्त्र देण्याचे कबूल केले अन् एकेक करून पाचही पांडवांचा पराभव कर आणि हस्तिनापूर घेऊन टाक, असे सांगितले. मग दुर्योधन तत्काळ तलावाबाहेर आला. युधिष्ठिराने त्याला गदा दिली अन् पहिल्यांदा माझ्याशीच लढायला सांगितले. मला किती आनंद झाला म्हणून सांगू याज्ञसेनी! मी मनोमन युधिष्ठिराचे आभार मानले. आम्ही सर्व जण कुरुक्षेत्र मैदानावर आलो. बलरामदादा अन् भगवान श्रीकृष्णही तिथे उपस्थित होते.''

"बलरामदादा आले होते? काय म्हणाले? दुर्योधन तर त्यांचा फारच लाडका...''

"होता. पण आमचा पाठीराखा श्रीकृष्णही होता ना? मग माझे अन् दुर्योधनाचे घनघोर युद्ध सुरू झाले. दोघांच्याही देहातून घामाच्या धारा वाहू लागल्या. दोघेही रक्तबंबाळ झालो. मी दुर्योधनावर तुटून पडलो होतो. दोघेही मागे सरत नव्हतो. मला दुर्योधनाचा प्रचंड राग आलेला होता. ह्या रागाच्या भरात मी माझी प्रतिज्ञाच विसरून गेलो होतो ना याज्ञसेनी!''

"मला पण तेच म्हणायचे होते. एवढे रक्तबंबाळ होण्याचे काही कारणच नव्हते ना?''

"बरोबर आहे तुझे. पण श्रीकृष्णाने हे मोठे काम केले."

"काय म्हणाला श्रीकृष्ण?"

"म्हणाला काहीच नाही. त्याने माझ्याकडे पाहिले अन् डावी मांडी थोपटली फक्त! पण..."

"पण काय?"

"प्रारंभी माझ्या लक्षात आले नाही, पण श्रीकृष्ण वारंवार जेव्हा डावी मांडी थोपटू लागला; मग मात्र माझ्या लक्षात आले की आपण दुर्योधनाची डावी मांडी फोडू, अशी प्रतिज्ञा केली होती. मग मात्र मी वेळ लावला नाही. मी वायुवेगाने माझ्या गदेचा प्रहार दुर्योधनाच्या डाव्या मांडीवर केला अन् म्हटलं, नीच दुर्योधना, ह्याच मांडीवर याज्ञसेनीला बसवण्याची भाषा करून तू तिला लज्जित केलं होतंस ना? आठवले का? त्याच वेळी तुझी ही डावी मांडी फोडण्याची प्रतिज्ञा केली होती. याज्ञसेनीचा उपमर्द केल्यावर त्याची काय परिणती होते, कळले ना आता? नराधमाऽऽ दुष्टा..."

"शाब्बास भीमा! म्हणून तर तू मला खूप-खूप आवडतोस. मग?"

"तो काय म्हणणार?...अन् काही म्हणायला मी संधी दिलीच नाही. त्याची डावी मांडी फोडल्याबरोबर तो कोसळून पडला. झंझावातानं एखादा वटवृक्ष उन्मळून पडावा, तसा. मग मी त्याच्याजवळ जाऊन माझ्या प्रतिज्ञेचे स्मरण करून दिले. तुला अपमानित केलेला प्रसंग आठवला. याज्ञसेनी, माझा राग एवढा अनावर झाला की..."

"काय केलेस तू भीमा?"

"मी माझ्या डाव्या पायाने दुर्योधनाचे तोंड चिरडून टाकले."

"व्वा! पराक्रमी आहेस. अभिनंदन भीमा..."

"याज्ञसेनी, तू अभिनंदन करतेस; पण तेथील बऱ्याच लोकांना हे आवडले नाही."

"बलरामदादाला आवडले नाही ना?"

"होय. नुसते आवडले नाही, असे नाही; ते एवढे क्रोधिष्ट झाले की, ते गदा घेऊन माझ्या अंगावर धावून आले. गदायुद्धामध्ये कमरेखाली वार करायचा नसतो, म्हणून ते माझ्यावर रागावले होते."

"मग काय झालं? "

"नेहमीप्रमाणे श्रीकृष्णानेच मध्यस्थी केली. माझ्या प्रतिज्ञेचे स्मरण करून दिले, तेव्हा कुठे बलरामदादा शांत झाले अन् नाराजी व्यक्त करून निघून गेले.

दुर्योधन मरणासन्न अवस्थेत पडला होता. तशा अवस्थेत तो म्हणाला, पांडवांनो, तुमचा विजय तर निश्चित झाला आहे; पण ज्या वैभवसंपन्न हस्तिनापूरचा मी राजा होतो, ते वैभवसंपन्न हस्तिनापूर आता राहिले नाही. तुम्ही तर दरिद्री हस्तिनापूरचे राजा होणार आहात. कारण हस्तिनापूरच्या वैभवाला केव्हाच ओहोटी लागली आहे! मी पहात होतो दुर्योधनाकडे. मला त्याचा रागही येत होता अन् क्वचित त्याचे कौतुकही वाटत होते...''

"भीमा, अशी संमिश्र भावना तुझ्यात का निर्माण झाली?''

"त्याचा क्रोध ह्यासाठी की, तो नराधम दुष्ट होता... नीच होता दुरभिमानी होता, अहंकारी होता; म्हणून त्याचा राग येत होता...''

"अन् कौतुक कशासाठी वाटत होते?''

"कौतुक त्याच्यातील काही चांगल्या गुणांसाठी. त्याच्यात वीरत्वाची भावना फार प्रबळ होती. त्याचे धैर्य अतुलनीय होते. त्याच्या साहसाला सीमा नव्हती, म्हणून कौतुक...'' मला प्रथम हसायला आले नि नंतर मी चांगलीच विचारप्रवण झाले. झाले, एकदाचे संपले हे महायुद्ध! पांडवांचा विजय झाला. दुर्योधन एकमेव जिवंत होता; बाकी सगळेच कौरव मारले गेले होते. मी विचार करू लागले— हे कसले महाभारत युद्ध? विजय मिळूनही सर्व हरल्यासारखे वाटत होते. महायुद्धाची अखेर अशीच होत असते का? पण हा पांडवांचा तरी खऱ्या अर्थाने विजय होता का? का कृष्णाचाच विजय होता?

महायुद्ध संपल्यावर सारथी झालेल्या श्रीकृष्णाने पार्थाला अगोदर रथाच्या खाली उतरायला सांगितले. पार्थ लगेच खाली उतरला. मग श्रीकृष्ण रथाच्या खाली उतरला. रथाच्या खाली उतरता क्षणी कापूर पेट घ्यावा, तसा रथाने पेट घेतला अन् क्षणार्धात रथाची राख झाली. पार्थ हे सगळे विस्मयचकित होऊन पाहत होता. त्याने श्रीकृष्णाला विचारले, "हे काय? असे का झाले?''

श्रीकृष्ण म्हणाला, "पार्था, ह्या रथावर किती तरी अस्त्रांचा मारा झालेला आहे आणि ती साधी अस्त्र नव्हती. अनुष्ठान, तप:साधना करून विविध देवदेवतांकडून ही अस्त्रे प्राप्त झाल्याने ह्या अस्त्रांमध्ये अद्वितीय शक्ती होती. ही शक्ती केवळ माझ्यामुळे रोखली गेली होती; नाही तर हा रथ केव्हाच जळून खाक झाला असता. सारथी म्हणून रथावर मी असल्यानेच असे घडले.'' हे ऐकून पार्थ श्रीकृष्णाला साष्टांग शरण गेला म्हणे... मी विचार करत राहिले. हा विजय पांडवांचा, का श्रीकृष्णाचा?

खरे म्हणजे अजून युद्ध पूर्णत: संपलेले नव्हते अन् भीमाने एक फार

मोठी चूक केली होती. भीमाने दुर्योधनाचा पराभव केला, हे ठीक झाले; पण त्याने दुर्योधनाला जिवंत ठेवायला नको होते. दुर्योधन किती दीर्घद्वेषी आहे, याची मला जाणीव होती. मरणासन्न अवस्थेत असलेला दुर्योधन शांत बसणार नाही याची मला जाणीव होती आणि हे खरेच झाले. माझी भीती सार्थ ठरली. संजयाकडून हे सर्व मला कळले.

त्याचे झाले असे की, दुर्योधनाचा पराभव झाल्यावर श्रीकृष्णासह पांडव परतले अन् दुर्योधन मृत्यूची वाट पाहत पडून राहिला. दुर्योधन अजून जिवंत आहे, असे जेव्हा अश्वत्थाम्याला कळले; तेव्हा त्याच्याही अंत:करणात सूडाग्नी चांगलाच प्रज्वलित झाला. कृपाचार्य अन् कृतकर्मा यांना सोबत घेऊन त्याने दुर्योधनाला शोधून काढले. हा सर्व वृत्तांत मला सांगताना संजयसुद्धा खूप प्रभावित झाला होता. नव्हे, दुर्योधनाच्या सूडभावनेने अचंबित झाला होता.

मी संजयाला विचारले, ''अश्वत्थामा दुर्योधनाशी काय बोलला?''

संजय म्हणाला, ''काय सांगू याज्ञसेनी, चाळीस लाख माणसांचा बळी घेऊन अजूनही हा सूडाग्नी शांत झालेला नव्हता. मरणासन्न अवस्थेत असलेला दुर्योधन पांडवांच्या विजयाने अधिकच अस्वस्थ झाला होता. अश्वत्थाम्याने त्याला शोधून काढून त्याचे मनोगत जाणून घेतले.''

''काय म्हणत होता दुर्योधन? ''

''दुर्योधन म्हणाला, कौरवपक्षाची एवढी मोठी जीवितहानी झाली अन् पांडव मात्र सर्व जिवंत आहेत! असे म्हणत त्याने अश्वत्थाम्याचा हात आपल्या हाती घेत म्हटले, अश्वत्थामा, तू माझा खरा मित्र आहेस ना? अश्वत्थामा 'हो' म्हणाला अन् दुर्योधनाने पांडवांना संपवण्यासाठी अश्वत्थाम्याला प्रवृत्त केले अन् अश्वत्थाम्याने त्याला तसे अभिवचन दिले.''

''...दुराचारा, तुझे दुसरे नाव दुर्योधन!''

''याज्ञसेनी, दुर्योधनाचा पांडवद्वेष एवढ्या टोकाचा होता की, मरणयातनाही त्याच्यापासून खूप दूर होत्या. त्याने अश्वत्थाम्याकडून खूप अपेक्षा केल्या.''

''काय आश्वासन दिले अश्वत्थाम्याने दुर्योधनाला?''

''अश्वत्थाम्याने दुर्योधनाला धीर देत म्हटले, अजूनही माझ्यासारखा योद्धा जिवंत असताना तुझ्यासारख्या युयुत्सू राजाने धीर सोडण्याचे कारण नाही. माझे शस्त्रसामर्थ्य काय आहे, याची तुला जाणीव आहे. राजा, पांडवांना ठार करणं, हे माझ्यासाठी खूप सोपे काम आहे; ते मी करणारच आहे. पण तुझी शेवटची इच्छा काय आहे, तेवढी मला सांग. असे म्हणत अश्वत्थामा दुर्योधनाकडून

फक्त अनुज्ञा मागत होता.''

"मग दुर्योधनाने काय अनुज्ञा दिली संजया?''

"याज्ञसेनी, दुर्योधनाने फार भयंकर मागणी अश्वत्थाम्याकडे केली. तो अश्वत्थाम्याला म्हणाला, अठरा दिवसांपासून महाभारत युद्ध चालू आहे. आपली अगणित माणसं मेली, नरसंहार झाला. कौरवपक्षाचीच जीवितहानी झाली. पण पांडवांपैकी एकही जण ठार झाला नाही. माझी तुला एकच विनंती आहे अश्वत्थामा, की प्राण जाण्यापूर्वी पांडवांच्या मृत्यूची शुभवार्ता माझ्या कानावर पडावी. म्हणजे जीवन सार्थकी लागेल...म्हणजे मी सुखाने मरायला मोकळा.''

"आई गं ऽऽऽ... काय होईल रे श्रीकृष्णा?'' मी पुटपुटले. मला अस्वस्थ होत होतं. वाटलं, पळत जावं नि श्रीकृष्णाला म्हणावं की, सांभाळ रे बाबा!

माझी भावावस्था संजयाला कळाली. तो म्हणाला, "याज्ञसेनी, व्यर्थ चिंता करू नकोस. श्रीकृष्ण आपल्या पाठीशी आहे.''

"दुर्योधनाने अशी अंतिम इच्छा व्यक्त केल्यावर अश्वत्थामा काय म्हणाला?''

"अतिशय आवेशाने आपुल्या मुठी आवळत अश्वत्थामा म्हणाला, राजा दुर्योधना, तुझी अंतिम इच्छा पूर्ण करणे हे माझे परमकर्तव्य आहे. तुझी ही अंतिम इच्छा पूर्ण झाली की, पूज्य पिताजी आचार्य द्रोणाचार्य यांच्याही आत्म्याला शांती मिळणार आहे. युधिष्ठिराच्या कपटनीतीमुळे आचार्यांचा प्राण गेला, हे अखिल हस्तिनापूर जाणते आणि दुर्योधना, पांडवांचे प्राण घेतल्याशिवाय मलाही सदग्ती मिळणार नाही!'' असे बोलून क्षणभर थांबला. कोणत्या तरी विचारात गढून गेला अन् मृत्यूच्या वाटेवर असलेल्या दुर्योधनाच्या चेहऱ्यावर प्रसन्न भाव दिसू लागले.''

संजय सांगत होता अन् मी वरचेवर अस्वस्थ होत होते. माझ्या मनात शंकेची पाल चुकचुकली. अश्वत्थामा हे करून तर दाखवणार नाही ना? माझ्या अंगावर भयाचे शहारे आले. धृतराष्ट्र आणि द्रोणाचार्य ह्या दोघांना टोकाच्या पुत्रमोहाचा शाप होता. मी सिंहावलोकन करू लागले गत आयुष्याचे. द्रोणाचार्यांचा मृत्यू अश्वत्थाम्याला जिव्हारी लागला होता, म्हणूनच भीती वरचेवर वाढू लागली. अश्वत्थामा किती अविवेकी, आततायी, तामसी व शीघ्र कोपी आहे, हे मला चांगलेच माहीत होते. मी विचारात गर्क होते. संजयाच्या आवाजाने मी भानावर आले. संजय बोलत होता,

"याज्ञसेनी, अश्वत्थाम्याने असे अभिवचन दिल्यावर दुर्योधन सर्व मरणयातना

विसरून गेला अन् म्हणाला, अश्वत्थामा, तुला कौरव सेनेचा पाचवा सेनापती म्हणून मी घोषित करीत आहे. ह्या सेनापतिपदाचा पुरेपूर लाभ घेऊन तू हस्तिनापूर वाचवू शकतोस... सेनापती म्हणून कौरवसेना तुला आदर देत राहील. दुर्योधनाचे असे बोलणे ऐकून अश्वत्थामा उठला अन् आवेशाने म्हणाला, राजा दुर्योधना, मी सर्वश्रेष्ठ धनुर्धर असून रणांगणामध्ये केवळ मीच विस्मयचकित करणारे चित्रयुद्ध करू शकतो. मी जर इच्छा केली, तर तिन्ही लोक जाळून भस्मसात करू शकतो. हा अश्वत्थामा आश्रमवासी ऋषींच्या तपाने साठविलेला मूर्तिमंत क्रोध नि तेज होय. दुर्योधना, पिताजी द्रोणाचार्यांनी मला दिव्य अस्त्रांचा अनुग्रह दिला आहे. दण्ड हाती धरलेल्या कृतांतासारखा मी जर रणांगणावर फिरू लागलो, तर देवांच्या सेनेलाही ठार करू शकतो. मी माझ्या तळहाताने महाकाय पर्वतसुद्धा फोडू शकतो. तू चिंता करू नकोस. कौरवसेनेचा हा पाचवा सेनापती पांडवांना यमसदनी पाठविल्याशिवाय राहणार नाही! अश्वत्थामा दुर्योधनाशी बोलतच राहिला. त्याचा हा अभिनिवेश पाहून दुर्योधनाला प्रचंड आनंद होऊ लागला, तर कृप नि कृतकर्मा विस्मयचकित होऊ लागले.''

''खरंच संजया... अश्वत्थामा हा विस्मयचकित होण्यासारखाच महायोद्धा आहे. तुला माहीत आहे का; जेव्हा द्रोणाचार्यांचा मृत्यू झाला, तेव्हा त्याला आपल्या पित्याच्या मृत्यूचे दुःख असह्य झाले अन् त्याला युधिष्ठिराचा प्रचंड राग आला. त्याचा संताप अनावर झाला अन् अश्वत्थाम्याने दिव्य असे नारायणआस्त्र पांडवांवर सोडले. ह्या अस्त्राचा प्रतिकार करू शकेल असे दुसरे अस्त्र धनुर्विद्येत अस्तित्वातच नव्हते. नारायणास्त्र अश्वत्थाम्याने सोडले अन् हां-हां म्हणता पांडव सैन्य जळून भस्मसात होऊ लागले. प्रत्यक्ष कृष्णालाही हे अस्त्र थांबवता येईना. पण शेवटी मार्ग श्रीकृष्णानेच काढला. समोरच्या वीरांनी हातातील शस्त्र खाली ठेवून ह्या अस्त्राला साष्टांग शरण जावे, हाच एक त्यावर उपाय होता. सगळ्या वीरांनी हाच मार्ग अवलंबला, म्हणून ते वाचले. शेवटी हे अस्त्र भीमाकडे सरकू लागले अन् भीम परत परत प्रतिकार करू लागला अन् अस्त्र वरचेवर भडकू लागले. शेवटी भीमाला कृष्णाने अन् पार्थाने रथातून खाली खेचले. त्याला निःशस्त्र केले अन् भीमाला नारायणास्त्राला अभिवादन करायला लावले. तेव्हा कुठे हे नारायणास्त्र शांत झाले. संजया, असे अस्त्र सोडणारा म्हणून अश्वत्थाम्याची ख्याती आहे. म्हणूनच मला भीती वाटते संजया, की अश्वत्थामा आपली प्रतिज्ञा पूर्ण तर करणार नाही ना?''

''याज्ञसेनी, काळजी करू नकोस. शेवटी श्रीकृष्ण यातून काही तरी मार्ग

काढणार आहे.''

संजय माझी समजूत घालीत होता, हे मला चांगलेच कळत होते. संजय निघून गेल्यावर बराच वेळ मी विचार करीत होते. रात्र हळूहळू अधिक गडद होत होती अन् निद्रेचा मुक्काम आसपास दिसत नव्हता. कधीतरी पहाटे मी निद्रेच्या अधीन झाले असेन.

-०-०-०-

- १२ -

कानोकानी काही वार्ता येत होत्या. एका अपरात्री अश्वत्थाम्याला सेनापतिपद दिले गेले. बरं, सेना तरी कुठे शिल्लक राहिली होती? कौरवसेना संपली होती. एक दुर्योधन जिवंत होता, तोही मरणासन्न अवस्थेत. नाही म्हणायला, कृपाचार्य अन् कृतकर्मा जिवंत होते. ह्या तिघांचा सेनापती म्हणजे कौरवांचा सेनापती अश्वत्थामा झाला. सेनापतिपद देण्याचा मुहूर्त अपरात्री का ठेवला असेल; कळत नाही. अश्वत्थामा सेनापती झाल्यावर त्याला म्हणे, एक भयंकर दृश्य दिसले. समोरच्या एका विशाल वृक्षावर हिरव्या डोळ्यांचे पिंगट वर्णाचे एक घुबड निद्राधीन असलेल्या एकेका कावळ्याला ठार करत होते. अतिशय निर्दयपणे हे घुबड कावळ्याला ठार मारत होते. ते दृश्य पाहून अश्वत्थामा छद्मीपणे हसला म्हणे. कशासाठी हसला असेल अश्वत्थामा? मी विचार करू लागले. त्याच्या हसण्याचा अन्वय लावू लागले. मग मला खूप भीती वाटू लागली. ते घुबड आणि ते मरून पडलेले कावळे न पाहताही आता माझ्या मनात मुक्कामाला येऊन बसले. घारीची पिले अन् त्यांची शिकार मला आठवली. याच्या जोडीला अश्वत्थाम्याचं छद्मी हास्यही मनातून काही केल्या जात नाही. अश्वत्थाम्याच्या विक्षिप्तपणाच्या खूप गोष्टी कानांवर येत होत्या. त्याने माझ्या मनात वरचेवर भीती वाढू लागली. ही जाळणारी भीती कशी घालवावी, हाच माझ्यासमोरचा मोठा प्रश्न होता.

हे सगळं श्रीकृष्णाला सांगितल्याशिवाय माझे मन नितळ होणार नव्हते, म्हणून श्रीकृष्णाला शिबिरात येण्याचा निरोप दिला. निरोप मिळता क्षणी श्रीकृष्ण आला. त्याच्या दर्शनाने मी सुखावले. श्रीकृष्ण आसनस्थ झाल्यावर थोड्या वेळाने मी विषय काढला, ''श्रीकृष्णा, अश्वत्थामा हा कौरवांचा पाचवा सेनापती झालाय, हे तुला कळले ना?''

''होय... याज्ञसेनी...''

''अजून तुला काय कळले आहे?''

“हेच की, त्याने पांडवांना संपवण्याची प्रतिज्ञा केली आहे...”

“मग त्याचे तुला काही वाटत नाही?”

“अजिबात नाही; भीती तर यत्किंचितही वाटत नाही. कारण कोणत्याही सेनापतीला शत्रुपक्षाविषयी असेच बोलावे लागते.”

“अश्वत्थामा हा साधा सेनापती नाही श्रीकृष्णा, तो विकृत कपटी नि दुष्ट सेनापती आहे. अजून माझ्या कानावर बऱ्याच गोष्टी आलेल्या आहेत...”

“सांग याज्ञसेनी—”

“अश्वत्थाम्याने एक घुबड पाहिलंय म्हणे— निद्रिस्त कावळ्याला क्रूरपणे ठार करणारे घुबड. .”

“मग?”

“हे दृश्य पाहून हा संदेश समजून एक भयंकर कृत्य करण्याचे अश्वत्थाम्यानेच ठरवलेय म्हणे.”

“कोणते कृत्य याज्ञसेनी?”

“तो घुबडाचा मार्ग अनुसरणार आहे. रात्री-बेरात्री शिबिरात घुसून पांडवांना ठार करण्याचा त्याने निर्णय घेतलाय.”

“वेडी आहेस याज्ञसेनी! पांडवांना मारणं, हे कावळे मारण्याइतकं सोपं वाटलं की काय तुला?”

“युद्धनीतीमध्ये सगळ्याच गोष्टी गांभीर्याने घ्यायच्या असतात श्रीकृष्णा.”

“एकदा ही समग्र युद्धनीती आम्हाला सांग तरी याज्ञसेनी...” माझी चूक माझ्या लक्षात आली. प्रत्यक्ष श्रीकृष्णाला राजनीती नि युद्धनीती काय समजावून सांगावी!

“तसं नाही श्रीकृष्णा, मी याज्ञसेनी असले म्हणून काय झाले; शेवटी एक स्त्रीमन आहेच ना?”

“सगळं ठीक होईल याज्ञसेनी, चिंता करू नकोस आणि चिंता करून प्रश्नही सुटत नसतात, हे लक्षात असू दे.” श्रीकृष्ण काहीसा गंभीर झाला होता.

“मी खूप शांत राहण्याचा प्रयत्न करते. पण नवनवीन काही तरी ऐकायला मिळते अन् मी पुन्हा कोलमडते.”

“अजून कुठली नवीन माहिती मिळाली तुला?”

“अश्वत्थाम्याने हे कृत्य करू नये, म्हणून कृपाचार्यांनी फार प्रयत्न केलाय; पण अश्वत्थामा ऐकायला तयार नाही.”

“कृपाचार्यांनी काय प्रयत्न केलेत याज्ञसेनी?”

"निद्राधीन, नि:शस्त्र वीरांना कपटनीतीने ठार करणे हे फार मोठे पातक आहे; ह्या मार्गाने जाण्यासाठी अश्वत्थाम्याला ते विरोध करत आहेत. पण त्यांचेही अश्वत्थामा ऐकत नाही."

"काय म्हणतो म्हणे अश्वत्थामा?"

"कृपाचार्यांवरच खेकसला म्हणे. बंद करा ही धर्मचर्चा, असे म्हणाला म्हणे. पांडवांनीच ह्या धर्मतत्त्वाची पायमल्ली केली आहे. सर्वांसमोर पिताश्री द्रोणाचार्यांनी हातचे शस्त्र खाली ठेवल्यावर धृष्टद्युम्नाने त्यांचा वध केला. भीष्मांहाती शस्त्र नसताना शिखंडीला ढाल करून पार्थाने भीष्मांना शरविव्हल केले. कर्णाच्या रथाचे चाक भूमीत अडकल्यावर पार्थाने त्याला ठार केले. एवढेच कशाला; भीमाने अधर्मानेच दुर्योधनावर प्रहार केला...मग अशा पापी पांडवांची आपण का बाजू घेताय, असा प्रश्न अश्वत्थाम्याने कृपाचार्यांसमोर मांडलाय म्हणे... मला तर काही सुचतच नाही श्रीकृष्णा, काय करावे?"

"याज्ञसेनी, बघू, काही तरी मार्ग काढू."

श्रीकृष्णाच्या चेहऱ्यावरही चिंता पसरली होती.

"आता कधी मार्ग काढणार आहेस श्रीकृष्णा? इथून पुढे प्रत्येक रात्र वैऱ्याची आहे. कृपाचार्यांवर संतापून तो पुन्हा म्हणाला म्हणे की, माझ्या पित्याचा वध पांडवांनी केलाय. पितृवधामुळे पांडवांविषयी माझ्या मनात सूडाग्नी खदखदत आहे, हे खरे आहे अन् मी सूड घेणारच आहे— असे काहीतरी अश्वत्यामा बडबडत असतो, म्हणून चिंता वाटते, श्रीकृष्णा. यातून काही तरी मार्ग काढावा, असे वाटते..."

"याज्ञसेनी, खरं म्हणजे, आता युद्ध संपल्यात जमा आहे. दुर्योधनाचा पराभव, म्हणजे युद्ध संपलेच ना?"

"पण दुर्योधन अजून जिवंत आहे ना? अन् तो जिवंत असेपर्यंत स्वस्थ बसणार नाही."

मी बोलत होते. कृष्णाच्या चेहऱ्यावर मधे-मधे चिंतेचे भाव दिसत होते. तरीही श्रीकृष्ण धीर देत होता. या विषयावर आम्ही बराच वेळ चर्चा केली. श्रीकृष्णाच्या आश्वस्त संवादाने माझ्यातली भीती दूर झाली, पण ती काही काळापुरतीच. श्रीकृष्ण शिबिरातून गेल्यावर मी बराच वेळ विचार करत होते. जसजसा विचार करू लागले तसतशी दबा धरून बसलेली भीती उफाळून येत होती.

ज्याची भीती अनेक दिवसांपासून वाटत होती, ती काळी रात्र एक दिवस

अवतरलीच. नियती जे ठरविते, त्यात काही बदल होत नसावा बहुतेक. रात्र भरात आली होती अन् मी तळमळत होते. त्याच चिंतेत होते. मी झोपलेलीही नव्हते नि जागीही नव्हते. अशी अधर्वट झोपेत असताना काही अस्पष्ट आर्त किंकाळ्या कानांवर पडत होत्या. मला वाटले, मला भास होतोय. नाही तरी अलीकडे रात्री नेहमीच अशी स्वप्नं मला पडत होती, त्यामुळे तसे वाटले. किंकाळ्या हळूहळू वाढू लागल्या. बहुधा पहाट झाली असावी. मी अर्धवट झोपेतच...एवढ्यात महालात नकुल धावतच आला. ओरडतच आला— "ऊठ याज्ञसेनी!" ऊठ! घात झाला. ऊठ याज्ञसेनी. माझी अर्धवट झोप उडाली.

"काय झाले नकुल? एवढ्या रात्री..."

"याज्ञसेनी, घात झाला. कोणत्या तोंडाने तुला सांगू? आपल्या पाचही पांडवपुत्रांना क्रूरकर्मा अश्वत्थाम्याने अक्षरश: कापून काढले आहे. याज्ञसेनी... रक्ताच्या थारोळ्यात पडले आहेत पांडवपुत्रांचे पार्थिव..."

"कायऽऽ?" मी हंबरडा फोडला. मला भोवळ येऊ लागली. पाय लटपटू लागले. मी कोसळणारच होते, एवढ्यात नकुलाने मला सावरले. म्हणाला, "याज्ञसेनी, सांभाळ स्वत:ला. अशी कोलमडून पडू नकोस. चल माझ्यासोबत." नकुलाने मला हाताशी धरले.

शिबिरात मी पाय ठेवला, जिथे माझ्या पाचही पुत्रांची पार्थिवं पडलेली होती. मला आठवला— इंद्रप्रस्थनगरीतील पुष्पवाटिकेतील प्रसंग...घार आकाशात उडत होती अन् पाठीमागे तिची पाच पिल्लं उडत होती. पार्थाने प्रत्यंचा ताणली. पार्थाचे बाण एकेका पिल्लाचा बळी घेऊ लागले. पार्थाने पाचही पिल्लांची शिकार केलेली होती अन् आज माझी पाचही मुलं अश्वत्थाम्याने क्रूरपणे मारून टाकली होती. आभाळ कोसळले होते! मी अंधाराचा कानोसा घेत होते. मी इकडे -तिकडे पाहत होते. अंधार अधिकच दाटून आला होता. रात्रच भेदरून गेली होती. मी रक्त आणि मांसात हात घालून शोध घेत होते.

"कुठे आहे माझा प्रतिविंध्य? कुठे आहे माझा सुतसोम? कुठे आहे माझा शतानिक? कुठे आहे माझा श्रुतकर्मा? कुठे आहे माझा श्रुतसेन? काय झालं रे माझ्या बाळांनो...मला का बोलत नाही तुम्ही? अरे, मी तुमची आई आहे... ओळखलं नाही? मी तुमची आई...अभागी याज्ञसेनी! काय झाले रे तुम्हाला? अरे बोलवा युधिष्ठिराला...बोलवा भीमाला, बोलवा पार्थाला, बोलवा सहदेवाला... अरे नकुल, तू तरी जवळ ये, म्हणजे हे बोलतील. अरे, अश्वत्थाम्याने खरेच माझ्या बाळांना मारले की काय? का मी भ्रमिष्ट झाले आहे? अरे, कुणी तरी

निरोप द्या श्रीकृष्णाला...बोलावून घ्या. आता काय होईल...? ही माझी बाळं उठतील ना नकुला? अरे, तू बोलत का नाहीस? तू हाक मार या मुलांना! म्हण 'प्रतिविंध्य', म्हण 'सुतसोम', म्हण 'शतानिक', म्हण 'श्रुतकर्म', म्हण 'श्रुतसेन...' अरे, धृष्टद्युम्नदादाला तरी बोलव नकुल. . .

"अरे दादाऽऽ" मी हंबरडा फोडला.

"याज्ञसेनी, काहीही उपयोग नाही. त्या दुष्ट अश्वत्थाम्याने धृष्टद्युम्नाला आणि शिखंडीलाही ठार केले आहे."

"आई ऽऽऽ गं! धृष्टद्युम्नदादा गेला अन् त्या राक्षसानं शिखंडीलाही मारले? ठीक आहे. मग बोलव अश्वत्थाम्याला. म्हणावं, ते धारदार शस्त्र माझ्यावरही चालव. जा, बोलवा त्याला... ये अश्वत्थामा, ये...ते खड्ग घेऊन ये— ज्याने तू इतक्या निष्पाप लेकरांचा शिरच्छेद केलास...ते धारदार शस्त्र चालव माझ्यावर. माझाही शिरच्छेद कर... ये अश्वत्थामा, ये. खरा पराक्रमी असशील, तर जरूर ये. मी आता स्वस्थ बसणार नाही. कुठे आहे युधिष्ठिर? कुठे आहे भीम? कुठे आहे पार्थ? माझा आवाज त्यांच्यापर्यंत कसा पोहोचत नाही? अरे भीमा, तुलाही माझा आवाज ऐकायला येत नाही का? तुझी गदा आज एवढी शांत कशी काय? ही गदा अश्वत्थाम्याचे मस्तक का फोडत नाही? पार्था, तू एवढा पराक्रमी ना— मग आज तू कुठे आहेस? अश्वत्थाम्याचे हे कारस्थान तुला कसे स्वस्थ बसू देते? बोल ना..."

माझ्या आक्रोशाने सारे शिबिर हादरले होते अन् नकुल मला सावरण्याचा प्रयत्न करीत होता. मी पाचही पुत्रांच्या पार्थिवाजवळ जाऊन पाहू लागले. ती मेली आहेत, असे मला वाटेना मला वाटलं, महाभारत युद्धात लढताना जखमी होऊन अशी रक्तबंबाळ झाली आहेत! पण ती चेतनाहीन कलेवरं जिवंत थोडीच होती? मला वाटलं, कृष्णाला निरोप द्यावा. तो योगी आहे ना? तो ह्या मुलांना जिवंत करणार का? माझ्यातली आई अधिकच भाबडी झाली. आता माझे पाचही पुत्र जिवंत होणार नाहीत, याची खात्री झाल्यावर मी पहिल्यांदा युधिष्ठिरपुत्र प्रतिविंध्य याच्या कलेवराजवळ गेले. त्याचे मस्तक मांडीवर घेतले. किती तरुण झालाय हा! वाटते, हा दुसरा युधिष्ठिरच आहे. ह्याच्याही चेहऱ्यावर विश्वव्यापी गांभीर्य दिसते— युधिष्ठिरासारखं. मी पुटपुटत होते..."एवढ्या कमी वयात तुला किती जाण होती रे प्रतिविंध्य? कुठले प्रेम मी तुला दिले रे बाळा? मी कसली आई आहे रे बाळा? केवढं मोठं हे सूडचक्र चालले आहे? ह्या सूडचक्राचे तुम्ही बळी ठरलात...प्रतिविंध्य! तुझा जेव्हा जन्म झाला, तेव्हा सगळ्यांनाच केवढा आनंद झाला होता! पांडवांचं तू पहिलं अपत्य. कुंतीमातेला तर

तुझ्या जन्मानंतर स्वर्ग दोन बोटे उरला होता. त्यांनी तुझे किती लाड केले... केवढं कोडकौतुक! पण मी मात्र फार अभागी...फार दुर्दैवी. मी फक्त तुला जन्म दिला रे बाळा... काय करू; कळत नाही! हा सुतसोम कुठे आहे? भीमपुत्र सुतसोम कुठे आहे? अरेरे! तुझ्या कलेवराचीही अशी विटंबना केली का त्या चांडाळानी? अश्वत्थाम्या...अश्वत्थाम्या...काय केलंस तू हे? अरे नराधमा, कुठे फेडशील हे पाप? भीमपुत्राचा वध करताना तो तुला भीमच वाटला की काय? भीमपुत्र सुतसोमाचा प्राण घेताना तुला भीमाची भीती वाटली नाही? अरेरे...सुतसोम! तूही महायुद्धात भीमासारखेच पराक्रम केलेस ना? तुझा आहारही भीमासारखाच. तुला खूप खायला लागायचे. तुला वाढताना मला हसू यायचे. मी म्हणायची, शेवटी बापाच्याच वळणावर गेला! सुतसोमऽ एकदा ऊठ ना बाळा...फक्त एकदाच ऊठ अन् मला जेवायला माग. तुझा स्वभावही भीमासारखाच ना? माझ्या वात्सल्याचा हा दारुण पराभव आहे. बाळा, तुमच्यासाठी खूप करायचे होते रे...खूप करायचे होते! ह्या सूडचक्रात मीही एवढी भरकटून गेले की, मलाही तुमच्यासाठी काही करता आले नाही. माझ्यातील आई सदैव दुर्दैवीच ठरली. तुला असे रक्ताच्या थारोळ्यात पाहून अश्वत्थाम्याचे हृदय किंचितही द्रवले नाही की काय? अरे गुरुपुत्रा अश्वत्थाम्या! चांडाळा! तुला कधीच सद्‌गती मिळणार नाही...''

''श्रुतकर्मा, कुठे आहेस तू? थांब हं बाळा... आलेच...! तुला ओळखायला मला वेळ लागणार नाही. तुझा चेहरा जसा पार्थासारखा आहे, तसा अभिमन्यूसारखाही आहे. पार्थाच्या चेहऱ्यावरील विश्व जिंकण्याचे तेज तुझ्याही चेहऱ्यावर उतरले आहे. वाटले होते, ह्या महायुद्धानंतर तुम्हाला चांगले दिवस येतील...सुखाचे चार घास तुम्हाला खाऊ घालता येतील...पण नाही जमले. ही नियती माझ्या पाठीमागे एवढी का लागली; कळत नाही? मला क्षमा कर श्रुतकर्मा... अरे, तुझा पराक्रमही पार्थाच्याच जातकुळीतला होता. तू असो की अभिमन्यू; तुम्ही दोघेही पार्थाचे नाव काढणार होतात. पण तुम्ही तर पार्थाच्या आधीच प्रस्थान ठेवलंय! श्रुतकर्मा, अरे एवढ्या लवकर कंटाळा आला आईचा? का सोडून गेलात मला तुम्ही?... मातेची कुठली कर्तव्यं मी पार पाडलीत? किती खोड्या करायचास तू? पण कुंतीमातेचा तू फार लाडका होतास. पराक्रमाच्या बाबतीत तर तू दुसरा पार्थच होतास. पार्थपुत्रा, जमल्यास मला क्षमा कर. आई म्हणून खूप गोष्टी करायच्या होत्या; पण राजनीतीच्या ह्या सारीपाटावर नियतीनं मला चांगलंच खेळवलं.

''अरे नकुला, माझे किती सांत्वन करणार आहेस? तुझा शतानिक तुला

दिसत नाही का? नकुला, आण त्याला. त्याचं शिर माझ्या मांडीवर ठेव. आईऽऽगं! दुष्ट, नीच अश्वत्थामा नावाच्या राक्षसाने शतानिकाचे शिर धडापासून वेगळे केले आहे. बघ नकुला, त्याचे शिर एकदा त्याच्या धडाला जोडून दाखव पाहू. एकदा मला शतानिकाला डोळे भरून पाहू दे. अरे नकुला, तू रडतोस काय? तुझ्यासारख्या पराक्रमी वीराला असे रडणे शोभत नाही. हं– चल, त्याचे शिर अन् धड एकत्र कर पाहू. हं.. चल, डोळे पुसून घे. मी पण आता रडणार नाही. हं, बरोबर जोडलेस बघ नकुला! आणि हे बघ बघ नकुल, हे शतानिकाचं पार्थिव आता जोडलंस ना तसा त्याच्यात जीव घालता येतो का बघ. बघ रे किंवा श्रीकृष्णाला तरी बोलावून घे. तो ह्या पाचही पांडवपुत्रांना जिवंत करेल! बघ, शतानिक उठेल...माता म्हणून मला अभिवादन करेल. माझ्या गळ्यात पडेल अन् पिताश्री म्हणून तुझ्याकडेही धावत येईल. असे होणार का रे नकुला? तू बोलत का नाहीस? शोक आवर रे नकुला. तुला अशा अवस्थेत पाहून शतानिकाला काय वाटेल...?''

''अरे, हा श्रुतसेन वाटतं! नक्कीच श्रुतसेन! सहदेवपुत्र श्रुतसेन...मी कशी त्याला ओळखणार नाही? मी आई आहे ना त्याची! अरेरे! त्या पापी अश्वत्थाम्याने श्रुतसेनाचाही शिरच्छेद केलाय...गुरुपुत्र एवढा क्रूर असू शकतो? श्रुतसेना, तू सगळ्यात धाकटा. अर्थात, सगळ्यात लाडका तूच. कुंतीमातेचे शतानिक अन् श्रुतसेन यांच्यावर विशेष प्रेम. माद्रीमातेच्या वचनात त्या गुंतल्या होत्या ना, म्हणून. श्रुतसेन, तसा तू सगळ्यांचाच लाडका. पण खर सांगू? श्रुतसेन, माझेही तुझ्यावर खूपच प्रेम. मग किमान तू तरी मला सोडून जायला नको होतेस. पाच मुलांची आई असून मी निपुत्रिकच का? माझे प्रेम तुला वाचवू शकले नाही का रे? का माझं तुमच्यावर प्रेम नव्हतंच? माझी सगळी आकलनक्षमता, प्रेमशक्ती ह्या राजनीतीच्या सारीपाटावरच अधिक खिळून राहिली होती का?''

''खरंच बाळांनो, मी फक्त तुम्हाला जन्मच दिला. सृष्टीतील प्राणिमात्रही तेच करतात. तुमच्यासाठी मला काहीच करता आले नाही. आता मी कुणाची माता म्हणून जिवंत राहावं? कुणी विचारलं— तुमच्या पुत्रांचा योगक्षेम सांगा, तर मी काय उत्तर द्यावं? बाळांनो, शेवटी मला निपुत्रिकच ठरवलंत ना? पाच पुत्रांना जन्म देऊन मी शेवटी वांझच राहिले ना? आता माता म्हणून मला कोण हाक मारणार आहे? अरेरे अश्वत्थाम्या, तुला गुरुपुत्र कसे म्हणावे? ह्या बाळांनी तुझे काय वाईट केले रे? तू एवढा पराक्रमी, तर पांडवांशी लढायला पाहिजे होतंस. तू भीमाशी युद्ध करायला हवं होतंस. तू पार्थाशी युद्ध करायला हवं

होतंस...रणांगणावर सूर्याच्या साक्षीने तू लढायला हवं होतंस. त्यात मग कुणालाही वीरगती प्राप्त होवो. मग पराक्रमी पुरुषा, तुला रात्रीचा आधार का घ्यावा वाटला? अंधाराचा आधार का घ्यावा वाटला? की पांडव समजून तू पांडवपुत्रांना मारलेस; कळत नाही. कुठे जावे? धरणी दुभंगत का नाही? आभाळ का फाटत नाही? मला काहीही सुचत नाही रे बाळांनो! माझ्यासोबत कुणी तरी बोला रे बाळांनो! कुणी तरी पाचांपैकी एक जण कुणी तरी मला 'माते' अशी हाक मारणार आहे का? 'माते' हा शब्द ऐकायला माझे कान आसुसले आहेत. बोला कुणी तरी बोला. श्रुत...सेन, अरे तू किती 'माते, माते' करत होतास! किती बडबड करीत होतास! आता एकदा 'माते' म्हण. . . बोला, कुणी तरी बोला रे बाळांनो! एकदा माते हा शब्द मी ऐकला की, मग मी शांत होईन...''

मी अशी बरळू लागले. मला भोवळ आली. पांडवपुत्रांच्या कलेवरांपासून नकुलाने मला उठवले. म्हणाला, ''याज्ञसेनी, उठ! आता शोक आवर. रुदन थांबव. धीर धर. धृष्टद्युम्न आणि शिखंडी यांचेही तुला अंत्यदर्शन घ्यायचे आहे ना?.... मग चल.''

''कुठे आहे पार्थिव धृष्टद्युम्नदादाचे अन् शिखंडीचे? किती लोकांचा वध केला रे त्या दुष्टांनी..आई गं...सगळ्या शिबिरात रक्ताचा सडा पडलेला आहे. नरमेध यज्ञच पेटवलाय अश्वत्थाम्यांनं! किती आहुती पडल्यात, कुणास ठाऊक!''

''याज्ञसेनी, हे क्रूर कृत्य करून अश्वत्थामा पळून गेला.''

''कुठे पळून जाणार आहे? त्रैलोक्यात कुठेही लपला, तरी माझा भीम त्याला सोडणार नाही. पण त्याचा वध करून त्याची सुटका करता येणार नाही...काय? अश्वत्थाम्याला आता काय शिक्षा द्यावी, हेच कळत नाही.'' आम्ही धृष्टद्युम्नदादाच्या पार्थिवाजवळ आलो. त्याचे निपचित पडलेले कलेवर पाहून माझ्या अंत:करणात कालवाकालव होऊ लागली.

''नकुल, केवढं पातक केलंय हे अश्वत्थाम्यानं?''

''हे महाभयंकर पातक होतं, हे काय त्याला कळत नव्हतं याज्ञसेनी?''

''मग का केलं त्यानं असं?''

''तो कृपाचार्यांना म्हणाला म्हणे— माझ्या पित्याचा वध ज्यांच्या हातून झाला, त्या पांचालांना मी आज रात्री ते निद्राधीन असताना यमसदनी पाठवणार. हे पातक आहे, याची मला जाणीव आहे. एवढंच काय मी, पांडवांचांही निर्वंश करणार आहे. हे तर महाभयंकर पातक आहे. ह्या पातकाने मला पक्षी किंवा किडा अशा क्षुद्र योनीत जन्म घ्यावा लागेल, ह्याचीही मला जाणीव आहे. तरीही हे

करण्याचा मी दृढ संकल्प केला आहे. प्रत्यक्ष परमेश्वर आला, तरी आता मी निर्णय बदलणार नाही...असे बोलत होता म्हणे अश्वत्थामा. म्हणजे हे पातक आहे, हे त्याला कळले होते याज्ञसेनी! तो फक्त रात्र होण्याची वाट पाहत होता. मध्यरात्री अश्वत्थाम्याने आपल्या रथाला घोडे जोडले म्हणे. दुर्दैवाने कृपाचार्य अन् कृतकर्मा हे दोघेही अगतिक होऊन अश्वत्थाम्याच्या क्रूर कृत्यात सहभागी झाले होते.''

''पण नकुल...अश्वत्थाम्याचे ठीक आहे; पण हे वयोवृद्ध असे कृत्य करण्यास का प्रवृत्त झाले असतील?''

''हा ह्या मातीला शापच आहे याज्ञसेनी. वस्त्रहरण प्रसंगीसुद्धा रथी-महारथी खाली मान घालून बसले होतेच ना?''

''पुढे काय काय केले अश्वत्थाम्याने?''

''हे पराकोटीचे क्रौर्य करण्यास तो उद्युक्त झाला. याज्ञसेनी, आपले शिबिर विजयोन्मादात शांतचित्त, सुखाने झोपले होते. शिबिरात तसे अनेक लोक होते. पांडवांचा सेनापती धृष्टद्युम्न होता, शिखंडी होता, प्रभद्रक होता...राजा विराटाचे सैन्य होते. पांडवांचे सैन्य होते. दास-दासी होत्या. सुवासिनी स्त्रिया होत्या. महाराज द्रुपदांचे काही स्नेही अन् पांचालकुलातील काही आप्त होते. आपली पाचही मुलं इथेच निद्राधीन झालेली होती.''

''धृष्टद्युम्नदादा कुठे होता?''

''इथेच एका शृंगार केलेल्या पलंगावर धृष्टद्युम्न निवांत झोपलेला होता. अश्वत्थाम्याने त्याला लाथ मारून उठवले. जाग येताच धृष्टद्युम्नाने अश्वत्थाम्याला ओळखले. काही कळायच्या आत अश्वत्थाम्याने त्याचे केस धरून खाली पाडले आणि आपल्या पायाखाली त्याने धृष्टद्युम्नाचा गळा व छाती तुडवली.''

''आई गं ऽऽऽ हा तर विश्वासघात झाला नकुला!''

''होय. तसे धृष्टद्युम्न म्हणालादेखील म्हणे. त्याने अश्वत्थाम्याला शस्त्रप्रहाराने ठार करण्यास सांगितले. पण अरे कुलकलंका, गुरुहत्त्या करणाऱ्याला शस्त्राने मारायचे नसते, असे म्हणत सूडाने वेडा झालेल्या अश्वत्थाम्याने आपल्या गुडघ्यांनी धृष्टद्युम्नाचे मर्मस्थान दाबून निर्दयपणे ठार केले.''

''कायऽऽऽ? आणि तरीही शिबिरातील सर्वजण निद्राधीनच होते का?''

''तोपर्यंत होते. पण मृत्यूसमयीची धृष्टद्युम्नाची आर्त किंकाळी सगळ्या शिबिरात घुमली अन् सगळे शिबिर जागे झाले. शिबिरातील स्त्री-पुरुष अश्वत्थाम्याला भूत समजून आरडाओरडा करू लागले. मग तर अश्वत्थाम्याच्या अंगात सैतानच संचारला.''

“नकुला, शिबिरातील क्षत्रियांनी मग काहीच विरोध केला नाही का?”

“केला ना! सर्व क्षत्रिय अश्वत्थाम्यावर चालून गेले; पण अश्वत्थाम्याने रुद्रास्त्र सोडून सर्व क्षत्रियांना ठार केले. पांडवपक्षाचा पहिला संघटित हल्ला त्याने एकट्यानेच उद्ध्वस्त केल्यावर अश्वत्थाम्याच्या अंगात प्रलयशक्तीचाच संचार झाला. मग त्याने एकेका रथी-महारथीला जमिनीवर पाडून किड्या-मुंग्यांना जसे मारावे तसे तो मारू लागला. ठार करू लागला. जो-जो समोर आला, त्याला तो धारदार तलवारीने सपासप कापून काढत होता. त्याचे अंगही रक्ताने माखून गेले होते. अशा अवस्थेत अश्वत्थामा यमदूतासारखा दिसत होता. यानंतर मग त्याची गाठ पांडव-पुत्रांशी पडली. पांडव पुत्रांसोबत शिखंडी लढत होता. शिखंडी आणि पांडवपुत्रांनी बाणांची वृष्टी केली, परंतु अश्वत्थामा अधिकच भडकून उठला. आचार्य द्रोण नि महाराज द्रुपदांचे हाडवैर त्याला आठवले असावे. याज्ञसेनीचीच मुलं वैरी समजून अश्वत्थाम्याने त्यांच्यावर त्वेषाने हल्ला केला. त्याने पांडवपुत्रांना ठार केले. एवढेच काय, जो-जो दिसेल त्याला तो ठार करू लागला...अन् याज्ञसेनी, बघता-बघता अश्वत्थाम्याने ह्या शिबिराचे स्मशान करून टाकले! अश्वत्थाम्याने एवढा धुमाकूळ घातला की, छावणीतील हत्ती अन् घोडे आपले साखळदंड तोडून सैरवैरा धावू लागले. आता अश्वत्थाम्याच्या क्रौर्याला सीमा उरली नाही. अनेक वीरांना प्रथम अश्वत्थाम्याने नि:शस्त्र केले, मग त्यांना उघडे करून त्यांचा बळी घेतला. अनेक वीर भ्रमिष्टासारखे करू लागले. राक्षस झाला होता अश्वत्थामा! अनेक निष्पाप लोक हत्ती-घोड्यांच्या पायांखाली चिरडून ठार होऊ लागले. याज्ञसेनी, ह्या भयाण रात्रीचे वर्णन करायला माझ्याकडे आता शब्द नाहीत.”

“नकुला, हा नरसंहार का घडला; माहीत आहे?”

“बरोबर आहे याज्ञसेनी...”

“आणि तुमच्याबरोबर इथे श्रीकृष्णही नव्हता अन् सात्यकीही नव्हता. मग काय, अश्वत्थाम्याला रान मोकळे होते!”

“शेवटी-शेवटी कृतवर्मा, कृपाचार्य यांनीही त्यांना साजेसे काम केले नाही.”

“ते कसे काय?”

“हा सगळा नरसंहार करून कृतवर्मा आणि कृपाचार्यांना अश्वत्थामा भेटला. छावणीच्या बाहेर येताना तो अशा थाटात येत होता की, अवघे विश्व जिंकून तो येत आहे! त्याने प्रथम कृतवर्मा आणि कृपाचार्य यांची गळाभेट घेतली. हर्षोल्हासाने त्याने आपला पराक्रम त्यांना सांगितला, मग त्यांनीही हजारो लोकांना

ठार केल्याचे सांगितले. मग काय, त्यांनी परस्परांना मिठ्या मारल्या अन् आनंदाने नाचू लागले. ओरडू लागले, टाळ्या वाजवू लागले.''

नकुल सर्व वृत्तांत सांगत होता नि मी सर्व सुन्न होऊन ऐकत होते. मला सगळेच कळले होते. झाले एकदाचे— दुर्योधनाचे समाधान झाले! किती क्रूर झालीत ही माणसं? एवढा पराक्रम झाल्यावर अश्वत्थामा म्हणे कृतवर्मा अन् कृपाचार्य यांना घेऊन दुर्योधनाला भेटायला गेला. उत्तररात्री हा दुर्योधन मरणासन्न अवस्थेत पडला होता. त्याच्या नाकातोंडातून रक्त वाहत होते. शेवटचे आचके देत तो मरणासन्न अवस्थेत ह्याच वार्तेची वाट पाहत असावा. त्याची ती अवस्था पाहून अश्वत्थाम्याला म्हणे फारच गहिवरून आले. त्या दुष्टाच्या काळजात गहिवरही होता, याचेच मला आश्चर्य वाटत होते! तो दुष्ट रडलाही म्हणे दुर्योधनाच्या छातीवर डोके ठेवून. अन् पराक्रम सांगताना म्हणाला म्हणे, ''दुर्योधना, जाता-जाता मी एक तुला मित्रभेट दिली आहे. मत्स्य, सोमक अन् पांचाल देशातील ह्या युद्धातून उरलेले सर्व वीर मी मारून टाकले आहेत. शिवाय याज्ञसेनीच्या पाचही पुत्रांना मी यमसदनी पाठवले आहे.'' हे ऐकताच त्या दुष्ट दुर्योधनाला कमालीचा आनंद झाला म्हणे. डोळे किलकिले करत तो अश्वत्थाम्याला शाबासकी देत देत म्हणाला म्हणे, ''अश्वत्थामा, जे भीष्म करू शकले नाहीत, जे कर्णाला करता आले नाही; ते काम तू करून दाखवले आहेस. अश्वत्थाम्या, तू धन्य आहेस. तुझे कल्याण होवो. अंतसमयी तू मला किती आनंदित केले आहेस, म्हणून सांगू? बरे केलेस? याज्ञसेनी शेवटी आता निपुत्रिकच ना? व्वा! बरे झाले. धृष्टद्युम्नाला ठार केले, शिखंडीला ठार केलं... माझा हा केवढा मोठा सन्मान आहे! अश्वत्थामा, तू तर मला प्रत्यक्ष इंद्राच्याच बरोबरीला नेऊन बसवलेस. तुझे कल्याण होवो. आता येतो मी. स्वर्गलोकी पुन्हा आपली गाठ पडेल.'' असे म्हणत दुर्योधन एकदाचा मेला. पण त्याचा हा अश्वत्थामा नावाचा कुत्रा मात्र अजूनही जिवंत होता!

माझ्या जगण्याचे प्रयोजन काय, हेच मला कळत नव्हते. आता कुणासाठी जगावं, हेच कळत नव्हते. धृष्टद्युम्नदादा अन् शिखंडीचे कलेवर पाहून माझ्या पोटात खड्डा पडत होता; तर माझ्या पाचही पुत्रांची कलेवरं पाहून मी भ्रमिष्टासारखी होत होते. अश्वत्थाम्याने धृष्टद्युम्नदादाला किती हाल करून मारले? मला आठवला माझा विवाहप्रसंग. किती प्रेमाने माझा हात हाती घेऊन दादा विवाह मंडपात आला होता. पुढे किती विश्वासाने त्याने माझे हात पराक्रमी पांडवांच्या हातात दिले होते. पिताश्री द्रुपद अन् दादाला केवढा आनंद झाला; जेव्हा त्यांना

कळले की, हे पाच पांडव आहेत...पण हे पराक्रमी पाच पांडव अंत्यसमयी धृष्टद्युम्नदादाला वाचवू शकले नाहीत. शिखंडीलाही वाचवू शकले नाहीत. मी परत माझ्या पुत्रांच्या कलेवराजवळ आले. त्यांच्याजवळ बसून एकेकाच्या चेहऱ्यावरून हात फिरवू लागले. जे पांडव आपल्या पुत्रांना वाचवू शकले नाहीत, ते इतरांना काय वाचवणार? मी माझ्या एकेका पुत्राचा चेहरा न्याहळू लागले. भूमी हादरल्याचा भास मला होऊ लागला. मला काय होत होते, कळत नव्हते. पण मी मोठ्याने ओरडले, ''भीमाऽऽ'' भीम माझ्या शेजारीच येऊन उभा होता, याचे मला भानही नव्हते. भीमाने माझ्या खांद्यावर हात ठेवला. म्हणाला, ''याज्ञसेनी बोल...''

''माझ्या पुत्रांचं आता काय करायचं?''

''याज्ञसेनी, आता सावरलं पाहिजे...''

''आता कशासाठी जगायचे? अश्वत्थामा कुठे आहे?''

''तो पळून गेला अरण्यात...भ्याड आहे!''

''अश्वत्थाम्याला तुम्ही आता कोणती शिक्षा देणार आहात?''

''सांग याज्ञसेनी, त्याला कोणती शिक्षा द्यायची?''

''त्याचा प्राण घेऊन त्याला मुक्ती देऊ नकोस भीमा. त्याला अशी वेदना दे की, यापुढं जन्मोजन्मी तो असे कृत्य करायला धजू नये...''

''बोल याज्ञसेनी, कोणती शिक्षा द्यावी?''

''तोच तर विचार करतेय भीमा. त्याचा प्राण घेऊन त्याची सुटका करायची नाही, तर असंख्य वेदना घेऊन रखडत-रखडत तो जगला पाहिजे. मृत्यू त्याला मागूनही मिळता कामा नये. तो जगला पाहिजे, पण दररोज मरणयातना भोगत जगला पाहिजे. एका अर्थाने, तो दररोज मेला पाहिजे. बोल, यासाठी काय करता येईल?''

''त्याची भेट तर होऊ दे याज्ञसेनी— त्याच्या नरडीचा घोट घेतल्याशिवाय राहणार नाही. तो दिसण्याची मी वाट पाहतोय!''

''असे करू नको भीमा... मी सांगते ना तुला— त्याचा प्राण घेऊन त्याला मुक्ती देऊ नकोस.''

''मग काय करू याज्ञसेनी?''

''एक कर माझ्यासाठी— मला अश्वत्थाम्याचा मस्तकमणी हवाय; देशील? फोडशील का मस्तक अश्वत्थाम्याचे?''

''जरूर याज्ञसेनी! तुला अश्वत्थाम्याचा मस्तकमणी आणून देईन, त्याचे मस्तक फोडून.''

“मग अश्वत्थाम्याला कधीही न भरणारी जखम होईल. भीमा, आणखी एक विनंती मला श्रीकृष्णाकडे करावी लागेल—”

“कुठली...?”

“अश्वत्थाम्या फार पराक्रमी आहे, पण त्याची बुद्धी विकृत आहे. द्रोणाचार्यांकडून त्याला ब्रह्मास्त्र मिळाले आहे. शेवटी तुमच्या विरोधात तो ब्रह्मास्त्र वापरणार आहे.”

“याज्ञसेनी...पार्थाजवळही ब्रह्मास्त्र आहेच ना?”

“म्हणून तर भीती वाटते भीमा!”

“कशी काय?”

“ह्या दोघांच्या अस्त्रातून अग्निप्रलयच होईल ना? आसमंताचाच विध्वंस व्हायचा! यासाठी काय करता येईल? असे संकट समोर उभे राहिले की, श्रीकृष्णाची आठवण येते.”

“याज्ञसेनी, युधिष्ठिर आणि श्रीकृष्णाचा योग्य तो सल्ला घेऊनच आम्ही निर्णय घेऊ...”

भीमाने माझा निरोप घेतला. पांडवांसोबत श्रीकृष्ण राहणारच होता, याची मला खात्री होती. मी भीमाचाच विचार करू लागले. भीमासारखा पराक्रमी वीर आता शांत बसणार नाही, याची मला जाणीव होती. मी भीमावरच एवढी का चिडते; कळत नाही. माझी पाचही मुलं अश्वत्थाम्याने कापून काढली आहेत. धृष्टद्युम्नदादा अन् शिखंडीलाही त्याने क्रूरपणे मारले आहे, हे जेव्हा मला नकुलकडून कळाले; तेव्हा मला निराधार वाटत होते. छावणीत येऊन हा नरमेध यज्ञ बघितला अन् मी केवढा आकांत केला...पांडवांचा मी उपहास केला. पांडव आल्यावर मला सावरण्याचा प्रयत्न फक्त भीमच करीत होता.

मी म्हणाले, “पांडवांमध्ये एकही एवढा पराक्रमी वीर नाही की, जो अश्वत्थाम्याला मारू शकेल? लक्षात ठेवा पराक्रमी वीरांनो, मी तुमची पत्नी आहे— याज्ञसेनी! मला अश्वत्थामा पाहिजे, जिवंत वा मृत. आता माझेच हात शिवशिवू लागले आहेत. वाटते, मीच अश्वत्थाम्याचा गळा दाबून त्याला मी संपवणार आहे! मला प्राण हवे आहेत अश्वत्थाम्याचे...कृतवर्म्यांचे अन् कृपाचार्यांचेही. द्याल ना? नाही तर मी इथे अशीच बसून राहीन. अन्न-पाण्याविना आणि इथेच माझे प्राण सोडेन...”

माझा आक्रोश पाहून भीम तळमळत होता. माझा प्रत्येक शब्द खरा करून दाखवणारा भीम मग या वेळी तरी कसा शांत बसेल? भीम निघाला

तातडीने... अश्वत्थाम्याच्या शोधात... आता मी वाट पाहत होते– काय वार्ता ऐकायला येणार याची. तशी मी आता धास्तावलेली नाही आणि भीती वाटण्यासारखे, धास्तावण्यासारखे आता काय राहिले आहे? अश्वत्थाम्याने जेवढे करता येईल तेवढे वाईट केले होते. अश्वत्थामा होता कौरवपक्षात; पण गुरुपुत्र म्हणून त्याच्याविषयी मनात आदर होता. प्रत्यक्ष पितामह भीष्माचार्यांनी युद्धापूर्वी अश्वत्थाम्याची प्रशंसा केली होती. पराक्रमी योद्धा, बलिष्ठ योद्धा, अस्त्रधारी योद्धा म्हणून भीष्माचार्यांनी अश्वत्थाम्याचे कोण कौतुक केले होते! युद्धाच्या अठरा दिवसांत किती तरी रोमांचकारी घटना घडत होत्या. एकदा कर्णाने आपला अहं सिद्ध केला, तेव्हा अश्वत्थाम्याने त्याची जागा त्याला दाखवून दिली होती. अहंकारी कर्णाने एकदा कृपाचार्यांची जीभ छाटून टाकणार, अशी दर्पोक्ती केली, त्या वेळी गुरुपुत्र किती संतापला होता! अश्वत्थाम्याचा राग अनावर झाला आणि संतापाच्या भरात अश्वत्थाम्याने कर्णाचे शिर धडावेगळे करण्याची घोषणा केली अन् तो कर्णाच्या अंगावर चालून गेला. इतरांनी मध्यस्थी करून तेव्हा अश्वत्थाम्याला शांत बसवले. अश्वत्थामा शांत बसला म्हणून ठीक, अन्यथा त्या दिवशी कर्ण जिवंत राहिलाच नसता. हे जेव्हा मला समजले, तेव्हा अश्वत्थाम्याविषयी गुरुपुत्र म्हणून आदरच वाटत होता. पण एवढा मोठा योद्धा कौरवपक्षाकडे असूनही त्याने कौरवपक्षाला विजय मिळवून दिला नाही. ...पण आपला पराक्रम त्याने कुठे उपयोगात आणला? तर, माझे कोवळे पाच पुत्र मारून अश्वत्थाम्याने आपला पराक्रम सिद्ध केला! माझ्या पुत्रांना मारताना अश्वत्थाम्याला माझ्या वात्सल्याची कल्पना आली नसेल? नसेल कदाचित. माझे वात्सल्य त्याला आठवले असते, तर त्याने निश्चितच खड्‌ग म्यान केले असते. मी अश्वत्थाम्याचा विचार करत बसले होते. पुत्रांच्या आठवणीने मी अधिकच व्याकूळ होत होते. अंत:करणात ही व्याकूळता होती, तर डोळ्यांत भीमाची प्रतीक्षा होती. मी डोळे मिटून घेतले.

एवढ्यात माझ्या डोळ्यांवर कुणी तरी प्रेमाने हात ठेवले होते. मी वर बघितले. माता कुंती होती. तिचे डोळे डबडबले होते. मी कुंतीमातेला बघितले अन् खूप वेळापासून दाटून धरलेला हुंदका बाहेर पडला. मी कुंतीमातेच्या गळ्यात पडून रडत होते हमसाहमशी अन् कुंतीमाताही रडत होती. थरथरत होती. कोणी कुणाचे सांत्वन करावे, कळत नव्हते. भीम येईपर्यंत कुंतीमाता माझ्यासोबत राहू लागली. आम्ही भीमाची वाट पाहू लागलो अन् शेवटी भीम आला...पराक्रमी भीम...हातात अश्वत्थाम्याचा मस्तकमणी घेऊन. मी एकदा

मस्तकमण्याकडे बघितले अन् एकदा भीमाकडे. माझ्या लोचनांची मी निरंजने केली. भीमाला ओवाळले...मनोमन...पांडवांसोबत श्रीकृष्णही होता— पांडवांचा सखा. मस्तकमणी पाहून मी सुखावले क्षणभर. कसला आनंद मिळतोय मला, कळत नाही. हा आसुरी आनंद तर नसेल? असेलही! नव्हे, आहेच. भीमाने अश्वत्थाम्याचा मस्तकमणी शेवटी आणलाच. हा मस्तकमणी मिळवण्यात श्रीकृष्णाचे केवढे मोठे योगदान होते.

श्रीकृष्ण, युधिष्ठिर, पार्थ, भीम, नकुल, सहदेव आणि मी कितीतरी वेळ बोलत होतो. या विषयावर या सर्वांच्या तोंडून मी ह्या मस्तकमण्याचा वृत्तांत ऐकला...ऐकत राहिले...

माझ्या पाच पुत्रांची कलेवरं पाहून मी अश्वत्थाम्याचा मस्तकमणी मागितला. युधिष्ठिराने सांगितले, अश्वत्थामा निबिड अरण्यात निघून गेला आहे. आता त्याचा वध करता येणार नाही. मस्तकमणीही मिळणार नाही. भीमाने मात्र मस्तकमणी आणून देण्याचे अभिवचन दिले. पार्थानेही त्याला दुजोरा दिला. नकुल नि सहदेव त्यांच्यासोबत होतेच. त्या वेळी श्रीकृष्ण काही बोलला नाही; पण त्याचे मौन मला सांगत होते, की मस्तकमणी मिळणारच. मग सगळेच वीर शस्त्रसज्ज होऊन निघाले. वीरांचे रथ गंगाकिनाऱ्याकडे निघाले. महर्षी व्यासादी अनेक मान्यवर ऋषी गंगाकिनारी बसले होते. तिथेच अश्वत्थामा बसलेला होता. त्याचे सगळे अंग धुळीने भरलेले होते अन् चेहऱ्यावर मृत्यूचे सावट होते. अश्वत्थामा भीमाला दिसला मात्र अन् भीम नखशिखान्त पेटून उठला. क्षणार्धात धनुष्यबाण घेऊन तो अश्वत्थाम्याच्या अंगावर गेला. भयभीत नजरेने अश्वत्थाम्याने भीमाकडे बघितले. भीमाच्या पाठीमागे पार्थ युद्ध करण्याच्या तयारीत त्याला दिसला. त्याच्या पाठीमागे युधिष्ठिर, नकुल नि सहदेव आणि शेवटी प्रसन्नवदन श्रीकृष्ण. अश्वत्थाम्याला कळून चुकले की, मृत्युघटका जवळ आलेली आहे... पण अश्वत्थामाच तो! एकाएकी मरायला कसा तयार होईल? जाता-जाता जेवढा विध्वंस त्याला करता येईल, तेवढा करायचा त्याने ठरवले होते. समोर आलेल्या भीमाकडे पाहून त्याने एक दर्भाची काठी हातात घेतली. श्रीकृष्णाला कळून चुकले की, हा आता ब्रह्मास्त्र सोडणार. खरे म्हणजे, द्रोणाचार्यांनी ब्रह्मास्त्र माणसांवर कधीच सोडू नकोस, अशी ताकीद अश्वत्थाम्याला दिली होती. पण अश्वत्थाम्याचे डोके ठिकाणावर कुठे होते? विकृतीने पछाडलेला अश्वत्थामा भयभीत झाला अन् एका दर्भाच्या लांब काडीला माध्यम करून त्याने ब्रह्मास्त्राला आवाहन केले. ज्या द्रोणाचार्यांकडून ब्रह्मास्त्र त्याला मिळाले होते,

त्या द्रोणाचार्यांची शिकवण मात्र अश्वत्थामा विसरून गेला अन् त्याने ब्रह्मास्त्राला आदेश दिला, "ब्रह्मास्त्रा, जा आणि पांडवांचा नि:पात कर." त्याच्या ह्या आदेशानंतर अस्त्राने मंतरलेली काडी पेटून उठली. अग्नीचे लोळ भडकू लागले. अग्नीची व्यापकता एवढी वाढली की, सगळा आसमंत जळून जातो की काय, असे वाटू लागले. हा प्रलय कसा शांत करायचा, असा प्रश्न श्रीकृष्णाला पडला. यात मध्यस्थी करणाऱ्या दोनच व्यक्ती तिथे होत्या— एक श्रीकृष्ण आणि दुसरे महर्षी व्यास.

अश्वत्थाम्याने ब्रह्मास्त्र सोडल्यावर पार्थ तरी कसा शांत बसणार? त्यानेही ब्रह्मास्त्र सोडले. पांडवांचे रक्षण व्हावे आणि अश्वत्थाम्याचे ब्रह्मास्त्र निष्क्रिय व्हावे, म्हणून पार्थाने ब्रह्मास्त्र सोडले. ह्या दोन ब्रह्मास्त्रांमुळे अग्निवर्षाव होऊ लागला. अवघी सृष्टी भाजून निघू लागली. काही तरी अघटित घडेल असे वाटत असताना महर्षी व्यास आणि नारदमुनी हे दोघे दोन्ही ब्रह्मास्त्रांच्या मधे येऊन उभे राहिले. मग अग्नीचे वादळ थोडे शांत झाले. महर्षी व्यास आणि श्रीकृष्णाने दोघांनाही तत्काळ ब्रह्मास्त्र मागे घ्यायला सांगितले. पार्थाने ते लगेच मागेही घेतले, पण अश्वत्थामा मात्र काही केल्या ब्रह्मास्त्र मागे घेईना. पांडवांच्या नाशासाठी सोडलेले ब्रह्मास्त्र मागे घेण्यास अश्वत्थाम्याने नकार दिला. तेव्हा महर्षी व्यासांनी अश्वत्थाम्याची समजूत घालण्याचा प्रयत्न केला, पण तो ऐकेना. इकडून भीमही ओरडून सांगत होता आणि मस्तकमणी मागत होता. पण अश्वत्थामा मस्तकमणीही देत नव्हता अन् ब्रह्मास्त्र मागेही घेत नव्हता. श्रीकृष्णानेही मध्यस्थी केली, पण त्याच्यात काही फरक पडत नव्हता. त्याने मस्तकमणी देण्याचे मान्य केले, पण ब्रह्मास्त्र परत घेण्यास असमर्थता दर्शविली. परत न घेणारे हे अस्त्र उत्तरेच्या गर्भावर सोडण्याचा मनोदय त्याने व्यक्त केला. किती अमानवी वागला अश्वत्थामा! शेवटी त्याने ब्रह्मास्त्र उत्तरेच्या गर्भावर सोडले. झाले! आता शेवटच्या ह्या पांडवांचाही मृत्यू होणार! अभिमन्यूच्या मृत्यूचे दु:ख सर्वांनाच झाले; पण एक आशेचा किरण होता— त्याचा अंश उत्तरेच्या उदरात वाढत होता. माझे पाच पुत्र मारूनही अश्वत्थाम्याचे समाधान झाले नाही. शेवटी त्याने उत्तरेच्या गर्भावर ब्रह्मास्त्र सोडलेच. मग मस्तकमणी पांडवांकडे सुपूर्त करून अश्वत्थामा अरण्यात निघून गेला...

हा सगळा वृत्तांत ऐकताना अश्वत्थामा हा गुरुपुत्र मला राक्षसासारखा वाटत होता. अश्वत्थाम्याच्या मस्तकमण्याकडे पाहत मी श्रीकृष्णाला म्हणाले, "श्रीकृष्णा, ह्या मस्तकमण्यापेक्षा उत्तरेचा गर्भ वाचवणे आवश्यक होते. तोच कुरुवंशाचा वारस होता ना? माझ्याप्रमाणे उत्तराही निपुत्रिकच का? कुरुवंशाचा

दीपक होता ना? हा कसला शाप आहे श्रीकृष्णा? कळत नाही. काय करावे? तूच ह्यातून काही तरी मार्ग काढ, जेणेकरून कुरुवंश टिकला पाहिजे...'' मला पुढे बोलवेना. श्रीकृष्णाने माझ्या मस्तकावर हात ठेवत सांत्वन केले. म्हणाला, ''याज्ञसेनी, उत्तरेचा गर्भ ब्रह्मास्त्रानेही नष्ट होऊ शकणार नाही.''

''तो कसा काय?''

''तुला आठवत असेल याज्ञसेनी— एकदा उपलव्यनगरीत मुक्काम असताना एका जाणकार ज्योतिष्याने उत्तरेचे भविष्य सांगितले होते.''

''हो-हो, आठवले. जेव्हा पांडव निर्वंश होण्याची वेळ येईल, तेव्हा उत्तरेला होणारा सुपुत्र हा पांडवांचा वंशज म्हणून राज्य करील. दीर्घायुषी ठरणारा हा राजा अनेक वर्षं राज्यकारभार करेल— हेच भविष्य सांगितल होतं ना?''

''बरोबर आहे. हेच भविष्य होते.''

''मग ब्रह्मास्त्राचे काय?''

''ब्रह्मास्त्र त्याचे काम करील आणि त्या ज्योतिष्याची भविष्यवाणीही खरी होईल.''

''मला नाही समजले श्रीकृष्णा?''

''ब्रह्मास्त्र रिकाम्या हाताने परतणारच नव्हते. त्याने उत्तरेचा गर्भ निर्जीव केला. पण ह्या निर्जिवास जेव्हा उत्तरा जन्म देईल, तेव्हा त्याला जिवंत करण्याचे काम माझे आहे. याज्ञसेनी, चिंता करू नकोस.'' मला हायसे वाटले. श्रीकृष्ण अनुगामी असल्यावर कसली चिंता करायची?

श्रीकृष्णाची आणखी एक गोष्ट मला खूप आवडली. त्याने अश्वत्थाम्याला जो शाप दिला, तो फार महत्त्वाचा आहे. श्रीकृष्णाने अश्वत्थाम्याला सांगितले की, त्याच्या परमश्रेष्ठ अस्त्राने गर्भ मरून जाणार आहे. पण हा गर्भ जेव्हा जन्म घेईल, तेव्हा ते मूल जिवंत होणार आहे आणि ते दीर्घायुषी ठरणार आहे. त्यामुळे सर्व जाणकार पुरुष अश्वत्थाम्याला दुष्ट, पापी, बालहत्या करणारा, घोर कर्म करणारा आहे, असे संबोधत दूषणे देत राहतील. मग श्रीकृष्णाने अश्वत्थाम्याला पापकर्म भोगण्याचा शाप दिला. निर्जन प्रदेशात तीन हजार वर्षांपर्यंत भटकण्याचा शाप दिला, संवादासाठी एखाद्या माणसासाठी तडफडण्याचा शाप दिला, शरीर दुर्गंधी होण्याचा शाप दिला नि रानोमाळ हिंडण्याचाही शाप दिला. आता अश्वत्थाम्याला श्रीकृष्णाचा शाप भोगावा लागेल. श्रीकृष्णाचा शाप खराच होणार. शिवाय श्रीकृष्णाची शापवाणी खरी होणार आहे, असा दुजोरा लगेच महर्षी व्यासांनी दिला. माझे दुखावलेले मन आज क्षणभर विसावले. मी मस्तकमण्याकडे पाहत होते. अश्वत्थाम्याला या मण्यामुळे पंचमहाभूतांपासून कोणतीही

भीती नव्हती. या मण्यामुळे अश्वत्थाम्यावर कोणतेही अस्त्र चालून येत नव्हते. या मण्यामुळे अश्वत्थाम्याला तहान-भूक हे विकारही त्रस्त करीत नव्हते. या मण्यामध्ये त्रैलोक्य दग्ध करू शकणारे पराकोटीचे तेज होते. असा मणी अश्वत्थाम्याच्या मस्तकावरून काढून घेण्यात आला होता. मस्तकमणी देऊन अश्वत्थामा खिन्न मनाने अरण्यात निघून गेला. असा निस्तेज अश्वत्थामा जिवंत असूनही नसल्यासारखा होता. रोज तो मृत्यूचा अनुभव घेणार होता. आता हजारो ऋतू येतील-जातील, पण अश्वत्थाम्याची जखम कधीच भरून निघणार नाही. मस्तकमणी काढल्यावर अश्वत्थाम्याला आता जीवन बेचव वाटत असेल. मी बराच वेळ मस्तकमण्याकडे पाहत होते—एकटक...

श्रीकृष्णाने सांगितले की, एका ऋषितुल्य ज्योतिषाची भविष्यवाणी आहे की, उत्तरेचा गर्भ जिवंत राहणार. पण खरं सांगू? मला तरी असे वाटते की, श्रीकृष्ण आपली जन्मोजन्मींची पुण्याई खर्च करून उत्तरेच्या मृत बाळाला जिवंत करणार अन् झालेही तसेच. अश्वत्थाम्याने उत्तरेच्या गर्भावर ब्रह्मास्त्र सोडले; त्या गर्भाचा प्राण घेऊनच ब्रह्मास्त्र शांत झाले. पुढे यथावकाश उत्तरेने मेलेले मूल जन्माला घातले. पण फारसा शोक कुणी केला नाही. कारण सर्वांनाच श्रीकृष्णशक्ती माहीत होती. श्रीकृष्णाला हेही माहीत होते, की पांडवांचा अर्थात कुरुवंशाचाही एकमेव वारस म्हणजे ते बाळ होते. मृत बाळ जन्मताक्षणीच श्रीकृष्णाने आपली जन्मोजन्मींची पुण्याई खर्च करून त्या बाळाला जिवंत केले. ह्या बाळाचे नाव परीक्षित ठेवण्यात आले.

युद्ध संपले. केवढे मोठे सूडचक्र होते हे! शेवटी आपल्या मस्तकमण्याला अश्वत्थाम्याला मुकावे लागले. अन् सूडाचा हा वडवानल शांत झाला. अश्वत्थाम्याच्या मण्याची आहुती देऊन अन् माझ्या चित्तवृत्ती सैरभैर करून हा सूडाचा वडवानल शांत झाला. सूडाने पेटलेल्या युद्धाची परिणती काय असते? अशा युद्धात कुणी तरी जिवंत राहतं, कुणी तरी हरतं. जो जिंकतो, त्यालाही प्रवासात समाधानाचा थांबा गवसत नाही. पांडवांना विजय मिळाला...पण त्यासाठी पांडवांना काय काय गमवावे लागले! मग एवढे नैराश्य घेऊन येणारा विजय तरी कशासाठी मिळवायचा? हे महाभारत युद्ध संपल्यावर तरी सूडाचे चक्र थांबणार आहे का? कदापि नाही. तसे झाले असते, तर फार चांगले झाले असते.

युद्ध संपल्यावर श्रीकृष्ण पांडवांना घेऊन महाराज धृतराष्ट्रांना भेटायला गेला. धृतराष्ट्राचा भीमावर प्रचंड राग होता. हे श्रीकृष्णाला चांगलेच माहीत होते. एकूणच, पांडवांवरचा प्रचंड राग धृतराष्ट्रांच्या मनात खदखदत होता. त्यांनी पांडवांना आलिंगन देण्यासाठी हात पुढे केले. तेव्हा श्रीकृष्णाने भीमाचा लोखंडाचा तयार केलेला पुतळा

धृतराष्ट्रांच्या पुढे केला. त्या लोखंडी पुतळ्याला धृतराष्ट्र एवढे कडकडून भेटले की, भीमाच्या त्या प्रतिमेचे तुकडे-तुकडे होऊन पडले. धृतराष्ट्रांनी दाबून धरलेल्या क्रोधामध्ये एवढी शक्ती होती का, की त्याचे तुकडे पडले? काही लोखंडाचे तुकडे धृतराष्ट्रांच्या छातीत घुसले. रक्ताच्या धारा वाहू लागल्या. काही वेळाने धृतराष्ट्रांचा राग शांत झाला. तेव्हा त्यांनी पांडवांप्रति प्रचंड राग होता, हे मान्य केले. धृतराष्ट्रांचे ठीक होते; पण आश्चर्य वाटले मला गांधारीमातेचे! श्रीकृष्णाला पाहून माता गांधारी थोडा वेळ ध्यानस्थ झाल्या अन् नंतर त्यांनी श्रीकृष्णाला शाप दिला. म्हणाली, ''पुत्रा श्रीकृष्णा, पांडव कसे विजयी होतील याचाच तू विचार करत राहिलास, म्हणजे तुलाही कौरवांचाच विनाश हवा होता ना? आता कृष्णा, लक्षात ठेव— तुझाही माणसाच्या हातूनच वध होईल. त्या अगोदर तुझ्या परिवारात यादवी माजेल. आपसात संघर्ष करून तुझा वंश बुडणार आहे आणि त्यानंतर तुझाही असाच मृत्यू होणार आहे.'' पतिव्रता माता गांधारीची शापवाणी ऐकून मी चांगलीच अचंबित झाले. पांडवांचे चेहरेही पडले होते अन् श्रीकृष्णाच्या चेहऱ्यावर मात्र प्रसन्न स्मित होते. श्रीकृष्ण कळायला किती कठीण! त्याला हात जोडून शरण जाणे, हाच एक मार्ग उरतो. शेवटी मात्र धृतराष्ट्र व गांधारीमातेने पांडवांना आशीर्वाद दिले.

युद्ध आता संपले होते. पण विजयाचा आनंद कुणाच्याही चेहऱ्यावर दिसत नव्हता. युद्धात मारल्या गेलेल्या सर्व आप्तांची श्राद्धकर्मे युधिष्ठिराने गंगेच्या किनाऱ्यावर करून घेतली आाणि आम्ही सर्व जणांनी हस्तिनापुरात प्रवेश केला. हस्तिनापूरवासियांनी पांडवांचे अभूतपूर्व स्वागत केले. नागरिकांचे पांडवांवर किती प्रेम होते, हे त्या दिवशी कळाले. पांडवांचा जयजयकार करीत लोकांनी उत्स्फूर्त स्वागत केले. ह्या जल्लोषात मला माझे पुत्र कुठेच दिसत नव्हते. का कुणास ठावूक, माझे डोळे त्यांना सारखे शोधत होते. वात्सल्य वेडे असते, हेच खरे. हस्तिनापुरात प्रवेश झाल्यावर युधिष्ठिराचा राज्याभिषेक सोहळा पार पडला. युधिष्ठिराला राजा म्हणून घोषित करण्यात आले. मी महाराणी झाले. एक न संपणारे दु:ख अंत:करणात घेऊन मी महाराणी झाले. ह्या महाराणीपदापेक्षा अतिशय उच्च कोटीचे 'आई' हे पद मात्र माझ्या नशिबी नव्हते. कुणाला हवे हे सम्राज्ञीपद? 'माते' अशी आर्त हाक आता माझ्या कानावर कधीच पडणार नव्हती. सर्व जण मला राजमाता म्हणत होते; पण माझ्यातली खरी माता आपल्या अपत्यासाठी आक्रंदन करीत होती.

पांडवांचे राज्य सुरू झाले. सत्यवचनी राजा म्हणून युधिष्ठिराचा सर्वत्र गौरव होऊ लागला. इतिहासाचे एकेक पान पुढे सरकू लागले. एक-एक प्रसंग घडू लागले. काळ आपल्याच पावलांनी योग्य त्या गतीने चाललेला होता. कितीतरी

महत्त्वाच्या घटना घडत होत्या. शरपंजरी पडलेले पितामह भीष्माचार्य उत्तरायणाची वाट पाहत होते. शेवटी उत्तरायणामध्ये भीष्माचार्यांनी इहलोकीची यात्रा संपवली. भीष्मप्रतिज्ञा मागे ठेवून हा गंगापुत्र मार्गस्थ झाला. त्यांच्या जाण्याने सगळ्यांनाच अपार दु:ख झालं. युधिष्ठिर मात्र सर्वांत अधिक व्यथित झाला होता. जाता-जाता भीष्माचार्यांनी अश्वमेध यज्ञ करण्यास सांगितले. भीष्माचार्य निधनानंतर अश्वमेधाची तयारी केली. पार्थ एक-एक प्रदेश पादाक्रांत करू लागला. तो विश्वविजेता होणारच, याची आम्हाला जाणीव होती. मणिपूरची लढाई विशेष गाजली. मणिपूरचा राजा होता बभ्रुवाहन जो पार्थाचाच मुलगा होता. चित्रांगदेपासून झालेला. ह्या लढाईत अर्थात पार्थ विजयी झाला. येताना ह्या विजयी पार्थासोबत बभ्रुवाहन, चित्रांगदा आणि उलुपी आलेले होते. पार्थाच्या ह्या वैश्विक पराक्रमानंतर अश्वमेध यज्ञ पार पडला.

अश्वमेधानंतर श्रीकृष्णाला द्वारकापुरी जाण्याचे वेध लागले. हस्तिनापूर सोडण्यापूर्वी श्रीकृष्ण यथावकाश सगळ्यांच्या भेटीगाठी घेत होता. महाराज धृतराष्ट्र, गांधारीमाता, कुंतीमाता, महाराज युधिष्ठिर यांच्याशी त्याचा बराच काळ संवाद होणार होता. माझ्या प्रासादातही श्रीकृष्णाची नियोजित भेट ठरली. मग एक दिवस श्रीकृष्ण द्वारकापुरीकडे प्रयाण करणार होता.

पूर्णपुरुष श्रीकृष्ण... केवढा मोठा होता, नाही? त्याचे चरित्र लिहायचे म्हटल्यास ते नक्कीच एका ग्रंथात बसणार नाही. कुठे कुठे नाही श्रीकृष्ण? त्याच्या बाललीला तर अगाधच. यशोदेने त्याला पान्हा दिला. श्रीकृष्णाने गोकुळ पावन केले. तिथे तो रांगला, खेळला, चोरी केली, गोपींसोबत रासक्रीडा केली. पूतनामावशीला तिची जागा दाखवून दिली, कंसाला यमसदनी पाठवले आणि भारतीय युद्धात तर त्याचे केवढे कर्तृत्व होते! हाती शस्त्र न धरताही युद्ध जिंकून देण्याचा चमत्कार श्रीकृष्णाने केला. माझ्यासाठी तर श्रीकृष्ण सखाच होता— फक्त सखा! याशिवाय कुठले नाते होते आमच्यात? तो माझा सखा होता, याची जाणीव गांधारीमातेने धृतराष्ट्रांना करून दिली, म्हणून तर वस्त्रहरण थांबले. श्रीकृष्णाच्या सान्निध्यात मी आतून उमलून येत असे—सहजपणे. कोणते होते त्याचे नि माझे नाते?...तो माझा सखा होता. बस, इतकेच? सखा हे नाते असू शकते का? आमचे सख्य नात्यात न बसणारे होते. सामाजिक संकेतात न बसणारे अन् शारीरिक संहितेतही न बसणारे. सख्य प्रेमापेक्षा अधिक असे काही तरी ह्या नात्यात असावे. श्रीकृष्ण माझ्याकडे कधी येणार, याची मी प्रतीक्षाच करीत होते. महाराज धृतराष्ट्र, माता गांधारी, माता कुंती, महाराज युधिष्ठिर यांच्याशी संवाद झाल्यावर एक दिवस श्रीकृष्ण माझ्या प्रासादात दाखल झाला.

एवढी वादळे येऊन गेल्यावरही श्रीकृष्णाचा चेहरा नेहमीप्रमाणे प्रसन्न होता. दासीकडून श्रीकृष्णाचे आतिथ्य झाल्यावर मी श्रीकृष्णाला विचारलं, ''हस्तिनापूरचा निरोप घेणार आहेस, असे कळले श्रीकृष्णा?''

''होय याज्ञसेनी! युद्ध संपले आहे, श्राद्धकर्मे संपली, अश्वमेध झाला; आता अतिथीने निघायला पाहिजे... होय की नाही?''

''तू आमचा अतिथी आहेस श्रीकृष्णा?'' अन् माझे डोळे नकळत भरून आले. अलीकडे असे का होते; कळत नाही. छोट्या-मोठ्या कारणावरून माझे डोळे भरून येतात. जवळची एखादी व्यक्ती समोर आली की, डोळ्यांत आसवांची गर्दी होते. श्रीकृष्ण समोर आल्यावर तर माझ्या डोळ्यांतील सागराला तत्काळ भरती येते. श्रीकृष्णाने ओळखले. मंचकावर शांतपणे बसत तो म्हणाला,

''हो ना याज्ञसेनी; शेवटी मी अतिथीच ना? हस्तिनापूरनगरीत आता किती दिवस राहायचे? तू आता हस्तिनापूरची सम्राज्ञी आहेस. माझ्यासारख्या अतिथींना तू लवकर निरोप द्यायला पाहिजेस.''

''श्रीकृष्णा, मी महाराणी आहे, हे सगळेच जाणतात. युधिष्ठिराचा राज्याभिषेक झाला अन् मी महाराणी झाले; पण श्रीकृष्णा...मला आई होता आले नाही!''

श्रीकृष्णाच्या डोळ्यांत पाणी आले. त्याच्या चेहऱ्यावर विषण्ण भाव होते. ''याज्ञसेनी, क्षमस्व. तुझ्या पाच पुत्रांना मला वाचवता आले नाही...''

मी सावरले. लगेच म्हणाले, ''श्रीकृष्णा, मला तसे म्हणायचे नव्हते. तू पांडवांसाठी खूप केले आहेस. तू होतास म्हणून, तर भारतीय युद्धात विजय मिळाला. तू पुत्रांना वाचवायला पाहिजे होतंस, असे मला म्हणायचे नव्हते. शेवटी नियतीचे निर्णय बदलत नसतात. पण तुला पाहून मला माझ्या पाचही सुपुत्रांची आठवण झाली, म्हणून विचारलं— मी आई आहे का नाही म्हणून?''

''तू आता हस्तिनापुराची आई आहेस याज्ञसेनी. शोक करू नकोस. आता तुला सावरायला हवं. खूप मोठी जबाबदारी तुझ्यावर आहे.''

''उपदेश करणं खूप सोपं असतं श्रीकृष्णा...आईचं दुःख फक्त आईच जाणू शकते.''

''माफ कर याज्ञसेनी...भारतीय युद्धात काही गोष्टी घडायला नको होत्या. खरं म्हणजे, अश्वत्थाम्याने तुझ्या पुत्रांना मारायला नको होते. पण विकृतीने पछाडलेल्या अश्वत्थाम्याकडून काही अपेक्षा करणेही व्यर्थ होते.''

''श्रीकृष्णा, बाकी सगळी संकटे पेलण्यासारखी होती. पाच पतींची मने सांभाळली, वनवास भोगला, वस्त्रहरणाच्या यातनाही सोसल्या...पण पुत्रांच्या

मृत्यूने मी फारच व्यथित झाले आहे. काय करावं कृष्णा, कळतच नाही. कशासाठी जगावं, हाच माझ्यासमोर मोठ्ठा प्रश्न आहे.''

''दु:ख अंत:करणात झाकून ठेवता आलं पाहिजे अन् प्रसन्न मनाने जगता आले पाहिजे याज्ञसेनी.''

''त्यासाठी तुझ्यासारखे योगी असावे लागते. माझ्यासारख्या सामान्य स्त्रीला ते कसे शक्य आहे?''

''मी तुझ्या पाठीशी आहे. जेव्हा तुला खूप एकटं वाटेल ना याज्ञसेनी, तेव्हा माझे स्मरण करीत जा...तुला आनंद मिळेल.''

''श्रीकृष्णा, राग येऊ देऊ नकोस; पण एका भूमिकेतून दुसऱ्या भूमिकेत तुला लीलया कसे जाता येते? तू देवकीला मातृत्व बहाल केलेस अन् तिला विसरलास आणि यशोदेला माता बनवलेस. गोपा-गोपींच्या बाबतीतही असेच झाले. कंसवधानंतर तुझ्यावर मथुरेच्या नागरिकांनी केवढे प्रेम केले, पण तिथेही तू रमला नाहीस. मथुरा सोडली अन् द्वारकेला गेलास. श्रीकृष्णा, आणखी एक तुझ्या बाबतीत आश्चर्य वाटते!''

''कोणते याज्ञसेनी? ''

''गांधारीमातेने तुला शाप दिला. तुझा वंश बुडणार, असे सांगितले अन् एका सामान्य माणसाकडून तुझा वध होईल, असा शाप दिला. तेव्हाही तू प्रसन्न स्मित केलेस. मला तुझ्या प्रसन्न स्मिताचा अर्थ लावता आला नाही श्रीकृष्णा... सांगशील?''

श्रीकृष्ण शांतपणे पुन्हा तसाच हसला. मी विचारले, ''ह्या हसण्याचा काय अर्थ आहे? आम्ही साधी माणसं आहोत योगेश्वरा!''

''याज्ञसेनी, ते खरेच आहे. माता गांधारीची शापवाणी थोडीच खोटी होणार आहे? माझा वंश बुडणार आहे. तसे नियोजन मीच केले आहे....''

''का?''

''माझ्या आधाराने यादव एवढे उन्मत्त झाले आहेत याज्ञसेनी, की ते मलाही असह्य होऊ लागले आहे. तू मला योगेश्वर म्हणालीस ना? योगेश्वराने सर्वांना समान न्याय दिला पाहिजे. यादवांचा उन्माद होण्याचा आलेख उत्तरोत्तर वृद्धिंगत होत आहे. हे अति झाले की, यादव आपसात संघर्ष करून मरून जातील. या सर्वांच्या मृत्यूनंतर एका सामान्य किराताचा बाण लागून मीही इहलोकीची यात्रा संपवणार आहे.''

''श्रीकृष्णा, पुत्रवियोगानंतर केवळ तुझ्याकडे पाहून जगावेसे वाटते. आता

तूही गेल्यावर तर अवघी सृष्टी नीरस वाटू लागेल.''

''पण सृष्टीचाच नियम आहे याज्ञसेनी— इहलोकी जो येतो, त्याला जावेच लागते.'' श्रीकृष्ण बोलत होता नि मी ऐकत होते. त्याच्याशी झालेल्या संवादाने मन तरल होत होते. निरोप घेताना श्रीकृष्ण म्हणाला, ''याज्ञसेनी, मी निघतोय अन् लवकरच मी द्वारकापुरीकडे प्रस्थान ठेवणार आहे. तुला जेव्हा केव्हा खूप एकटे वाटेल तेव्हा स्मरण कर. मी तुझ्यासोबत आहे. एकदा डोळे भरून माझ्याकडे पाहा. तुला माझ्यात दिसेल तुझा विवेकी पुत्र प्रतिविंध्य...तुला दिसेल माझ्यात तुझा बलदंड पुत्र सुतसोम! याज्ञसेनी, आता रडू नकोस. अश्रू पूसून घे अन् डोळे भरून पाहा— माझ्यात तुला दिसेल पराक्रमी पार्थपुत्र श्रुतकर्मा— पार्थासारखाच श्यामवर्ण. त्याचे खांदे सिंहासारखे उन्नत आहेत. आता शोक आवेग आवर. याज्ञसेनी, पाहा तरी माझ्याकडे— तुला दिसतील शतानिक आणि श्रुतसेन. इथे तर सौंदर्याचे जिवंत चित्र तुला दिसेल. पृथ्वीतलावर तरी तुझ्या शतानिक नि श्रुतसेनाएवढे कुणी सुंदर नसेल. हे सगळे पुत्र तुला माझ्यात दिसतील. आनंदी राहा. येतो मी.''

मी श्रीकृष्णाच्या पायांवर माझे मस्तक ठेवले अन् इतका वेळ महत्प्रयासाने दाबून ठेवलेला हुंदका बाहेर पडला. अश्रूंचे काही थेंब श्रीकृष्णाच्या चरणांवर पडले. सांत्वन करायला श्रीकृष्णाच्या कंठातूनही शब्द येत नव्हते. मी उठून पाहते, तर त्याच्या डोळ्यांतही आसवांनी गर्दी केली होती. श्रीकृष्णाने अतीव मायेने माझ्या मस्तकावर हात ठेवला अन् योगेश्वर श्रीकृष्ण माझ्या प्रासादाच्या बाहेर गेला.

श्रीकृष्ण द्वारकापुरी निघून गेल्यावर हस्तिनापुरात सगळ्यांनाच चुकल्यासारखे वाटत होते. पांडवांना तर ह्याची जाणीव अधिकच झाली. महाराज युधिष्ठिराचा राज्यकारभार सुरळीत चाललेला होता. माझा अपवाद सोडला, तर पुत्रवियोगाचे दुःख पांडव बऱ्यापैकी विसरलेले होते. हस्तिनापुराचे राजवैभव उत्तरोत्तर वाढत होते. राज्यातील लोक मुक्त श्वास घेत होते. राजा युधिष्ठिराचे राज्य म्हणजे प्रजाजनांना अभय देणारे राज्य ठरत होते.

महाराज युधिष्ठिरही ह्या साऱ्या वैभवाचा आस्वाद घेत होते. त्यांची दिनचर्या एका आदर्श राजाची होती. महाराज युधिष्ठिर पहाटेच उठत. त्यांना उठवण्यासाठी मागध नावाचे गायक ताल धरून गाणे म्हणू लागत. मागधासोबत भाट आणि सूत युधिष्ठिरांची प्रशंसा करीत. भल्या पहाटे येऊन नर्तक नाचू लागत. कुरुवंशाचा गौरव करणारे गीत गायक गाऊ लागत. निष्णात कलावंत दुंदुभी वाजवत. मृदंग, सांज, पणव, आनक आणि शंख यांच्या स्वरांनी सारे हस्तिनापूर

भरून जाई. तेव्हा कुठे महाराज युधिष्ठिर जागे होत. मग महाराज स्नानगृहात प्रवेश करीत. त्यांच्या स्नानासाठी उदकपूर्ण सुवर्ण कुंभ घेऊन १०८ सेवक उभे राहत असत. मग महाराज स्नानाचे वस्त्र नेसून चौरंगावर बसत अनेक वनस्पतींपासून बनवलेली उटी महाराज युधिष्ठिरांच्या अंगाला लावण्यात येई. मग प्रशिक्षित सेवक सुवासिक पाण्याने महाराजांना स्नान घालत असत. स्नान आटोपल्यावर एका विशेष मुलायम शेल्याने महाराजांचे मस्तक कोरडे केले जाई.

मग महाराज युधिष्ठिर पूर्वेकडे तोंड करून जपासाठी बसत. जपानंतर महाराज युधिष्ठिर प्रदीप्त अग्निगृहामध्ये प्रवेश करत. तिथे आज्याहुती व समिधा यांचे समंत्रक हवन केल्यावर ते दिवाणखान्यात येत. तिथे वेदवेत्ते ब्राह्मण स्थानापन्न झालेले असत. महाराज युधिष्ठिर त्या सर्वांची मधुपर्काने पूजा करत. त्यांना एक एक निष्क दक्षिणा देत. सुवर्णाची शिंगे आणि रुप्याची खुरं असलेल्या दुभत्या गाई ब्राह्मणास दान करीत. वेदवत्त्या ब्राह्मणांना प्रणिपात करून महाराजांचा शाही फलाहार होई. त्यानंतर महाराज वेशभूषेसाठी तयार होत. दिवाणखान्यात सर्वतोभद्रसंज्ञक सुवर्णासन मांडलेले असे. त्यावर उच्च प्रतीचे आस्तरण घातलेले असे. महाराज तिथे बसत. मग भृत्यांनी पुढे केलेले मोत्यांचे व रत्नांचे तेजस्वी अलंकार चढवीत. मग महाराज राज्यकारभारासाठी बसत. त्यांच्यावर सोन्याचे दांडे असलेल्या चंद्रकिरणांप्रमाणे स्वच्छ चवऱ्या ढळू लागत. महाराजांचा राज्यकारभार सुरू होई.

मी याज्ञसेनी...तटस्थपणे साक्षीभावाने महाराज युधिष्ठिराच्या वैभवाकडे पाहते नि मला हसायला येते. हाच का तो युधिष्ठिर...जो वनवासात दिवस-दिवस उपाशी राहत होता! हाच का तो युधिष्ठिर ज्याने द्यूतात मलाच पणाला लावले होते? हाच का तो युधिष्ठिर की, याच्यावर मी हजारो वेळा रागावले होते? मी सिंहावलोकन करू लागले. महाराणी म्हणून माझ्याही पायाशी वैभव लोळण घेत होते. पण मला मात्र माझ्या सुपुत्रांशिवाय ह्या वैभवाचा आस्वाद घेता येत नव्हता. एकंदर, पांडवांचे बरे चालले होते. एवढे राजवैभव यथातथ्य सर्वांनाच मिळत होते. वरवर सर्व जणच वैभवात दिसत असले, तरी सगळ्यांच्याच प्रकृतीमध्ये उत्तरोत्तर संन्यस्त वृती वाढत होती. ह्या राजवैभवाचा कुणालाच मोह होत नव्हता. महाराज धृतराष्ट्र, माता गांधारी, माता कुंती या सर्वांनाच मानाचे स्थान होते. तरीही संन्यास घेण्याचा त्यांचा विचार उत्तरोत्तर वाढत होता अन् एक दिवस तो उजाडलाच.

ते वनात जाण्यासाठी निघाले. त्यांच्या निग्रहापुढे कुणाचेच काही चालले

नाही. सगळ्यांनाच परवानगी द्यावी लागली. महाराज धृतराष्ट्र, माता गांधारी अन् माता कुंती हरिणजिने व वल्कले घालून वनात जाण्यासाठी निघाले. सर्वांनी त्यांना अभिवादन केले. जाता-जाता कुंतीमातेने आम्हा सर्वांना एक महत्त्वाचा संदेश दिला नि म्हणाली, "युधिष्ठिर, भीम, पार्थ, नकुल, सहदेव आणि याज्ञसेनी— माझे आशीर्वाद सदैव तुमच्या पाठीशी राहतील. तुम्हा सर्वांची बुद्धी धर्माचरणावर स्थिर असावी. तुमच्या सगळ्यांच्या मनाला संकुचित भावनेची बाधा होऊ नये. तुमची मने आकाशाएवढी विशाल होवोत, यासाठी तुम्हा सर्वांना मी आशीर्वाद देते." असा आशीर्वाद कुंतीमातेने दिला. महाराज धृतराष्ट्र आणि माता गांधारीनेही सर्वांच्या मस्तकांवर हात ठेवून आशीर्वाद दिला अन् ते तिघेही वनात निघून गेले. संन्यस्त वृत्तीने त्यांनी मातृभूमी सोडली.

पांडवांचा राज्यकारभार चालू होता. पण दुःखाच्या आठवणींचे ओझे सर्वांच्याच डोक्यावर होते. दोन वर्षांनी महामुनी नारद हस्तिनापुरात आले आणि त्यांनी निरोप दिला की धृतराष्ट्र, गांधारी आणि कुंतीमातेने एका वणव्यात अग्निसमाधी घेतली. काही दिवसांनंतर मन विषण्ण करणारी दुसरी बातमी आली—यादवकुलाचा अंत झाल्याची. यादवकुल निर्वंश झाले होते. बलरामदादांनीही इहलोकाचा निरोप घेतला होता आणि वनात एकांतात बसलेल्या श्रीकृष्णाचा वधही एका व्याधाने केला होता. श्रीकृष्ण गेल्याचे कळले अन् अपार दुःख झाले. अश्वत्थाम्याने माझ्या पुत्रांना कापून काढले तेव्हा जसे दुःख झाले होते, तशीच वेदना श्रीकृष्णाच्या वधाने झाली. झाले...आता सर्वच संपले होते. श्रीकृष्ण गेल्यानंतर आता जगण्यासारखे काही राहिले नाही. श्रीकृष्णाने स्वतःचे अस्तित्व स्वतःच पुसून टाकले होते. त्याचे हे कौशल्य अनाकलनीयच म्हणावे लागेल. कृष्णचरित्राला एका ग्रंथात बांधता येणार नाही.

श्रीकृष्ण गेल्यावर मी महाराज युधिष्ठिराच्या मागेच लागले. त्यांना सांगितले— आता महाप्रस्थानाची तयारी करा. झाले, जीवनाचे सगळेच विभ्रम भोगून झाले आहेत. आता महाप्रस्थानासाठी निघावे लागेल. माझे म्हणणे पांडवांनी ऐकले. महाप्रस्थानाला निघण्याच्या अगोदर परीक्षिताचा राज्याभिषेक करून घेतला. एक पराक्रमी वीर म्हणून तोपर्यंत परीक्षिताचे नाव झाले होते. परीक्षिताला आम्ही आशीर्वाद दिले आणि एक दिवस निघालो महाप्रस्थानासाठी. नाही तरी सगळ्यांनाच संन्यस्त वृत्तीची ओढ लागली होती. युधिष्ठिराने पितृ-तर्पण संस्कार केले. राज्याची जबाबदारी परीक्षितावर सोपवून आम्ही एका सूर्योदयाला निघालो.

ह्या महाप्रस्थानात पांडव, मी, उलुपी, चित्रांगदा होतो अन् सोबत एक

श्वान. प्रवासात उलुपीने गंगाप्रवेश केला. चित्रांगदा मणिपुरास निघून गेली. आम्ही मजल-दरमजल करीत निघालो. महाप्रस्थानाला निघताना निरोप द्यायला केवढा मोठा जनसमुदाय होता! युयुत्सु, कृपाचार्य, ब्राह्मण, क्षत्रिय, कृषक, वैश्य, शूद्र सर्व जण आले होते. आला नव्हता अश्वत्थामा. आज माझ्या मनात का कुणास ठावूक, अश्वत्थाम्याविषयी अपार करुणा निर्माण झाली. अश्वत्थाम्याने माझ्या पाचही पुत्रांना मारल्यावर मी भडकणे स्वाभाविक होते. पण सूडाचे चक्र इथे थांबायला हवे होते. पण त्याचा मस्तकमणी मागून मी त्याला दररोज मृत्यूचा अनुभव देत आहे. माझा मलाच राग आला. धिक्कार केला मी स्वत:चा.

आता महाप्रस्थानात एकेकाची समाधी होणार. महाप्रस्थानात पहिल्यांदा माझाच देह पडला... येते मी... मी जाईन अन् याज्ञसेनीचे नाव मात्र सदैव घेतले जाईल–सूर्य, चंद्र असेपर्यंत. मी गेल्यावर भीम नक्कीच व्याकूळ होईल, रडेल तेव्हा युधिष्ठिर त्याची समजूत घालील. म्हणेल— अरे, तिच्या महाप्रस्थानाची वेळ आली होती ना, म्हणून ती गेली. मग भीम लहान मुलासारखा प्रश्न विचारेल— सगळ्यांच्या आधी ती का गेली? मग युधिष्ठिर सांगेल–माझा पक्षपात म्हणेल...तिचे खरे प्रेम फक्त पार्थावरच होते, ह्या पातकामुळे तिचे पहिल्यांदा देहावसान झाले. म्हणेना का युधिष्ठिर... ते खरेच होते. खरे म्हणजे, माझ्यावर खरा अधिकार पार्थाचाच. माझे प्रेम पार्थावर असले तरी मला खरा जीव लावला भीमानेच. असो. माझ्यानंतर सहदेव पडेल. त्याला अहंकार होता, हे त्याचे पातक. नकुलाला त्याच्या सौंदर्याचा प्रचंड गर्व; त्याचेही पातक होतेच. त्याचे देहावसान होईल. मग पार्थ...मग भीम...सगळेच कोसळतील बिचारे. मग एकटा युधिष्ठिरच उरेल आणि त्याचा तो इमानी कुत्रा. युधिष्ठिर मग त्या कुत्र्याला स्वर्गात घेऊन जाईल. युधिष्ठिर म्हणजे प्रत्यक्ष धर्मच ना? धर्माचरणी माणसाने जिवंत माणसावर प्रेम नाही केले तरी चालते, पण त्याने प्राणिमात्रावर प्रेम करावे लागते. करेना का कुत्र्यावर प्रेम. तो नक्कीच त्या कुत्र्यासह स्वर्गात जाईल. मी तर निघाले आहे दिगंतराच्या प्रवासाला. मी म्हणजे, हे पाच आऱ्यांचं चाक ना? हे पाच आऱ्यांचं चाक त्रैलोक्यात फिरणार आहे, वेगाने... अन् शोध घेणार आहे प्रतिविंध्याचा, सुतसोमाचा, श्रुतकर्माचा, शतानिकाचा नि श्रुतसेनाचा... हे सगळे भेटले, तर मग हे पाच आऱ्यांचं चाक स्थिर होईल; अन्यथा फिरत राहणे, हेच त्याचे भागधेय ठरेल.

-०-०-०-

देवीदास फुलारी
'वरद', शारदा नगर,
नांदेड - ४३१ ६०५

।। प्रकाशित साहित्य ।।

१) अक्षरनारायणी (समीक्षा)
२) वेधांच्या प्रदेशात (समीक्षा)
३) कविता क्रांतीच्या (कविता संग्रह)
४) राधा (कविता संग्रह)
५) दुधावरची साय (किशोर कादंबरी)
६) देश जोडण्याचा खेळ (किशोर कादंबरी)
७) वसंतडोह (किशोर कादंबरी)
८) फुलपाखरांचा गाव (बालकविता संग्रह)
९) अपंगाचे शिक्षण (बालकथा)
१०) आपला टेलिफोन (बालकथा)
११) वादळवेल (संपादन)
१२) अनुगामी (संपादन)

।। पुरस्कार ।।

- संतुकराव भोकरे प्रतिष्ठान अंबेजोगाई यांचा बालसाहित्य सेवा पुरस्कार २००६
- 'दुधावरची साय' या कादंबरीस अ. भा. मराठी बालकुमार साहित्य संमेलन, पुणे येथील उत्कृष्ट वाङ्मय निर्मितीचा बा. रा. मोडक पुरस्कार.
- 'वसंत डोह' या किशोर कादंबरीस ढाकरे कला अकादमी, दर्यापूर यांचा बापुसाहेब ढाकरे वाङ्मय पुरस्कार.
- 'फुलपाखरांचा गाव' या बालकविता संग्रहास शेवाळा येथील राज्यस्तरीय चक्रधर वाङ्मय पुरस्कार.
- 'अक्षरनारायणी' या समीक्षा ग्रंथास राजापूर, ता. संगमनेर, जि. अहमदनगर येथील कॉ. गंगाधर मोहिते राज्यस्तरीय समीक्षा पुरस्कार.
- इ. स. २००९ चा तीर्थक्षेत्र माहूर येथील महाकवि संत विष्णुदास राज्यस्तरीय साहित्य पुरस्कार.
- कविता क्रांतीच्या या कवितासंग्रहास नाशिक येथील मुक्ता साळवे राज्यस्तरीय साहित्य पुरस्कार (२०११) आणि श्रीपूर जि. सोलापूर येथील प्रणव प्रतिष्ठानच्या 'अक्षरगंध' साहित्य पुरस्कार (२०१२)

।। सन्मान ।।

- दि. ३१ डिसेंबर १९९६ रोजी पेठशिवणी, जि. परभणी येथे भरलेल्या विभागीय बालकुमार साहित्य संमलेनाचे अध्यक्ष.

- दि. १७ फेब्रुवारी २००६ रोजी वर्ताळा, ता. मुखेड येथील मराठी ग्रामीण साहित्य संमेलनाचे उद्घाटक
- दि. १८ फेब्रुवारी रोजी मानवत, जि. परभणी येथील विभागीय बालकुमार साहित्य संमेलनाचे अध्यक्ष
- दि. १४ जानेवारी २००७ रोजी करकाळा, उमरी येथे संपन्न झालेले ३ रे लोकसंवाद साहित्य संमेलनाचे अध्यक्ष

www.ingramcontent.com/pod-product-compliance
Ingram Content Group UK Ltd.
Pitfield, Milton Keynes, MK11 3LW, UK
UKHW042101021026
15589UKWH00001B/103

9 788172 949440